ஜெயலலிதா
மரணமும் நீதிவிசாரணையும்
(ஆவணத் தொகுப்பு)

கூ.பாஸ்கரசந்திரன்

டிஸ்கவரி பப்ளிகேஷன்ஸ்
எண்: 9, பிளாட் எண்: 1080A, ரோஹிணி பிளாட்ஸ்
முனுசாமி சாலை, கே.கே.நகர் மேற்கு,
சென்னை – 600 078. பேச: 99404 46650

ஜெயலலிதா - மரணமும் நீதிவிசாரணையும்
(ஆவணத் தொகுப்பு)

ஆசிரியர்: கூ.பாஸ்கரசந்திரன்©

JAYALALITHAA - MARANAMUM NEEDHI VISAARANAIYUM
Author: K.BASKARACHANDRAN©

Printed in India

First Edition: AUG - 2022

வெளியீட்டு எண்: 0170

ISBN: 978-93-94762-34-3

Pages: 320

Rs. 350

Publisher • *Sales Rights*

Discovery Publications	**Discovery Book Palace (P) Ltd**
No. 9, Plot,1080A,	No. 6, Mahaveer Complex,
Rohini Flats,	Munusamy Salai,
Munusamy Salai,	K.K.Nagar West,
K.K.Nagar West,	Chennai-600 078.
Chennai - 600 078.	Ph: (044) 4855 7525
Mobile: +91 99404 46650	Mobile: +91 87545 07070

discoverybookpalace@gmail.com
WWW.DISCOVERYBOOKPALACE.COM

இந்த நூலில் பிரசுரமாகியுள்ள எந்த ஒரு பகுதியையும் பதிப்பாளரின் எழுத்துபூர்வமான முன்அனுமதி பெறாமல் எடுத்தாள்வதோ, மறுபிரசுரம் செய்வதோ, மொழியாக்கம் செய்வதோ, அச்சு மற்றும் மின்னணு ஊடகங்களில் மறுபதிப்புச் செய்வதோ, காப்புரிமைச் சட்டப்படி தடை செய்யப்பட்டுள்ளது. இந்த நூலிலிருந்து குறிப்பிட்ட பகுதிகளை மேற்கோள்காட்டி புத்தக விமர்சனம் செய்ய, ஊடகங்களுக்கு மட்டும் அனுமதி உண்டு.

உங்கள் மொபைல் போனிலிருந்து ஸ்கேன் செய்து 'டிஸ்கவரி புக் பேலஸ்' மொபைல் ஆப்பை டவுன்லோடு செய்து, புத்தகங்களை வாங்குங்கள்.

காணிக்கை

இந்த மண்ணுலகை விட்டுப் பிரிந்தாலும்
எந்தன் மன உலகில் நிரந்தரமாய் வாழும்
எனது மூத்த சகோதரர்

கூ.ரவிச்சந்திரன்

(Chief Manager, SBI-RACPC,
Anna nagar, Chennai)

அவர்களுக்கு...

கூ.பாஸ்கரசந்திரன்

திருவாரூர் மாவட்டம், மன்னார்குடியில் பிறந்த பாஸ்கரசந்திரன், அங்கேயே பள்ளி, கல்லூரி வாழ்க்கையைக் கடந்தவர்.

இளங்கலை பட்டதாரியான இவர், இதழியல் மீதான ஆர்வத்தின் காரணமாக அதை விருப்பப்பாடமாக எடுத்துப் படித்தார். கல்லூரிக் காலத்திலேயே 'இதயநிலா' என்கிற சிற்றிதழை நடத்திவந்தார்.

நண்பர்களுடன் இணைந்து 'இலக்கிய நிலங்கள்' என்ற அமைப்பைத் தொடங்கி மாதந்தோறும் இலக்கியக் கூட்டங்களை நடத்தி வந்திருக்கிறார். கடந்த 25 ஆண்டுகளுக்கும் மேலாக சென்னையில் நாளிதழ்கள், வார, மாத இதழ்களிலும் காட்சி ஊடகங்களிலும் பணியாற்றியவர்.

சிங்கப்பூர் ஒளிபரப்புக் கழகத்தின் (Singapore Broadcasting Corportion) செய்தியாளராகவும் பணியாற்றி இருக்கிறார். தினமணி, தினத்தந்தி போன்ற நாளிதழ்களில் 'மன்னை.பாஸ்கர்' என்ற பெயரில் கட்டுரைகளையும் எழுதியுள்ளார்.

தற்போது தனியார் தொலைக்காட்சியின் முதன்மைச் செய்தி ஆசிரியராகப் பணியாற்றி வருகிறார்.

என்னுரை

முன்னாள் முதல்வர் செல்வி ஜெ.ஜெயலலிதா, உடல்நலக்குறைவு காரணமாக 2016, செப்டம்பர் 22ஆம் தேதி இரவு 10.30 மணி அளவில் சென்னை - அப்பல்லோ மருத்துவமனையில் அனுமதிக்கப்பட்டார். டெல்லி எய்ம்ஸ் மருத்துவர்கள், வெளிநாட்டு மருத்துவர்கள் உட்பட ஏராளமான சிறப்பு மருத்துவர்களும் வரவழைக்கப்பட்டு அவருக்குச் சிகிச்சை அளித்தனர். ஆனாலும், 2016, டிசம்பர் 5ஆம் தேதி மாரடைப்பு காரணமாக ஜெயலலிதா உயிரிழந்தார்.

ஜெயலலிதா என்கிற இரும்புப் பெண்மணி, அ.தி.மு.க. தொண்டர்கள் மட்டுமல்லாமல் பல தரப்பு மக்களின் மனங்களிலும் வாழ்ந்த மாபெரும் தலைவர் என்பதை மறுப்பதற்கில்லை. ஜெயலலிதாவின் மரணம் சந்தேகம் மிகுந்ததாகப் பார்க்கப்பட்டதே அவர் எந்த அளவுக்கு மக்களிடம் செல்வாக்குப் பெற்றிருந்தார் என்பதைக் காட்டுகிறது. அப்படிப்பட்ட ஒரு தலைவரின் மரணம் சந்தேகத்திற்கு அப்பாற்பட்டதாக இருக்க வேண்டும் என்பதே சமூகத்தின் எதிர்பார்ப்பு.

ஜெயலலிதாவின் இறுதிக்காலம் எப்படி இருந்தது? அவரது மரணத்தில் என்ன நடந்தது? என்பதையெல்லாம் எதிர்காலத் தலைமுறை தெரிந்துகொள்ள வேண்டும் என்ற ஒரே நோக்கத்துக்காகவே இந்த நூல் தொகுக்கப்பட்டுள்ளது. எனவே, இந்த நூலில் எந்த ஒரு இடத்திலும் அரசியல் சார்போ, தனிமனித விருப்பு வெறுப்போ நிச்சயமாக இருக்காது.

ஜெயலலிதா மரணம் குறித்து விசாரிக்க அமைக்கப்பட்ட நீதியரசர் ஆறுமுகசாமி ஆணையம், தனது விசாரணையைத் தொடங்கிய ஆரம்பக் காலகட்டத்தில் ஊடகவியலாளர்கள் அனுமதிக்கப்பட்டனர். ஓர் ஊடகவியலாளன் என்ற முறையில் தொடக்ககால விசாரணைகளை நானும் நேரில் சென்று பார்த்திருக்கிறேன். சில நாட்களுக்குப் பிறகு ஊடகவியலாளர்கள் அனுமதிக்கப்படவில்லை. ஆணையத்தில் முன்னிலையானவர்களும், அவர்களது வழக்குரைஞர்களும் வெளியில் வந்து தெரிவிக்கும் தகவல்களைச் சேகரித்தே ஊடகவியலாளர்கள் செய்தி வெளியிட்டனர். அந்தவகையில் நானும் ஆணையத்தின் அன்றாட விசாரணை மற்றும் அது தொடர்பான தகவல்களைத் தொடர்ச்சியாகச் சேகரித்துத் தொகுத்து வந்தேன். நடந்த நிகழ்வுகளை அப்படியே பதிவுசெய்ய வேண்டும், இதை ஒரு வரலாற்றுப் பதிவாகவோ, ஆவணமாகவோ உருவாக்க வேண்டும் என்பதே எனது நோக்கம்.

- **கூ.பாஸ்கரசந்திரன்**

k.baskarachandran@gmail.com

பொருளடக்கம்

1. நடிகை முதல்வரானதன் முன்கதை சுருக்கம் — 9
2. மருத்துவமனை முதல் மரணம் வரை... — 19
3. சந்தனப்பேழைக்குள் அடங்கிய சகாப்தம் — 23
4. மரணத்தில் அதிகரித்த மர்மம் — 29
5. 2016, செப்டம்பர் 22, இரவு நடந்தது என்ன? — 35
6. இயல்பாக எழுந்த கேள்விகள் — 38
7. வித விதமாக எழுந்த சர்ச்சைகள் — 41
8. கைரேகை உண்மைதானா? — 55
9. விசாரணை ஆணையம் அமைப்பு — 64
10. தொடங்கியது விசாரணை — 70
11. ஆணையத்தில் தி.மு.க. மனுதாக்கல் — 77
12. வேதா இல்லம் யாருக்குச் சொந்தம் — 94
13. ஜெயலலிதாவுக்குக் குழந்தை பிறந்ததா? — 99
14. விலகாத மர்மம் — 105
15. போயஸ் தோட்டத்தில் வருமான வரி சோதனை — 108
16. சொத்துக்காகக் கொலை செய்யப்பட்டாரா? — 113
17. இரட்டை இலை முடக்கமும் மீட்பும் — 118
18. லண்டன் செல்ல மறுத்த ஜெயலலிதா — 123
19. அரசு மருத்துவர்களைத் தடுத்தது யார்? — 127
20. ஜெயலலிதாவைக் கொல்ல திட்டம் தீட்டப்பட்டதா? — 130
21. அப்பல்லோ பிரதாப் ரெட்டி கூறிய தகவல்கள் — 133
22. ஒளிப்பதிவை வெளியிட்டு அதிரடி — 137
23. ஆர்.கே.நகர் இடைத் தேர்தலில் டி.டி.வி.தினகரன் — 145
24. எம்பால்மிங் செய்யப்பட்டது எப்படி? — 148
25. உயிரிழந்த தேதியில் புதிய சர்ச்சை — 152
26. சிகிச்சை பெறும் ஒளிப்பதிவு உண்மையானதா? — 155
27. சசிகலாவுக்கு ஆணையம் எச்சரிக்கை — 163
28. சசிகலாவின் பரபரப்பு வாக்குமூலம் — 168
29. குறுக்கு விசாரணை செய்ய ஆணை — 173
30. தொடங்கியது குறுக்கு விசாரணை — 175
31. வித்யாசாகர் ராவ் எழுதிய புத்தகம் — 178
32. இறந்த தேதி உறுதியானது — 180
33. ராமமோகன் ராவ் கூறியது என்ன? — 183

34. சசிகலா வெளியேற்றப்பட்டது ஏன்?	187
35. எய்ம்ஸ் மருத்துவர்களை வரவழைத்தது யார்?	192
36. சிகிச்சையின் போது இனிப்பு வழங்கப்பட்டதா?	196
37. செவிலியருக்கு 'கிங்காங்' பட்டம் சூட்டிய ஜெயலலிதா	201
38. காவல் ஆணையரை ஜெயலலிதா மாற்றியது ஏன்?	204
39. வாக்குமூலங்களில் முரண்பாடு	207
40. சிகிச்சையில் குளறுபடியா?	211
41. பேஸ் மேக்கர் பொருத்தப்பட்டதா?	216
42. வழக்குரைஞர்களிடையே மோதல்	220
43. 24 மணி நேரமும் கொடுக்கப்பட்ட இன்சுலின்	224
44. குழப்பத்தில் திணறிய விசாரணை ஆணையம்	227
45. அப்பல்லோ மருத்துவமனையில் ஆய்வு	231
46. முன்னிலையாக மறுத்த குருமூர்த்தி	236
47. கட்டைவிரலை உயர்த்திக் காட்டிய ஜெயலலிதா	240
48. இடைக்கால அறிக்கை உண்டா?	245
49. எம்.ஜி.ஆரின் சிகிச்சை ஆவணங்கள் எங்கே?	248
50. மயக்கநிலையில் இருந்த ஜெயலலிதா	252
51. ஸ்லோ பாய்சன் கொடுக்கப்பட்டதா?	255
52. இறந்த பிறகு 'எக்மோ' பொருத்தப்பட்டதா?	261
53. உயிரிழந்த நாளில் என்ன நடந்தது?	268
54. அரிப்பு நோயால் அவதி	273
55. சசிகலாவிடம் நேரில் விசாரிக்க முடிவு	275
56. மருத்துவச் செலவு 7 கோடி ரூபாய்	280
57. ஆவேசமடைந்த சி.வி.சண்முகம்	283
58. ரகசிய மருத்துவக் குழு அமைப்பு	287
59. கொடநாடு கொலையால் திருப்பம்	290
60. ஆணையத்துடன் மோதிய அப்பல்லோ	295
61. ஆணையத்துக்குத் தடை	297
62. நீதிமன்றத்தில் முடங்கிய நீதி விசாரணை	299
63. சசிகலா வாங்கிய சொத்து	302
64. அந்தர்பல்டி அடித்த ஓ.பி.எஸ்.	305
65. முன்னிலையாக மறுத்த அப்பல்லோ	309
66. மீண்டும் தொடங்கிய விசாரணை	312
67. முடிந்தது விசாரணை	316

1
நடிகை முதல்வரானதன் முன்கதைச் சுருக்கம்

தமிழகத்தின் முதலமைச்சராக ஆறுமுறை பதவி வகித்த ஜெயலலிதா, தனக்கு முந்தைய முதலமைச்சர்களான மு.கருணாநிதி, எம்.ஜி.ஆர்., வி.என்.ஜானகி போலவே, அரசியலுக்கு வருவதற்கு முன்பாக சினிமாத்துறையில் தடம் பதித்துக் கோலோச்சியவர். 1961முதல் 1980வரை தமிழ், தெலுங்கு, கன்னடம் என 140 படங்களில் நடித்துள்ள ஜெயலலிதா, தன்னுடைய அரசியல் குருவும், அ.தி.மு.க.வின் நிறுவனருமான எம்.ஜி.ஆருடன் இணைந்து 28 படங்களில் நடித்துள்ளார். இந்த நெருக்கமே அவரை அ.தி.மு.க.வுக்கு அழைத்து வந்தது.

இருபத்தி ஐந்து ஆண்டுகளுக்கும் மேலாக, 'புரட்சித்தலைவி', 'அம்மா' என்ற சொற் களால் மட்டுமே அ.தி.மு.க. தொண்டர்களால் அழைக்கப்பட்டு வந்த ஜெ.ஜெயலலிதா, 1948ஆம் ஆண்டு, பிப்ரவரி 24ஆம் தேதி அன்றைய மைசூர் மாகாணத்தின் மாண்டியா மாவட்டத்தில் உள்ள மேலுக்கோட்டேவில் பிறந்தவர்.

தமிழ் ஐயங்கார் குடும்பத்தைச் சேர்ந்த ஜெயராமன் – வேதவல்லி தம்பதியின் மகளாகப் பிறந்த ஜெயலலிதாவுக்கு குடும்ப வழக்கப்படி பாட்டியின் பெயரான 'கோமளவள்ளி' என்று பெயர் சூட்டப்பட்டது. பின்னர், பள்ளிக்கூடத்தில் சேர்க்கும்போதுதான் ஜெயலலிதா என பெயர் மாற்றப்பட்டது. அந்தப் பெயரே பின்னாளில் அவருக்குப் புகழைப் பெற்றுத்தந்தது. பிறந்தது மைசூர் என்றாலும் ஜெயலலிதாவின் முன்னோர்கள் திருச்சி திருவரங்கத்தைச் சேர்ந்தவர்கள்.

திரைப்படங்களில் நடிகையாக ஜெயலலிதா

'சட்டப்படிப்பு படிக்க வேண்டும்' என்ற அவரது லட்சியத்தை குடும்பச்சூழல் திசை திருப்பியது. 1961ஆம் ஆண்டு 'எபிசில்' என்ற ஆங்கிலப் படத்தில் அறிமுகமான ஜெயலலிதா, மூன்று ஆண்டுகளுக்குப் பிறகு 'சின்டா கொம்பே' என்ற கன்னடப் படத்தில் தோன்றினார். இந்தப் படம் ஏராளமான ரசிகர்களை அவருக்குப் பெற்றுத் தந்தது. எனினும் 1964ஆம் ஆண்டு வெளிவந்த 'வெண்ணிற ஆடை' என்ற திரைப்படம்தான் ஜெயலலிதாவைப் புகழின் உச்சிக்குக் கொண்டு சென்றது.

'ஆயிரத்தில் ஒருவன்', 'அடிமைப்பெண்', 'பட்டிக்காடா, பட்டணமா', 'சூரிய காந்தி', உள்ளிட்ட நூற்றுக்கும் மேற்பட்ட படங்களில் நடித்து ரசிகர்களின் மனதில் சிம்மாசனம் போட்டு அமர்ந்துகொண்டார். நடனக் கலையிலும், கர்நாடக சங்கீதத்திலும் தனித்திறன் கைவரப் பெற்ற ஜெயலலிதா தன் சொந்தக்குரலில் பாடிய பாடல்களில் தேன் சொட்டும்.

ஒரு நடிகையாகவும், அரசியல் தலைவராகவும் மிகவும் வெற்றிகரமான ஆளுமையாக ஜெயலலிதா காட்சியளித்தாலும் அதற்குப் பின்னால் இருந்த வலி மிகுந்த அவரது வாழ்க்கை வெளியுலகத்தால் அதிகம் அறியப்படாததாகவே இருந்தது. சினிமாவில் நுழைந்த சிறிது காலத்திலேயே அவரது தாயார்

'அடிமைப்பெண்' - எம்.ஜி.ஆருடன் ஜெயலலிதா

வேதவல்லி இறந்துவிட, சினிமாத்துறையில் தன்னந்தனியாக போராட வேண்டிய நிலைக்குத் தள்ளப்பட்டார் ஜெயலலிதா. இந்தப் போராட்டம் அவரை மேலும் மேலும் உறுதியானவராக்கியது.

தமிழைப் போல் ஆங்கிலம், தெலுங்கு, கன்னடம், இந்தி, மலையாளம் போன்ற மொழிகளைச் சரளமாகப் பேசக்கூடிய திறமை ஜெயலலிதாவுக்கு இருந்தது. 1971ஆம் ஆண்டில் தாய் சந்தியா உயிரிழந்ததைத் தொடர்ந்து திரைப்படங்களில் நடிப்பதைப் படிப்படியாகக் குறைத்துக்கொண்டார். பின்னர் அவரது பார்வை அரசியல் பக்கம் திரும்பியது.

இலக்கணம் பிசகாத உச்சரிப்பும், வாள்வீச்சு போன்ற வார்த்தைகளையும் எம்.ஜி.ஆர்., 1982ஆம் ஆண்டு கடலூரில் நடைபெற்ற மாநாட்டில் அதிமுகவின் 'கொள்கைப் பரப்புச் செயலாளர்' என்ற கவுரவத்தை ஜெயலிதாவுக்குச் சூட்டி மகிழ்ந்தார். அரசு நிர்வாகத்தை எம்.ஜி.ஆர். கவனித்துக்கொள்ள, கட்சியின் செல்வாக்கை உயர்த்தும் பணியில் ஜெயலலிதா முழுமையாக ஈடுபட்டார். 1984ஆம் ஆண்டு, இந்திரா காந்தியால் வெகுவாகப் பாராட்டப்பட்டார்.

'கலைமாமணி விருது', 'ஃபிலிம்பேர் விருது' உள்ளிட்ட எண்ணற்ற விருதுகளை வென்ற ஜெயலலிதா, சென்னைப் பல்கலைக்கழகம், டாக்டர் எம்.ஜி.ஆர். மருத்துவப்

சிவாஜி கணேசனுடன் ஜெயலலிதா

பல்கலைக்கழகம், மதுரை காமராசர் பல்கலைக்கழகம், பாரதிதாசன் பல்கலைக்கழகம், தமிழ்நாடு வேளாண் பல்கலைக்கழகம், டாக்டர் அம்பேத்கர் சட்டப் பல்கலைக்கழகம் ஆகியவற்றின் 'மதிப்புறு முனைவர்' பட்டங்களையும் பெற்றவர்.

பத்திரிகையாளர்களோடு ஒருபோதும் அவர் நெருக்கமாக இருந்ததில்லை. தனிப்பட்ட முறையில் அளித்த பேட்டிகளும் மிக மிகக் குறைவுதான். பத்திரிகையாளர்கள் மீதும் செய்தியாளர்கள் மீதும், அரசியல் கட்சித் தலைவர்கள் மீதும் அவரால் தொடரப்பட்ட அவதூறு வழக்குகளின் எண்ணிக்கை அதிகம்.

ஜெயலலிதாவின் ஆங்கிலப் புலமையைக் கவனத்தில் கொண்டு, அவரை 1984 ஆம் ஆண்டு நாடாளுமன்ற மாநிலங்களவை உறுப்பினராக நியமித்தார் எம்.ஜி.ஆர். கட்சியின் மூத்த தலைவர்கள் பலருக்கு இது வியப்பை ஏற்படுத்தியது. 1984ல் உடல்நலம் குன்றி எம்.ஜி.ஆர். மருத்துவமனையில் இருந்தபோது நடந்த சட்டமன்றத் தேர்தலில் கட்சியின் மூத்த தலைவர்கள் பலர், ஜெயலலிதாவின் பிரசாரத்தை ஏற்கவில்லை. சிறுநீரக மாற்று அறுவைச்சிகிச்சைக்குப் பிறகு எம்.ஜி.ஆர். சென்னை திரும்பியபோது, விமானநிலையத்தில் அவரைச் சந்திக்க ஜெயலலிதாவுக்கு அனுமதி அளிக்கப்படவில்லை.

ஆனால், சில மாதங்களிலேயே எம்.ஜி.ஆருடனான கருத்து வேறுபாடுகளைத் தீர்த்துக்கொண்டார் ஜெயலலிதா.

ஜெய்சங்கர், ரவிச்சந்திரன் ஆகியோருடன் ஜெயலலிதா

அவரை அ.தி.மு.க.விலிருந்து நீக்குவதற்கு நடந்த திரைமறைவு முயற்சிகள் வெற்றிபெறவில்லை. அதற்குப் பிறகு ராயபுரத்தில் நடந்த மிகப் பெரிய பொதுக்கூட்டத்தில் பேசியதன் மூலம் தனது செல்வாக்கை நிலைநிறுத்திக்கொண்டார்.

1987 டிசம்பரில், எம்.ஜி.ஆர். மரணமடைந்ததும் ஜெயலலிதா தலைமையிலும், எம்.ஜி.ஆரின் மனைவி வி.என்.ஜானகியின் தலைமையிலுமாக அ.தி.மு.க. இரண்டாகப் பிளவுபட்டது. ஆர்.எம்.வீரப்பன் போன்ற மூத்த தலைவர்கள் தன் பக்கம் இருந்த நிலையில், 1988 ஜனவரி 7ஆம் தேதி புதிய முதல்வராகப் பதவியேற்றார் வி.என்.ஜானகி. 234 உறுப்பினர்களைக் கொண்ட சட்டப்பேரவையில், அவருக்கு 97 உறுப்பினர்களின் ஆதரவு இருந்தது. ஆனால், நம்பிக்கை வாக்கெடுப்பில் முறைகேடுகள் நடந்ததாகக் கூறப்பட்ட நிலையில், மத்திய அரசு, வி.என். ஜானகி தலைமையிலான மாநில அரசைக் கலைத்து தேர்தலை அறிவித்தது.

1989ல் நடந்த தேர்தலில் அ.தி.மு.க. இரு அணிகளாகப் பிரிந்து போட்டியிட்டது. இரட்டை இலைச் சின்னம் முடக்கப்பட்டு விட்ட நிலையில், ஜெயலலிதா அணி சேவல் சின்னத்திலும், ஜானகி அணி இரட்டைப் புறா சின்னத்திலும் போட்டியிட்டன. இந்தத் தேர்தலில் தி.மு.க. ஆட்சியைக் கைப்பற்ற, ஜெயலலிதா அணி 27 இடங்களில் வெற்றி பெற்றது.

திரைப்பட விழாவில் எம்.ஜி.ஆருடன் ஜெயலலிதா

இதுதான் மக்கள்மத்தியில் ஜெயலலிதாவுக்குக் கிடைத்த முதல் வெற்றி என்றுகூடச் சொல்லலாம். ஜானகி அணி இரண்டு இடங்களை மட்டுமே கைப்பற்றியது. ஆண்டிப்பட்டியில் போட்டியிட்ட ஜானகி தோல்வியைச் சந்திக்க, போடிநாயக்கனூர் தொகுதியில் போட்டியிட்ட ஜெயலலிதா வெற்றி பெற்றார்.

அந்தத் தேர்தலில் தி.மு.க. ஆட்சியைப் பிடித்துவிட்டாலும், அ.தி.மு.க அணிகளை இணைத்து இரட்டை இலைச் சின்னத்தை மீட்டார் ஜெயலலிதா. தமிழகத்தின் 'முதல் பெண் எதிர்க்கட்சித் தலைவ'ராகவும் அவர் பதவியேற்றார்.

ஆனால், 1989 மார்ச் 25ஆம் தேதி முதல்வர் கருணாநிதி நிதிநிலை அறிக்கையை வாசிக்கும்போது ஏற்பட்ட மோதலில், தன் மீது தாக்குதல் நடத்தப்பட்டதாக ஜெயலலிதா குற்றம் சாட்டினார். அந்த அவையில் தனக்குப் பாதுகாப்பு இல்லை என்றும் முதலமைச்சராகத்தான் மீண்டும் சட்டப்பேரவைக்குள் நுழைவேன் என்றும் சூளுரைத்தார். அடுத்த இரண்டு ஆண்டுகளில் தி.மு.க. ஆட்சி கலைக்கப்பட்டுவிட, அடுத்து நடந்த 1991ஆம் ஆண்டு சட்டமன்றத் தேர்தலில், காங்கிரஸ் கட்சியுடன் கூட்டணி அமைத்து, வெற்றிபெற்று தனது சபதத்தை நிறைவேற்றினார் ஜெயலலிதா.

தமிழக முதலமைச்சராக ஜெயலலிதா

தனது அரசியல் வரலாற்றில் மிகப்பெரிய தோல்விகளையும் எதிர்கொண்டவர் ஜெயலலிதா. 1991-96ல் நடந்த ஜெயலலிதா தலைமையிலான அ.தி.மு.க. ஆட்சி மிகப் பெரிய ஊழல் புகார்களை எதிர்கொண்டது. எதிர்க்கட்சிகள் ஒட்டுமொத்தமாக ஜெயலலிதாவுக்கு எதிராக அணி திரண்டன.

இதனால், 1996ல் நடந்த தேர்தலில் ஒட்டுமொத்தமாக நான்கு தொகுதிகளில் மட்டுமே அக்கட்சி வெற்றிபெற்றது. பர்கூர் தொகுதியில் போட்டியிட்ட ஜெயலலிதாவும் தோற்றுப்போனார்.

அதன் பிறகு 2001 சட்டமன்றத் தேர்தலின்போது நான்கு தொகுதிகளில் வேட்பு மனுக்களைத் தாக்கல் செய்ததால், அந்த மனுக்கள் தள்ளுபடி செய்யப்பட்டன. அப்படியிருந்தும் கடுமையான பிரசாரத்தில் ஈடுபட்டார்.

அந்தத் தேர்தலில் அ.தி.மு.க. வெற்றி பெறவே அவரை ஆட்சியமைக்க அழைத்தார் அப்போதைய ஆளுநர் ஃபாத்திமா பீவி. முதலமைச்சராகப் பதவி ஏற்றார். ஆனால், வழக்கு ஒன்றில் தண்டிக்கப்பட்டு பதவி நீக்கம் செய்யப்பட்டதால் ஓ.பன்னீர் செல்வத்தை முதல்வராக்கினார். பிறகு வழக்குகளில் வென்று, 2002ல் மீண்டும் முதல்வரானார் ஜெயலலிதா.

2001-2006 அவருடைய ஆட்சிக்காலம் மிகுந்த பரபரப்பானதாக இருந்தது. தி.மு.க. தலைவர் கருணாநிதி கைது செய்யப்பட்டது, பல ஆண்டு காலமாக தமிழக -கர்நாடக வனப்பகுதியில் சிம்ம சொப்பனமாக இருந்த வீரப்பன் கொல்லப்பட்டது, காஞ்சி மடாதிபதி ஜெயேந்திர சரஸ்வதி கைது செய்யப்பட்டது, வேலை நிறுத்தத்தில் ஈடுபட்ட அரசு ஊழியர்கள் ஒட்டுமொத்தமாக பணிநீக்கம் செய்யப்பட்டது என பல்வேறு அதிரடி நடவடிக்கைகளை எடுத்தார்.

ஆனால், 2004 நாடாளுமன்றத் தேர்தல், 2006 சட்டமன்றத் தேர்தல், 2009 நாடாளுமன்றத் தேர்தல் ஆகியவற்றில் அ.தி.மு.க. தோல்வியையே சந்தித்தது. ஆனால், 2011ல் நடந்த சட்டமன்றத் தேர்தலில் முந்தைய ஆளும்கட்சியான தி.மு.க.வை எதிர்க்கட்சியாகக் கூட வரவிடாமல் பெரும் வெற்றிபெற்றார்.

பிறகு 2014ஆம் ஆண்டு நாடாளுமன்றத் தேர்தலில் இரு இடங்களைத் தவிர எல்லா இடங்களையும் கைப்பற்றியது அ.தி.மு.க. ஆனால், 2014 செப்டம்பர் 27ல் சொத்துக்குவிப்பு வழக்கில் ஜெயலலிதாவுக்குப் பெரும் பின்னடைவாக அமைந்தது. அவருக்கும் அவருடைய தோழி சசிகலா உள்ளிட்டோருக்கும் நான்காண்டு சிறை தண்டனையும் 100 கோடி ரூபாய் அபராதமும் விதிக்கப்பட்டது.

இதையடுத்து கர்நாடக மாநிலம் பரப்பன அக்ரஹாரா சிறையில் அடைக்கப்பட்ட ஜெயலலிதா, முதல்வர் பதவியை இழந்தார். கர்நாடக உயர்நீதிமன்றத்தால் விடுவிக்கப்பட்ட அவர், 2015ல் மீண்டும் தமிழக முதல்வராகப் பதவியேற்றார்.

2016ஆம் ஆண்டில் நடந்த சட்டமன்றத் தேர்தலில் பல கருத்துக்கணிப்புகள் தி.மு.க.வுக்குச் சாதகமாக இருந்தாலும், அவற்றையெல்லாம் முறியடித்து மீண்டும் அ.தி.மு.க.வை வெற்றிபெற வைத்து ஆட்சியைப் பிடித்தார். 1984ஆம் ஆண்டுக்குப் பிறகு, ஆளும்கட்சியே மீண்டும் ஆட்சியமைக்கும் சாதனையைச் செய்தார் ஜெயலலிதா.

1980களின் இறுதியில் ஜெயலலிதாவுடன் நெருக்கமான சசிகலா மட்டுமே கடைசிவரை ஜெயலலிதாவின் நம்பிக்கையைப் பெற்றவராக இருக்க முடிந்தது. இடையில் ஏற்பட்ட சில பிரச்னைகள், மனக்கசப்புகள் காரணமாக போயஸ் தோட்ட இல்லத்திலிருந்து சசிகலா வெளியேற்றப்பட்டாலும், சில நாட்களிலேயே அவர் மீண்டும் சேர்த்துக்கொள்ளப்பட்டார். 1995ல், சசிகலாவின் உறவினரான வி.என். சுதாகரனை வளர்ப்பு மகனாகத் தத்தெடுத்ததும் அவருக்கு மிகவும் படாடோபமாக திருமணம் செய்து வைத்ததும் அகில இந்திய அளவில் விமர்சனங்களையும் அதிர்வலைகளையும் ஏற்படுத்தியது.

'ஜெயலலிதா தன் அமைச்சரவையில் செய்த மாற்றங்களுக்கும், கட்சியில் செய்த மாற்றங்களுக்கும் சசிகலாவே காரணம்' என்று அரசியல் விமர்சகர்கள் கூறுவதுண்டு. 'சசிகலா மற்றும் அவரது சகோதரர் குடும்பத்தைச் சேர்ந்தவர்களே அ.தி.மு.க.வில் அனைத்தையும் தீர்மானிக்கிறார்கள்' என்ற விமர்சனங்கள் ஜெயலலிதாவின் ஆட்சிக்காலம் முழுவதும் நீடித்தது.

எம்.ஜி.ஆர். இருக்கும்போதே அ.தி.மு.க.விலிருந்து ஜெயலலிதாவை நீக்க நடந்த முயற்சிகள், எம்.ஜி.ஆரின் இறுதி ஊர்வலத்தின்போது கவச வாகனத்திலிருந்து அவர் வலுக் கட்டாயமாக இறக்கப்பட்டது, சட்டப்பேரவையில் அவர் தாக்கப்பட்டது... என அனைத்தும் அவரது மன உறுதிக்குச் சான்றுகள். அதனால்தான் கட்சி அவரது கட்டுப்பாட்டிற்கு வந்த பிறகு, அசைக்க முடியாத ஒரு தலைவராக உருவெடுத்தார் ஜெயலலிதா. கட்சியில் இருந்த மூத்த தலைவர்கள்கூட அவரது காலில் விழத் தயங்கவில்லை.

தங்களுக்குப் பிடித்த தலைவர்களை உறவு முறைகளைச் சொல்லி அழைப்பது இந்திய மக்களின் மரபு. காந்தி தாத்தா, நேரு மாமா, அறிஞர் அண்ணா... என்றெல்லாம் சொல்லி மகிழ்ந்தது போல் முதலமைச்சர் ஜெயலலிதாவை 'அம்மா' என்று அ.தி.மு.க.வினர் அழைத்து மகிழ்ந்தனர். ஆனால், ஜெயலலிதாவே சொல்லி மகிழ்ந்தது, அன்னை தெரசாவை சந்தித்த நிகழ்வுதான். 1994ஆம் ஆண்டு ஜனவரி 20ஆம் தேதி போயஸ் தோட்டத்துக்கு அன்னை தெரசா வருகை தந்து வாழ்த்தியது தனக்குக் கிடைத்த பெரும் பாக்கியம் என ஜெயலலிதா மகிழ்ச்சி பொங்க தெரிவித்தார்.

2012ஆம் ஆண்டில் அமெரிக்க வெளியுறவுத்துறை அமைச்சராக இருந்த ஹிலாரி கிளின்டன், சென்னை-தலைமைச்செயலகத்துக்கு வந்து ஜெயலலிதாவுடன் ஒரு மணி நேரத்துக்கும் மேலாக உரையாடியதை உலகம் முழுவதும் உள்ள ஊடகங்கள் உற்று நோக்கின. பெண்கள் நலனுக்காக ஜெயலலிதா ஆற்றிய பணிகளை மனம் திறந்து பாராட்டினார் ஹிலாரி. 'சூரிய காந்தி' படத்தின் நூறாவது நாள் விழாவில் தந்தை பெரியார் கலந்துகொண்டார். மிகச்சிறப்பாக நடித்ததற்காகவும், இனிமையான குரல்வளத்தில் பாடியதற்காகவும் ஜெயலலிதாவுக்கு அவர் வாழ்த்துத் தெரிவித்தார்.

பிரதமர்கள் ராஜீவ் காந்தி, வாஜ்பாய், மன்மோகன்சிங், நரேந்திரமோடி, காங்கிரஸ் தலைவர் சோனியா காந்தி, எல்.கே. அத்வானி மற்றும் முதுபெரும் இடதுசாரி தலைவர்கள் என தேசிய அளவிலும் மாநில அளவிலும் அவர் சந்திக்காத தலைவர்களே இல்லை என்றே சொல்லலாம். இதேபோல், தமிழக அரசியல் கட்சிகளின் முக்கிய தலைவர்கள் அனை வரையும் ஜெயலலிதா சந்தித்துள்ளார். ஆந்திர முதலமைச்சர் சந்திரபாபு, உத்தரப்பிரதேச முதலமைச்சர் அகிலேஷ், மேற்கு வங்க முதலமைச்சர் மம்தா பானர்ஜி போன்ற நாட்டின் மிக முக்கிய தலைவர்களின் மனதில் நீங்கா இடம் பிடித்தவர் ஜெயலலிதா.

ஒரு நடிகையாக வாழ்க்கையைத் தொடங்கியபோது 'முதலமைச்சர் அளவுக்கு முன்னேறுவோம்' என்று அவரே எதிர்பார்த்திருக்க மாட்டார் என்பதே உண்மை.

*

2
மருத்துவமனை முதல் மரணம் வரை...

நடிகையாக வாழ்க்கையைத் தொடங்கி தமிழக முதலமைச்சர் பதவி வரை முன்னேறிய ஜெயலலிதா, தனது அரசியல் வாழ்க்கையில் பல்வேறு ஏற்றத் தாழ்வுகளைச் சந்தித்ததுபோலவே அவரது உடல் நலமும் அவ்வப்போது பாதிக்கப்பட்டது. என்றாலும், அதை வெளியில் தெரியாமல் பார்த்துக்கொண்டார்.

சென்னை – போயஸ் தோட்டத்தில் உள்ள தனது வீட்டிலிருந்து, உடல்நலம் குன்றிய நிலையில் அப்பல்லோ மருத்துவமனைக்குச் சென்ற ஜெயலலிதா, 75 நாட்களுக்குப்

சென்னை அப்போலோ மருத்துவமனை

பின்னர் சடலமாக அதே போயஸ் தோட்ட இல்லத்துக்குக் கொண்டுவரப்பட்ட நிகழ்வு தமிழகம் மட்டுமின்றி உலகம் முழுவதும் உருக்கமாகப் பார்க்கப்பட்டது. இடையில் நடந்தது என்ன என்பது எல்லோரும் அறிந்ததுதான் என்றாலும் அதைச் சுருக்கமாக இங்கே பார்ப்போம்...

2016, செப்டம்பர் 22ஆம் தேதி இரவு: காய்ச்சல், நீர்ச்சத்து குறைபாடு மற்றும் ஊட்டச்சத்து குறைபாடு காரணமாக முதல்வர் ஜெயலலிதா சென்னை – அப்பல்லோ மருத்துவ மனையில் அனுமதிக்கப்பட்டார்.

செப்டம்பர் 23ஆம் தேதி: அவரது உடல்நிலை குறித்த முதல் மருத்துவ அறிக்கையை அப்பல்லோ வெளியிட்டது. ஜெயலலிதாவின் உடல்நிலை சீராக இருப்பதாக அந்த அறிக்கையில் தெரிவிக்கப்பட்டது.

செப்டம்பர் 24ஆம் தேதி: சாதாரண உணவுகளை ஜெயலலிதா உட்கொள்வதாக தகவல் வெளியானது.

செப்டம்பர் 25ஆம் தேதி: ஜெயலலிதா மேல் சிகிச்சைக்காக சிங்கப்பூர் செல்லப்போவதாக தகவல் வெளியானது. ஆனால், 'அப்படி எந்தத் திட்டமும் இல்லை, இது போன்ற தவறான செய்திகளை யாரும் வெளியிட வேண்டாம்' என அப்பல்லோ மருத்துவமனை நிர்வாகம் கேட்டுக்கொண்டது.

செப்டம்பர் 27ஆம் தேதி: காவிரி தொடர்பான ஆலோசனைக்கூட்டம் மருத்துவமனையிலேயே நடந்ததாகவும் அதில் முதல்வர் ஜெயல்லிதா பங்கேற்றதாகவும் தகவல் வெளியிடப்பட்டது.

செப்டம்பர் 29ஆம் தேதி: ஜெயலலிதாவின் உடல் நிலை சீராக உள்ளது, அவர் சிகிச்சைகளுக்கு நல்ல முறையில் ஒத்துழைக்கிறார் என மருத்துவமனை நிர்வாகம் கூறியது.

அக்டோபர் 2ஆம் தேதி: லண்டன் மருத்துவர் ரிச்சர்டு ஜான் பீலே சென்னை வந்து ஜெயலலிதாவுக்கு அளிக்கப்படும் சிகிச்சை குறித்து ஆலோசனை வழங்கினார்.

அக்டோபர் 3ஆம் தேதி: ஜெயலலிதாவுக்கு ஏற்பட்டிருக்கும் தொற்று நோயை சரி செய்ய, ஆன்டிபயாடிக் மருந்துகள் செலுத்தப்பட்டதுடன், சுவாசக் கருவியும் பொருத்தப்பட்டதாக அப்பல்லோ அறிக்கை வெளியிட்டது.

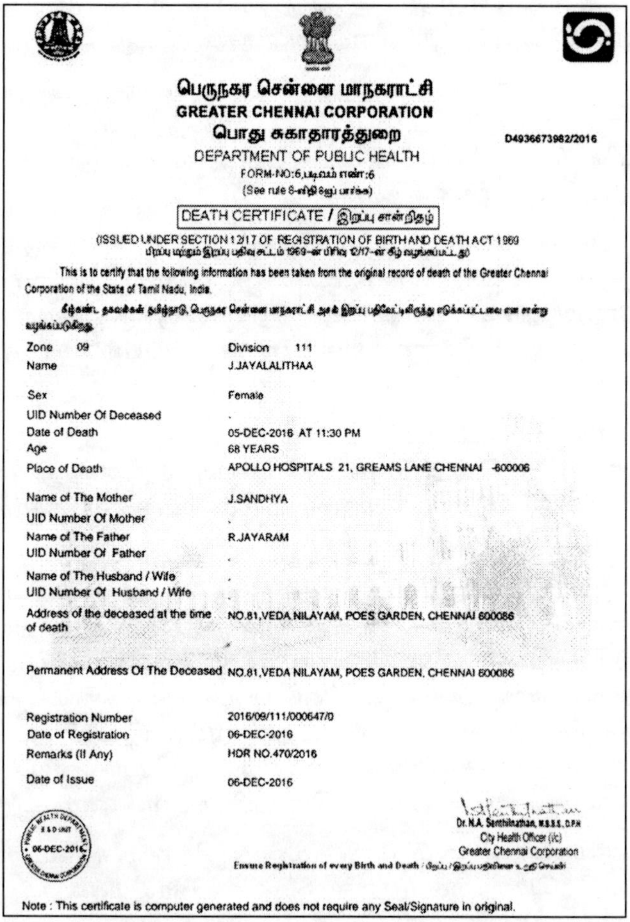

பெருநகர சென்னை மாநகராட்சி
GREATER CHENNAI CORPORATION
பொது சுகாதாரத்துறை
DEPARTMENT OF PUBLIC HEALTH

D4936673982/2016

FORM-NO:6,படிவம் எண்:6
(See rule 8-விதி 8ஐப் பார்க்க)

DEATH CERTIFICATE / இறப்பு சான்றிதழ்

(ISSUED UNDER SECTION 12/17 OF REGISTRATION OF BIRTH AND DEATH ACT 1969
பிறப்பு மற்றும் இறப்பு பதிவு சட்டம் 1969-ன் பிரிவு 12/17-ன் கீழ் வழங்கப்பட்டது)

This is to certify that the following information has been taken from the original record of death of the Greater Chennai Corporation of the State of Tamil Nadu, India.

கீழ்கண்ட தகவல்கள் தமிழ்நாடு, பெருநகர சென்னை மாநகராட்சி அசல் இறப்பு பதிவேட்டிலிருந்து எடுக்கப்பட்டவை என சான்று வழங்கப்படுகிறது.

Zone 09	Division 111
Name	J.JAYALALITHAA
Sex	Female
UID Number Of Deceased	-
Date of Death	05-DEC-2016 AT 11:30 PM
Age	68 YEARS
Place of Death	APOLLO HOSPITALS 21, GREAMS LANE CHENNAI -600006
Name of The Mother	J.SANDHYA
UID Number Of Mother	-
Name of The Father	R.JAYARAM
UID Number Of Father	-
Name of The Husband / Wife	-
UID Number Of Husband / Wife	-
Address of the deceased at the time of death	NO.81,VEDA NILAYAM, POES GARDEN, CHENNAI 600086
Permanent Address Of The Deceased	NO.81,VEDA NILAYAM, POES GARDEN, CHENNAI 600086
Registration Number	2016/09/111/000647/0
Date of Registration	06-DEC-2016
Remarks (If Any)	HDR NO.470/2016
Date of Issue	06-DEC-2016

PUBLIC HEALTH DEPARTMENT B & D UNIT 06-DEC-2016 GREATER CHENNAI CORPORATION

Dr. N.A. Senthilnathan, M.B.B.S., D.P.H
City Health Officer (i/c)
Greater Chennai Corporation

Ensure Registration of every Birth and Death / [illegible]

Note : This certificate is computer generated and does not require any Seal/Signature in original.

ஜெயலலிதா இறப்புச் சான்றிதழ்

அக்டோபர் 4ஆம் தேதி: ஜெயலலிதாவின் உடல்நிலையில் முன்னேற்றம் ஏற்பட்டுள்ளதாகவும், சிகிச்சை தொடர்வதாகவும் கூறப்பட்டது.

அக்டோபர் 6ஆம் தேதி: டெல்லி எய்ம்ஸ் மருத்துவர்கள் சென்னை வந்து லண்டன் மருத்துவர் மற்றும் அப்பல்லோ மருத்துவர்களுடன் இணைந்து ஜெயலலிதாவுக்கு அளிக்கப்படும் சிகிச்சை முறை குறித்து கேட்டறிந்து ஆலோசனைகளையும் வழங்கினர்.

அக்டோபர் 8ஆம் தேதி: நுரையீரலில் இருக்கும் நீரை நீக்க ஜெயலலிதாவுக்கு சிகிச்சை அளிக்கப்பட்டது.

அக்டோபர் 10ஆம் தேதி: சிங்கப்பூரிலிருந்து பிசியோதெரபி நிபுணர்கள் வந்து உடற்பயிற்சி அளிக்கத் தொடங்கினர். அதே நாளில், டெல்லி எய்ம்ஸ் மருத்துவர்களும் மீண்டும் அப்பல்லோ மருத்துவமனைக்கு வந்தனர்.

அக்டோபர் 21ஆம் தேதி: தீவிர சிகிச்சைப் பிரிவு மருத்துவர்களின் தலைமையில் இதயநோய், நுரையீரல்நோய், தொற்றுநோய் உள்ளிட்ட நோய்களுக்கு மருத்துவர்கள் தொடர்ந்து சிகிச்சை அளிப்பதாக அப்பல்லோ நிர்வாகம் கூறியது.

நவம்பர் 14ஆம் தேதி: அ.தி.மு.க. மூத்த உறுப்பினர் விசாலாட்சி நெடுஞ்செழியன் மறைவுக்கு, அவரது மகனிடம் ஜெயலலிதா தொலைபேசியில் இரங்கல் தெரிவித்ததாக தகவல் வெளியிடப்பட்டது.

நவம்பர் 19ஆம் தேதி: தீவிர சிகிச்சைப் பிரிவில் இருந்து சாதாரண வார்டில் உள்ள தனி அறைக்கு ஜெயலலிதா மாற்றப்பட்டார். அதைத் தொடர்ந்து அவருக்கு பிசியோதெரபி சிகிச்சை வழங்கப்பட்டது. இடைப்பட்ட காலத்தில் ஜெயலலிதா நன்கு குணமடைந்துவிட்டதாகவும், இட்லி உள்ளிட்ட உணவுகளைச் சாப்பிடுவதாகவும், அ.தி.மு.க.வைச் சேர்ந்த தலைவர்கள் சிலர் தகவல் வெளியிட்ட வண்ணம் இருந்தனர்.

நவம்பர் 22ஆம் தேதி: மூன்று தொகுதிகளில் அ.தி.மு.க. வெற்றி பெற்றதையடுத்து ஜெயலலிதா மக்களுக்கு நன்றி தெரிவித்ததாக தகவல் வெளியிடப்பட்டது.

டிசம்பர் 4ஆம் தேதி: ஜெயலலிதாவுக்குத் திடீரென மாரடைப்பு ஏற்பட்டதாக மருத்துவமனை அவசர அறிக்கை வெளியிட்டது.

டிசம்பர் 5ஆம் தேதி: உடல் நிலை மிகவும் கவலைக் கிடமாக உள்ளதாக அறிக்கை வெளியிட்ட மருத்துவமனை நிர்வாகம், அன்று இரவு 11.30 மணிக்கு ஜெயலலிதாவின் உயிர் பிரிந்துவிட்டதாக அதிர்ச்சித் தகவலை வெளியிட்டது.

*

3
சந்தனப்பேழைக்குள் அடங்கிய சகாப்தம்

75 நாட்களுக்கு மேலாக மருத்துவச்சிகிச்சை பெற்றுவந்த முதல்வர் ஜெயலலிதா, டிசம்பர் 5ஆம் தேதி இரவு 11.30 மணிக்கு காலமானதாக அப்பல்லோ மருத்துவமனை நிர்வாகம் அதிகார பூர்வமாக அறிவித்தது. அதற்கு முன்பாகவே, மருத்துவமனை முன்பு ஏராளமான காவல்துறையினர் குவிக்கப்பட்டிருந்தனர். தகவல் அறிந்த அ.தி.மு.க. தொண்டர்கள் மருத்துவமனை முன்பு திரளாகக் குவிந்தனர். மருத்துவமனையில் இருந்து ஜெயலலிதாவின் உடல் அவசர ஊர்தியில் ஏற்றப்பட்ட போது அங்கு கூடியிருந்த பல்லாயிரக்கணக்கான தொண்டர்கள் ஜெயலலிதாவின் உடலைப் பார்த்துக் கண்ணீர்விட்டுக் கதறினர், அழுது புரண்டனர். ஜெயலலிதாவின் உயிரற்ற உடலை முதல் முறையாகப் பார்த்த ஒவ்வொருவருக்கும் கண்கள் கலங்கின.

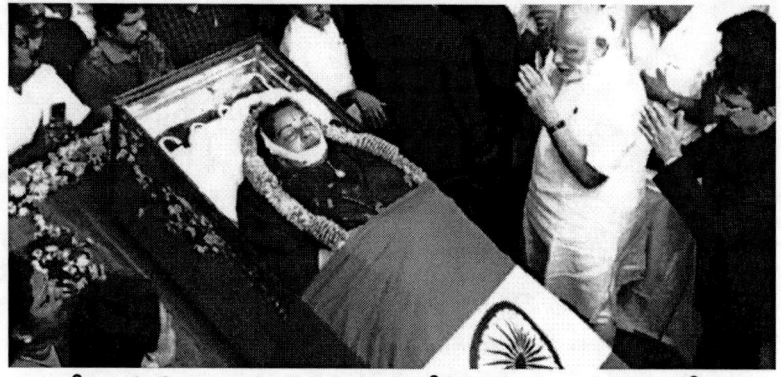

பிரதமர் மோடி மற்றும் கவர்னர் வித்யாசாகர் ராவ் அஞ்சலி...

துணை ஜனாதிபதி வெங்கையா நாயுடு அஞ்சலி...

பின்னர் ஜெயலலிதாவின் உடல், போயஸ் தோட்டத்தில் உள்ள அவருடைய இல்லத்துக்குப் பலத்த பாதுகாப்புடன் கொண்டு செல்லப்பட்டது. வழி நெடுக அவரது உடலைக் காண ஆயிரக்கணக்கான பொதுமக்கள் கண்ணீர் மல்க காத்திருந்தனர். மக்கள் கடலில் நீந்திச் சென்ற அவசர ஊர்தி மெதுவாக போயஸ் தோட்டத்தைச் சென்றடைந்தது. அங்கு ஜெயலலிதாவின் உடலுக்கு இறுதிச்சடங்குகள் நடைபெற்றன. அதன் பிறகு பொதுமக்கள் அஞ்சலி செலுத்துவதற்காக ஜெயலலிதாவின் உடல் ராஜாஜி மண்டபத்திற்கு அதிகாலை 5.50 மணியளவில் ஆயுதம் தாங்கிய காவல்துறை பாதுகாப்புடன் எடுத்துச் செல்லப்பட்டது.

ஜெயலலிதா வழக்கமாக கோட்டைக்குச் செல்லும் கடற்கரை சாலை வழியாகவே அவரது உடலும் எடுத்துச்செல்லப்பட்டது. காலை 6.10 மணியளவில் உடல் ராஜாஜி அரங்கை அடைந்ததும் பொதுமக்கள் அஞ்சலிக்காக வைக்கப்பட்டது. அவரது உடலைச் சுற்றி சசிகலாவும் அவரது உறவினர்களும் நின்றிருந்தனர். அமைச்சர்களும் அ.தி.மு.க. முக்கிய பிரமுகர்களும் கீழே அமர்ந்திருந்தனர். ஜெயலலிதாவின் உடலுக்கு அஞ்சலி செலுத்துவதற்காக அதிகாலை முதலே பொதுமக்கள், அ.தி.மு.க. தொண்டர்கள் என ஏராளமானோர் ராஜாஜி அரங்கில் குவிந்திருந்தனர். வெளியூர்களில் இருந்து வந்து குவிந்த தொண்டர்களின் எண்ணிக்கை காலை

10 மணிக்கு மேல் அதிகமானதால் அண்ணா சாலை ஸ்தம்பித்தது. நேரம் ஆக ஆக மக்கள் கூட்டம் அதிகரித்ததைத் தொடர்ந்து, ராஜாஜி அரங்கில் கூடுதலாக காவல்துறையினர் குவிக்கப்பட்டு பாதுகாப்பு மேலும் பலப்படுத்தப்பட்டது. அஞ்சலி செலுத்த ஒரே நேரத்தில் லட்சக்கணக்கானோர் திரண்டதால் கூட்டத்தைக் கட்டுப்படுத்த முடியாமல் காவல் துறையினர் திணறினர். கூட்டத்தைக் கட்டுப்படுத்த ஒரு சில முறை லேசான தடியடி நடத்த வேண்டிய கட்டாயமும் காவல்துறைக்கு ஏற்பட்டது. இறுதி அஞ்சலியை பொதுமக்கள் காண்பதற்காக, அரசு பன்நோக்கு மருத்துவமனைக்கு வெளியிலும், அரங்கத்தின் வலதுபுறமும் பெரிய டிஜிட்டல் திரைகள் வைக்கப்பட்டிருந்தன. அதன்மூலம் ஆயிரக்கணக்கானோர் சாலையில் நின்றபடியே இறுதி அஞ்சலி நிகழ்ச்சிகளைப் பார்த்தனர். இது தவிர உலகம் முழுவதிலும் இருந்து கோடிக்கணக்கானோர் ஜெயலலிதாவின் இறுதிப்பயணத்தை தொலைக்காட்சிகள் மூலம் பார்த்துக் கொண்டிருந்தனர்.

ராஜாஜி அரங்கில் வைக்கப்பட்டிருந்த ஜெயலலிதாவின் உடலுக்கு, அப்போதைய குடியரசுத் தலைவர் பிரணாப் முகர்ஜி, பிரதமர் நரேந்திர மோடி, காங்கிரஸ் துணை தலைவர் ராகுல் காந்தி, டெல்லி முதல்வர் கெஜ்ரிவால், மகாராஷ்டிர முதல்வர் தேவேந்திர பட்னாவிஸ், ஒடிசா முதல்வர் நவீன் பட்நாயக், கர்நாடக முதல்வர் சித்தராமையா, ஆந்திர முதல்வர் சந்திரபாபு நாயுடு, புதுச்சேரி முதல்வர் நாராயணசாமி, கேரள முதல்வர் பிணராயி விஜயன், உ.பி. முதல்வர் அகிலேஷ் யாதவ் உள்ளிட்ட அரசியல் கட்சி தலைவர்கள் மற்றும் மு.க.ஸ்டாலின், டாக்டர் ராமதாஸ், வைகோ உட்பட தமிழக அரசியல் கட்சிகளின் அனைத்துத் தலைவர்களும் அஞ்சலி செலுத்தினர். ரஜினிகாந்த், நடிகர் சங்கத் தலைவர் நாசர், விஷால், சிம்பு, டி.ராஜேந்தர், சத்யராஜ், சிபி, சரோஜா தேவி, ரேகா, ஜெயசித்ரா உள்ளிட்ட நடிகர், நடிகைகள், சினிமா கலைஞர்கள், பட தயாரிப்பாளர்கள், பொதுமக்கள் என அனைவரும் அவரது உடலுக்கு கண்ணீர் மல்க அஞ்சலி செலுத்தினர். குறிப்பாக நடிகர் ரஜினிகாந்த் முதல்வர் உடல் வைக்கப்பட்டிருந்த பெட்டி மீது, குனிந்து தலைவைத்து அஞ்சலி செலுத்திய காட்சி அங்கிருந்தவர்களை நெகிழ வைத்தது.

தலைவர்கள், அமைச்சர்கள், அரசு அதிகாரிகள், நடிகர்கள், முக்கிய பிரமுகர்கள் அஞ்சலி செலுத்திய பிறகு, மாலை

ஜெயலலிதா இறுதி ஊர்வலம்

4.30 மணியளவில், ஜெயலலிதாவின் உடல் கண்ணாடிப் பேழையில் வைக்கப்பட்டு பீரங்கி வண்டியில் ஏற்றப்பட்டு இறுதி ஊர்வலம் தொடங்கியது. ஊர்வலத்தில் லட்சகணக்கான மக்கள் கலந்து கொண்டனர். கடற்கரை சாலை முழுவதும் எங்கு பார்த்தாலும் மக்கள் வெள்ளமாய் காட்சியளித்தது. இறுதி ஊர்வலத்தில் அமைச்சர்கள், எம்.பி.க்கள், எம்.எல்.ஏக்கள், முன் செல்ல, ஜெயலலிதாவின் உடல் மலர்களால் அலங்கரிக்கப்பட்ட பீரங்கி வண்டியில் கொண்டு செல்லப்பட்டது. லட்சக்கணக்கான தொண்டர்கள் பங்கேற்ற இறுதி ஊர்வலம் மெல்ல மெல்ல ஊர்ந்து சென்று மாலையில் எம்.ஜி.ஆர் நினைவிடம் அருகே வந்தடைந்தது. எம்.ஜி.ஆர் சமாதி முன்பு 3 பெரிய மின்னணுத் திரைகள் வைத்து, இறுதிச்சடங்கு நிகழ்வுகள் நேரடியாக ஒளிபரப்புச் செய்யப்பட்டன. இதை லட்சக்கணக்கான மக்கள் கண்ணீர் மல்க பார்த்துக்கொண்டிருந்தனர்.

எம்.ஜி.ஆர். நினைவிடத்தை அடைந்ததும் முப்படை வீரர்கள் ஜெயலலிதாவின் உடலை, அடக்கம் செய்யும் இடத்திற்கு தோளில் சுமந்து வந்தனர். அங்கு நடைபெற்ற இறுதிச்சடங்கில் கவர்னர் வித்யாசாகர் ராவ், மத்திய அமைச்சர் வெங்கய்யா நாயுடு, மத்திய இணை அமைச்சர் பொன்.ராதாகிருஷ்ணன், காங்கிரஸ் துணைத் தலைவர் ராகுல் காந்தி, காங்கிரஸ் மூத்த தலைவர் குலாம் நபி ஆசாத், உத்தரப்பிரதேச முதல்வர்

அகிலேஷ் யாதவ், தமிழக முன்னாள் கவர்னர் ரோசையா, வைகோ, காங்கிரஸ் தலைவர் திருநாவுக்கரசர் உள்ளிட்டோர் பங்கேற்று இறுதி அஞ்சலி செலுத்தினர்.

பின்னர் ஜெயலலிதாவின் உடலுக்கு முப்படை வீரர்கள் மரியாதை செலுத்தினர். அவரது உடல் மீது போர்த்தப்பட்டிருந்த தேசியக்கொடி முப்படை வீரர்களால் அகற்றப்பட்டு, சசிகலாவிடம் ஒப்படைக்கப்பட்டது. அவரது உடல் சந்தனப்பேழையில் வைக்கப் பட்டு, இறுதிச்சடங்குகள் ஆரம்பமாகின. ஜெயலலிதாவின் உடலுக்கு சசிகலா இறுதிச்சடங்குகள் செய்தார். இந்த நிகழ்வில் ஜெயலலிதாவின் அண்ணன் மகன் தீபக் மற்றும் அவரது குடும்பத்தாரும் பங்கேற்றனர். பின்னர், 12 வீரர்கள் 5 முறை வானத்தை நோக்கி துப்பாக்கியால் சுட்டு, 60 குண்டுகள் முழங்க ஜெயலலிதாவின் உடல் முழு அரசு மரியாதையுடன் குழிக்குள் இறக்கப்பட்டு நல்லடக்கம் செய்யப்பட்டது.

ஜெயலலிதாவின் உடல் வைக்கப்பட்டிருந்த சந்தனப் பேழையில் 'புரட்சித்தலைவி செல்வி ஜெ.ஜெயலலிதா' என தமிழ் மற்றும் ஆங்கில மொழிகளில் பொறிக்கப்பட்டிருந்தது. ராணுவ மரியாதையுடன் எம்.ஜி.ஆர். நினைவிடம் அருகே ஜெயலலிதா உடல் மாலை 6.30 மணிக்கு நல்லடக்கம் செய்யப்பட்டது. ஒரு சரித்திர சகாப்தம் சந்தனப் பேழைக்குள் உறங்கிக்கொண்டிருக்க மெரினா கடற்கரையில் சாலையின் இரு புறங்களிலும் கூடியிருந்த லட்சக்கணக்கான மக்கள், ஜெயலலிதா என்ற சக்தி வாய்ந்த ஆளுமைக்கு கண்ணீர் மல்க பிரியாவிடை அளித்தனர்.

*

4
மரணத்தில் அதிகரித்த மர்மம்

முன்னாள் முதலமைச்சரும் அ.தி.மு.க. பொதுச்செயலாளரும் தமிழக அரசியலில் அசைக்க முடியாத மிகப் பெரும் சக்தியாகவும், அரசியல் கட்சித் தலைவர்களுக்கு சிம்ம சொப்பனமாகவும் திகழ்ந்த செல்வி ஜெயலலிதா, உடல்நலக் குறைவால் சென்னை அப்போலோ மருத்துவமனையில் 2016ம் ஆண்டு செப்டம்பர் 22ம் தேதி அனுமதிக்கப்பட்டார்.

மருத்துவமனையில் 75 நாட்கள் சிகிச்சைபெற்று வந்த அவர், 2016 டிசம்பர் 5ம் தேதி உயிரிழந்ததாக மருத்துவமனை நிர்வாகம் அதிகாரபூர்வமாக அறிவித்தது. அவருக்கு அளிக்கப்பட்ட சிகிச்சையில் மர்மம் இருப்பதாகவும், அது குறித்து நீதி விசாரணை நடத்த வேண்டும் என்றும் பல்வேறு தரப்பில் இருந்தும் கோரிக்கைகள் எழுந்தன.

'ஜெயலலிதா மறைவு குறித்து புலனாய்வுத்துறை விசாரணை நடத்த வேண்டும்' என்று முன்னாள் முதலமைச்சர் ஓ.பன்னீர்செல்வமும் கோரிக்கை வைத்தார். இந்த நிலையில் ஜெயலலிதா மரணம் தொடர்பாக ஓய்வுபெற்ற உயர்நீதிமன்ற நீதிபதி தலைமையில் விசாரணை ஆணையம் அமைக்கப்படும் என்று அப்போதைய முதலமைச்சர் எடப்பாடி பழனிசாமி 2017ஆம் ஆண்டு ஆகஸ்டு மாதம் அறிவித்தார். ஆனால், இந்த விசாரணை ஆணையம் அறிவிப்பு நிலையிலேயே இருந்தது. அது தொடர்பாக எந்த விதமான தொடர் நடவடிக்கைகளும் எடுக்கப்படவில்லை. இதனால், அரசு அலட்சியம் காட்டுவதாக தமிழக எதிர்க்கட்சிகள் தொடர்ந்து விமர்சித்து வந்தன.

ஜெயலலிதாவின் மரணம் தொடர்பாக ஒவ்வொரு நாளும் புதுப்புதுத் தகவல்கள் வெளியாகின. அவரது மரணம் தொடர்பான மர்மம் நாளுக்குநாள் அதிகரித்து வந்த நிலையில், இந்த விஷயத்தில் அமைதியாக இருக்க வேண்டியவர்கள் புதிய சர்ச்சைளை எழுப்பியதும், மர்மத்தைப் போக்க வேண்டிய பொறுப்பான இடத்தில் இருந்தவர்கள் அமைதி காத்ததும் மக்களிடையே சந்தேகத்தை அதிகப்படுத்தியது.

அப்பல்லோ மருத்துவமனையில் ஜெயலலிதா அனுமதிக்கப்பட்டிருந்த போது அவரை அமைச்சர்கள் யாரும் சந்திக்கவில்லை என்றும், ஜெயலலிதாவின் உடல்நிலை தேறி விட்டதாக சசிகலா கூறியதையே தாங்களும் கூறியதாகவும் அமைச்சர் திண்டுக்கல் சீனிவாசன் கூறினார். அவரது கூற்றை

முன்னாள் முதல்வர்கள் ஓ.பன்னீர் செல்வம் - எடப்பாடி பழனிச்சாமி

மறுத்த மற்றொரு அமைச்சர் செல்லூர் ராஜு, மருத்துவமனையில் சிகச்சை பெற்று வந்த ஜெயலலிதாவை அனைத்து அமைச்சர்களும் பார்த்ததாகத் தெரிவித்தார். மேலும் பல அமைச்சர்களும் இது தொடர்பாக முரண்பட்ட கருத்துகளைக் கூறிவந்த நிலையில், 'மருத்துவமனையில் நடந்தது என்ன?' என்பதை அறிந்துகொள்ளும் ஆர்வம் மக்களிடையே அதிகரித்தது.

ஜெயலலிதா மருத்துவமனையில் இருந்த காலத்தில் முதலமைச்சர் பதவியைக் கவனித்து வந்த ஓ.பன்னீர்செல்வமும், ஜெயலலிதா மரணத்திற்குப் பிறகு ஏற்பட்ட பல்வேறு அதிரடி

அரசியல் நிகழ்வுகளைத் தொடர்ந்து முதலமைச்சரான எடப்பாடி பழனிச்சாமியும்தான் தமிழ்நாட்டு மக்களுக்கு மரணத்தில் உள்ள மர்மம் குறித்து விளக்க வேண்டும். ஆனால், அவர்கள் இருவருமே எந்தக் கருத்தையும் தெரிவிக்காமல் வாய்மூடி மவுனமாக இருந்தனர். பல்வேறு பொது நிகழ்ச்சிகளுக்குச் சென்றாலும் இது தொடர்பாக அவர்கள் வாய் திறக்கவில்லை.

இவர்களுக்கு அடுத்தப்படியாக இந்த விசயத்தில் விளக்கமளிக்கும் நிலையில் இருந்தவர் அப்பல்லோ மருத்துவமனையின் தலைவர் பிரதாப் ரெட்டி. ஆனால் அவரோ, பட்டும் படாமலும்தான் பதிலளித்தார். 'ஜெயலலிதாவை தமிழக அமைச்சர்கள் பார்த்தார்களா?' என்ற கேள்விக்கு பதிலளிக்கவே அவர் மறுத்துவிட்டார்.

'ஜெயலலிதா மரணம் குறித்து நாங்கள் எதையும் மறைக்கவில்லை. விசாரணைக்கு முழு ஒத்துழைப்பு வழங்குவோம். ஜெயலலிதா அப்பல்லோவில் சிகிச்சை பெற்றது தொடர்பான ஆவணங்களை தமிழக அரசிடம் ஏற்கனவே ஒப்படைத்து விட்டோம்' என்று பிரதாப் ரெட்டி கூறினார். 'ஜெயலலிதா சிகிச்சை பெற்ற அறையில் கண்காணிப்பு கேமரா எதுவும் பொருத்தப்படவில்லை. மருத்துவ அறையில் கண்காணிப்பு கேமரா வைப்பது விதி முறைகளுக்கு எதிரானது, தனிமனித சுதந்திரத்தைப் பறிப்பது என்பதால் நாங்கள் அப்படிச் செய்யவில்லை' என்றும் பிரதாப் ரெட்டி கூறினார். மருத்துவமனை வளாகத்தில் பாதுகாப்புக் காரணங்களுக்காக கேமரா வைக்கப்பட்டிருக்கிறதே தவிர, மருத்துவ சிகிச்சை அளிக்கும் அறைகளில் கிடையாது. எனவே, ஜெயலலிதா மருத்துவ சிகிச்சை தொடர்பான எந்த வீடியோ பதிவுகளும் தங்கள் வசம் இல்லை' என அப்பல்லோ மருத்துவமனை நிர்வாகம் தெரிவித்தது.

இதன்மூலம், ஜெயலலிதா மருத்துவமனையில் அனுமதிக்கப்பட்ட நேரம் என்ன..? அவருடன் வந்தவர்கள் யார்..? அவரை அமைச்சர்கள் பார்த்தார்களா..? மருத்துவமனையில் ஜெயலலிதாவுக்கு என்ன நடந்தது..? என்பது குறித்த ஐயங்கள் அதிகரித்தன. இந்த ஐயங்களைப் போக்க தமிழக அரசு எந்த நடவடிக்கையும் எடுக்கவில்லை.

2016ஆம் ஆண்டு, செப்டம்பர் 22ஆம் தேதி சென்னை- அப்பல்லோ மருத்துவமனையில் ஜெயலலிதா அனுமதிக்கப்பட்ட

சசிகலா நடராஜன்

நாளிலிருந்தே அவருடைய உடல்நிலை குறித்த வதந்திகளும், சர்ச்சைகளும் கொடிகட்டிப் பறந்தன. அவரது மரணத்திற்குப் பிறகும் சர்ச்சைகள் அடங்கவில்லை. சர்ச்சையைப் போக்க நடவடிக்கை எடுப்பதற்குப் பதிலாக, உண்மைகளை மறைப்பதில் தான் ஆட்சியாளர்கள் கவனம் செலுத்துகிறார்களோ என்ற சந்தேகம் மக்கள் மனதிலும், அ.தி.மு.க. அடிமட்டத் தொண்டர்களின் மனதிலும் எழுந்தது. ஜெயலலிதா மறைவுக்குப் பிறகு முதலமைச்சராக ஓ.பன்னீர்செல்வம் பதவி வகித்தபோது, ஜெயலலிதா மரணம் குறித்து விளக்கமளிக்க வேண்டும் என்ற கோரிக்கையை அவர் கண்டுகொள்ளவில்லை. 'ஜெயலலிதா மரணம் குறித்து விசாரணை நடத்த ஆணையிட வேண்டும்' என்று உயர்நீதிமன்றத்தில் வழக்கு தொடரப்பட்டபோது, 'அது தேவையில்லை' என்று அவரது அரசு பதில் மனு தாக்கல் செய்தது.

அதே நேரத்தில், மருத்துவமனையில் முகாமிட்டிருந்த அ.தி.மு.க. செய்தித் தொடர்பாளர்கள், மூத்த நிர்வாகிகள், அமைச்சர்கள் என அனைவரும், 'ஜெயலலிதா நன்றாக இருக்கிறார்... அவர் இட்லி சாப்பிட்டார்... அங்குள்ள செவிலியர்களிடம் சகஜமாகப் பேசுகிறார்' எனவும் கூறி வந்த நிலையில், அவரது திடீர் மறைவு சர்ச்சையை மேலும் அதிகப்படுத்தியது.

ஜெயலலிதா மறைந்து ஓராண்டுக்குப் பிறகும் அவரது மரணத்தில் உண்டான சர்ச்சை மறையவில்லை. நாள்தோறும் அது தொடர்பான பேச்சுகள் ஏதாவது ஒரு சூழலில் நடைபெற்றுக்கொண்டிருந்தன. அரசியல் அதிரடி மாற்றங்கள் காரணமாக 'தர்மயுத்தம்' தொடங்கிய ஓ.பன்னீர்செல்வம், தன்னுடைய பிராதன கோரிக்கைகளில் ஒன்றாக 'ஜெயலலிதா மரணம் தொடர்பாக நீதி விசாரணை வேண்டும்' என்றார். 'நீதி விசாரணைக்கு உத்தரவிட்டால் மட்டுமே அணிகள் இணைப்பு சாத்தியம்' என அவரது தரப்பினர் கூறி வந்தனர். அதன் பிறகு, 'ஜெயலலிதா மரணம் தொடர்பாக நீதி விசாரணை நடத்தப்படும்' என முதல்வர் எடப்பாடி பழனிச்சாமி தரப்பில் அளித்த உத்தரவாதத்தையடுத்து, இபிஎஸ்–ஓபிஎஸ் அணிகள் இணைந்தன. டிடிவி தினகரன் தரப்பு ஓரங்கட்டப்பட்டது.

இதன்பின்னர், ஜெயலலிதா மரணதிற்கு சசிகலா மற்றும் அவரது குடும்பத்தினர்தான் காரணம் என இபிஎஸ்–ஓபிஎஸ் கூறி வந்தனர். அந்தச் சூழலில், ஜெயலலிதா மருத்துவமனையில் அனுமதிக்கப்பட்டிருந்த போது, 'அவர் இட்லி சாப்பிட்டார் என கூறியது பொய்' என அமைச்சர் திண்டுக்கல் சீனிவாசன் தெரிவித்தார்.

இந்த விவகாரம் கடும் விமர்சனத்தை ஏற்படுத்தியது. அமைச்சர் ஒருவரே இப்படி பேசியதால், ஜெயலலிதா மரணம் தொடர்பான சர்ச்சை மீண்டும் தலைதூக்கியது. 'அமைச்சர்கள் யாரும் பார்க்கவில்லை என்று கூறுகிறார். ஆனால், மருத்துவமனையில் இருந்தபோது, இடைத்தேர்தல் வேட்பாளர்கள் அறிவிப்பு, பன்னீர்செல்வத்தை முதல்வர் பதவிக்கு பரிந்துரை செய்தது உள்ளிட்ட கோப்புகளில் ஜெயலலிதாவின் கைரேகை பெறப்பட்டது எப்படி? என எதிர்க்கட்சித் தலைவர் மு.க.ஸ்டாலின் கேள்வி எழுப்பினார்.

'அமைச்சராக பதவியேற்பவர்கள் தங்களுக்குத் தெரியவரும் தகவல்களின் அடிப்படையில் நடவடிக்கை எடுப்பதாக உறுதியேற்றுக்கொள்கிறார்கள். அதன்படி, ஜெயலலிதாவை கொலை செய்ய சதி நடப்பதாக அமைச்சர் திண்டுக்கல் சீனிவாசனுக்குத் தெரிந்திருந்தால் அதன் மீது அவர் நடவடிக்கை எடுத்திருக்க வேண்டும். ஆனால், அவ்வாறு செய்யாததன் மூலம் அமைச்சராகச் செய்ய வேண்டிய சில கடமைகளை சீனிவாசன் செய்யத் தவறியிருக்கிறார். இதற்கான தண்டனையையும் அவர் அனுபவித்தாக வேண்டும். அமைச்சர்களையும் சேர்த்து

விசாரிக்க வேண்டும்' என பாமக நிறுவனர் டாக்டர் ராமதாஸ் வலியுறுத்தினார். மேலும், 'காலம் தாழ்த்தி விசாரணை கமிஷன் அமைப்பது சரியானது அல்ல' என்ற விமர்சனங்களும் எழுந்தன. ஆனால், முதலமைச்சர் பதவியிலிருந்து நீக்கப்பட்ட ஓ.பன்னீர்செல்வம், 'ஜெயலலிதா மரணத்தில் உள்ள மர்மம் பற்றி சி.பி.ஐ. விசாரணைக்கு ஆணையிட்டால்தான், அதிமுக எடப்பாடி அணியில் இணைய முடியும்' என்று ஓ.பன்னீர்செல்வம் நிபந்தனை விதித்தார். அப்படிப்பட்டவர் எடப்பாடி அணியுடன் இணைந்த பிறகு அமைதியாக இருந்ததன் மர்மம் புரியவில்லை.

மருத்துவமனையில் ஜெயலலிதாவை நேரில் பார்த்ததாகவும், பார்க்கவில்லை என்றும் அமைச்சர்கள் மாறி மாறி முரண்பாடான கருத்துகளைக் கூறிவந்த நிலையில், அவற்றில் எது உண்மை? என்பதை மக்களுக்கு விளக்கும் கடமை, 24 மணி நேரமும் அப்பல்லோ மருத்துவமனையில் இருந்த அப்போதைய முதல்வர் ஓ.பன்னீர்செல்வத்திற்கு உண்டு. 'ஜெயலலிதா மரணம் குறித்து சி.பி.ஐ. விசாரணைக்கு ஆணையிட வேண்டும்' என வலியுறுத்தி வந்த பன்னீர்செல்வம், எடப்பாடியுடன் இணைந்த பிறகு அந்த கோரிக்கை குறித்து வாய் திறக்கவில்லை. 'ஓய்வுபெற்ற உயர் நீதிமன்ற நீதிபதி தலைமையிலான விசாரணை ஆணையத்தை ஏற்றுக்கொண்டாரா' என்றும் அவர் கூறவில்லை.

முதலமைச்சர் எடப்பாடி பழனிச்சாமியோ இந்த விவகாரத்திற்கும் தமக்கும் சம்பந்தமே இல்லாதது போன்று நடந்துகொண்டார். இந்நிலையில், ஜெயலலிதா மரணம் தொடர்பாக, ஓய்வுபெற்ற உயர்நீதிமன்ற நீதிபதி ஆறுமுகசாமி தலைமையில் விசாரணை ஆணையம் அமைத்து 2017, செப்டம்பர் 25 அன்று அரசாணை வெளியிட்டது தமிழக அரசு.

விசாரணை ஆணையம் அமைக்கப்பட்டு 40 நாட்களுக்குப் பிறகே நீதிபதியின் பெயரை அறிவித்தார் எடப்பாடி பழனிச்சாமி. இந்த விசாரணை ஆணையத்தால் தமிழகத்திற்கு அப்பால் டெல்லிக்கோ, லண்டன் மற்றும் சிங்கப்பூருக்கோ சென்று விசாரிக்க முடியுமா? என்பதும் தெரியவில்லை. 'ஜெயலலிதா மரணத்தில் உண்மையிலேயே மர்மம் இருக்கிறதா? அப்படி இருந்தால் அதை குறைவான அதிகாரம் கொண்ட இந்த ஆணையத்தால் வெளிக்கொண்டுவர முடியுமா?' என பல்வேறு கேள்விகள் எழுந்தன. 'ஏதோ ஒரு காரணத்தைக் கூறி விசாரணையைத் தாமதப்படுத்தவும், குறிப்பிட்ட காலத்திற்குப்

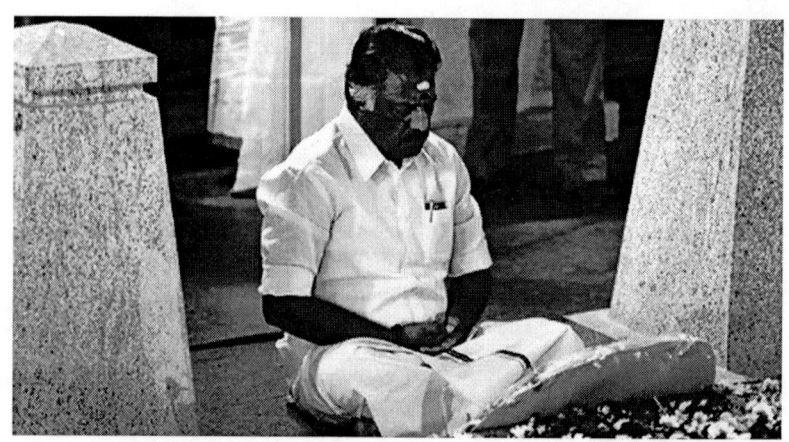

'தர்ம யுத்தம்' - ஜெயலலிதா சமாதியில் ஓ.பன்னீர்செல்வம்

பிறகு இந்த விவகாரத்தை குழிதோண்டிப் புதைக்கவுமே நினைக்கிறார்கள்' என பல்வேறு தரப்பிலும் பேசப்பட்டது.

ஜெயலலிதாவின் மரணத்தில் உள்ள மர்மத்தை வெளிக் கொண்டு வருவதில் மத்திய, மாநில ஆட்சியாளர்களுக்கு அக்கறை இல்லாத நிலையில், அவர்கள் அமைத்த விசாரணை ஆணையத்தால் எந்தப் பயனும் ஏற்பட்டுவிடப் போவதில்லை. இருப்பினும் வேறு வழியின்றி விசாரணை ஆணையம் அமைக்கும் சூழலுக்கு அரசு தள்ளப்பட்டது போல் விசாரணையையும் அதன் வழி வெளிவரும் உண்மைகளையும் அறிந்துகொள்ள மக்கள் ஆவலாக இருந்தனர்.

அந்த வகையில், நீதிபதி ஆறுமுகசாமி ஆணையம் நடத்திய விசாரணைகள், அதன் அடிப்படையில் வெளியான விவரங்களை விளக்குவதே இந்த நூலின் நோக்கம். யார் மனதையும் புண்படுத்துவதோ, யாரையும் கை நீட்டி குற்றம் சாட்டுவதோ இந்த நூலின் நோக்கமல்ல.

தமிழக மக்களின் அன்பைப் பெற்ற பெரும் தலைவராக விளங்கிய ஜெயலலிதாவின் மரணத்தில் உண்மையிலேயே மர்மம் இருந்ததா என்பதையும், அது தொடர்பான விசாரணையில் வெளிவந்த உண்மைகள் குறித்தும் எதிர்கால சந்ததி அறிந்து கொள்ள வசதியாக இருக்க வேண்டும் என்பதற்காகவும் சுருக்கமான ஒரு பதிவே இந்த நூல்.

*

5

2016, செப்டம்பர் 22 இரவு நடந்தது என்ன?

ஜெயலலிதா உடல்நலக் குறைவால் சென்னை – அப்பல்லோ மருத்துவமனையில் அனுமதிக்கப்பட்டு, சிகிச்சை பலனின்றி மரணம் அடைந்தது வரையில் நடந்தது என்ன என்பது குறித்து அதிகாரபூர்வமாக எந்தவொரு தகவலும் 2016, டிசம்பர் 5ந் தேதி வரையில் வெளியாகவில்லை.

ஆனால், 2016, செப்டம்பர் மாதம் 22ந் தேதி அவர் மருத்துவமனையில் அனுமதிக்கப்பட்ட நாள் தொடங்கி, மரணம் அடைந்த டிசம்பர் 5ந் தேதி வரையில் டாக்டர்கள் தவிர யாரும் அவரை நேரடியாகப் பார்க்கவில்லை என்று அப்போது கூறப்பட்டு வந்தது. இதனால் டாக்டர்கள் தவிர்த்து வேறு யாரும் ஜெயலலிதாவை நேரில் பார்த்தார்களா, பார்க்க அனுமதி அளிக்கப்பட்டதா என்பது குறித்த மர்ம முடிச்சு அவிழாமல் இருந்தது.

இதனால் ஜெயலலிதாவின் சிகிச்சை பற்றியும், மரணம் குறித்தும் பல்வேறு சந்தேகங்கள் எழுப்பப்பட்டன. இதில் முன்னுக்குப்பின் முரணான தகவல்கள் வெளிவந்து கொண்டிருந்ததால், இதுபற்றி நீதி விசாரணை நடத்த வேண்டும் என்ற கோரிக்கை வலுத்து அதன்பின் நீதிபதி ஆறுமுகசாமி ஆணையம் அறிவிக்கப்பட்டது.

இந்த அறிவிப்பு வெளியான 24 மணி நேரத்திற்குள் அமைச்சர்கள் செல்லூர் ராஜு, நிலோபர் கபில் ஆகியோர் ஜெயலலிதாவை அப்பல்லோ மருத்துவமனையில் பார்த்ததாக

Apollo
HOSPITALS

Date 23.9.2016

PRESS RELEASE

The Honorable Chief Minister of Tamil Nadu was admitted last night in Apollo Hospitals, Chennai for fever and dehydration.

Honorable Madam has no fever now and is taking a normal diet. The Honorable Chief Minister is under observation.

Issued by:: Apollo Hospitals

SUBBIAH VISWANATHAN
CHIEF OPERATING OFFICER

21, Greams Lane, Off Greams Road, Chennai 600 006, India T : +91 44 2829 0200, 3333
Emergency : +91 44 2829 4343 F : +91 44 2829 4429
E : enquiry@apollohospitals.com Website : www.apollohospitals.com

Registered Office : Apollo Hospitals Enterprise Limited, No. 19, Bishop Gardens, Raja Annamalaipuram, Chennai - 600 028
Corporate Identity Number (CIN) : L85110TN1979PLC008035

அப்போலோ பத்திரிகைக் குறிப்பு

கூறினர். ஆனால், சில அமைச்சர்கள் பார்க்கவில்லை என கூறினர். இதனால் மீண்டும் குழப்பமே நீடித்தது.

இந்நிலையில், *2016*, செப்டம்பர் *22*ஆம் தேதி ஜெயலலிதா மருத்துவமனையில் அனுமதிக்கப்பட்டபோது பதிவு செய்யப்பட்ட அதிகாரபூர்வ அறிக்கை, அதாவது நோயாளியின் உடல்நிலை அறிக்கை (patient care report) ஒன்று வெளியானது. ஊடகங்கள் இதனை வெளியிட்டு மீண்டும் பரபரப்பை ஏற்படுத்தின.

2016, செப்டம்பர் *22*ஆம் தேதி இரவு, ஜெயலலிதாவின் போயஸ் இல்லத்தில் இருந்து அப்போலோ மருத்துவமனைக்கு இரவு *10* மணிக்கு தொலைபேசி அழைப்பு சென்றிருக்கிறது.

10:01க்கு அப்போலோவில் இருந்து புறப்பட்ட அவசர ஊர்தி போயஸ் இல்லத்தை 10:06 மணிக்கு அடைந்துள்ளது. அவசர ஊர்தியில் இருந்து விரைந்து சென்ற 3 பேர் கொண்ட மருத்துவக்குழு, போயஸ் தோட்ட இல்லத்தின் முதல் தளத்திற்கு சென்றது. அங்கு மயங்கிய நிலையில் படுக்கையில் இருந்த முதல்வரை தட்டி எழுப்ப முயற்சித்துள்ளனர். அசைவு மட்டுமே இருந்ததும், முதல்வரிடம் இருந்து எந்த எதிர் வினையும் இல்லை என்றதும் உடனடியாக மருத்தவமனைக்குக் கொண்டு செல்லப்பட்டு அவசரசிகிச்சைப் பிரிவில் அனுமதிக்கப்பட்டார்.

அப்போது, சராசரியாக 120/80 ஆக இருக்க வேண்டிய ரத்த அழுத்தம் 140/70 ஆக அதிகரித்திருக்கிறது. அதேபோல், நிமிடத்திற்கு சராசரியாக 72 என இருக்க வேண்டிய இதயத்துடிப்பு 80 ஆக அதிகரித்திருக்கிறது. சர்க்கரை அளவும் கடுமையாக உயர்ந்திருக்கிறது. சராசரி மனிதனுக்கு 120 மில்லி கிராம் இருக்க வேண்டிய சர்க்கரையின் அளவானது ஜெயலலிதாவுக்கு 508 மில்லி கிராம் என்ற அபாய நிலையில் இருந்திருக்கிறது. மருத்துவமனையில் அனுமதிக்கப்படுவதற்கு மூன்று நாட்களுக்கு முன்பாகவே ஜெயலலிதா காய்ச்சல் மற்றும் நுரையீரல் தொற்றால் பாதிக்கப்பட்டிருந்தது தெரிய வந்திருக்கிறது. நுரையீரல் தொற்று காரணமாக அவர் உடலில் 100% இருக்க வேண்டிய ஆக்சிஜன் அளவு 45% என்ற அபாய நிலையிலேயே இருந்திருக்கிறது.

முதல்வர் மருத்துவமனையில் அனுமதிக்கப்பட்ட நாளன்று இரவில் அவரது இல்லத்தில் நடந்தவை என பல்வேறு ஊகங்கள் வெளியான நிலையில், ஜெயலலிதாவின் உடலில் காயமோ, புண்களோ இருந்ததாக மருத்துவ அறிக்கையில் குறிப்பிடப்படவில்லை.

ஜெயலலிதா மருத்துவமனையில் அனுமதிக்கப்பட்ட போது சர்க்கரை அளவு அதிகரிப்பு, ரத்த அழுத்தம், தைராய்டு, நிமோனியா காய்ச்சல் ஆகிய பாதிப்புகள் இருந்ததாக மருத்துவ அறிக்கையில் குறிப்பிடப்பட்டிருக்கிறது.

*

6
இயல்பாக எழுந்த கேள்விகள்

ஜெயலலிதா மருத்துவமனையில் சிகிச்சை பெற்றுவந்த நாட்களில் மருத்துவமனை சார்பில் அவ்வப்போது அறிக்கைகள் வெளியிடப்பட்டன. அ.தி.மு.க. மற்றும் மற்ற கட்சிகளின் தலைவர்கள் நாள்தோறும் மருத்துவமனைக்குச் சென்றுவிட்டு வெளியே வந்து செய்தியாளர்களிடம் ஜெயலலிதாவின் உடல்நலன் குறித்து மாறுபட்ட தகவல்களைக் கூறினர். ஊடகங்கள் வெளியிட்ட புலனாய்வுத் தகவல்கள் வேறு மாதிரியாக இருந்தன. இதனால் குழப்பத்தில் ஆழ்ந்த மக்கள் மனதில் இயல்பாகவே பல்வேறு கேள்விகளும் சந்தேகங்களும் எழுந்தன.

1. மத்திய அரசின் உயர் பாதுகாப்பான இசட் ப்ளஸ் பாதுகாப்பு பிரிவில் இருந்த முதலமைச்சர் ஜெயலலிதாவின் வாகன வரிசையில் (convoy) ஆம்புலன்ஸ் இல்லையா?

2. தனது இல்லத்தில் மயங்கிக் கிடந்தவரை அந்த ஆம்புலன்ஸில் அழைத்துச் செல்லாமல், தனியார் மருத்துவமனையிலிருந்து ஆம்புலன்ஸை வரவழைத்து அழைத்துச் சென்றது ஏன்?

3. சர்க்கரை அளவு கடுமையாக உயர்ந்து, இதயத்துடிப்பு அதிகரித்து, ஆக்ஸிஜன் அளவு சரிபாதிக்கும் கீழே குறைந்து மயங்கிய நிலையில் முதலமைச்சரை அனுமதித்த நிலையில், அவருக்கு காய்ச்சலும் நீர்ச்சத்து குறைபாடும் ஏற்பட்டுள்ளதாக மருத்துவமனையிலிருந்து அறிக்கை வெளியாக என்ன காரணம்?

4. மயங்கிய நிலையில் அனுமதிக்கப்பட்டு அதிதீவிர சிகிச்சைப் பிரிவில் சிகிச்சைகள் பெற்று வந்த முதலமைச்சர், 'காவிரிப் பிரச்னை குறித்து ஆலோசனை நடத்தினார்' என்று அரசின் சார்பில் அறிக்கை வெளியிடப்பட்டது எப்படி?

5. நுரையீரல் நோய்த்தொற்றுக்கு சிகிச்சை அளிக்கப்பட்டு வந்த நிலையில், தீவிர சிகிச்சைப் பிரிவில் அமைச்சர்களும் அதிகாரிகளும் புடைசூழ ஆலோசனை நடத்துவது முதலமைச்சரின் உடல்நலனில் அக்கறை காட்டும் சிகிச்சை முறைதானா?

6. 'முதல்வர் ஆலோசனை நடத்தினார்' என அரசு சார்பில் அறிக்கை வெளியிட துணைபோன உயரதிகாரிகள் யார், யார்?

7. முதலமைச்சரின் பாதுகாப்புப் பணியில் இருந்த மத்திய அரசின் இசட் ப்ளஸ் பாதுகாப்புப் படையினர் எங்கே சென்றனர்? 75 நாட்களும் அவர்கள் என்ன செய்தனர்? 75 நாட்களும் அவர்கள் என்ன பணியாற்றினர் என்பது மத்திய அரசின் உள்துறைக்கு அறிக்கையாக சமர்ப்பிக்கப்பட்டிருக்கிறதா? இல்லையா? அப்படியெனில், ஜெயலலிதாவின் உடல் நிலை குறித்து மத்திய அரசுக்கு அப்போதே முழுமையாகத் தெரியுமா?

8. ஆளுநரோ, மத்திய அமைச்சர்களோ மருத்துவமனையில் ஜெயலலிதாவைப் பார்க்க அனுமதிக்கப்படாதது ஏன்?

9. சசிகலாவைக்கூட அக்டோபர் முதல் வாரத்துக்குப் பிறகு ஜெயலலிதாவைப் பார்க்க அனுமதிக்கவில்லை என்று டி.டி.வி.தினகரன் சொல்கிற நிலையில், இடைத்தேர்தல் விண்ணப்பங்களில் அவருடைய கைரேகை பதிவானது எப்படி? அப்போது ஜெயலலிதா என்ன நிலையில் இருந்தார்?

10. விண்ணப்பத்தில் கைரேகை பதிவு செய்யும் அளவிலேயே உடல்நலன் பெற்றிருந்த ஜெயலலிதா, வாக்காளர்களுக்கு விடுத்த வேண்டுகோள் அறிக்கையில் கையெழுத்திட்டது எப்படி?

11. முதலமைச்சரின் கையெழுத்தையே மோசடியாக போடக்கூடியவர்கள் அவரைச் சுற்றியும், அவரது அமைச்சரவையிலும், தலைமைச் செயலகத்திலும் இருந்தார்களா?

12. முதலமைச்சரின் இலாகாக்கள் அவரது ஒப்புதலுடன் ஓ.பன்னீர்செல்வத்திடம் ஒப்படைக்கப்படுவதாக ஆளுநர்

மாளிகையிலிருந்து அறிக்கை மூலம் தெரிவிக்கப்பட்டது. மயங்கிய நிலையில், அதிதீவிர சிகிச்சைப் பிரிவில், இருந்த ஜெயலலிதா, எந்த முறையில் தன்னுடைய இலாகாக்களை மாற்றுவதற்கு ஒப்புதல் அளித்தார்?

13. ஜெயலலிதா மரணச் செய்தி அறிவிக்கப்பட்ட சிறிது நேரத்திலேயே நள்ளிரவு கடந்த நிலையில், இடைக்கால அமைச்சரவைக்குப் பதிலாக, ஓ.பன்னீர்செல்வம் தலைமையில் உடனடியாக முழுமையான அமைச்சரவை பதவியேற்றதற்கு காரணம் என்ன?

இது தவிர, இன்னும் ஏராளமான விடை தெரியாத கேள்விகள் மக்கள் மனதில் எழுந்தன. ஜெயலலிதாவின் தலைமையை ஏற்றுக்கொண்ட அ.தி.மு.க. தொண்டர்களுக்கும் இந்த சந்தேகங்கள் உண்டு. இந்தக் கேள்விகளுக்கான விடையை, ஓய்வுபெற்ற நீதிபதி தலைமையிலான விசாரணை ஆணையத்தால் முழுமையாக வெளிக்கொண்டு வரமுடியாது. சி.பி.ஐ. போன்ற தன்னாட்சி அமைப்பின் மூலமான விசாரணை நடைபெற்றால்தான் உண்மைகள் வெளிவரும் என்றும் பல்வேறு தலைவர்களும் வலியுறுத்தினர்.

*

7
விதவிதமாக எழுந்த சர்ச்சைகள்!

ஜெயலலிதா மரணம் மர்ம முடிச்சுகள் நிறைந்ததாகவே கருதப்படுகிறது. அவர் அப்பல்லோ மருத்துவமனையில் அனுமதிக்கப்பட்ட நாள் முதலே பல்வேறு வகைப்பட்ட யூகங்களும், வதந்திகளும், சமூக வலைதளங்களிலும் ஊடகங்களிலும் பரவியது. காலப்போக்கில் இந்தச் சந்தேகம் அ.தி.மு.க. முக்கிய தலைவர்களிடம் இருந்தே எழுந்தபோதுதான் இதன் வீரியம் அதிகரிக்கத் தொடங்கியது. நீதிமன்றங்களிலும் வழக்குத் தொடரப்பட்டது. ஜெயலலிதா மரணம் குறித்து சமூகத்தில் நிலவிவந்த பல்வேறு சர்ச்சைகள் விஸ்வரூபம் எடுத்தன.

எம்.ஜி.ஆர். மரணத்திற்குப் பிறகு அ.தி.மு.க. பிளவுபட்டு நின்ற நேரத்தில், ஜெயலலிதா அணியின் தரப்பில் ஒரு குற்றச்சாட்டு கூறப்பட்டது. 'ஜானகி அம்மையார் மோரில் விஷம் கலந்து கொடுத்து எம்.ஜி.ஆரை கொன்றுவிட்டார்!' என பேசினார்கள். ஒரு சில மாதங்களில் ஜா.அணி, ஜெ.அணி இணைந்ததும், அந்த புகார் மழுங்கி, மறைந்துபோனது. அதேபோல ஜெயலலிதா மரணம் தொடர்பான சர்ச்சைகள் வலுத்த நிலையில், கட்சியிலும், ஆட்சியிலும் ஜெயலலிதாவுக்கு அடுத்த நிலையில் இருந்த முன்னாள் முதல்வர் ஓ.பன்னீர்செல்வம், 'ஜெயலலிதா மரணம் குறித்து உச்சநீதிமன்ற நீதிபதி தலைமையில் விசாரணை கமிசன் அமைக்கவேண்டும்' என அறிவித்ததும், பிரச்னை விஸ்வரூபமெடுத்தது.

கோட்டைக்குச் செல்ல ஆசைப்பட்ட சசிகலா, கிரிமினல் குற்றவாளியாக சிறைக்குச் சென்ற பிறகு ஏற்பட்ட அரசியல்

மாற்றத்தில் எடப்பாடி பழனிச்சாமி முதல்வர் பொறுப்பை ஏற்று ஆட்சியைத் தொடரும் நிலை உருவானது. முதல்வர் பதவியை இழந்த ஓ.பி.எஸ். தனி அணியாக 'தர்மயுத்தம்' தொடங்கினார். இந்த யுத்தத்தின் முதல் குறிக்கோளே 'ஜெயலலிதாவின் மர்ம மரணம் குறித்து சி.பி.ஐ. விசாரணை வேண்டும்' என்பதுதான்.

ஓ.பி.எஸ். அணியில் இருந்த அதிமுகவின் தலைவர்களான மதுசூதனன், பொன்னையன், பி.எச்.பாண்டியன் மற்றும் மைத்ரேயன், மனோஜ் பாண்டியன், மாபா.பாண்டியராஜன் உள்ளிட்ட பலர், ஜெயலலிதாவின் மரணத்தில் மர்மம் இருப்பதாகவே பேசி வந்தனர். இதனால் பொதுமக்கள் மத்தியில் இந்தப் பிரச்சினை பூதாகரமாக உருவெடுத்து எங்கு பார்த்தாலும் இதைப் பற்றிய பேச்சாகவே இருந்தது.

ஜெயலலிதா மரணம் தொடர்பான சர்ச்சைகள் அதிகரிப்பதைக் கண்ட அரசாங்கமும், அப்பல்லோ நிர்வாகமும் இணைந்து, லண்டன் டாக்டர் ரிச்சர்டு பீலேயை வரவழைத்து, அவருக்கு பக்கபலமாக அரசுத்தரப்பு டாக்டர்களையும் அமரவைத்து பேட்டி ஒன்றை அளிக்க வைத்தனர். அந்தப் பேட்டி சந்தேகங்களை அதிகரித்ததே தவிர தெளிவான, ஏற்கத்தக்க விளக்கமாக இல்லை.

நீதி விசாரணையை அமல்படுத்த முடியாத ஓ.பி.எஸ், 'மத்திய அரசு சி.பி.ஐ. விசாரணைக்கு உத்தரவிட வேண்டும்' என வலியுறுத்தி உண்ணாவிரதம் கடைப்பிடிக்கப்படும் என அறிவிப்பு வெளியிட்டதும், எடப்பாடி தலைமையிலான அரசாங்கம் அவசர அவசரமாக டெல்லி எய்ம்ஸ் மருத்துவமனை டாக்டர்களை அணுகி அறிக்கை பெற்றது. அந்த அறிக்கையோடு, தமிழக மக்கள் நல்வாழ்வுத்துறையும் அறிக்கை ஒன்றை தயாரித்து ஊடகங்களுக்கு வழங்கியது. இந்த இரண்டு அறிக்கைகளும் மக்களை மேலும் குழப்பத்தில் ஆழ்த்தின. சந்தேகம் மேலும் வலுப்பெற்றது. சர்ச்சைகள் பெருகின.

அப்பல்லோ மருத்துவமனையில் ஜெயலலிதா அனுமதிக்கப்பட்டது எந்தவிதமான நோய்த்தாக்குதலால் என்பதே தெளிவு படுத்தப்படவில்லை. லேசான காய்ச்சல், நீர்ச்சத்து குறைபாடு காரணமாகவே ஜெயலலிதா அனுமதிக்கப்பட்டுள்ளார் என்று அப்பல்லோ, மருத்துவமனையின் முதல் அறிக்கை சொன்னது.

ஜெயலலிதா - எம்.ஜி.ஆர். - ஜானகி

ஆனால், மயக்க நிலையில் அவரை மருத்துவமனைக்கு கொண்டு வந்ததாக மற்றொரு அறிக்கை கூறியது. இதில் எது உண்மை? ஜெயலலிதாவுக்கு ஏற்பட்ட பாதிப்பு, நோய் தாக்குதலைவிடவும், முன்னாள் முதல்வர் எம்.ஜி.ஆருக்கு அதிகமான நோய்த் தாக்குதல்கள் இருந்தன. ஆனாலும், அவருக்கு எந்தெந்த டாக்டர்கள், என்னென்ன சிகிச்சைகள் அளிக்கிறார்கள் என்ற விவரத்தை, அன்றைய மக்கள் நல்வாழ்வுத்துறை அமைச்சர் டாக்டர் எச்.வி.ஹண்டே அறிக்கையாக தினமும் வெளியிட்டு வந்தார்.

அமெரிக்காவின் நியூயார்க்கிலுள்ள புரூக்ளின் மருத்துவமனையில் அவர் சிகிச்சை பெற்ற படங்கள், வீடியோ காட்சிகள் வெளியிடப்பட்டன. ஆனால், அப்படி ஜெயலலிதா பற்றி எதுவுமே 75 நாட்களில் வெளியிடப்படவில்லை. அப்பல்லோ நிர்வாகம் அவ்வப்போது வெளியிட்ட அறிக்கைகளும் கூட முன்னுக்குபின் முரணாகவே இருந்தன.

மருத்துவமனை வராண்டாவிலும், வரவேற்பறையிலும் அமர்ந்துவிட்டு வந்த அ.தி.மு.க. செய்தித் தொடர்பாளர்களும், அப்பல்லோ ரெட்டியும் அளித்த பேட்டிகளைப் பார்த்தால், ஜெயலலிதா 99.9 சதவீதம் முழுமையாக குணம் அடைந்து

விட்டார் என்றே எண்ணத் தோன்றியது. விரைவில் வீடு திரும்புவார் என்றுதான் அ.தி.மு.க. தொண்டர்களும் பொதுமக்களும் நினைத்து வந்தனர். 'முதல்வர் குணம் அடைந்து சாதாரண வார்டுக்கு வந்து நடைப்பயிற்சி செய்கிறார்... அவர் விரும்பும் போது வீடு திரும்புவார்' என்று அப்பல்லோ பிரதாப் ரெட்டி கூறியபோது அதை அப்படியே உண்மை என்று மக்கள் நம்பினர்.

'இட்லி சாப்பிட்டார்... கிச்சடி சாப்பிட்டார்... டி.வி. பார்த்தார்... டாக்டர்களோடு அளவளாவினார்... நர்சுகளை வீட்டுக்கு அழைத்தார்... மந்திரிகளுக்கு ஸ்வீட் கொடுத்தார்... அதிகாரிகளோடு ஆலோசனை நடத்தினார்... என்றெல்லாம் சொன்னார்களே, அப்படி உடல்நிலை தேறி வந்த அம்மாவா, 31 டாக்டர்களின் தீவிர கண்காணிப்பையும் மீறி திடீரென உயிரி ழந்தார்?!' என கேள்விகளைக் கேட்டு தொண்டர்கள் தவித்தனர். அடுத்தடுத்து வரும் விளக்க அறிக்கைகளைப் பார்த்து சந்தேகம் அதிகரித்ததே தவிர குறைந்தபாடில்லை.

சுயநினைவின்றி இருந்தாரா ?

ராமசீதா

ஜெயலலிதா மரணம் தொடர்பாக சர்ச்சைக்குரிய கருத்துக்களைக் கூறியதாக ராமசீதா என்ற பெண்ணை காவல்துறையினர் கைது செய்தனர். பெரம்பலூரைச் சேர்ந்த ராமசீதா என்பவர் சென்னை – அப்போலோ மருத்துவமனையில் மருத்துவராக பணிபுரிவதாக கூறிவந்துள்ளார். இந்நிலையில் இவர், ஜெயலலிதா சிகிச்சைக்காக மருத்துவமனையில் அனுமதிக்கப்பட்ட போதே சுய நினைவின்றிதான் இருந்தார் என்று சர்ச்சைக்குரிய கருத்தினை நிகழ்ச்சி ஒன்றில் பேசினார். இது தொடர்பாக சமூக ஊடகங்களில் தகவல்கள் பரவின. இந்நிலையில் அப்பல்லோ மருத்துவமனை அளித்த புகாரின் பேரில் காவல்துறையினர் விசாரணை நடத்தினர். இந்த விசாரணையில் ராமசீதா என்பவர் மருத்துவரே இல்லை என தெரியவந்தது. இதையடுத்து காவல்துறையினர் ராமசீதாவை கைது செய்தனர்.

ஒரு மாதம் முன்பே இறந்துவிட்டாரா?

ஜெயலலிதாவின் மரணம் ஒரு மாதம் முன்பே நிகழ்ந்துவிட்டதாகக் கூறி பிரான்ஸ் நாட்டைச் சேர்ந்த தமிழச்சி என்பவர் முகநூலில் சர்ச்சைக்குரிய பதிவை வெளியிட்டார்.

பிரான்ஸ் நாட்டைச் சேர்ந்த தமிழச்சி, ராம்குமார் கொலை வழக்கு மற்றும் ஜெயலலிதா உடல்நலம் தொடர்பாகப் பல்வேறு சர்ச்சைக்குரிய கருத்துகளை முகநூலில் வெளியிட்டு வந்தார். இதற்காக, அவர் பல்வேறு வழக்குகளையும் சந்தித்தார்.

மறைந்த ஜெயலலிதாவைப் பற்றி பரபரப்பு பதிவு ஒன்றையும் அவர் வெளியிட்டார். அதில், 'சுவாதி கொலைக் குற்றவாளி ராம்குமார் செப்டம்பர் 19ம் தேதி சென்னை புழல் சிறையில் கொலை செய்யப்பட்டார்!' என்றும், 'அதற்கடுத்த சில நாட்களிலேயே முதலமைச்சர் ஜெயலலிதாவும் இறந்து விட்டார்!' என்றும் கூறியிருந்தார்.

'செப்டம்பர் 22ம் தேதி நள்ளிரவு அப்போலோ மருத்துவமனையில் அனுமதிக்கப்பட்ட முதலமைச்சர் ஜெயலலிதா, அதற்கடுத்த சில நாட்களிலேயே உயிரிழந்துவிட்டார்..! இதனை தமிழகக் காவல்துறையில் பணிபுரியும் சிலர் ரகசியமாக தெரிவித்தனர். செப்டம்பர் 30ம் தேதியே ஜெயலலிதா மரணம் பற்றி அறிவிக்க இருந்தனர். ஆனால், ஜெயலலிதாவின் நெருங்கிய வட்டத்தைச் சேர்ந்த சிலர், அந்தத் திட்டத்தை மாற்றிவிட்டனர்..! பல்வேறு நாடகங்களையும், திரைமறைவு அரசியலையும் நிகழ்த்திய அவர்கள், ஒருவழியாக, டிசம்பர் 5ல்தான் ஜெயலலிதா மரணத்தை அதிகாரபூர்வமாக வெளியிட்டனர். இது மிகவும் கண்டிக்கத்தக்கது. ஜெயலலிதாவின் சொத்துகளை நாட்டுடைமையாக்க மத்திய, மாநில அரசுகள் நடவடிக்கை எடுக்க வேண்டும்!' என்றும், தமிழச்சி சர்ச்சைக்குரிய தகவல்களை முகநூலில் வெளியிட்டார்.

மோடி மவுனம் காப்பது ஏன் ?

இந்திய வருவாய்த் துறை பணியில் உள்ள ஐ.ஆர்.எஸ் அதிகாரி பாலமுருகன் என்பவர், சென்னை உயர்நீதிமன்றத்தில் பொதுநல வழக்கு ஒன்றைத் தொடர்ந்தார்.

அதில், 'ஜெயலலிதா அப்போலோ மருத்துவமனையில் அனுமதிக்கப்பட்டு, 10 நாட்களுக்குப் பிறகே எதிர்க்கட்சிகள்

பல்வேறு விமர்சனங்களை வைத்த பின் அவரை, தமிழக ஆளுநர் பொறுப்பு வகித்த சி.வித்யாசாகர் ராவ், மருத்துவமனைக்குச் சென்று பார்த்தார். 2016ஆம் ஆண்டு அக்டோபர் 2ம் தேதி மருத்துவமனைக்குச் சென்ற ஆளுநர், ஜெயலலிதாவை நேரில் சந்தித்து உடல்நலம் விசாரிக்காமல் திரும்பினார். ஆளுநர் கொண்டு சென்ற பழங்கள் அடங்கிய கூடை, யாரோ ஒருவரிடம் வழங்கப்பட்டது. பின்னர் ஆளுநர் அளித்த அறிக்கையில், ஜெயலலிதா குணமடைந்து வருகிறார் என்று தெரிவிக்கப்பட்டது.

ஒரு மாநில முதல்வர் உடல்நலம் பாதிக்கப்பட்டால், பிரதமர் என்ற முறையில் மோடி, பிரதமர் அலுவலகம், உள்துறை அமைச்சகம் அல்லது தமிழக ஆளுநர் மூலமாக, உடல் நலம் குறித்து விசாரணை நடத்தி அறிக்கை கேட்டிருக்கலாம். ஆனால், மோடி அவ்வாறு எந்த அறிக்கையும் கோரவில்லை. மாநில அரசின் நிர்வாகத்தை நடத்தும் அளவுக்கு முதல்வரின் உடல்நிலை உள்ளதா? அப்படி இல்லாதபட்சத்தில், அரசியல் சட்டப்படி, அரசு நிர்வாகம் வேறு ஒருவரிடம் வழங்கப்பட வேண்டுமா? என்பதை பிரதமர் ஏன் கேட்டறியவில்லை.

அப்போலோ மருத்துவமனைக்கு ஆளுநர் இரண்டுமுறை சென்றபோதும் ஜெயலலிதாவை ஆளுநர் பார்ப்பதற்கு, மருத்துவமனை நிர்வாகமோ அல்லது வேறு யாருமோ தடுத்திருக்க முடியாது. ஆனால், ஆளுநர், ஜெயலலிதாவைப் பார்க்காமல் வந்தது ஏன்? முதல்வர் வகித்து வந்த துறைப் பொறுப்புகளை வேறு ஒருவரிடம் ஒப்படைக்கக் கோரி, ஜெயலலிதா பரிந்துரைத்தார் என்பதற்கு எந்தவித ஆவணங்களும் ஆளுநரிடம் இல்லை. இதுபோன்ற அனைத்துக் கேள்விகளுக்கும் விடை, ஜெயலலிதா இறந்த நிலையில்தான் அப்போலோ மருத்துவமனைக்குக் கொண்டு வரப்பட்டிருப்பார் அல்லது இரண்டு நாள்கள் கழித்து உயிரிழந்திருப்பார் என்பதுதான்' என்று அந்த மனுவில் குறிப்பிடப்பட்டிருந்தது.

அப்போலோ மருத்துவமனையைப் பொறுத்தவரை, 'நீர்ச்சத்து குறைபாடு நீங்கி, செப்டம்பர் 28ம் தேதி அன்று ஜெயலலிதா வழக்கமான உணவை சாப்பிடத் தொடங்கினார் என்றால், அவரின் நெருங்கிய உறவினரான தீபாவைக் கூட பார்க்க மருத்துவமனை நிர்வாகம் ஏன் அனுமதிக்கவில்லை? மேலும் ஜெயலலிதா உடல்நிலையில் முன்னேற்றம் என்றால், மருத்துவமனை நிர்வாகம் டிஸ்சார்ஜ் செய்யாதது ஏன்?

ஜெயலலிதா - வித்யாசாகர் ராவ்

ஜெயலலிதாவுக்கு மேல் சிகிச்சை அளிப்பதற்காக அவரை வெளிநாடு கொண்டுசெல்ல மருத்துவமனை ஏன் அனுமதிக்க வில்லை? அக்டோபர் 3ம் தேதிக்குப் பின் அவரது உடல்நிலை மோசமானது தொடர்பான விளக்கம் அளிக்காதது ஏன்?' போன்ற கேள்விகளையும் அந்த மனுவில் மனுதாரர் எழுப்பியிருந்தார்.

பாலமுருகன் மனுவை விசாரணைக்கு ஏற்றுக்கொண்ட சென்னை உயர்நீதிமன்ற தலைமை நீதிபதி இந்திரா பானர்ஜி, நீதிபதி எம்.சுந்தர் ஆகியோர் அடங்கிய முதலாவது அமர்வு, இந்த வழக்கை ஜெயலலிதா மரணம் தொடர்பாக தாக்கல் செய்யப்பட்டு நிலுவையில் உள்ள பொதுநல மனுக்களுடன் சேர்த்து விசாரிப்பதாகத் தெரிவித்தது.

இந்தப் பொதுநல மனுவில் தெரிவிக்கப்பட்டுள்ள குற்றச்சாட்டுகள் ஆதாரமற்றவை என்று அரசு வழக்கறிஞர் எம்.கே.சுப்பிரமணியன் தனது வாதத்தின்போது குறிப்பிட்டார். இதனால் இந்தப் பிரச்னை மேலும் சூடுபிடித்தது.

புகைப்படம் எடுக்கப்பட்டதா? இல்லையா?

ஜெயலலிதா அப்பல்லோ மருத்துவமனையில் அனுமதிக்கப்பட்ட இரண்டு தினங்களிலேயே அவர் வீட்டிற்கு

அனுப்படுவார் என்று சொல்லபட்டது. அதனால் அவர் மருத்துவமனையில் சிகிச்சை பெறுவது தொடர்பான படங்கள் குறித்த பேச்சு அந்த நேரத்தில் எழவில்லை. ஆனால், நாட்கள் செல்லச் செல்ல ஜெயலலிதாவின் நிலை என்ன என்று பல தரப்பிலும் கேள்வி எழுந்தது. ஆளுநர் வித்யாசகார் ராவ், ராகுல் காந்தி, ஸ்டாலின் என பலரும் மருத்துவமனைக்கு வந்தாலும் ஜெயலலிதாவைப் பார்க்க முடியாத நிலை இருந்தது. அப்போதுதான் ஜெயலலிதாவின் புகைப்படத்தையாவது வெளியிட வேண்டும் என்ற கோரிக்கையும் எழுந்தது. ஆனால், அப்போது ஜெயலலிதாவைச் சுற்றி இருந்த சசிகலாவோ மற்றவர்களோ அதைபற்றிக் கவலைப்படவே இல்லை.

ஜெயலலிதா மருத்துவமனையில் அனுமதிக்கபட்ட இரவு நேரத்தில் அப்பல்லோ மருத்துவமனையின் சிசிடிவி கேமராக்களும் செயல் இழக்கச் செய்யப்பட்டதாக குற்றச்சாட்டு எழுந்தது. அதேநேரம், அ.தி.மு.க.வின் செய்தித்தொடர்பாளர்கள் அனைவருமே, ‘ஜெயலலிதா இட்லி சாப்பிட்டார்... தூங்கினார்’ என பேட்டிகளை அளித்து வந்தனர். ஜெயலலிதா மரணம் வரை நீருபூத்த நெருப்பாக இருந்த இந்த விவகாரம், அவர் மரணத்திற்குப் பிறகு உச்சத்துக்குச் சென்றது.

ஜெயலலிதாவின் வீடியோ தங்களிடம் இருக்கிறது எனவும் அதை தக்கநேரத்தில் வெளியிடுவோம் என்றும் முதலில் சொன்னது திவாகரன் மகன் ஜெய்ஆனந்த். ஜெயலலிதாவின் மரணம் குறித்து சரச்சை வெளியான ஆரம்பத்தில் இதை தெரிவித்தார். ஓ.பன்னீர்செல்வத்தின் புகாருக்கு மறுப்பு தெரிவிக்கும் வகையில் ஜெய்ஆன்ந்த் இந்த பதிலை தெரிவித் தார். அதன்பிறகு ஜெயலலிதா பற்றி வீடியோ விவகாரம் ஓய்ந்திருந்த நிலையில், விசாரணை ஆணையம் அமைக்கப்படும் என்று தமிழக அரசு அறிவிப்பு செய்த பிறகு மீண்டும் சூடு பிடித்தது.

“ஜெயலலிதா டி.வி. பார்க்கும் காட்சியை சசிகலா வீடியோவாக எடுத்துள்ளார். அதை விசாரணை ஆணையத்திடம் கொடுப்போம்” என்று தினகரன் கூறினார். ஆனால், அப்பல்லோ மருத்துவமனை குழுமங்களின் தலைவர் பிரதாப் ரெட்டியோ “ஜெயலலிதா சிகிச்சை பெற்ற அறையில் சிசிடிவி கேமிரா ஏதும் பொறுத்தவில்லை” என்று கூறினார்.

டி.டி.வி.தினகரன்

பிரதாப் ரெட்டி

'உண்மையில் ஜெயலலிதா சிகிச்சை பெற்றபோது வீடியோ எடுக்கப்பட்டதா?' என்ற கேள்விக்கு முழுமையான விடை கிடைக்கவில்லை. ஆனால், அப்பல்லோவில் ஜெயலலிதா சிகிச்சையில் இருந்தபோது அந்த அறைக்குள் சென்று வரும் உரிமை சசிகலாவிற்கு மட்டுமே இருந்தது. ஜெயலலிதா இருந்த அறையின் அருகே இரண்டு சோபாக்கள் போடப்பட்டு இருந்தன. டீபாய் ஒன்றும் இருந்துள்ளது. சசிகலா மருத்துவமனையில் இருந்த நேரத்தில் அவர் கையில் இரண்டு செல்போன்களும், ஒரு டேப்லட்டும் இருந்துள்ளன. சசிகலா, அதில் ஜெயலலிதாவை வீடியோ எடுத்திருக்க வாய்ப்புகள் அதிகம். அதே நேரம் மருத்துமவனையில் ஜெயலலிதா சேர்க்கப்பட்டு ஒரு மாதத்தில் அவர் தோற்றத்தில் பல்வேறு மாற்றங்கள் இருந்ததை அவருக்கு சிகிச்சை அளித்த மருத்துவர்கள் பார்த்துள்ளனர். "ஜெயலலிதா சிகிச்சையில் இருந்தபோது சில படங்கள் எடுக்கப்பட்டது உண்மை. சசிகலா குடும்பத்தில் உள்ள முக்கியமான ஒருவரிடம்தான் அந்தப் படங்கள் உள்ளன. சசிகலாவின் ஐ போனில்தான் அந்த படங்கள் எடுக்கபட்டன" என்றும் தகவல் வெளியாகி சர்ச்சையை ஏற்படுத்தியது.

சசிகலாவும் தினகரனும்தான் காரணமா?

"எப்போதும் ஜெயலலிதாவுடன் கூடவே இருந்த சசிகலா, அவரை நன்றாக பார்த்துக்கொண்டிருப்பார் என்றுதான் அ.தி.மு.க. தொண்டர்கள் அனைவரும் நினைத்துக்கொண்டு

இருந்தார்கள். ஆனால் அவர் மருத்துவமனையில் அனுமதிக்கப் பட்ட நிலை பற்றி வெளிவந்துள்ள தகவல் மற்றும் ஆம்புலன்ஸ் வாகனம் ஜெயலலிதா வீட்டில் இல்லை என்ற தகவல் ஆகியவற்றை வைத்துப் பார்க்கும்போது, ஜெயலலிதாவை சசிகலா சரியாகப் பார்த்துக்கொள்ளவில்லையோ என்கிற சந்தேகம் எனக்கு எழுகிறது" என்று நமது எம்.ஜி.ஆர். பத்திரிகையில் ஆசிரியராக இருந்த மருது.அழகுராஜ் தெரிவித்திருந்தார். ஜெயலலிதாவின் உடல் ஆரோக்கியத்தை அவரும் சரியாக பார்த்துக்கொள்ளவில்லை, அவருடன் இருந்தவர்களும் அவருக்குச் சரியான சிகிச்சை அளிக்கக்கூடிய வாய்ப்புகளை ஏற்படுத்திக் கொடுக்கவில்லை.

ஜெயலலிதா மருத்துவமனையில் இருந்தபோது எடுத்த வீடியோ பதிவுகள் தினகரனிடம் உள்ளதாகவும், அவற்றை நேரம் வரும்போது வெளியிடலாம் எனவும் தினகரனே தெரிவித்துள்ளார். ஜெயலலிதா மரணம் தொடர்பான சர்ச்சைகள் பூதாகரமானதற்கு சசிகலாவும், தினகரனும்தான் காரணம். ஜெயலலிதாவிற்கு அளிக்கப்பட்ட சிகிச்சைகள், அவரது மரணம் தொடர்பான சந்தேகங்கள் எழுந்தபோதே வீடியோ பதிவுகளையோ, தெளிவான விளக்கங்களையோ வெளியிட்டிருந்தால் இவ்வளவு பெரிய சர்ச்சையாக அது வெடித்திருக்காது" என்றும் மருது.அழகுராஜ் தெரிவித்தார்.

கடிதம் எழுதியது உண்மையா?

மறைந்த முன்னாள் முதல்வர் ஜெயலலிதா, கடந்த ஆண்டு செப்டம்பர் மாதம் 23ம் தேதியிட்டு, அப்போதைய பொறுப்பு ஆளுநர் வித்யாசாகர் ராவுக்கு கடிதம் எழுதியதாகத் தகவல்கள் வெளியாகி சர்ச்சையை ஏற்படுத்தின.

செப்டம்பர் 22ம் தேதி, அப்போலோ மருத்துவமனையில் உடல்நலக்குறைவால் ஜெயலலிதா அனுமதிக்கப்பட்ட நிலையில், அதற்கு மறுநாள், மருத்துவமனையிலிருந்து ஆளுநருக்கு 'பெஸ்ட் விஷஸ்' (Best Wishes) என்று ஜெயலலிதா தன் கைப்பட எழுதி யிருந்ததாக கடிதம் ஒன்று வெளியாகி பரபரப்பை ஏற்படுத்தியது. இதன் மூலம் ஜெயலலிதா, மருத்துவமனையில் அனுமதிக்கப்பட்ட மறுநாள், சுயநினைவுடன் இருந்தாரா என்ற கேள்வி எழுந்தது. காரணம், மருத்துவமனையில் அனுமதிக்கப்பட்ட போது

சுயநினைவின்றி இருந்ததாக ஏற்கெனவே அப்போலோ மருத்துவமனை வெளியிட்ட தகவலில் தெரிவிக்கப்பட்டிருந்தது. மறுநாள், பொறுப்பு ஆளுநருக்கு ஜெயலலிதா எழுதிய கடிதத்தில், அவரே கையெழுத்திட்டிருப்பதாக வெளியாகியுள்ள தகவல் முரணாக உள்ளது. இதில் எது உண்மை என்பது தெரியவில்லை.

விஷம் கொடுக்கப்பட்டதாக புகார்

ஜெயலலிதா மரணத்தில் சந்தேகம் இருப்பதாகவும், அவருக்கு விஷம் கொடுக்கப்பட்டதாகவும் முன்னாள் சபாநாயகர் பி.எச். பாண்டியன் ஒரு குற்றச்சாட்டை முன் வைத்தார். இதைப் பற்றி அவர் செய்தியாளர் சந்திப்பில் வெளிப்படையாகவே கூறினார்.

மும்பை பணக்காரப் பெண் ஒருவருக்கு மருத்துவர் மூலம் விஷம் கொடுத்து கொலை செய்தனர். மும்பையில் இருந்து டெல்லிக்கு ரயிலில் வருவதற்குள் அந்தப் பெண்ணின் உடலில் இருந்த விஷம் ஆவியாகிவிடக்கூடியது. இந்த கொலைக்கு சாட்சியில்லை. ஆனாலும் அந்தக் கொலையை செய்தவர்களுக்கு தண்டனை கிடைத்தது. அதுபோல ஜெயலலிதாவிற்கு நிகழ்ந்திருக்கலாம் என்று பி.எச்.பாண்டியன் சந்தேகம் எழுப்பினார்.

அதேபோல செப்டம்பர் 22ஆம் தேதியன்று சுயநினைவற்ற நிலையில் ஜெயலலிதா மருத்துவமனையில் அனுமதிக்கப்பட்டபோது போயஸ் கார்டனில் இருந்தது யார்.? போயஸ் கார்டனில் நடந்த சம்பவங்கள் தொடர்பாக முழு விசாரணை தேவை என்றும் பி.எச்.பாண்டியன் கூறினார்.

'ஜெயலலிதா கீழே தள்ளிவிடப்பட்டதால்தான் அவரை மருத்துவமனைக்குக் கொண்டுவந்தனர்' என்று அப்பல்லோ மருத்துவமனையின் டிஸ்சார்ஜ் அறிக்கை கூறுவதாகவும் பி.எச்.பாண்டியன் கூறினார். உண்மையிலேயே ஜெயலலிதா தள்ளிவிடப்பட்டாரா? அப்படியானால் தள்ளிவிட்டது யார்..? என்ற கேள்வி எழுகிறது. போயஸ் தோட்டத்தில் அந்த சமயத்தில் உடன் இருந்தவர்கள் யார்..? ஏதாவது வாக்குவாதம் அல்லது சண்டை நடந்ததா..? அப்படி என்றால் எதற்காக சண்டை ஏற்பட்டது? போன்ற கேள்விகளும் எழுகின்றன. தள்ளிவிடப்பட்டார் என்றால் படியில் தள்ளிவிடப்பட்டாரா அல்லது சமதரையிலா என்ற குழப்பங்களும் உள்ளன.

மேலும் போயஸ் தோட்டத்திலிருந்து ஆம்புலன்ஸ் கேட்டு அப்பல்லோவுக்கு போன் போனதாகவும், போன் செய்தது ஒரு டிஎஸ்பி என்றும் பி.எச்.பாண்டியன் கூறினார். அப்படியானால், யார் அந்த டிஎஸ்பி? என்ற கேள்வியும் எழுந்துள்ளது. ஜெயலலிதா வீட்டில் பாதுகாப்புக்கு யார் யார் இருந்தார்கள். அவர்கள் எல்லோரும் விசாரிக்கப்பட்டார்களா? என்பதும் கேள்விக்குறியானது.

பி.எச்.பாண்டியனுக்கு மட்டுமல்லாமல் ஒட்டுமொத்த மக்களுக்கும் வந்த சந்தேகம்... 'ஏன் சிசிடிவி கேமராக்களை அகற்றினார்கள்?' என்பதுதான். ஜெயலலிதா மருத்துவமனைக்கு எப்போது வந்தார், எந்த நிலையில் வந்தார், யார் கூட்டி வந்தது என்பது உள்ளிட்ட அடிப்படைக் கேள்விகளுக்கு எளிதாக பதிலளிக்கக் கூடியது இந்த கேமராக்கள்தான். ஆனால் அந்தக் கேமராக்களை தூக்கியதுதான் பெரும் சந்தேகத்தைக் கிளப்புவதாக உள்ளது.

ஜெயலலிதாவிற்கு சசிகலா விஷம் வைத்து இருக்கலாம் என்றும் அவரது மரணத்தில் மர்மம் இருக்கிறது என்றும் ஊடகங்களில் செய்திகள் வெளியான நிலையில் பி.எச். பாண்டியன் இவ்வாறு கூறியது சர்ச்சையை மேலும் அதிகப்படுத்தியது.

தலைவர்கள் சொன்னது என்ன ?

மு.க.ஸ்டாலின், தி.மு.க. தலைவர்:

தி.மு.க தலைவர் கருணாநிதி மருத்துவமனையில் சிகிச்சை பெற்றபோது அவரு டைய மருத்துவஅறிக்கை அனைத்தையும் திமுக செயல் தலைவர் என்ற முறையில் என் சார்பாகவும் கட்சியின்சார்பாகவும் மருத்துவமனையின் சார்பாகவும் அவ்வப்போது மக்களுக்கு அறிக்கையின் மூலமாகதெரியபடுத்தி வந்தோம். ஆனால் முதலமைச்சராக இருந்த ஜெயலலிதா சிகிச்சையில் இருந்தபோது அதுகுறித்து முறையாக கூறவில்லை.

ஜெயலலிதாவிற்கு உடல்நிலை சரியில்லாமல் இருக்கிறது என்னவென்று கவனித்து பாருங்கள் என நானேகூறியிருக்கிறேன். ஆனால் அவரது சாவில் மர்மம் இன்னமும் நீடித்துக் கொண்டிருக்கிறது. ஏற்கனவே,நாங்கள் அவர் மரணம் குறித்து சிபிஐ விசாரணை வேண்டும் என கேட்டுக் கொண்டுள்ளோம்.

தற்போதுஓய்வு பெற்ற நீதிபதி ஆறுமுகசாமி தலைமையில் விசாரணை என்ற பெயரில் ஒரு நாடகமாகநடைபெறுகிறது. நாம் ஜெயலலிதாவோடு கொள்கை ரீதியாக முரண்பட்டு இருந்தாலும் இதை நாம் செய்யவேண்டும். முதலமைச்சராக இருந்தவருக்கே இந்த நிலைமை என்றால் மக்களின் நிலையை பாருங்கள்.

ஈபிஎஸ், ஓபிஎஸ், தினகரன் மற்றும் சசிகலா குடும்பம் என இதற்கு யார் காரணமாக இருந்தாலும் தி.மு.கஆட்சிப் பொறுப்புக்கு வந்தவுடன் அவர்களை கண்டு பிடித்து சிறையில் அடைப்பதுதான் முதல் வேலை.

சுப்பிரமணியசாமி, பாரதிய ஜனதா மூத்த தலைவர்:

ஜெயலலிதா தனது உடல்நிலை குறித்து ஒரு போதும் அக்கறை கொண்டதில்லை. அவருக்கு கடந்த 2014ஆம் ஆண்டு முதலேயே உடல்நிலை பாதிக்கப்பட்டிருந்தது. சொத்துக் குவிப்பு வழக்கில் அவர் சிறையில் இருந்த போதும் அவரது உடல் நிலை பாதிக்கப்பட்டிருந்தது. இதை அவரது வழக்கறிஞர் பாலி நாரிமன் என்னிடம் கூறியிருக்கிறார். எனவே ஜெயலலிதாவின் மரணம் இயற்கையானதுதான். எந்த மர்மங்களும் இல்லை .

டாக்டர். ராமதாஸ், பா.ம.க. நிறுவனர்:

ஜெயலலிதா மரண மர்மம் குறித்து மத்திய அரசுக்கு உட்பட்ட சி.பி.ஐ. விசாரணைக்கு மத்திய அரசு ஆணையிடவேண்டும். முதல்அமைச்சர் எடப்பாடி பழனிசாமி, துணை முதல்அமைச்சர் ஓ.பன்னீர்செல்வம் ஆகியோரிடம் விசாரணை நடத்த வேண்டும்.

தொல்.திருமாவளவன், தலைவர், விடுதலை சிறுத்தைகள்:

ஜெயலலிதா சென்னை அப்பல்லோ ஆஸ்பத்திரியில் சிகிச்சை பெற்றபோது அவரைப் பார்ப்பதற்காகச் சென்றேன். ஆனால்; அங்கு நான் அவரை நேரில் பார்க்கவில்லை. அங்கிருந்த பாராளுமன்ற துணை சபாநாயகர் தம்பிதுரை, ஓ.பன்னீர்செல்வம் ஆகியோரை சந்தித்து ஜெயலலிதாவின் உடல் நலம் குறித்து விசாரித்துவிட்டு வந்தேன். தற்போது அமைச்சர்கள் ஜெயலலிதாவின் மரணம் பற்றி முன்னுக்குப்பின் முரணான தகவல்களை வெளியிடுகின்றனர். முன்னுக்குப்பின் முரணான தகவல்களைக் கூறி ஜெயலலிதாவுக்கு அமைச்சர்கள் துரோகம் செய்யக் கூடாது.

ஜி.ராமகிருஷ்ணன், மாநிலச் செயலாளர்,

மார்க்சிஸ்ட் கம்யூனிஸ்ட்:

ஜெயலலிதா தமிழ்நாட்டின் முதலமைச்சராக இருந்தார். அப்போது அவரின் பாதுகாப்பு குறித்து மத்திய, மாநில அரசுகளின் உளவுத்துறைகள் என்ன செய்தன என்ற கேள்வி வருவதுடன் ஜெயலலிதாவுக்கு வழங்கப்பட்டு வந்த இசட் பிளஸ் பாதுகாப்பு யாருடைய உத்தரவின் பேரில் விலக்கிக் கொள்ளப்பட்டது?

ஆளுநர் வித்யாசாகர் ராவ், மத்திய அமைச்சர்கள் அருண் ஜேட்லி, வெங்கய்யா நாயுடு, பொன்.ராதாகிருஷ்ணன் உள்ளிட்டோர் ஏன் அமைதி காத்தார்கள்? அவர்கள் அமைதி காத்ததன் நோக்கம் என்ன?

ஜெயலலிதா மருத்துவமனையில் இருந்த காலத்தில் அமைச்சர்களின் இலாக்காக்கள் மாற்றப்பட்டன. அதிகாரிகள், அமைச்சர்கள் சந்திப்பு நடைபெற்றதாக தெரிவிக்கப்பட்டது. அவரது கைரேகையைப் பயன்படுத்தி தேர்தல் ஆணையத்திற்கு கடிதம் அனுப்பப்பட்டிருந்தது.

இப்போது அந்த ஒவ்வொரு முடிவுகளின் மீதும் சந்தேகத்தின் நிழல் படிந்திருக்கிறது. அவர் மரணமடைந்ததை அறிவித்த இரவிலேயே புதிய அமைச்சரவை பதவியேற்றதுடன், இக்காலகட்டம் முழுவதும் பதவியைக் கைப்பற்றவும், பேரத்திற்காகவும் ஜெயலலிதாவின் மரணம் தொடர்ந்து பயன்படுத்தப்பட்டு வருகிறது.

எனவே, ஜெயலலிதா மரணம் மற்றும் அவருக்கு அளிக்கப்பட்ட சிகிச்சை தொடர்பாக மத்திய அமைச்சர்கள், மாநில ஆளுநர், மாநில அமைச்சர்கள் மற்றும் அதிகாரிகள் உள்ளிட்டோர் விசாரிக்கப்பட வேண்டும்.

இதற்காக நீதிமன்ற வழிகாட்டுதலின் அடிப்படையிலான விசாரணைக் குழு அமைக்கப்பட வேண்டும். உடனடியாக, பணியில் உள்ள உயர்நீதிமன்ற நீதிபதி தலைமையில், விசாரணை நடத்தப்பட வேண்டும்.

*

8
கைரேகை உண்மைதானா?

சென்னை – அப்பல்லோ மருத்துவமனையில் ஜெயலலிதா சிகிச்சை பெற்று வந்தபோது, திருப்பரங்குன்றம், தஞ்சாவூர், அரவக்குறிச்சி ஆகிய தொகுதிகளுக்கும் புதுச்சேரியில் ஒரு தொகுதிக்கும் இடைத்தேர்தல் நடைபெற்றது. இந்தத் தொகுதிகளில் அ.தி.மு.க. சார்பில் போட்டியிடும் வேட்பாளர்களுக்கு இரட்டை இலை சின்னம் ஒதுக்கக்கோரி தேர்தல் ஆணையத்துக்கு அளித்தப் படிவத்தில் ஜெயலலிதா தனது இடது கை பெருவிரல் ரேகையைப் பதிவு செய்திருந்தார். அது ஜெயலலிதாவின் கைரேகைதான் என்பதை உறுதி செய்து உத்தரவாதம் அளிக்கும் வகையில் சென்னை அரசு பொது மருத்துவமனை மருத்துவர் பாலாஜி அந்தப் படிவத்தில் சான்றொப்பம் அளித்திருந்தார்.

ஆனால், ஜெயலலிதா சுயநினைவுடன்தான் கைரேகையை வைத்தாரா? என்ற சந்தேகம் அனைத்துத் தரப்பிலும் எழுப்பப்பட்டது. அதேநேரத்தில், தேர்தல் வெற்றிக்காக தன்னைப் பார்த்து கையசைத்து ஜெயலலிதா வாழ்த்தியதாக சட்டப்பேரவை உறுப்பினர் ஏ.கே.போஸ் கூறினார். அவர் கூறிய கருத்துகள் இதுதான்...

'திருப்பரங்குன்றம் இடைத்தேர்தலில் நான் வெற்றி பெற்றவுடன் முதல் அமைச்சர் அம்மவிடம் வாழ்த்து பெறுவதற்காக வெற்றிச் சான்றிதழுடன் சென்னை – அப்பல்லோ மருத்துவமனைக்குச் சென்றேன். அங்கு தலைமைக்கழக நிர்வாகிகள், அமைச்சர்கள் மருத்துவமனையின் 2வது

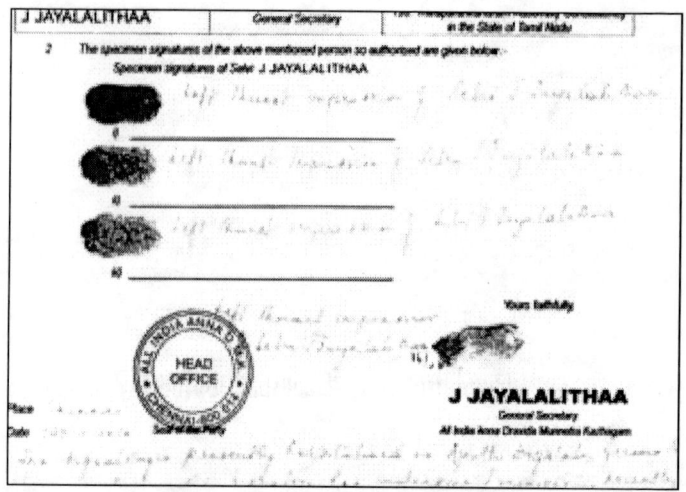

J JAYALALITHAA | General Secretary | in the State of Tamil Nadu

2 The specimen signatures of the above mentioned person so authorised are given below:-

Specimen signatures of Selvi J JAYALALITHAA

i)

ii)

iii)

Yours faithfully

HEAD OFFICE

Place

Date

Seal of the Party

J JAYALALITHAA

General Secretary

All India Anna Dravida Munnetra Kazhagam

ஜெயலலிதாவின் கைரேகையா..?

மாடியில் அமர்ந்திருந்தனர். அவர்களுடன் நான் சிறிது நேரம் பேசிக்கொண்டிருந்தேன். அதன்பின், முதல்வரின் உதவியாளர் பூங்குன்றன் அறைக்குச் சென்றேன். அங்கு, இடைத்தேர்தலில் வெற்றி பெற்ற தஞ்சை ரங்கசாமி, அரவக்குறிச்சி செந்தில் பாலாஜி ஆகியோரும் அமர்ந்திருந்தனர். நாங்கள் 3 பேரும் வெற்றி பெற்றதற்கான சான்றிதழ்களை முதல்வரிடம் கொடுத்து ஆசி பெற வேண்டும் என்று கேட்டோம்.

அப்போது பூங்குன்றன், "அம்மா சிகிச்சை பெற்று வருகிறார். நீங்கள் வெற்றி பெற்றதை தொலைக்காட்சி மூலம் பார்த்தார். மிகவும் மகிழ்ச்சி அடைந்தார். அம்மா இன்னும் 5 நாட்களில் போயஸ் தோட்டத்திற்கு வந்துவிடுவார். அங்கே வந்து பூங்கொத்துடன் வாழ்த்து பெற்றுச் செல்லலாம். இப்போது வேண்டாம்" என்று கூறினார். மேலும், 'வெற்றிச் சான்றிதழை நகல் எடுத்துக்கொண்டு நீங்கள் புறப்படுங்கள்' என்று பூங்குன்றன் கூறியதையடுத்து செந்தில் பாலாஜியும், ரெங்கசாமியும் சென்று விட்டனர்.

நான் எப்படியாவது அம்மாவைப் பார்த்துவிட வேண்டும் என்று ஆர்வமாக நின்றுகொண்டிருந்தேன். மதியம் 2.30 மணியளவில் போயஸ் தோட்டத்தில் பணியாற்றும் பாது காவலர்கள் 3 பேர் அங்கு நின்றுகொண்டிருந்தனர். அவர்களிடம் அம்மாவைப் பார்க்க வேண்டும் என்று கூறினேன். அவர்கள்

சிறிது தயக்கத்துடன் அருகே உள்ள கண்ணாடி அறைக்குள் என்னை அழைத்துச் சென்றனர். நான் நின்றிருந்த இடத்திற்கும், அம்மா சிகிச்சை பெற்றுக்கொண்டிருந்த அறைக்கும் 15 மீட்டர் தூரம் இருக்கும். அந்த அறையின் கண்ணாடியின் மீது போடப்பட்டிருந்த திரையை சிறிது விலக்கி என்னை பார்க்கும்படி பாதுகாவலர்கள் கூறினர்.

அப்போது ஜெயலலிதாவை நான் நேரில் பார்த்தேன். என்னைப் பார்த்ததும் படுத்திருந்த நிலையிலேயே அம்மா கைகளை அசைத்து என்னை வாழ்த்தினார். ஒரு வினாடியில் பாதுகாவலர்கள் என்னை அங்கிருந்து வெளியே அழைத்து வந்து விட்டனர்" என்று ஏ.கே.போஸ் கூறினார்.

ஆனாலும்கூட கைரேகை தொடர்பான சர்ச்சைகள், சந்தேகங்கள் அனைத்துத் தரப்பிலும் எழுப்பப்பட்டன. திருப்பரங்குன்றம் இடைத்தேர்தலில் தி.மு.க. சார்பில் போட்டி யிட்டு தோல்வியடைந்த மருத்துவர் சரவணன் என்பவர், இது தொடர்பாக உயர்நீதிமன்றத்தில் வழக்குத் தொடார்ந்தார். அதில், கைரேகையின் உண்மைத் தன்மையை ஆய்வு செய்ய ஆணையிட வேண்டும் என்றும் அந்தப் படிவத்தை தேர்தல் ஆணையம் ஏற்றுக்கொண்டது சட்டவிரோதம் என்றும் கூறியிருந்தார், எனவே ஏ.கே.போஸ் வெற்றி பெற்றது செல்லாதென அறிவிக்க வேண்டும் என்றும் உயர்நீதிமன்றத்தில் மருத்துவர் சரவணன் வழக்கு தொடர்ந்தார்.

இந்த வழக்கு நீதிபதி வேல்முருகன் முன்னிலையில் விசாரணைக்கு வந்தது. இந்த வழக்கில் மாநில தலைமை தேர்தல் அதிகாரி ராஜேஷ் லக்கானி நேரில் முன்னிலையாகி சாட்சியம் அளித்தார். இந்திய தேர்தல் ஆணையத்தின் முதன்மை செயலாளர் (2017,அக்டோபர் 6ந் தேதி) நேரில் முன்னிலையாகி விளக்கம் அளிக்க வேண்டும் என்று நீதிபதி ஆணையிட்டார்.

அதன்படி, தேர்தல் ஆணைய முதன்மைச் செயலாளர் வில்ஃப்ரட் நீதிமன்றத்தில் நேரில் முன்னிலையாகி விளக்கமளித்தார். 'அ.தி.மு.கவின் அவைத் தலைவர் மதுசூதனன் அளித்த ஒப்புதல் கடிதத்தின் அடிப்படையில் ஜெயலலிதாவின் கைரேகை ஏற்றுக்கொள்ளப்பட்டதாக நீதிமன்றத்தில் அவர் கூறினார். மதுசூதனன் ஒப்புதல் கடிதத்துடன் உடல் நலம் குறித்த ஆதாரங்கள் அளிக்கப்படவில்லை' என்றும் விளக்கமளித்தார்.

இதனையடுத்து, கைரேகை விவகாரம் தொடர்பாக மருத்துவர் பாலாஜி (2017, அக்டோபர் 27ம் தேதி) நேரில் முன்னிலையாகி விளக்கமளிக்க வேண்டும் என்று உயர்நீதிமன்றம் உத்தரவிட்டது.

அதன்படி அக்டோபர் 27ஆம் தேதி மருத்துவர் பாலாஜி உயர்நீதிமன்றத்தில் நேரில் முன்னிலையாகி சாட்சியம் அளித்தார். அவர் சாட்சியம் அளிப்பதை குறிப்பெடுத்துக் கொண்டிருந்த செய்தியாளர்களைப் பார்த்த நீதிபதி, 'சாட்சிகள் நீதிமன்றத்தில் கூறுவதையெல்லாம் செய்தியாக வெளியிடக் கூடாது' என்று கண்டித்தார். ஆனால், அடுத்த நாள் ஒரு சில ஆங்கில செய்தித்தாள்கள் அதை வெளியிட்டன. அதன் சுருக்கம் இதுதான்...

'அப்பல்லோ மருத்துவமனையில் இருந்த ஜெயலலிதாவை பரிசோதிக்க வந்த எய்ம்ஸ் மருத்துவர்களுடன் யார் யார் இருந்தனர்?' என்ற கேள்விக்கு, '24 மணி நேரமும் நான்தான் அவர்களுடன் இருந்தேன்' என மருத்துவர் பாலாஜி பதிலளித்தார். 'அடையாறில் உங்கள் தங்கை பெயரில் ஏதேனும் நர்சிங் ஹோம் செயல்பட்டு வருகிறதா?' என்ற கேள்விக்கு 'இல்லை' என்று அவர் பதிலளித்தார்.

'27.10.2016 அன்று ஜெயலலிதா கைரேகை வைத்தபோது முதலமைச்சர், அமைச்சர்கள் மற்றும் டிடிவி தினகரன் அல்லது வேறு யாரேனும் இருந்தார்களா?' என்ற கேள்விக்கு 'இல்லை, அப்போது அவரது தோழி சசிகலா மட்டுமே அருகில் இருந்தார்' என மருத்துவர் பாலாஜி குறிப்பிட்டுள்ளார்.

'இதற்கு முன் உறுப்பு மாற்று அறுவை சிகிச்சை எதேனும் செய்திருக்கிறீர்களா?' என்ற கேள்விக்கு, 'ஆம்' என்று பதிலளித்தார். 'ஜெயலலிதாவின் கைரேகையைப் பெற்றதால்தான் உங்களுக்கு உறுப்பு மாற்று வாரியத்தின் உறுப்பினர் செயலர் பதவி வழங் கப்பட்டதா? அதற்கான ஆணையை யார் வழங்கினார்கள்?' என்று கேள்வியும் பாலாஜியிடம் கேட்கப்பட்டது. அதற்கு... 'இல்லை' என பதிலளித்த அவர், தான் ஏற்கனவே உறுப்பு மாற்று வாரியத்தின் பொறுப்பு உறுப்பினராக இருந்ததாகவும் பின்னர், சுகாதாரத்துறை செயலாளர் பிறப்பித்த அரசாணையின்படி உறுப்பினர் செயலராக பொறுப்பேற்றதாவும் கூறினார்.

'ஜெயலலிதாவின் கைரேகையை பெற தமிழக அரசு ஏதேனும் உத்தரவு பிறப்பித்ததா?' என்ற கேள்விக்கு, 'இல்லை..,

தேர்தல் ஆணையம் மூலம் கடிதம் மட்டுமே வந்தது?' என்று குறிப்பிட்டார். 'அதிமுக வேட்பாளர்களை அங்கீகரிக்கும் படிவத்தில் நீங்கள் 28 கையெழுத்திட்டீர்களா?' என்ற கேள்விக்கு 'ஜெயலலிதா கைரேகை வைத்த அனைத்து இடங்களிலும் கையெழுத்திட்டேன்' என்று அவர் தெரிவித்தார்.

படிவத்தில் உள்ள கையெழுத்தை ஒப்பிட டாக்டர் பாலாஜியின் கையெழுத்து மாதிரியையும் நீதிமன்ற ஊழியர்கள் அப்போது பதிவு செய்துகொண்டனர்.

'மொத்தம் எத்தனை தொகுதிக்கு கைரேகை பெற்றீர்கள்? கைரேகை பெற்ற படிவத்தை மதுசூதனனிடம் கொடுத்தீர்களா?' என்ற வினாக்களுக்கும் அவர் விளக்கமளித்தார். 'தமிழகத்தில் மூன்று தொகுதிகளுக்கும், புதுச்சேரியில் ஒரு தொகுதியிலும் அப்போது இடைத்தேர்தல் நடைபெற்றது. ஆனால் கூடுதலாக இரண்டு படிவத்தில், அதாவது ஆறு படிவங்களில் கைரேகை பெற்றேன். மீதமுள்ள அந்த இரண்டு படிவங்களின் நிலை என்ன என்பது குறித்து தனக்குத் தெரியாது. கைரேகை பெற்ற பின் மதுசூதனனிடம் வழங்கவில்லை' என்றும் பாலாஜி கூறினார்.

'ஜெயலலிதா கைரேகை வைக்க யாரேனும் உதவி செய்தார்களா..? அந்நேரம் வீடியோ ஏதாவது எடுக்கப்பட்டதா..?' என்ற கேள்விக்கு, 'அப்படி யாரும் உதவவில்லை. அவரே சுயமாக கைரேகை வைத்தார். வீடியோ புகைப்படம் ஏதும் எடுக்கவில்லை' என மருத்துவர் பாலாஜி தெரிவித்தார்.

'இதற்கு முன் ஐ.சி.யூ.வில் (ICU) இருந்த வேறு நபர்களிடம் இது போன்று கைரேகை பெற்றுள்ளீர்களா?' என்ற கேள்விக்கு 'ஆம், பெற்றுள்ளேன்' என்று அவர் பதில் அளித்தார்.

'ஜெயலலிதா கைரேகையைப் பெறுவதற்கு, உங்களுக்கு முன் 4 மருத்துவர்கள் மறுப்பு தெரிவித்தார்களா?' என கேட்ட போது 'ஆம்' என்று பதில் கூறினார். 'கைரேகை முழுமையாக படிவத்தில் பதிந்ததா..?' என்று கேட்ட போதும், 'ஆம்' என்று பாலாஜி பதில் அளித்தார்.

இதைத் தொடர்ந்து நவம்பர் 3ஆம் தேதிக்கு வழக்கை ஒத்தி வைத்த நீதிபதி, அன்றைய நாளிலும் மருத்துவர் பாலாஜி நேரில் முன்னிலையாக வேண்டும் என்று ஆணையிட்டார். அதன்படி நவம்பர் 3ஆம் தேதி முன்னிலையான மருத்துவர் பாலாஜி,

இந்தமுறை முன்னுக்குப்பின் முரணாகப் பதிலளித்ததாக தகவல்கள் வெளியாகின.

கைரேகை பெறும்போது ஜெயலலிதாவுடன் சசிகலா இருந்ததாகவும், தனக்கு அடையாறில் எந்த தனியார் மருத்துவமனையும் இல்லை என்றும் கடந்த முறை முன்னிலையானபோது சாட்சியமளித்த பாலாஜி, இந்த முறை முன்னிலையானபோது, கைரேகையை பெறும்போது அந்த அறையில் சசிகலா இல்லையென்றும், அடையாறில் தனியார் மருத்துவமனை இருப்பது உண்மைதான் என்றும், அது தனது மகன் அபினவ் பாலாஜி பெயரில் இயங்குவதாகவும் கூறியுள்ளார். மாலை நேரத்தில் அங்கு சென்று தான் சிகிச்சை அளித்ததாகவும் தெரிவித்துள்ளார்.

மேலும், 'செயற்கை சுவாசம் பொருத்தினால், அந்த நபர் சற்று மயக்க நிலையில் இருப்பார். ஜெயலலிதாவும் அந்த நிலையில் இருந்தாரா?' என்ற கேள்விக்கு, 'அது பற்றி எனக்குத் தெரியாது' என்று பாலாஜி பதிலளித்துள்ளார். 'கைரேகை வாங்கப்பட்ட அந்த ஆவணத்தின் தேதியில் திருத்தம் ஏதும் செய்யப்பட்டதா?' என்ற கேள்விக்கு, 'ஆமாம்' என்று பதில் கூறியுள்ளார். இதனை அடுத்து வழக்கு மீண்டும் செப்டம்பர் 10ம் தேதிக்கு ஒத்தி வைக்கப்பட்டது.

சாட்சியத்தில் இது போன்ற பல குளறுபடி பதில்களை கூறியுள்ள அரசு மருத்துவர் பாலாஜிக்கு உண்மை கண்டறியும் சோதனை நடத்தக் கோரி கூடுதல் மனு ஒன்றை மனுதாரர் சரவணன் தாக்கல் செய்தார்.

இதனைத் தொடர்ந்து நடைபெற்ற விசாரணையில் 'சொத்துகுவிப்பு வழக்கில் தண்டனை பெற்று பரப்பன அக்ரஹாரா சிறையில் ஜெயலலிதா அடைக்கப்பட்ட போது, அவரிடம் பெறப்பட்ட கை விரல் ரேகை, கையெழுத்து உள்ளிட்ட ஆவணங்களை கர்நாடக மாநில சிறைத்துறை தாக்கல் செய்ய வேண்டும்' என்றும், 'ஆதார் அடையாள அட்டைக்காக ஜெயலலிதாவிடம் பெறப்பட்ட விரல் ரேகையை ஆதார் ஆணையம் தாக்கல் செய்ய வேண்டும்' என்றும் நீதிபதி ஆணையிட்டார்.

நீதிமன்ற ஆணையை ஏற்று பரப்பன அக்ரஹாரா சிறை அதிகாரி மோகனகுமார் நேரில் முன்னிலையாகி,

முத்திரையிடப்பட்ட உறையில் ஜெயலலிதாவின் கை விரல் ரேகை ஆவணங்களை தாக்கல் செய்தார். அதில், கை விரல் ரேகை பதிவு ஆவணம், எலக்ட்ரானிக் பதிவுகள் மூலம் பதிவு செய்யப்பட்ட விரல் ரேகை பதிவை கொண்ட குறுந்தகடு (சி.டி.) ஆகியவை இருந்தது. இந்த உறையைப் பிரித்து, அந்த ஆவணங்களை நீதிபதி பார்வையிட்டார். இதேபோல் ஆதார் ஆணையத்தின் துணை தலைமை இயக்குனர் ஒய்.எல்.பி. ராவ் என்பவரும் நீதிபதி முன்பு முன்னிலையானார். 'ஆதார் ஆணைய சட்ட விதிகளின்படி, தனி நபர்களின் கைவிரல் ரேகை உள்ளிட்ட அந்தரங்க தகவல்களை யாரிடமும் கொடுக்க முடியாது. அதேநேரம், ஒரு நபரின் பெயர், வயது, பிறந்த தேதி, பாலினம் மற்றும் பிறந்த இடம் ஆகியவற்றை மட்டுமே கொடுக்க முடியும். எனவே, ஜெயலலிதாவின் கைவிரல்ரேகை பதிவை சட்டவிதிகளின்படி இந்த உயர்நீதிமன்றத்திற்கு தர முடியாது' என்று கூறினார்.

அதற்கு நீதிபதி, 'ஜெயலலிதா உயிரோடு இருந்தபோது ஆதார் அட்டைக்காக விண்ணப்பம் செய்தாரா? அவரது கை விரல் ரேகை, விழி ரேகை உள்ளிட்டவற்றை ஆதார் ஆணையம் பெற்றதா? ஆதார் அட்டை அவருக்கு வழங்கப்பட்டதா? என்பது குறித்து முதலில் பதில் சொல்லுங்கள்' என்றார். இதற்கு பதிலளித்த ஆதார் ஆணையத்தின் வழக்கரைஞர், 'இது குறித்து விரிவான மனுவை தாக்கல் செய்கிறேன்' என்று கூறினார். அவரது கோரிக்கையை நீதிபதியும் ஏற்றுக்கொண்டார்.

பின்னர் வழக்கு ஆவணங்களை நீதிபதி ஆய்வு செய்து கொண்டிருந்தபோது, அ.தி.மு.க. சட்டமன்ற உறுப்பினர் ஏ.கே.போஸ் தரப்பு வழக்குரைஞர் எழுந்து, 'பரப்பன அக்ரஹாரா சிறையில் பதிவு செய்த ஜெயலலிதாவின் கைவிரல் ரேகையையும், ஆதார் அட்டைக்காக அவரிடம் பெறப்பட்ட விரல் ரேகையையும் கர்நாடகா சிறைத்துறையும், ஆதார் ஆணையமும் வழங்க வேண்டும்' என்று இந்த உயர்நீதிமன்றம் கடந்த நவம்பர் 24ந் தேதி பிறப்பித்த உத்தரவுக்கு உச்சநீதிமன்றம் தடைவிதித்துள்ளது' என்றார்.

அதற்கு நீதிபதி, 'இந்த நீதிமன்ற உத்தரவின் அடிப்படையில், கர்நாடக சிறைத்துறை நிர்வாகம், ஆவணங்களை தாக்கல் செய்துவிட்டது. எனவே, உச்சநீதிமன்ற உத்தரவு பயனற்றதாகிவிடும். இருந்தாலும், உச்சநீதிமன்றத்தின் உத்தரவு

பற்றி முழுமையாக தெரியாமல், எந்த முடிவுக்கும் வர முடியாது என்று கருத்துத் தெரிவித்தார்.

பின்னர், கர்நாடக சிறைத்துத்துறை நிர்வாகம் தாக்கல் செய்துள்ள ஆவணங்களுக்கு ஒப்புதல் அளித்து, சாட்சிகள் சட்டம் பிரிவு 30ன்படி, உறுதிமொழி கடிதத்தை தாக்கல் செய்ய வேண்டும் என்று ஆணையிட்ட நீதிபதி, விசாரணையை தள்ளி வைத்தார்.

இதனிடையே இந்த வழக்கு மார்ச் 2018ல் உச்சநீதிமன்றத்தில் மீண்டும் விசாரணைக்கு வந்தது. அப்போது, ஜெயலலிதாவின் கைரேகையை தாக்கல் செய்ய வேண்டும் எனக் கூறிய சென்னை உயர்நீதிமன்ற ஆணையை நீதிபதிகள் ரத்து செய்தனர். மேலும், பெங்களூர் சிறையிலிருந்து பெறப்பட்ட கைரேகையை திரும்ப அனுப்ப வேண்டும் எனவும் உத்தரவில் குறிப்பிட்ட நீதிபதிகள், வழக்கை ஒத்தி வைத்தனர்.

இது தொடர்பாக 28.10.2017 தேதியிட்ட 'தி இந்து' ஆங்கில நாளிதழில் வெளியான செய்தி கீழே...

Jayalalithaa affixed thumb impressions on her own on poll papers, doctor tells Madras High Court

Says only Sasikala was present by the former Chief Minister's bedside.

Government doctor P. Balaji, who had attested former Chief Minister Jayalalithaa's thumb impressions on documents related to polls held during her hospitalisation last year, deposed before the Madras High Court on Friday that the late leader affixed the thumb impressions on her own after the contents were read out to her.

The doctor also said Ms. Jayalalithaa's friend V.K. Sasikala was by her bedside when he obtained the thumb impressions at 6.30 p.m. on October 27, 2016 and denied the suggestion of having met incumbent Chief Minister Edappadi K. Palaniswami, Deputy Chief Minister O. Panneerselvam or any other Minister on that day.

The submissions were made before Justice P. Velmurugan, who was seized of an election petition preferred by DMK candidate P. Saravanan challenging the victory of AIADMK candidate A.K. Bose in the by-poll held to the Tirupparankundram constituency. The challenge was mainly on the technical ground of validity of the thumb impressions on Form A and B.

The forms were very crucial since they had to be filed by candidates of all recognised parties, along with their nominations, to prove that they were the official candidates of their party.

Assigned to coordinate

Answering a volley of questions posed by petitioner's counsel V. Arun, Dr. Balaji said the former Chief Minister was hospitalised on September 22 and he was assigned by the government, through an order passed by the Health Secretary the very next day to coordinate and liaise with a team of doctors who treated her.

He also claimed to have gone through letters written by the Election Commission of India to the Chief Electoral Officer and consequent letters written by the latter to the Returning Officers of three constituencies in Tamil Nadu and one in Puducherry permitting affixing of thumb impressions on the forms along with attestation of a government medical officer.

Asked by counsel if there was any video, audio, photographic or other record to prove that he was present at the spot when Ms. Jayalalithaa's thumb impressions were obtained, the deponent said that he was not in possession of any such record.

Curiously, the doctor told the court that two additional Form A papers were there in the bunch of documents on which the thumb impressions of the former Chief Minister were obtained for the polls in the four constituencies and that he had attested those two forms too. He, however, feigned ignorance as to what happened to those two additional forms.

After completion of the examination, Mr. Justice Velmurugan adjourned further hearing on the case to November 3 and directed Dr. Balaji to be present in the court on that day too as senior counsel B. Kumar, representing Mr. Bose, insisted on cross-examining him.

- The Hindu dated *28.10.2017*

*

9
விசாரணை ஆணையம் அமைப்பு

ஜெயலலிதா மரணம் குறித்து விசாரிக்க அமைக்கப்பட்டுள்ள விசாரணை ஆணையம் பற்றிய தமிழக அரசின் ஆணை தமிழக அரசிதழில் வெளியிடப்பட்டது. அரசு உத்தரவின் பேரிலும், ஆளுநர் ஆணையின் பேரிலும், தமிழக அரசின் முதன்மைச் செயலாளர் பி.செந்தில்குமார் அந்த ஆணையை வெளியிட்டிருந்தார். ஓய்வு பெற்ற நீதிபதி ஆறுமுகசாமி தனது விசாரணையை மூன்று மாதங்களில் நடத்தி முடித்து தமிழ் மற்றும் ஆங்கிலத்தில் அறிக்கையை சமர்ப்பிப்பார் என்று அரசிதழில் குறிப்பிடப்பட்டிருந்தது.

ஜெயலலிதா மரணத்தில் எழுந்துள்ள சந்தேகங்களை விசாரிக்க அமைக்கப்பட்ட ஆணையத்திற்கு தலைமை பொறுப்பேற்ற நீதிபதி ஆறுமுகசாமி 2014ஆம் ஆண்டு சென்னை உயர்நீதிமன்ற நீதிபதியாக பணியாற்றி ஓய்வுபெற்றவர். கோவையைச் சேர்ந்த இவர், 1974ல் சட்டக்கல்வியில் பட்டம் பெற்ற பின்னர் வழக்கறிஞராக பணியாற்றினார். 1986ல் கோவை மாவட்ட உரிமையியல் நீதிபதியாக பதவி வகித்தவர், 1991ல் துணை நீதிபதியாகவும், பின்னர் 1998ல் மாவட்ட நீதிபதியாகயாகவும் பதவி உயர்வு பெற்றார். பல்வேறு மாவட்ட நீதிமன்றங்களில் நீதிபதியாக இருந்த ஆறு முகசாமி, 2009ல் சென்னை உயர்நீதிமன்றப் பதிவாளராக இருந்தார். 2010ல் உயர்நீதிமன்ற நீதிபதியாக பதவி ஏற்ற இவர், 4 ஆண்டுகளுக்குப் பிறகு 2014ல் ஓய்வு பெற்றார். ஓய்வுக்குப் பிறகு மத்திய நிர்வாக தீர்ப்பாயத்தில் உறுப்பினராகப் பணியாற்றி வந்த ஆறுமுகசாமி

செய்தி வெளியீடு எண்:630   நாள்: 25.09.2017

செய்தி வெளியீடு

மாண்புமிகு முன்னாள் முதலமைச்சர் செல்வி ஜெ ஜெயலலிதா அவர்களின் இறப்பு குறித்து விசாரணை மேற்கொண்டு அறிக்கை சமர்ப்பித்திட ஓய்வுபெற்ற உயர்நீதிமன்ற நீதியரசர் திரு. ஆறுமுகசாமி அவர்கள் தலைமையில் விசாரணை ஆணையம் (Inquiry Commission) அமைத்து இன்று (25.9.2017) அரசாணை வெளியிடப்பட்டுள்ளது.

*****

வெளியீடு : இயக்குநர், செய்தி மற்றும் மக்கள் தொடர்புத் துறை, சென்னை–9.
நாள் : 25.9.2017

விசாரணைக் கமிஷன் பற்றி செய்திக்குறிப்பு

ஜெயலலிதா மரணம் குறித்து விசாரிக்க அமைக்கப்பட்ட ஆணையத்தின் தலைவராக நியமிக்கப்பட்டார்.

ஜனவரி 2013ல் சென்னை காவல்துறை ஆணையராக இருந்த ஜார்ஜுக்கு நீதிமன்றம் அழைப்பாணை அனுப்பியபோது அவர் நேரில் முன்னிலையாகாததால், அவரை கடுமையாக விமர்சித்தவர் நீதிபதி ஆறுமுகசாமி... 'ஜார்ஜ் என்ற பெயரைக் கொண்ட ஆணையர் ஜார்ஜ் மன்னர் அல்ல, சட்டத்தின் முன் அனைவரும் சமம் என்பதால் ஜார்ஜ் நேரில் முன்னிலையாக வேண்டும்' என்று ஆணையிட்டவர் நீதிபதி ஆறுமுகசாமி.

ஜெயலலிதா 22.9.2016 அன்று மருத்துவமனையில் அனுமதிக்கப்பட்டதற்கான சூழ்நிலைகள் குறித்து நீதிபதி ஆறுமுகசாமி ஆணையம் விசாரிக்கும். எதனால் அவருக்கு உடல் நலக்குறைவு ஏற்பட்டது என்பது பற்றியும் ஆய்வு செய்யும் என்று விசாரணை ஆணைய அறிவிப்பில் கூறப்பட்டிருந்தது. மேலும் மருத்துவமனையில் அவருக்கு 22.9.2016 முதல் 5.12.2016 வரை அளிக்கப்பட்ட தொடர்ச்சியான சிகிச்சை முறைகள் பற்றி விசாரணை நடத்தப்படும். விசாரணை ஆணையச்சட்டம்

நீதிபதி ஆறுமுகசாமி

1952 பிரிவு மூன்றின் கீழ் துணை பிரிவு (1)ன் படி இந்த விசாரணையை நடத்த அதிகாரம் வழங்கப்படுகிறது என்றும் அரசாணையில் கூறப்பட்டிருந்தது. இது தவிர விசாரணை ஆணைய சட்டம் 1952 பிரிவு 5ல் உள்ள உட்பிரிவுகளான 2, 3, 4 மற்றும் 5ல் உள்ள அம்சங்கள் படியும் விசாரணை நடத்த உத்தரவிடப்பட்டது.

தமிழக அரசு அமைத்த விசாரணை ஆணையம் மற்றும் அந்த ஆணையத்துக்குச் சட்ட ரீதியாக வழங்கப்பட்டுள்ள அதிகாரங்களை உற்றுக் கவனித்தால், ஜெயலலிதாவுடன் தொடர்புடைய அனைவரையும் விசாரணை வளையத்துக்குள் கொண்டுவர அதிரடி நடவடிக்கைகள் எடுக்கப்பட்டு இருப்பதாகவே தெரிந்தது. ஜெயலலிதா மருத்துவமனையில் அனுமதிக்கப்பட்டிருந்தபோது, மருத்துவமனைக்கு வந்த அரசு துறை செயலாளர்கள், அமைச்சர்கள் அனைவரிடமும் விசாரணை நடத்தப்படும் நிலை ஏற்பட்டது.

ஜெயலலிதாவை அருகில் இருந்து கவனித்த சசிகலா மற்றும் அவர் குடும்பத்தினரிடமும் விசாரணை நடத்தப்படும் என்றும், குறிப்பாக சசிகலாவிடம் தீவிர விசாரணை நடத்தும் வகையில் திட்டமிட்டு இந்த விசாரணை வியூகம் வகுக்கப்பட்டு இருப்பதாகவும் தகவல்கள் வெளியாகின.

ஜெயலலிதா அப்பல்லோ மருத்துவமனையில் இருந்த 74 நாட்களும் அவருக்கு என்னென்ன சிகிச்சை அளிக்கப்பட்டது

என்பதை தீவிரமாக ஆய்வு செய்ய ஒரு நபர் விசாரணை ஆணயத்துக்கு தமிழக அரசு எந்த உத்தரவையும் விரிவாக பிறப்பிக்கவில்லை. அத்தகைய குறிப்பிட்ட உத்தரவு பிறப்பிக்கப்பட்டிருந்தால் ஜெயலலிதாவுக்கு சிகிச்சை அளித்த எய்ம்ஸ் மருத்துவர்கள், வெளிநாட்டு மருத்துவர்கள், வெளிநாட்டு பிசியோதெரபி வல்லுநர்களிடமும் விசாரிக்க வேண்டியதிருக்கும்.

எனவே, குறிப்பிட்ட அதிகாரங்களுடன் கூடிய இந்த ஆணையத்தின் விசாரணைகளால் ஜெயலலிதா மரணத்தில் உள்ள மர்மங்களை முழுமையாகக் கண்டுபிடிக்க இயலாது என்றே அப்போது கருதப்பட்டது. அந்த மர்மத்தை கண்டுபிடிக்க வேண்டுமானால், "ஜெயலலிதா மருத்துவமனையில் சேர்க்கப்படுவதற்கான சூழ்நிலைகள் ஏன் ஏற்பட்டது?" என்றே விசாரணை நடத்தப்பட வேண்டும் என்ற முடிவுக்கு தமிழக அரசு வந்திருப்பதை புரிந்துகொள்ள முடிந்தது. ஜெயலலிதாவுக்கு ஏன், எப்படி உடல் நலம் பாதித்தது? எத்தகைய சூழ்நிலை காரணமாக அவரை மருத்துவமனையில் சேர்த்தார்கள்? என்று விசாரிக்க சட்ட அதிகாரங்கள் வழங்கி உத்தரவிடப்பட்டிருந்தது அதை உறுதி செய்த்து.

இத்தகைய உத்தரவு காரணமாக விசாரணை எல்லை ஒரு குறிப்பிட்ட பகுதிக்கு வந்தது. அதாவது, ஜெயலலிதாவை 24 மணி நேரமும் சுற்றி இருந்தவர்களிடம் மட்டும் விசாரிக் கும் வகையில் தமிழக அரசு நடவடிக்கை எடுத்துள்ளதை உணர முடிந்தது. ஜெயலலிதாவுடன் எப்போதும் போயஸ் கார்டனில் இருந்தவர்கள் சசிகலாவும், அவர் குடும்ப உறவினர்களும்தான் என்பது அனைவருக்கும் தெரியும். எனவே தமிழக அரசின் விசாரணை வளையத்துக்குள் சட்ட ரீதியாக சசிகலாவும் அவர் உறவினர்களும் கொண்டு வரப்பட்டனர். அவர்களிடம் நடத்தப்படும் விசாரணைகளில் உண்மைகள், வெளிவருமா? என்று அனைவரும் எதிர்பார்த்திருந்தனர்.

இந்த நிலையில், 2017, செப்டம்பர் 30ஆம் தேதி சென்னை எழிலகத்தில் அமைக்கப்பட்ட அலுவலகத்தில் விசாரணை ஆணையத்தின் தலைவராக நீதிபதி ஆறுமகசாமி பொறுப்பேற்றார்.

இதற்கிடையே, தமிழக அரசு அமைத்த விசாரணை ஆணையத்தை ரத்து செய்யக் கோரி சென்னையைச் சேர்ந்த ஜோசப் என்பவர் சென்னை உயர்நீதிமன்றத்தில் வழக்கு தொடர்ந்தார். மனுதாரர் சார்பில் தலைமை நீதிபதி இந்திரா

பானர்ஜி அமர்வு முன்பு முறையிட்ட வழக்குரைஞர் விஜயன், முதலமைச்சர் முதல் அமைச்சர்கள் வரை விசாரிக்க வேண்டிய கட்டாயம் இருப்பதால் விசாரணை நியாயமாக நடைபெறாது என்று தெரிவித்தார். மத்திய அரசு மட்டுமே விசாரணை ஆணையம் அமைக்க முடியும் என்று கூறிய அவர், சட்டத்துக்கு புறம்பான தமிழக அரசின் விசாரணை ஆணையத்தைக் கலைக்க வேண்டும் என வலியுறுத்தினார். இந்த மனுவை விசாரித்த நீதிபதிகள், ஜெயலலிதா மரணம் தொடர்பான விசாரணை ஆணையத்தின் விசாரணை நேர்மையாக நடைபெறாது என்ற மனுதாரரின் குற்றச்சாட்டிற்கு முகாந்திரம் இல்லை என தெரிவித்தனர். எனவே, விசாரணை ஆணையம் செல்லும் என குறிப்பிட்ட நீதிபதிகள், எதிர்த்த மனுவை தள்ளுபடி செய்து ஆணையிட்டனர். இந்த நிலையில்தான் அக்டோபர் 25ஆம் தேதி முதல் விசாரணை முறையாகத் தொடங்கும் என நீதிபதி ஆறுமுகசாமி அறிவித்தார்.

2016ல் 6வது முறை அரியணையில் ஏறிய ஜெயலலிதா இறுதியாகப் பங்கேற்றது, சென்னை விமான நிலையம் சின்னமலை இடையிலான மெட்ரோ ரயில் சேவையை திறந்து வைத்த நிகழ்ச்சிதான். 2016 செப்டம்பர் 21ம் தேதியன்று, தலைமைச் செயலகத்தில் இருந்தபடி காணொலிக் காட்சி வழியாக மெட்ரோ ரயில் சேவையை அவர் தொடங்கிவைத்தார். அன்றுதான் இறுதியாக பொதுமக்கள் அவரை தொலைக் காட்சியில் பார்த்தனர். அவர், இறுதியாகப் பங்கேற்ற அரசு நிகழ்ச்சியும் அதுதான்.

அடுத்த நாளான செப் 22ல் திடீரென உடல்நலக் குறைவு ஏற்பட்ட நிலையில், சென்னை கிரீம்ஸ் சாலையில் உள்ள அப்போலோ மருத்துவமனையில் சேர்க்கப்பட்டார். அதன்பிறகு 75 நாட்கள் கழித்து, டிசம்பர் 5ம் தேதி இரவு உயிர் பிரிந்ததாக அறிவிக்கப்பட்டு சடலமாகத்தான் போயஸ் தோட்டம் திரும்பினார்.

ஜெயலலிதாவின் மரணத்தில் பல்வேறு சந்தேகங்கள் எழுப்பப்பட்டன. சசிகலாவுக்கு எதிராக போர்க்கொடி துக்கிய, ஓ.பன்னீர்செல்வம், 'இது பற்றி சி.பி.ஐ., விசாரணை நடத்தபட வேண்டும்' என்றார். அப்போது அமைச்சர்கள் அனைவரும், சசிகலாவுக்கு ஆதரவாக பேசினர். ஆனால், பின்னாளில் நிலைமை தலைகீழாக மாறி அ.தி.மு.க., அணிகள் இணைந்த பின்,

பன்னீர் செல்வம் கோரிக்கையை ஏற்று, 'ஜெயலலிதா மரணம் குறித்து விசாரிக்க, ஆணையம் அமைக்கப்படும்' என, முதல்வர் பழனிசாமி அறிவித்தார். அதைத் தொடர்ந்து, அமைச்சர்களும், தங்களது நிலைப்பாட்டை மாற்றிக்கொண்டனர்.

'நாங்கள் யாரும் மருத்துவமனையில், ஜெயலலிதாவைப் பார்க்கவில்லை; சசிகலா குடும்பத்தினர் மட்டுமே பார்த்தனர். நாங்கள் கூறியது எல்லாமே பொய்' என்று அமைச்சர்கள் மாறி மாறிப் பேசினர். ஜெயலலிதாவின் மறைவுக்குப் பிறகு, பல்வேறு அதிகார மாற்றங்கள், திருப்பங்களைச் சந்தித்துவிட்டது அ.தி.மு.க.

அ.தி.மு.க.வின் வரலாற்றில் இடைப்பட்ட இந்த கால கட்டங்கள் அவ்வளவு எளிதில் மறக்கக்கூடியவை அல்ல. ஜெயலலிதா மருத்துவமனையில் சேர்க்கப்பட்டதற்கான காரணம் தொடங்கி, இறுதி வரை பல்வேறு சந்தேகங்களை ஏற்படுத்தியது அவரது மறைவு. காரணங்கள் பல கூறப்பட்டாலும், அரசு அமைத்துள்ள விசாரணை ஆணையம் என்ன சொல்லும் என்பதே அனைத்து தரப்பினரின் எதிர்பார்ப்பாக இருந்தது.

இந்த நேரத்தில்தான், 'ஜெயலலிதாவின் மரணம் குறித்து விசாரிக்க புதிய விசாரணை ஆணையம் அமைக்க வேண்டும்' என உச்சநீதிமன்றத்தில் மனு தாக்கல் செய்யப்பட்டது. வழக்கறிஞர் சிவபால முருகன் என்பவர் தாக்கல் செய்த மனுவில், 'ஜெயலலிதா மரணத்தில் சந்தேகம் இருப்பதாகக் கூறப்பட்ட போதெல்லாம், அதை ஏற்காமல் மறுத்து, மூடி மறைக்கும் செயலில் தமிழக அரசு ஈடுபடுகிறது. அப்படி இருக்கையில், இப்போது நியமிக்கப்பட்டுள்ள ஒரு நபர் கமிஷன், சுதந்திரமாகச் செயல்படுவது சந்தேகம். இதில், உண்மைகள் வெளியாகும் என எதிர்பார்க்க முடியாது' என்று அதில் குறிப்பிடப்பட்டிருந்தது.

'ஜெயலலிதா மரணத்தில் உள்ள சந்தேகங்களைப் போக்க வேண்டியது, மத்திய, மாநில அரசுகளின் கடமை என்பதால், இந்த விவகாரத்தில் மத்திய அரசு தலையிட்டு, புதிய விசாரணை ஆணையம் ஒன்றை அமைக்க வேண்டும். உச்சநீதிமன்றத்தின், ஓய்வு பெற்ற 3 நீதிபதிகள் தலைமையில், கமிசன் அமைக்கப்பட்டு, சுதந்திரமான விசாரணை நடத்தப்பட வேண்டும். தமிழக அரசு நியமித்துள்ள ஒரு நபர் கமிசனுக்கு தடை விதிக்க வேண்டும்' என்றும் அந்த மனுவில் கூறப்பட்டிருந்தது.

*

10
தொடங்கியது விசாரணை

ஜெயலலிதாவின் மரணம் குறித்து விசாரணை நடத்தி அறிக்கை அளிக்க, ஓய்வுபெற்ற நீதிபதி ஆறுமுகசாமி தலைமையில் அமைக்கப்பட்ட ஒரு நபர் விசாரணை ஆணையம் இயங்குவதற்காக, சென்னை எழிலகத்தில் கலச மகால் முதல் மாடியில் இடம் ஒதுக்கப்பட்டது. விசாரணை ஆணையத்தின் தலைவராக நீதிபதி ஆறுமுகசாமி பதவி ஏற்றுக்கொண்டார். உடனடியாக அவர் விசாரணையை தொடங்குவார் என்று எதிர்பார்க்கப்பட்ட நிலையில், கலச மகால் கட்டடத்தில் விசாரணை நடத்துவதற்கான அறை அமைக்கும் பணி நிறைவடையாததால், விசாரணை தொடங்குவது தள்ளிப்போனது.

ஒரு சில நாட்கள் விசாரணை தள்ளிப்போன நிலையில், 'இது ஒரு கண்துடைப்பு ஆணையம்' என்றும், 'தொடக்கமே இப்படி இருந்தால் முடிவு எப்படி இருக்கும் என்று தெரியாதா?' என்றும் பல்வேறு விமர்சனங்கள் எழத் தொடங்கின. ஆனால், அடுத்த ஒரு சில நாட்களில் விசாரணை அறை அமைப்பதற்கான பணிகள் நிறைவடைந்ததால், அறையைப் பார்வையிடுவதற்காக வந்த நீதிபதி ஆறுமுகசாமி, விசாரணை தொடர்பான கோப்புகளில் கையெழுத்திட்டார். இதைத் தொடர்ந்து ஜெயலலிதா மரணம் தொடர்பாக, தகவல் கூற விரும்புவோருக்கு அழைப்பு விடுத்து, முதல் அறிக்கையை அவர் வெளியிட்டார். அதில் கூறப்பட்டிருந்தது இதுதான்...

'22.9.2016 அன்று மறைந்த முதலமைச்சர் ஜெயலலிதா மருத்துவமனையில் அனுமதிக்கப்பட்டதற்கான சூழ்நிலைகள்

**HON'BLE JUSTICE THIRU A. ARUMUGHASWAMY
COMMISSION OF INQUIRY**
First Floor, Kalas Mahal Heritage Building, Near Ezhilagam,
Chepauk, Chennai - 600 005.
(Email ID - justicearumughaswamycoi@gmail.com)

NOTIFICATION

The Government of Tamil Nadu in G.O.Ms. No 817, Public (SC) Department, dated 25.09.2017 published in the Tamil Nadu Government Gazette Extraordinary No.307 (Notification No. II(2)/PUSC/793(g)/2017) in Part II-Section 2 of 25th September 2017, appointed a Commission of Inquiry consisting of a single member, namely Hon'ble Justice Thiru A.Arumughaswamy, Retired Judge of High Court of Madras, to inquire into the demise of the late Hon'ble Chief Minister of Tamilnadu Selvi J Jayalalithaa on 5.12.2016, under the Commissions of Inquiry Act, 1952 (Central Act LX of 1952).

2. The terms of reference of the Commission of Inquiry issued in G.O.Ms. No.829, Public (SC) Department, dated 27.09.2017 and published in the Tamil Nadu Government Gazette Extraordinary No.311 (Notification No.II(2)/PUSC/ 822(a)/2017) in Part II-Section 2 of 27th September 2017, as follows, namely: -
"To inquire into the circumstances and situation leading to the hospitalization of the late Hon'ble Chief Minister on 22.09.2016 and subsequent treatment provided till her unfortunate demise on 5.12.2016."

3. All those having personal knowledge and direct acquaintance on the above subject matter of the Inquiry are at liberty to furnish such knowledge and information along with the relevant documents, if any in the form of a sworn affidavit (3 copies) relating to the matter under reference on or before 22nd day of November 2017, to the above mentioned address either in person or by post.

(By order of the Commission of Inquiry)

N. Panneerselvam,
SECRETARY
Hon'ble Justice Thiru A. Arumughaswamy
Commission of Inquiry

DIPR/1171/Display/2017

மற்றும் நிலைமை குறித்தும், துரதிருஷ்டவசமாக அவர் இறந்த நாளான 5.12.2016 வரை அவருக்கு அளிக்கப்பட்ட அடுத்தடுத்த சிகிச்சைகள் குறித்தும் விசாரணை செய்தல். மேற்சொன்ன பொருண்மை குறித்து தனிப்பட்ட முறையில் நேரடியாக அறிந்தவர்களும், நேரடி தொடர்பு உடையவர்களும் அதுகுறித்து அவர்களுக்குத் தெரிந்த தகவலை சத்திய பிரமாண உறுதிமொழி பத்திரப்படிவில் 3 நகல்களுடன் தகுந்த ஆவணங்களுடன்,

    நீதிபதி ஆறுமுகசாமி விசாரணை ஆணையம்,
    முதல் தளம், கலச மகால் புராதன கட்டிடம்,
    எழிலகம் அருகில், சேப்பாக்கம்,
    சென்னை – 600005

என்ற முகவரியில் அமைந்துள்ள விசாரணை ஆணையத்திடம், 2017, நவம்பர் 22ந்தேதி அன்று அல்லது அதற்கு முன்னதாக நேரிடையாகவோ அல்லது தபால் மூலமாகவோ அளிக்கலாம்' என்று அந்த அறிக்கையில் குறிப்பிடப்பட்டிருந்தது.

மேலும், அக்டோபர் 30ஆம் தேதியிலிருந்து நேரடியாக விசாரணையில் அவர் ஈடுபடப் போவதாகவும் தகவல்கள் வெளியாகின. முதல் விசாரணையை, ஜெயலலிதா வசித்த, போயஸ் கார்டன் வீட்டில் இருந்து துவங்க திட்டமிட்ட அவர், சசிகலா குடும்பத்தினர், மருத்துவமனை நிர்வாகிகள், மருத்துவர்கள், அமைச்சர்கள் என பல தரப்பினருக்கும், 'சம்மன்' அனுப்ப முடிவு செய்தார். அதற்கான பட்டியல் தயாரிப்பு பணி தீவிரமாக நடைபெற்றது.

'ஜெயலலிதா மரணம் தொடர்பான விசாரணை, வெளிப்படைத் தன்மையுடன் நடத்தப்படும். அரசு வழங்கியுள்ள காலத்திற்குள், விசாரணையை முடிக்க, நடவடிக்கை மேற்கொள்ளப்படும்' என்று நீதிபதி ஆறுமுகசாமி கூறினார். ஆனால், குறிப்பிட்டபடி அக்டோபர் 30ஆம் தேதி விசாரணை தொடங்கப்படவில்லை.

அதேநேரத்தில் கோவையில் செய்தியாளர்களிடம் பேசிய நீதிபதி ஆறுமுகசாமி, 'இரண்டொரு நாளில் விசாரணை தொடங்கப்படும். ஜெயலலிதா மரணம் தொடர்பாக 15 பேருக்கு அறிவிக்கை அனுப்பப்பட்டுள்ளது' என்று கூறினார்.

இதனிடையே விசாரணை ஆணையத்திற்கு உதவ, 13 ஊழியர்கள் நியமிக்கப்பட்டனர். ஆணையச் செயலராக, பன்னீர்செல்வம் நியமிக்கப்பட்டார். ஆணையம் சார்பில், வெளியிடப்பட்ட அறிவிக்கையைத் தொடர்ந்து, 70 பேரிடம் இருந்து, விசாரணை ஆணையத்துக்கு தகவல்கள் வந்தன. விசாரணைக்கு உதவ, மருத்துவ நிபுணர் குழு மற்றும் வழக்கறிஞர் குழு அமைக்கும்படி, அரசுக்கு கோரிக்கை விடப்பட்டது. அதன்படி, சில தினங்களில், மருத்துவர்கள் மற்றும் வழக்கறிஞர்கள் குழு அமைக்கப்படும் என தகவல் வெளியானது. இதற்கிடையில், விசாரணை ஆணைய பணியாளர்கள், அலுவலக பணிகளை மேற்கொள்ள தொடங்கினர். எனவே, விசாரணை சூடுபிடிக்கத் தொடங்கியது.

ஐம்பதுக்கும் மேற்பட்டவர்கள் விசாரணை ஆணையத்தில் முன்னிலையாகி விளக்கம் அளிக்க தயாராக இருப்பதாக பிரமாண பத்திரங்களை தாக்கல் செய்தனர். ஜெயலலிதாவின் அண்ணன் மகள் ஜெ.தீபாவின் கணவர் மாதவன், விசாரணை ஆணையத்தின் செயலாளர் பன்னீர்செல்வத்திடம் பிரமாண பத்திரம் ஒன்றை தாக்கல் செய்தார்.

ஆறுமுகசாமி ஆணையத்தில் மாதவன் புகார் மனு

ஜெயலலிதா வீட்டில் இருந்த கண்காணிப்பு கேமராக்கள் அவர் மருத்துவமனைக்கு அழைத்து செல்லப்பட்டபோது ஏன் செயல்படவில்லை? என்பது உட்பட பல்வேறு கேள்விகளை எழுப்பி அது குறித்து சசிகலா மற்றும் அவரது உறவினர்கள், வேலைக்காரர்கள், பாதுகாப்பு காவலர்களிடம் விசாரிக்க வேண்டும் என்று கோரிக்கை விடுத்தார்.

ஜெயலலிதாவை தாமதமாக மருத்துவமனைக்கு அழைத்துச் சென்றது ஏன்? சசிகலாவின் கணவர் நடராஜனுக்கு தீவிர சிகிச்சை அளித்தது போன்று ஜெயலலிதாவுக்கு ஏன் அளிக்கப்படவில்லை? ஜெயலலிதாவை பார்க்க வந்த கட்சித் தலைவர்களைத் தடுத்தது ஏன்? என்பது போன்ற கேள்விகள் அதில் முன் வைக்கப்பட்டிருந்தன. ஜெயலலிதாவுக்கு சிகிச்சை அளித்த மருத்துவர்களை மருத்துவ புலனாய்வு துறையினர் மூலம் விசாரிக்க வேண்டும். சிகிச்சையில் இருந்தபோது எடுக்கப்பட்டதாக கூறப்படும் புகைப்படம் மற்றும் வீடியோ குறித்தும் விசாரிக்க வேண்டும் என்றும் மாதவன் கோரிக்கை விடுத்தார்.

ஜெயலலிதாவுக்கு 75 நாட்கள் அளிக்கப்பட்ட சிகிச்சை முறைகள் குறித்தும் அது தொடர்பான மருத்துவ அறிக்கையை ஆய்வு செய்வதற்கும் உயர்நிலை மருத்துவர்கள் குழுவை விசாரணை ஆணையம் அமைத்தது. அதில் ராஜீவ்காந்தி அரசு

பொது மருத்துவமனை, ஸ்டான்லி மருத்துவமனை, ராயப்பேட்டை மருத்துவமனை ஆகியவற்றில் பணிபுரியும் அனுபவம் மிக்க மருத்துவர்கள் இடம் பெற்றனர். இவர்கள் ஜெயலலிதாவின் மருத்துவ அறிக்கையை ஆராய்ந்து தேவையான தகவல்களை விசாரணை ஆணையத்துக்கு வழங்குவார்கள் என கூறப்பட்டது.

'ஜெயலலிதாவுக்கு சிகிச்சை அளித்த லண்டன் டாக்டர் மற்றும் அமைச்சர்களை அழைத்து விசாரிப்பதற்காக சிறப்பு அதிகாரம் ஆணையத்துக்கு வழங்க வேண்டும்' என்று அரசுக்கு கடிதம் எழுதப்பட்டது. விசாரணை அறிக்கை தாக்கல் செய்ய கூடுதல் அவகாசம் கேட்பது குறித்தும் நீதிபதி ஆறுமுகசாமி அதில் கேட்டிருந்ததாக கூறப்பட்டது.

நீதிபதி ஆறுமுகசாமி நவம்பர் *22, 2017*ல் தனது நேரடி விசாரணையைத் தொடங்கினார். ஆணையத்தில் முதன்முதலாக பிரமாண பத்திரம் அளித்த தி.மு.க.வைச் சேர்ந்த மருத்துவர் சரவணன் முதல் நாளில் ஆணையத்தில் முன்னிலையானார்.

விசாரணை நடத்துவதற்காக ஆணையத்தில் அமைக்கப்பட்டுள்ள பிரத்யேக அறையில் உள்ள கூண்டுக்குள் நின்று சரவணன் தனது தரப்பு புகாரை கூறினார். மேலும், அவர் தன்னிடம் இருந்த சில ஆவணங்களையும் நீதிபதியிடம் அளித்தார். சரவணன் ஏற்கனவே அளித்த பிரமாண பத்திரத்தில் கூறப்பட்டிருந்த புகாரின் அடிப்படையில் நீதிபதி ஆறுமுக சாமி, சரவணனிடம் பல கேள்விகளைக் கேட்டார். அதற்கு சரவணன் பதில் அளித்தார். புகார் தொடர்பான மேலும் சில ஆவணங்களை மறுநாள் அவர் தாக்கல் செய்தார்.

மருத்துவர் சரவணன் தனது மனுவில் மேலும் சில கோரிக்கைகளையும் முன்வைத்தார். அதில் கூறப்பட்டி ருந்ததாவது... 'ஜெயலலிதா அப்பல்லோ மருத்துவ மனையில் *75* நாட்கள் இருந்தபோது குறிப்பிட்ட இடைவெளியில் அவருக்கு அளிக்கப்பட்டு வந்த சிகிச்சை குறித்த விவரங்கள் அப்பல்லோ மருத்துவமனை சார்பில் வெளியிடப்பட்டது. இதுபோன்று வெளியிடப்பட்ட மருத்துவ குறிப்பிலும், ஜெயலலிதா இறந்த பின்பு வெளியிடப்பட்ட மருத்துவ குறிப்பிலும் பல்வேறு முரண்பாடுகள் உள்ளன.

2016, செப்டம்பர் மாதம் *22*ந் தேதி ஜெயலலிதா அப்பல்லோ மருத்துவமனையில் அனுமதிக்கப்பட்டதும்

மறுநாள் அவர் காய்ச்சல், நீர்ச்சத்து குறைபாடு காரணமாக அனுமதிக்கப்பட்டுள்ளதாக மருத்துவமனை நிர்வாகம் அறிக்கை வெளியிட்டது. அவர் மருத்துவமனையில் அனுமதிக்கப் பட்டபோது மோசமான நிலையில் மயக்கத்துடன் அனுமதிக்கப்பட்டிருப்பது மருத்துவக் குறிப்புகள் மூலம் தெரிகிறது. தேர்தல் ஆணையத்தில் அளித்த படிவங்களில் ஜெயலலிதாவின் கைரேகை பதிவு செய்யப்பட்டுள்ளது. உயிருடன் இருக்கும்போது கைரேகை பதிவு செய்யப்பட்டிருந்தால் அதில் கோடுகள் தெளிவாக இருக்கும். இறந்த பின்பு கைரேகை பதிவு செய்யப்பட்டிருந்தால் கோடுகள் இருக்காது. ஜெயலலிதா கைரேகையைப் பதிவு செய்து தேர்தல் ஆணையத்தில் அளிக்கப்பட்ட ஆவணத்தில் உள்ள கைரேகையில் கோடுகள் இல்லை. இதன்மூலம் கைரேகை பதிவு செய்யப்பட்ட 27.10.2016க்கு முன்பே ஜெயலலிதா இறந்திருக்க வேண்டும் என்ற சந்தேகம் உள்ளது. இதுகுறித்து விசாரிக்க வேண்டும்' என்றும் ஆணையத்திடம் அளித்த மனுவில் அவர் கோரிக்கை விடுத்திருந்தார்.

விசாரணை தொடங்கிய முதல் நாளில் வழக்குரைஞர் கிருஷ்ணமூர்த்தி, டிராபிக் ராமசாமி ஆகியோரும் ஆணையத்தில் புகார் மனுக்களை அளித்தனர். 'சில புகார் மனுக்கள் 100க்கும் மேற்பட்ட பக்கங்களைக் கொண்டவையாக இருப்பதால் அவை அனைத்தையும் படித்தால்தான் யார், யாரை விசாரிக்க வேண்டும் என்ற முடிவுக்கு வர முடியும் என்று நீதிபதி ஆறுமுகசாமி தெரிவித்தார். அதன் பிறகுதான் யார், யாருக்கு சம்மன் அனுப்புவது என்று முடிவு செய்யப்படும்' என்று கூறிய அவர், 'ஜெயலலிதாவின் மரணம் தொடர்பான உண்மையை தெரிந்துகொள்ள பொதுமக்கள் ஆர்வமாக இருப்பதால் பிரமாண பத்திரம் தாக்கல் செய்ய கடைசி நாள் என்று எதுவும் இல்லை. எனவே, விசாரணையின்போது யாரேனும் பிரமாண பத்திரம் அல்லது புகார் மனுக்கள் அளித்தால் அதையும் ஏற்றுக்கொள்வோம்' என்றார் நீதிபதி ஆறுமுகசாமி.

ஆணையத்தின் முன்பு மதுரை கே.புதூர் பாண்டியன் நகரை சேர்ந்த நந்தினி என்ற வழக்குரைஞர் ஒரு மனு கொடுத்தார். அதில், 'ஜெயலலிதாவுக்கு அளிக்கப்பட்டிருந்த மத்திய அரசின் இசட் பிளஸ் பாதுகாப்பு எப்போது விலக்கிக்கொள்ளப்பட்டது? இதற்கு பரிந்துரைத்தவர் யார்? இதற்கு உத்தரவிட்டது யார்?

இவ்வாறு விலக்கிக்கொள்ளப்பட்டதன் பின்னணி என்ன? என்பது குறித்து தங்களது விசாரணை ஆணையம் விசாரிக்க வேண்டும்' என்று குறிப்பிட்டிருந்தார்.

'ஜெயலலிதா அப்பல்லோ மருத்துவமனையில் இருந்தபோது அவர் வசமிருந்த அனைத்துத் துறைகளையும், பொறுப்புகளையும் அப்போதைய நிதி அமைச்சர் ஓ.பன்னீர்செல்வத்துக்கு மாற்றி, பொறுப்பு ஆளுநராக இருந்த வித்தியாசாகரராவ் உத்தரவிட்டார். ஆளுநர் முதல்வர் ஜெயலலிதாவை அப்பல்லோ மருத்துவமனையில் சந்தித்தது பற்றி முன்னுக்குப் பின் முரணான தகவல்கள் வந்துள்ளன. ஜெயலலிதாவின் ஒப்புதலோடு ஆளுநர் செயல்பட்டாரா? என்பது குறித்து பல்வேறு சந்தேகங்கள் உள்ளன. எனவே பொறுப்பு ஆளுநராக இருந்த வித்தியாசாகர் ராவையும் விசாரணைக்கு உட்படுத்த வேண்டும்.

அப்பல்லோவில் ஜெயலலிதா அனுமதிக்கப்பட்டது முதல் அவரது இறுதிச் சடங்குகள் வரை அப்போதைய மத்திய அமைச்சரான வெங்கையா நாயுடு உடன் இருந்தார். அவருக்கு ஜெயலலிதா மரணம் சம்பந்தமாக பல உண்மைகள் தெரிந்திருக்க வாய்ப்புள்ளது. எனவே அவரையும் விசாரணைக்கு உட்படுத்த வேண்டும்.

முதல்வர் ஜெயலலிதா அப்பல்லோவில் இருந்தபோது அவரது சிகிச்சை தொடர்பான அனைத்து விபரங்களும் அவ்வப்போது உளவுத்துறை அறிக்கைகள் மூலம் முதல்வர் பொறுப்புகளை கவனித்து வந்த ஓ.பன்னீர்செல்வத்துக்கு நிச்சயமாக அனுப்பப்பட்டிருக்கும். எனவே, ஜெயலலிதா மரணம் தொடர்பான அனைத்துத் தகவல்களும் ஓ.பன்னீர்செல்வத்துக்குத் தெரியும். அவரை முழுமையாக விசாரித்தால் எல்லா உண்மைகளும் வெளிச்சத்துக்கு வரும். எனவே அவரை உண்மை கண்டறியும் சோதனைக்கு உட்படுத்த வேண்டும். இதற்கு விசாரணை ஆணையம் நடவடிக்கை எடுக்க வேண்டும்' என்றும் வழக்குரைஞர் நந்தினி கோரிக்கை விடுத்தார்.

*

11
ஆணையத்தில் தி.மு.க. மனுதாக்கல்

மறைந்த ஜெயலலிதா மரணம் குறித்து விசாரிப்பதற்காக அமைக்கப்பட்ட நீதியரசர் ஆறுமுகசாமி விசாரணை ஆணையம் முன்பு 1.11.2017 அன்று தி.மு.க. சார்பில் மனு தாக்கல் செய்யப்பட்டது. இது தொடர்பாக திருப்பரங்குன்றம் தொகுதி இடைத்தேர்தலில், தி.மு.க. சார்பில் போட்டியிட்ட சரவணன், விசாரணை ஆணையத்தில் மனு கொடுத்திருந்தார்.

அதில், 2016, செப்டம்பர் 22ஆம் தேதி ஜெயலலிதா அப்பல்லோ மருத்துவமனையில் சேர்க்கப்பட்ட நாள் முதல் டிசம்பர் 5ஆம் தேதி அவர் உயிர் பிரிந்ததாக அறிவிக்கப்பட்ட நாள் வரை நடந்த நிகழ்வுகள் தேதி வாரியாக பட்டியலிடப்பட்டிருந்தது.

மேலும் அப்போதைய பொறுப்பு ஆளுநர் வித்யாசாகர் ராவ், ஜெயலலிதாவின் தோழி சசிகலா, முதலமைச்சர் எடப்பாடி பழனிச்சாமி, துணை முதலமைச்சர் ஓ.பன்னீர்செல்வம், சுகாதாரத்துறை அமைச்சர் விஜயபாஸ்கர், சுகாதராத்துறை செயலாளர் ராதாகிருஷ்ணன், அப்பல்லோ மருத்துவமனையின் தலைவர் பிரதாப் ரெட்டி, லண்டன் மருத்துவர் ரிச்சர்ட் பீலே, எய்ம்ஸ் மருத்துவர்கள் மற்றும் மருத்துவர் பாலாஜி உட்பட 17 பேருக்கு சம்மன் அனுப்பி ஆணையம் விசாரிக்க வேண்டும் என்றும் தி.மு.க.சார்பில் அளிக்கப்பட்ட மனுவில் வலியுறுத்தப்பட்டிருந்தது. மேலும், இந்த 17 பேரிடமும் தி.மு.க. சார்பில் குறுக்கு விசாரணை செய்ய அனுதிக்க வேண்டும் என்றும் அந்த மனுவில் கூறப்பட்டிருந்தது.

இதனையடுத்து நவம்பர் 22ம் தேதி காலை விசாரணைக்கு முன்னிலையாகும்படி சரவணனுக்கு ஆணையம் அழைப்பாணை அனுப்பியது.

மனுவில் கூறப்பட்டிருந்த மற்ற விவரங்கள் வருமாறு:

BEFORE THE HON'BLE MR. JUSTICE ARUMUGASWAMY COMMISSIONER OF INQUIRY.

P. Saravanan

S/o. P. Pandian,

Aged about 48 years,

Residing at 7A, Marudhu Pandian Nagar,

4th Main Road, Narimedu,

Madurai - 625 002.

... Petitioner

STATEMENT FILED UNDER SECTION 6 (b) OF THE COMMISSION OF INQUIRY ACT

1. The Petitioner is P. Saravanan, is S/o. P. Pandian, Indian, aged about 48 years, residing at 7A, Marudhu Pandian Nagar, 4th Main Road, Narimedu, Madurai - 625 002,

The address for service of all process and notices on the petitioner is that of his Counsel

M/s P. WILSON ASSOCIATES

330/26G, Thambu Chetty Street, 2nd floor,

Chennai 600 001

2 The Petitioner state that he stood as a DMK candidate in the by-elections conducted for 195 Thirupparankunram Assembly Constituency. He was allotted with DMK Party symbol "Rising Sun" by DMK party. However, my opponent Thiru A.K. Bose, AIADMK Candidate filed his nomination along with Form A and Form B and in those Forms, he claimed that the AIADMK Symbol namely, "Two Leaves" was allotted to him by the General Secretary of AIADMK Selvi.J.Jayalalithaa to contest on behalf of AIADMK

in the said Assembly Constituency. The said Form A and Form B contains the thumb impressions and it was claimed that those thumb impressions were obtained from Selvi J. Jayalalithaa while she was taking treatment at Apollo Hospital on 27.10.2016 in Chennai. The said thumb impressions were attested by one Dr.P. Balaji, Professor of Minimal Access Surgery, Madras Medical College and Rajiv Gandhi General Hospital, Chennai –600 003. The Petitioner, in fact, objected to the said nomination papers on various grounds before the Returning Officer and requested to reject his nomination papers. Primary ground for objection was that it was not the thumb impressions of Selvi J. Jayalalithaa and the thumb impressions in Form A and Form B varied and even otherwise as per the medical reports, Selvi J. Jayalalithaa was undergoing ventilation by Tracheostomy and where the patient was maintained under ventilation by Tracheostomy, the patient would be unconscious as the patient would be administered sedative in order to avoid discomfort due to ventilation apparatus. However, the nomination Form was accepted. Therefore, after the election results were declared, Petitioner has filed Election Petition before the Hon'ble High Court of Madras seeking to set aside the election of AIADMK Candidate Thiru A.K. Bose. The copy of Election Petition No. 2 of 2017 is produced as Annexure–1. All the issues raised with regard to her physical fitness and the authenticity of her thumb impressions affixed in Form A and Form B of the returned AIADMK Candidate are subject matter in the said Election Petition. Since Petitioner is interested in placing all these facts before this Hon'ble Commission, is filing the Statement.

1. The Petitioner states that the Government of Tamil Nadu, in its Notification dated 27.09.2017, has stated that the Commission of Inquiry is appointed to enquire into the demise of the Late Hon'ble Chief Minister of Tamil Nadu, Selvi J. Jayalalithaa. However, in the said Government Order, the terms of reference of the Commission is as follows:--

"To inquire into the circumstances and situation leading to the hospitalisation of the late Hon'ble Chief Minister on 22.9.2016 and subsequent treatment provided till her unfortunate demise on 5.12.2016."

2. Thus, the preamble portion of the notification and the reference read together, the intention of the Government is to enquire into the demise of Hon'ble Chief Minister, Selvi J. Jayaalithaa which includes her health condition, the nature of treatment prior to hospitalization and post hospitalization. The reference, therefore, cannot be read narrowly and disjunctively of the preamble of the notification namely to enquire into the demise of Hon'ble Chief Minister of Tamil Nadu.

3. It is submitted that the petitioner is a Doctor by Profession and specialized in the subject of oncology. The Treatment Summary dated 07.12.2016 of the Apollo Hospital is filed as Annexure-2. The said Treatment Summary, which is in the public domain, reveals the following:--

a) When Apollo Hospital ambulance staff reached Poes Garden, Selvi J. Jayalalithaa was unconscious, breathless with oxygen saturation 48% (normal is somewhere between 90 – 100%). Therefore, it is evident that Selvi J. Jayalalithaa was totally unconscious when she was taken to the Hospital.

b) She was given Oxygen through mask ventilation and taken to Apollo Hospital.

c) The Report shows that she was a highly diabetic person with uncontrolled blood sugar, a hypertensive patient on Beta Blocker drug contraindicated for diabetic persons (it will mask heart attack symptoms). Her urine culture taken a week prior showed organisms and she was on oral antibiotics. Her clinical condition fits into

(i) Urinary infection

(ii) Septicemia

(iii) Septic Shock

(iv) Pulmonary Oedema

(v) Literally speaking she was dying

(vi) At Apollo, her Blood Sugar was 560 mg/dl.

d) Reports of urine acetone which is most important to tell whether she was in metabolic acidosis and coma was not found in the

Treatment Summary. It is stated that she was in pulmonary oedema (lung failure) but on the contrary in the Treatment Summary, it is stated that her heart was normal. This cannot be true and therefore Treatment Summary appears to be drafted and does not disclose actual state of health of the patient and the treatment given.

e) It seems that the patient in question has gone in for Bradycardia (low heart rate) and hypotension (low blood pressure) which was treated with medicines and pacemaker implantation and non-invasive mask ventilation.

f) Subsequently, she developed acute respiratory distress syndrome (severe lung failure) and was intubated; ventilator ventilation was given and Dr. Richard Beale gave an opinion that she was very sick and chance of death was 40%.

g) At this juncture, The petitioner states that all the news bulletins dated 23.09.2016, 24.09.2016, 29.09.2016, 02.10.2016, 03.10.2016, 04.10.2016, 06.10.2016, 08.10.2016, 04.12.2016 and 05.12.2016 issued by the Apollo Hospital are produced as Annexure-3 which may be read as part and parcel of the Treatment Summary. The Hospital was issuing news bulletins as if Selvi J. Jayalalithaa was admitted for fever and dehydration and would be discharged soon. This statement of the Apollo Hospital is contradictory to the Treatment Summary issued by the same hospital. Therefore, it is evident that the Hospital has suppressed the real fact of her health and the treatment given to her.

h) It is submitted that His Excellency, Former Governor of Tamil Nadu, Mr. Ch. Vidhyasagar Rao visited the ailing Chief Minister on 01.10.2016 after which a Press Statement Annexure 4-was issued by the Raj Bhavan, In the said press release it is stated that the Governor of Tamilnadu presented a basket of fruits and wished the Hon'ble chief minister a speedy recovery, further on 11.10.2016 a press release was issued by Raj bhavan, stating that certain portfolios of the then Chief Minister had been transferred to Mr. O. Paneerselvam, Hon'ble finance minister based on the advise of the Hon'ble Chief Minister Selvi J.Jayalalithaa .Such statement appears to be false and misleading as the patient according to the Treatment Summary was very serious and had the central Venous Line intubated and connected to ventilator and therefore was unconscious and had been at sedation. Hence the said statement runs against the treatment summary and patient's health condition, The Commission has to probe into the condition of the patient and whether Selvi J.Jayalalithaa was in condition to render advice to Governor on 11.10.2016 to transfer the portfolios of the Chief Minister to O. Paneerselvam the Hon'ble finance minister. It is submitted that in the Press Release dated 22.10.2016 issued by the Raj Bhavan,

Annexure-6-it is stated that His Excellency, Former Governor of Tamil Nadu, Mr. Ch. Vidhyasagar Rao again visited the Hon'ble Chief Minister in the ward where she was undergoing treatment and that the Governor was happy to note that the Hon'ble Chief Minister was progressing well. It is quite misleading to issue such press statement since Hon'ble Chief Minister was in unconscious state of mind and was not even able to swallow food.

i) When the patient is put on ventilator, they will be kept sedated and respiratory muscles will be paralysed with drugs to avoid irritation and make the patient comply to treatment. But the Treatment Summary discloses that Selvi J. Jayalalithaa had undergone Tracheostomy to facilitate prolonged ventilator support. If that be the situation, then the patient who has undergone tracheostomy cannot communicate to others verbally or by signs as they will not have a conscious state of mind. Therefore, all her actions said to have been done from day one she was admitted in the Hospital till her demise could not have been done by her due to the fact that she was not in a conscious state of mind. Therefore, the Treatment Summary stating as if she was communicating with the Government Officials cannot be true. No Doctor / Hospital will allow any stranger to do such type of activities when the patient is lying in the bed unconsciously. Hence, the Treatment Summary appears to be against the medical ethics.

j) At this juncture, after declaring her incapability to put signature, a press release requesting Tamil Nadu public to vote for AIADMK Candidates appeared with Jayalalithaa's signature and controversy shrouds about the signature also. A patient even going by the treatment and health condition described in the Treatment Summary cannot put her thumb impressions as she was under sedition and was inside the Intensive Care Unit.

k) A team of Doctors from AIIMS had claimed have treated her on 9.10.2016,10.10.2016,13.10.2016 to 15.10.2016.On the day 03.12.2016 before putting Selvi J. Jayalalithaa on ECMO they had come to Apollo Hospital , The report given by the team of doctors dated 3.12.2016 discloses that they had not seen the patient, Selvi J.J. Jayalalithaa nor had they tested her or treated her on the said date.

l) It is submitted that putting the patient all of a sudden on ECMO and declaring her death in a day also raises suspicion.

m) It is stated that after the death of Selvi J.Jayalalithaa her body was embalmed. Embalming the body that was cremated within a day also raises doubts about the date of death of Selvi J. Jayalalithaa. After her death on 05.12.2016 and deciding to cremate her, there was no reason for embalming her body when the cremation was to take place in one single day. Thus, the date of death is also under serious suspicion and therefore the treatment referred in the Treatment Summary is also doubtful.

4. It is submitted that in a sick condition like septic shock and coma, a central venous line will be applied through neck veins and I.V. fluids and medications will be given through it. So, there is no way of right hand getting swollen . Finger prints allegedly said to have been obtained from day one and particularly after undergoing Tracheostomy and being on ventilator support can only be false or is without the knowledge and sound state of mind of the patient which is evident from the Treatment Summary.

5. The Treatment Summary has been tabulated according to date-wise treatment and the Press Release of the Hospital is compared and comments of the Petitioner are furnished in Annexure–7, which would clearly disclose contradictions and mis-match between the nature of treatment given and the health condition of the patient.

6. It is submitted that the persons who had consulted on behalf of the patient, Selvi J. Jayalalithaa to treat her and the Doctors who had

medically examined her and the names of other Doctors which are found in the Treatent Summary have to be summoned before this Hon'ble Commission and enquired into and in particular Dr.C. Prathap Reddy, Chairman of Apollo Hospitals has to be summoned and examined. Dr. Balaji who had attested Form A and Form B of the AIADMK Candidates who contested in by-elections as if Selvi J. Jayalalithaa had affixed her thumb impression in a conscious state of mind in Form A and Form B to allot two leaves symbol in favour of these AIADMK Candidates should also be summoned and examined. Normally, No thumb impression will be affixed when the patient's is in un conscious state of mind as the same is illegal and against medical ethics. Therefore, Dr. Balaji who claims that he had attested his thumb impression of SelviJ.Jayalalithaa in form A&B are false. To facilitate such attestation, the Treatment Summary had been treated and manipulated as if during the said period, she suddenly got recovered and that as her right hand was swollen she was not able to sign in Form A and Form B and that the left hand thumb impression was obtained in the said Forms. Such a sudden recovery is highly impossible in medical arena. Even this description about the swollen right hand cannot be true, if the medical reports are thoroughly read. Therefore, the Hon'ble Commission has to summon and enquire the following persons besides permit me to cross examine them:-

(i) His Excellency, Former Governor of Tamil Nadu, Mr. Ch. Vidhyasagar Rao, who claims that he had interacted with the Chief Minister Selvi J. Jayalalithaa,

(ii) Tmt.V.K. Sasikala who was accompanying the patient.

(iii) Mr. Edappadi Palanisamy, Hon'ble Chief Minister of Tamil Nadu.

(iv) Thiru O. Panneerselvam, Hon'ble Deputy Chief Minister of Tamil Nadu.

(v) Health Minister, Mr. Vijayabaskar.

(vi) Health Secretary, Mr. Radhakrishnan.

(vii) Mr. C. Ponnaian, Former Minister of Tamil Nadu.

(viii) Mr. E. Madhusudhanan, Former Minister of Tamil Nadu.

(ix) All Doctors involved in the treatment including the Doctors who had prepared the Treatment Summary.

(x) The Doctor who had done embalming.

(xi) Dr. Nitish Naik, Cardiologist, AIIMS.

(xii) Dr. Anjan Trikha, Anaesthetist, AIIMS.

(xiii) Dr. Pratap C. Reddy, Chairman, Apollo Hospitals.

(xiv) Dr. Richard John Beal, United Kingdom.

(xv) Dr.G.C. Khilnani, Pulmonologist, AIIMS.

(xvi) Dr. Balaji, who claims that he had attested Form A and Form B given to AIADMK Candidates.

(xvii) Mr. Subbiah Viswanathan, Chief Operating officer of the Apollo Hospital who issued news bulletins on behalf of Apollo Hospital.

7. The following are the timeline of events that were found in public domain after Selvi J. Jayalalithaa was admitted to the Apollo Hospital in September 2016, which raises great doubt and authenticity about the same:-

22 September

Jayalalithaa was admitted to Apollo Hospital for fever and dehydration. The hospital then shortly issued a statement saying she was under observation and that she had "no fever now" and was subsisting on a "normal diet."

1 October

AIADMK members continued to assert that Jayalalithaa was healthy, even as a doctor from the UK, Dr Richard John Beal, an experienced investigator in the fields of sepsis, ARDS, haemodynamics, critical care nutrition and ICU informatics, was reportedly flown in to examine her.

A senior leader and spokesperson 'Panruty' S Ramachandran, also insisted that Jayalalithaa would "return home soon".

2 October

AIADMK dismissed demands to release photographs of hospitalised party supremo and Chief Minister J Jayalalithaa to quell rumours about her health, saying the hospital was regularly releasing bulletins about her condition. "Even if we do so, he will say it has been photo shopped. He is making such comments just to criticise us," said CR Saraswathi. While Apollo Hospitals initially said Jayalalithaa was cured of fever, it then said she was being treated for infection and put her on respiratory support.

4 October

The Apollo hospital said in a press release, Jayalalithaa's health condition "continues to improve" and the same line of treatment, including antibiotics and other clinical measures, is being continued. Chief Operating Officer of Apollo hospitals Subbiah Viswanathan said in a press release that "the same line of treatment is being continued. The honourable CM is under close observation by the team of doctors".

6 October

Reports claimed that a three-member doctors team from All India Institute of Medical Sciences (AIIMS) consisting of pulmonologist GC Khilnani, cardiologist Nitish Naik and anaesthetist Anjan Trikha were to examine Tamil Nadu Chief Minister Jayalalithaa in the hospital.

According to Apollo Hospitals, the treatment plan followed was based on detailed discussions with Beale. The treatment plan included appropriate antibiotics, respiratory support and other allied clinical measures presently being continued to treat the infection. In the meanwhile, the Madras High Court dismissed the PIL filed by activist Traffic Ramaswamy, as the one filed for seeking publicity.

8 October

In a statement issued in Chennai, Apollo Hospitals said the chief minister is under constant monitoring by intensivists and consultants in the panel, announcing that she was being treated for lung decongestion, and that all other comprehensive measures including nutrition, supportive therapy and passive physiotherapy were underway.

AIADMK continued to maintain its stand that there is no legal necessity for a substitute chief minister. DMK leader MK Stalin was not able to meet the CM on his visit to the hospital, but the doctors and state ministers like Finance Minister O Panneerselvam and others briefed him about her health.

12 October

BJP President Amit Shah and Union Finance Minister Arun Jaitley visited the Apollo Hospital to enquire about the Tamil Nadu Chief Minister's health. And Opposition leaders questioned how the ailing Jayalalithaa told the Governor to allocate her portfolios to Finance Minister O Panneerselvam. Thus, the consent of Selvi J. Jayalalithaa to allocate her portfolios to the Finance Minister O. Panneerselvam is under great cloud and the Governor's Statement requires to be tested before the Commission.

13 October

Aiims experts and UK doctor Richard Beale visited Apollo Hospital to examine Jayalalithaa again.

18 October

Apollo Hospitals did not release an update on the chief minister's health for the eighth consecutive day.

19 October

O Pannerselvam presided over a Cabinet meeting in Chennai for the first time after the Governor allocated portfolios of ailing Chief Minister J Jayalalithaa to him.

21 October

The Apollo Hospital declared Jayalalithaa's health was showing gradual progress, stating that the Chief Minister "is interacting (with people) and progressing gradually", according to a medical bulletin, the first issued after a 11-day gap.

27 October

AIADMK claimed that the doctors at Apollo Hospitals have said that Jayalalithaa is on the road to full recovery and have even decided on her discharge date. However, the hospital continued to remain silent for the sixth day since its last update on 21 October.

29 October

It is claimed that Selvi J. Jayalalithaa affixed her left thumb impression on the poll documents submitted by a AIADMK candidate as her right hand was inflamed following a tracheostomy. It was attested by a government doctor — P Balaji, Professor of Minimal Access Surgery in Madras Medical College. Dr Babu K Abraham, working in Apollo Hospitals, signed as a witness. All these appears to be false and it is not the thumb impression of Selvi J. Jayalalithaa.

4 November

A senior AIADMK member said that Jayalalithaa would be soon moved out of the critical care unit to a private room, stating that the lung infection was under control and that she had passed the critical stage. Apollo hospitals announced that she had recovered fully. "She is very satisfied. She is completely recovered and understands what is going around her," Pratap C Reddy, Chairman of Apollo Hospitals Group, said. He added that it was up to Jayalalithaa to decide when to return home.

7 November

AIADMK said that Jayalalithaa may be discharged from Apollo Hospitals in less than 15 days, adding that all her vital parameters were under control and she was even being given physiotherapy exercises. A senior of the party said that she was now able to sit when the respiratory systems were removed. She was also taking semi-solid food. Meanwhile, Madras HC dismissed a PIL challenging the earlier affixing of her thumb impression on election documents.

12 November

Apollo Hospitals said that Jayalalithaa's infection is fully under control and she needs recuperation.

13 November

In her first direct communication since her hospitalisation, Jayalalithaa said she had taken rebirth because of people's prayers and urged them to vote for AIADMK in the 19 November polls, in a statement released to AIADMK in Chennai.

18 November

Apollo Hospitals Chairman Pratap C Reddy said that Jayalalithaa is fine and is in the ICU in order to protect her from fresh infection. He said Jayalalithaa is breathing and sleeping well, and is on ventilator only for 15 minutes in a day.

19 November

Jayalalithaa was shifted to a special room from the Intensive Care Unit in the Apollo Hospitals according to a senior AIADMK leader.

25 November

Chairman Pratap C Reddy said that Jayalalithaa is returning to normalcy and all her vital organs are functioning well. The Hospital told media that she was shifted out of Intensive Care Unit as there were no health complications.

4 December

Jayalalithaa suffered a cardiac arrest, hours after AIADMK members said she would be returning home soon and a team from AIIMS confirmed that she has completely recovered after two months of hospitalisation.

5 December

— Centre dispatched a team of specialists from AIIMS to look into her treatment. Contrary to the Union Health Minister, JP Nadda 's statement that she is out of danger, the hospital in a press release said that Jayalalithaa continues to be critical and is on ECMO and other life support systems, besides being treated and closely monitored by a team of experts.

— The London doctor who is being consulted for Jayalalithaa treatment said her condition is "extremely grave".

— Apollo Hospitals said that a team of its doctors and those from AIIMS were continuously monitoring her health and denied as "totally baseless and false" reports that she was no more.

— Jayalalithaa "responding" to the treatment being given by experts, AIADMK says.

— Jayalalithaa declared dead by Apollo Hospitals at 11.30 am on 5th December.

The funeral will take place at 4.30 pm on Tuesday at the Dr MGR Memorial site off Marina beach, the state government said in an official communication.

8. Therefore, after cursory reading of the Treatment Summary and sequence of events narrated above, the following questions regarding the treatment and the health condition of Selvi J. Jayalalithaa arise for consideration before this Hon'ble Commission:

(i) Selvi J. Jayalalithaa, being the Chief Minister, her medical reports prior to hospitalization i.e., before 21.09.2016 have to be summoned and analysed. Treatment taken in Ramachandra Hospital, Porur and at MV Diabetic Hospital, SPIC Buildings has to be probed.

(ii) Why was Apollo Hospital Ambulance called for when the Chief Minister with 'Z' Category Security ought to have ambulance facility?

(iii) In the medical reports, nowhere it is mentioned about the medication taken to address hypothyroidism. Unaddressed hypothyroidism can lead, in extreme cases, to patients going into coma. It also affects the heart.

(iv) There is no explanation as to why Selvi J. Jayalalithaa was prescribed with beta blockers? These medicines are used for hypertensive patients but they tend to increase the sugar level. Therefore, for a severely diabetic patient, they are not prescribed with beta blockers and alternative and more effective medication is prescribed to them instead.

(v)   Why oral steroids were prescribed which tend to increase sugar level as well as water retention in the body, which puts an additional load on the heart. When there are several effective steroid creams for skin afflictions such as one Selvi J. Jayalalithaa suffered from?

(vi) Selvi J. Jayalalithaa was in a septic shock on the day she arrived at the hospital. Septic shock usually is caused by an infection. Where did Selvi J. Jayalalithaa contract the infection from if she was kept in a completely sterile environment? Initially, on 3rd or 4th day of admission, the Treatment Summary states that vine culture was sterile but after few days her culture tests were positive. No one except Doctors was allowed to see Selvi J. Jayalalithaa. From where did she contract infection? Was not the ICU of Apollo sterile?

(vii) It was only on 03.12.2016, Selvi J. Jayalalithaa appeared to have been diagnosed with pneumonia, a condition that she did not have when she arrived at the hospital. How did she get infected the said disease? Why was it not diagnosed earlier in spite of all tests of the lungs after day 3 consistently pointing to pneumonia?

(viii) It is a common knowledge that women aged of 50 years are at a risk of diabetes, hyper tension and asthma should take pneumonia vaccine. However, the then sitting Chief Minister was not vaccinated despite having access to the best health care facilities in the State.

(ix) Was a keto-acidosis test done on arrival in the hospital? This is a complication arising out of high diabetes and could have been the cause for Selvi J. Jayalalithaa becoming unconscious. Diabetics who move to keto-acidosis are at risk of slipping into coma. No mention is found in the Treatment Summary or the AIIMS report on this.

(x)   On the morning of 04.12.2016, Selvi J. Jayalalithaa was "placed back on Tracheostomy mask and required 3 – 5 L/min of oxygen to achieve saturations of 98 – 100%. She had an episode of vomiting after breakfast. By all accounts, through most of her

75 days of stay in the hospital, Selvi J. Jayalalithaa did not seem to be in a position to interact or speak, let alone having breakfast orally. How did she have breakfast? How was she able to sit up or walk a few steps and interact with Government officials remain a mystery?

(xi) Dr. Pratap Reddy and the team of doctors and even the Ministers have gone to the press and media stating that Selvi J. Jayalalithaa was eating idly and teasing Apollo nurses with nicknames like 'King Kong'.

(xii) The Treatment Summary in its conclusion makes a bald statement "Neurological examination revealed brain stem dysfunction". This could mean that she had suffered a stroke or a block travelled to her brain. There is no mention of any MRI done in the Treatment Summary. If the hospital did one, and there was no block, how did her brain stem dysfunction? On the day of admission itself, she had thrown files which indicate Hypoxic Brain damage from day one.

(xiii) The primary question that arises for consideration is that no consent was given by any of her blood relatives to treat Selvi J. Jayalalithaa. It is quite strange that without the consent of the nearest relative, how can V.K. Sasikala, an accomplice of Selvi J. Jayalalithaa, be allowed to take a call jointly with the Government Officials to pull Selvi J. Jayalalithaa off line support and allowed her to die. Therefore, the question arises as to who are the Government Officials who had consented for such decision and under what authority, they have given such consent. The Treatment Summary is vague.

11. The petitioner states that Mr Pratap C. Reddy chairman of Apollo groups of hospitals interview is published in a new paper(filed as ANNUXURE -8) wherein he has stated as follows:- "Selvi J.Jayalalithaa has recovered well and that she would be dischared soon. He has also stated that she will come home is all dependent on her now....she control the nurses and doctors around...she is completely aware of what is going on ...."

The statement of Mr C Pratap Reddy is not only misleading but is false and as is against the treatment summary issued by the Appollo Hospital itself.

12. Therefore, it is humbly prayed that my statement may be taken on record and the persons referred in para 8 may be summoned and I may be given an opportunity to cross examine the persons in order to bring out the truth relating to the health condition, treatment and reasons for death of Selvi J.Jayalalithaa former chief minister of Tamilnadu and pass such further or other orders as this Hon'ble Court may deem fit and proper to pass in the circumstances of the case and thus render justice.

PETITIONER

VERIFICATION

I, P. Saravanan, son of P. Pandian, Petitioner herein do hereby state that the above facts based upon the information are true and correct to the best of my knowledge, information and belief and are based upon information received by me.

PETITIONER

*

12
வேதா இல்லம் யாருக்குச் சொந்தம்

'ஜெயலலிதா வாழ்ந்த போயஸ் தோட்டத்தில் உள்ள வீடு நினைவு இல்லமாக மாற்றப்படும்' என்று ஆகஸ்டு 2017ல் முதல் அமைச்சர் எடப்பாடி பழனிசாமி அறிவித்தார். இதை எதிர்த்து சென்னை உயர்நீதிமன்றத்தில் ஜெயலலிதாவின் அண்ணன் மகள் ஜெ.தீபா வழக்குத் தொடர்ந்தார்.

அதில், 'என் அத்தை ஜெயலலிதா வாழ்ந்த வீட்டை நினைவு இல்லமாக மாற்றக்கூடாது என்று தமிழக தலைமைச் செயலாளர் உள்பட உயர் அதிகாரிகளுக்கு மனு கொடுத்தும், இதுவரை பரிசீலிக்கப்படவில்லை. எனவே, போயஸ் தோட்டத்தில் உள்ள ஜெயலலிதாவின் வீட்டை நினைவு இல்லமாக மாற்ற தடைவிதிக்க வேண்டும்' என்று கூறியிருந்தார்.

இந்த வழக்கை நீதிபதி கே.ரவிச்சந்திரபாபு விசாரித்தார். 'தனியாருக்குச் சொந்தமான வீட்டை, நினைவு இல்லமாக மாற்றுவதற்கு தமிழக அரசுக்கு அதிகாரம் இல்லை' என்று தீபா தரப்பில் வாதிடப்பட்டது. இதற்கு அரசு தரப்பில் கடும் எதிர்ப்பு தெரிவித்து வாதிடப்பட்டது.

இருதரப்பு வாதங்களையும் கேட்டறிந்த நீதிபதி. 'போயஸ் கார்டன் வீட்டை நினைவு இல்லமாக மாற்றும் தமிழக அரசின் அறிவிப்பை எதிர்த்து ஜெ.தீபா மனு கொடுத்துள்ளார். அந்த மனுவை 4 வாரத்துக்குள் விசாரித்து, தகுந்த உத்தரவை தமிழக அரசு பிறப்பிக்க வேண்டும்' என்று அக்டோபர் 23ந் தேதி ஆணையிட்டார்.

போயஸ் தோட்ட இல்லத்தில் ஜெயலலிதா

இதையடுத்து, அரசு செயலாளர் ஆர்.வெங்கடேசன் ஒரு கடிதத்தை ஜெ.தீபாவுக்கு அனுப்பினார். அதில், 'போயஸ் கார்டன் வீட்டை நினைவு இல்லமாக மாற்றுவதற்கு எதிர்ப்புத் தெரிவித்து தாங்கள் கொடுத்த மனுவை பரிசீலிக்க தமிழக தலைமைச் செயலாளருக்கு உயர்நீதிமன்றம் உத்தரவிட்டுள்ளது. எனவே, இதுகுறித்து தங்களிடம் விசாரணை நடத்தவும், தங்களது கருத்தைக் கேட்கவும், நவம்பர் 7ந் தேதி தலைமைச் செயலாளர் முன்பு ஆஜராக வேண்டும்' என்று கூறியிருந்தார்.

அதன்படி, ஜெ.தீபா தலைமைச் செயலகம் வருவார் என்று எதிர்பார்க்கப்பட்டது. ஆனால், அன்றைய தினத்தில் அவர் வரவில்லை. அவர் சார்பில், அவரது வழக்குரைஞர் தொண்டன் சுப்பிரமணியன் என்பவர் தலைமைச் செயலாளர் முன்பு முன்னிலையாகி விளக்கம் அளித்தார். இந்த விசாரணை தொடர்ந்து நடைபெறும் என்றும், அப்போது ஜெ.தீபா நேரில் ஆஜராவார் என்றும் அவர் தெரிவித்தார்.

இது தொடர்பாக இரண்டு முறை சம்மன் அனுப்பியும் தீபா முன்னிலையாகவில்லை. மூன்றாவது முறையாக சம்மன் அனுப்பப்பட்டதை அடுத்து நவம்பர் 27ஆம் தேதி தலைமைச் செயலாளர் கிரிஜா வைத்தியநாதன் முன்பு ஆஜரானார்.

ஜெ.தீபா

தலைமைச் செயலாளரிடன் வேதா இல்லம் தொடர்பாக விளக்கம் அளித்த அவர், "வேதா இல்லம் என்னுடைய பூர்வீகச் சொத்து. என் பாட்டியால் சம்பாதிக்கப்பட்ட பூர்வீகச் சொத்து. அதற்கான வாரிசு உரிமை எங்களுக்கு இருக்கிறது. அதற்கு எழுத்துபூர்வமாக என்னிடம் எதையும் அரசு கேட்கக்கூடாது" என்று கூறினார்.

"அந்த வீட்டை என்னிடம் ஒப்படைக்க வேண்டும். அதை நினைவிடமாக்கும் நடவடிக்கையை தமிழக அரசு கைவிடவேண்டும்" என்று கோரிக்கை விடுத்தார்.

வெளியில் வந்த தீபா கூறும்போது, "ஜெயலலிதாவின் வாரிசு என்று மேலும் பலர் கூறுகின்றனர். சம்பந்தமே இல்லாமல் சிலர் இப்படிப் புரளியைக் கிளப்பி, சர்ச்சையை உருவாக்குகின்றனர்" என்றார்.

"ஜெயகுமார், ஜெயலலிதா என்ற இரண்டு பேர் மட்டுமே, சந்தியா–ஜெயராம் தம்பதியருக்குப் பிறந்தவர்கள். வேறு யாரும் வாரிசு என்று கோரினால் அவர்கள் போலியானவர்கள். வேறு எந்த அதிகாரபூர்வ வாரிசோ, சட்டபூர்வ வாரிசோ கிடையாது.

அத்துமீறி சிலபேர் அந்த வீட்டில் வாழ்ந்துகொண்டு இருக்கிறார்கள். முதலில் அவர்கள் வெளியேற வேண்டும். அந்த

இல்லத்தை எங்களிடம் ஒப்படைக்க வேண்டும். அங்கு யார் வசித்தாலும் அது அத்துமீறல்தான்.

ஜெயலலிதா உயில் எழுதியதாகவும் தகவல் உள்ளது. அப்படி இருந்தால் அதை அட்டர்னி மூலமாக சட்டபூர்வமாக கோர்ட்டில் தாக்கல் செய்திருக்க வேண்டும். ஆனால், அவர் இறந்து ஓராண்டு காலம் முடிந்தும் இன்னும் அதைச் செய்யவில்லை என்ற காரணத்தினால் அவர் உயில் எழுதவில்லை என்பது தெளிவாகிறது. ஒருவர் இறந்த பிறகு உயிலை கோர்ட்டில் தாக்கல் செய்திருக்க வேண்டும்.

வழக்குரைஞர் இல்லாமல் யாரும் உயில் எழுத முடியாது. என் பாட்டி எழுதிய உயில், என் கையில் இருக்கின்றது. ஜெயலலிதா சாதாரண நபர் கிடையாது. அவர் எந்த காலக் கட்டத்தில் உயில் எழுதியிருந்தாலும் நிச்சயம் அது கோர்ட்டுக்கு வந்திருக்க வேண்டும். அது வரவில்லை என்பதால் அவர் உயில் எதுவும் எழுதவில்லை என்பது தெளிவாகின்றது.

ஜெயலலிதாவின் மரணம் தொடர்பான விசாரணை ஆணையத்தில், மூன்று இடைத்தேர்தல்கள் தொடர்பான கோப்பில் ஜெயலலிதா வைத்த விரல்ரேகை சந்தேகத்திற்குரியது என்று தி.மு.க. சர்ச்சையை எழுப்பியுள்ளது. இதுபோல பல சந்தேகங்கள் இருக்கிறது. அதனால்தான், ஜெயலலிதாவுக்கு என்ன சிகிச்சை அளிக்கப்பட்டது, என்னென்ன தவறுகள் நடந்திருக்கக்கூடும் என்று ஒரு மனுவை விசாரணை கமிஷனில் தாக்கல் செய்திருக்கிறேன்.

அதையும் தாண்டி சிபிஐ விசாரணை கேட்பதற்கும் இதெல்லாம்தான் காரணம். மருத்துவமனையில் சிகிச்சை பெறுபவரிடம் கையெழுத்து வாங்குவதோ, கையொப்பம் வாங்குவதோ சட்டப்படி தவறு. ஆனால், அதற்கு சில விளக்கங்களை கொடுத்திருந்தாலும், அதை முழுமையாக ஏற்றுக்கொள்ள முடியாது.

நான் கேட்டிருக்கிற முதல் கேள்வி, மருத்துவமனையில் ஜெயலலிதா கொண்டு வரப்படும்போது அவர் சுயநினைவில் இருந்தாரா, நினைவு தப்பியிருந்தாரா என்பதுதான். இந்த ஒரு கேள்விக்கு விடை கிடைத்தாலே எல்லா கேள்விக்கும் விடை கிடைத்துவிடும்.

மரணத்திற்குப் பிறகு ஜெயலலிதாவின் கால்கள் காணப்படவில்லை என்பது போன்ற பல சந்தேகங்களும், பல சர்ச்சைகளும் இருக்கிறது. விசாரணை கமிசனில் நான் கொடுத்த மனுவில் இதையெல்லாம் கேட்டிருக்கிறேன். என்னென்ன அறுவை சிகிச்சைகள் செய்தார்கள்? எதற்காக செய்தார்கள்? யாருடைய அனுமதியைப் பெற்றுச் செய்தார்கள்? என்று எல்லாவற்றையும் கேட்டிருக்கிறேன்.

இதுவரையில் அப்பல்லோ மருத்துவமனையில் இருந்து எந்த விளக்கமும் வரவில்லை. தனிப்பட்ட முறையில் சசிகலா குடும்பத்தைச் சார்ந்த உறவினர்களையே மருத்துவர்களாக வைத்துக்கொண்டு என்னென்ன சிகிச்சை அளித்தார்கள் என்பதையும் இந்த விசாரணையில் கேட்டிருக்கின்றேன்" என்றும் தீபா தெரிவித்தார்.

*

13

ஜெயலலிதாவுக்குக் குழந்தை பிறந்ததா?

ஜெயலலிதா திரைத்துறையைவிட்டு அரசியலில் நுழைந்த பிறகு, அவர் உயிருடன் இருந்தபோதே அவரது சொந்த வாழ்க்கையைப் பற்றி ஏராளமான வதந்திகள் அவ்வப்போது வெளிவந்து கொண்டுதான் இருந்தன. தி.மு.க.வின் மேடைகளில் கூட அக்கட்சியின் பேச்சாளர்கள் ஜெயலலிதாவின் தனிப்பட்ட வாழ்க்கை குறித்து பல்வேறு தகவல்களைத் தெரிவித்து வந்தனர். ஆனால், இவை எதைப் பற்றியும் ஜெயலலிதா பெரிதாக எடுத்துக் கொண்டதோ அவற்றுக்கு பதில் சொன்னதோ கிடையாது. அதனால், இது போன்ற பரபரப்பு பேச்சுகள் அப்போதே எடுபடாமல் போய்விடும்.

அதேபோலத்தான், அவர் இறந்த பிறகும் இது போன்ற பரபரப்பான பேச்சுகளுக்கு பஞ்சமில்லை. நான்தான் ஜெயலலிதாவின் வாரிசு என்று ஒரு சிலர் வெளிப்படையாக கிளம்பினார்கள். ஆனால், அவர்கள் எல்லாம் ஓரிரு நாள் ஊடகச் செய்திகளுக்கு தீனி போட்டார்களே தவிர உருப்படியாக வேறொன்றும் அவர்களால் நிரூபிக்க முடியவில்லை. ஒரு கட்டத்தில் மக்கள் இவர்களை பைத்தியக்காரர்களைப் போன்றே பார்க்கத் தொடங்கிவிட்டார்கள்.

ஜெயலலிதாவின் வாரிசுகள் என அவரது அண்ணன் மகள் தீபா மற்றும் அண்ணன் மகன் தீபக் ஆகியோர் உரிமை கொண்டாடி வந்த நிலையில், கர்நாடக மாநிலம் பெங்களூருவை சேர்ந்த அம்ருதா என்ற 38 வயதுப் பெண் ஒருவரும் ஜெயலலிதாவின் மகள் என உரிமை கோரினார். ஜெயலலிதா

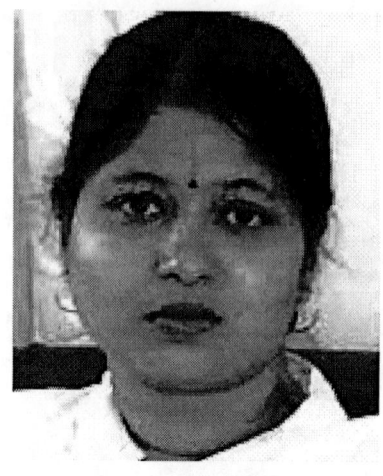 

அம்ருதா					ஜெயலலிதா

தன் சொந்த தாய் என கூறி பரபரப்பை ஏற்படுத்திய அம்ருதா, இதுகுறித்து குடியரசுத் தலைவர், பிரதமர் மற்றும் உச்சநீதிமன்ற தலைமை நீதிபதி ஆகியோருக்கு கடிதமும் எழுதினார்.

அது மட்டுமல்லாமல், உச்சநீதிமன்றத்தில் அவர் வழக்கும் தொடர்ந்தார். அதில், ஜெயலலிதாவின் மகள் என தன்னை அறிவிக்க வேண்டும் என்றும், அவர் என் தாய்தான் என்பதை நிரூபிக்க டி.என்.ஏ. பரிசோதனை செய்ய உத்தரவிட வேண்டும் என்றும் குறிப்பிட்டிருந்தார்.

'1980, ஆகஸ்ட் மாதம் 14ந்தேதி ஜெயலலிதாவின் மகளாக நான் பிறந்தேன். என் வளர்ப்புத் தாய் சைலஜா 2015ல் இறந்துவிட்டார். வளர்ப்புத் தந்தை சாரதி 2017, மார்ச் 20ம்தேதி இறந்துவிட்டார். ஜெயலலிதாவுக்கு அவப்பெயர் ஏற்படுத்தும் என்பதால் இந்த உண்மையை வெளிப்படுத்தவில்லை. எனவே, ஜெயலலிதாதான் என் தாய் என்பதை நிரூபிக்க, மெரினாவில் அடக்கம் செய்யப்பட்டுள்ள அவரது உடலை தோண்டி எடுத்து டி.என்.ஏ பரிசோதனை நடத்த உத்தரவிட வேண்டும். வைஷ்ணவ ஐயங்கார் பிராமண முறைப்படி ஜெயலலிதாவுக்கு இறுதிச்சடங்கு நடத்தப்பட வேண்டும்' எனவும் அம்ருதா கூறியிருந்தார்.

அம்ருதாவின் மனுவை தள்ளுபடி செய்த உச்சநீதிமன்றம், இது தொடர்பாக கர்நாடக உயர்நீதிமன்றத்தை நாடுமாறு அறிவுறுத்தியது.

இந்தத் தகவல்களை வெளியில் கூறிய பிறகு தனக்கு தொலைபேசியில் மிரட்டல்கள் வருவதாகவும் அம்ருதா தெரிவித்தார்.

இந்த நிலையில், 'ஜெயலலிதாவுக்கு ஒரு பெண் குழந்தை பிறந்தது உண்மைதான்!' என்று ஜெயலலிதாவின் நெருங்கிய உறவினரான பெங்களூருவை சேர்ந்த லலிதா என்பவர் பரபரப்பு தகவலை வெளியிட்டார்.

"எனது தாயார் ஜெய்சிகா. அவரது சகோதரர் ஜெயராமின் மகள்தான் ஜெயலலிதா. கடந்த 1971ம் ஆண்டு ஜெயலலிதாவின் தாயார் இறந்துவிட்டார். அதன் பிறகு ஜெயலலிதாவுக்கும், எங்கள் குடும்பத்திற்கும் இடையே அவ்வளவாக தொடர்பு இல்லாமல் இருந்தது.

இந்தச் சூழ்நிலையில் கடந்த 1980ம் ஆண்டு சென்னையில் ஜெயலலிதாவுக்கு ஒரு பெண் குழந்தை பிறந்தது உண்மைதான். எனது பெரியம்மாள் ஜெயலட்சுமிதான் அவருக்கு பிரசவம் பார்த்தார். அப்போது ஜெயலலிதா எங்களிடம் ஒரு சத்தியம் வாங்கினார். அதாவது, தனக்கு குழந்தை பிறந்துள்ள தகவலை வெளியில் யாரிடமும் சொல்லக்கூடாது என்று சத்தியம் வாங்கினார்.

அதன்பிறகு வருடங்கள் எத்தனையோ கடந்து ஓடிவிட்டன. தற்போது ஜெயலலிதாவின் மகள் நான்தான் என்று அம்ருதா என்பவர் கூறுகிறார். அந்தப் பெண்குழந்தை அம்ருதாதானா? என்பது எனக்குத் தெரியாது. ஆனால் ஜெயலலிதாவுக்கு பெண் குழந்தை பிறந்தது உண்மை. இதுகுறித்து டி.என்.ஏ. பரிசோதனை செய்தால் மட்டுமே தெரியவரும்" என்று ஜெயலலிதாவின் உறவினரான லலிதா கூறியது அந்த நேரத்தில் பரபரப்பை ஏற்படுத்தியது. ஜெயலலிதாவின் தோழி கீதாவோ, அம்ருதா ஜெயலலிதாவின் மகள்தான் என குறிப்பிட்டார். சென்னையைச் சேர்ந்த கீதா, ஜெயலலிதா மறைந்தவுடன் அவரது மரணத்துக்கு நீதி விசாரணை தேவை என்று நீதிமன்றத்தில் மனு தாக்கல் செய்தார். ஜெயலலிதா கொலை செய்யப்பட்டார் என்றும் கூறி வந்த கீதாதான் இந்தப் புதிய குண்டையும் வீசினார்.

நடிகர் சோபன்பாபுவுக்கும், ஜெயலலிதாவுக்கும் பிறந்த பெண்தான் அம்ருதா என்று கூறிய அவர், இது ஜெயலலிதாவுக்கும், சசிகலாவுக்கும் தெரியும் என்றும் தெரிவித்தார். 1996ம் ஆண்டு

முதல் ஜெயலலிதாவுடன் தொடர்பில் இருந்தவர் அம்ருதா என்பது எனக்குத் தெரியும். அம்ருதாவைப் பொறுத்த வரையில் பணம், சொத்து எதற்கும் ஆசைப்படவில்லை. ஜெயலலிதாவின் மகள் என்ற உரிமையே போதும் என்று நினைக்கிறார். அவருக்கு டி.என்.ஏ. சோதனையை முதலில் நடத்துங்கள். அப்போதுதான் உண்மை தெரியவரும். அம்ருதா பலமுறை போயஸ் கார்டனில் ஜெயலலிதாவை ரகசியமாகச் சந்தித்து இருக்கிறார்.

1999ம் ஆண்டு நான் ஆந்திராவில் உள்ள சோபன்பாபு வீட்டுக்குச் சென்றேன். அப்போது, தனக்கு மகள் இருப்பதாகவும், அந்த மகள்தான் அம்ருதா என்றும் அவர் என்னிடம் கூறினார். எனவே டி.என்.ஏ. சோதனை நடத்தினால் உண்மை வெளியாகிவிடும்.

அம்ருதா ஜெயலலிதாவின் மகள் என்று நிரூபிக்கப்பட்டால் தமிழக அரசியலில் பெரிய மாற்றம் ஏற்படும். ஜெயலலிதாவின் மகள் அம்ருதா என்ற உண்மையை நீண்ட காலம் மறைத்து வைக்க முடியாது. அந்த உண்மையும் விரைவில் வெளியாகும். ஜெயலலிதா அப்பல்லோ ஆஸ்பத்திரியில் இருந்தபோது அவரைப் பார்க்க அம்ருதா சென்னை வந்தார். அவரை ஆஸ்பத்திரியின் உள்ளே அனுமதிக்க மறுத்துவிட்டனர்.

அப்போது துணை முதல் அமைச்சராக இருந்த ஓ.பன்னீர்செல்வத்தைச் சந்தித்து ஜெயலலிதாவை சந்திக்க அம்ருதா அனுமதி கேட்டார். ஆனால், அவர் அம்ருதாவை கண்டு கொள்ளவில்லை என்றும் கீதா வெளிப்படையாகப் புகார் கூறினார்.

ஜெயலலிதாவின் மகள் என தன்னை அறிவிக்கக் கோரியும், தனக்கு மரபணு சோதனை செய்ய உத்தரவிடக் கோரியும், ஜெயலலிதாவுக்கு வைஷ்ணவ முறைப்படி இறுதிச் சடங்கு செய்யக் கோரியும் அம்ருதா தாக்கல் செய்த மனு உயர்நீதிமன்றத்தில் விசாரணைக்கு வந்தது.

அப்போது, ஜெயலலிதாவின் மகள் என அறிவிக்கக் கோரி அம்ருதா தொடர்ந்த வழக்கில் அப்பலோ மருத்துவமனைக்கு அறிவிக்கை அனுப்ப உயர்நீதிமன்றம் ஆணையிட்டது. ஜெயலலிதாவின் உயிரியல் மாதிரிகள் மருத்துவமனையில் உள்ளதா என பதிலளிக்கக் கோரி அறிவிக்கை அனுப்பப்பட்டது.

'ஜெயலலிதாவின் உயிரி ரத்த மாதிரியை மருத்துவமனை எடுத்து வைத்துள்ளதா? அதைக் கொண்டு மரபணு சோதனை செய்ய முடியுமா?' என்று நீதிபதி கேள்வி எழுப்பினார். மேலும், 'ஜெயலலிதாவின் உயிரி ரத்த மாதிரி தங்கள் வசம் உள்ளதா? என்பது குறித்து அப்பல்லோ நிர்வாகம் விளக்கம் அளிக்க வேண்டும்' என்றும் நீதிபதி ஆணையிட்டார்.

அதன்படி, பதில் மனு தாக்கல் செய்த அப்பல்லோ மருத்துவமனை, 'ஜெயலலிதாவின் ரத்த மாதிரிகள் தங்களிடம் இல்லை. அதேபோல், ஜெயலலிதாவின் திசு மாதிரிகளும் தங்களிடம் இல்லை' என அப்பல்லோ மருத்துவமனை கூறியது. மேலும், 'இந்த மாதிரிகளை ஓராண்டுக்கு மேல் வைத்திருந்தால் அவை பயனற்றதாகிவிடும்' என்றும் அப்பல்லோ நிர்வாகம் நீதிமன்றத்தில் தெரிவித்தது.

இந்த வழக்கில் ஜெயலலிதாவின் அண்ணன் மகள் ஜெ.தீபா பதில் மனு தாக்கல் செய்தார். அதில், 'அம்ருதா என்பவர் ஜெயலலிதாவின் மகள் என்று கூறுவது சொத்துக்காகத்தான். அம்ருதா ஒரு மோசடிப் பேர்வழி என்பதால் அவரது மனுவை தள்ளுபடி செய்ய வேண்டும்' என தீபா கோரிக்கை விடுத்திருந்தார். தமிழக தலைமைச் செயலாளர் சார்பில், பொதுத் துறை முதன்மை செயலாளர் பி.செந்தில்குமார், பதில் மனு தாக்கல் செய்தார். அதில், 'ஜெயலலிதாவின் மகள் என்று அம்ருதா எந்த ஒரு ஆதாரங்களையும் தாக்கல் செய்யாததால், மரபணு சோதனை நடத்தத் தேவையில்லை. பெங்களூரில் அம்ருதாவை ஜெயலலிதா பார்க்கச் சென்றார் என்பதற்கு எந்த ஒரு ஆதாரமும் இல்லை' என்றும் அந்த பதில் மனுவில் கூறியிருந்தார்.

இந்த வழக்கு மீண்டும் விசாரணைக்கு வந்தபோது 'அம்ருதா ஜெயலலிதாவின் மகள் இல்லை' என்பதற்கான வீடியோ ஆதாரத்தை தமிழக அரசு தாக்கல் செய்தது. '1980, ஆகஸ்ட் 14ம் தேதி அம்ருதா பிறந்ததாக வழக்கில் குறிப்பிடப்பட்டுள்ள அதே நேரத்தில் அம்ருதா பிறப்பதற்கு ஒரு மாதம் முன்பு அதாவது 1980ம் ஆண்டு ஜூன் மாதம் ஜெயலலிதா திரைப்பட நிகழ்ச்சி ஒன்றில் பங்கேற்றார். அந்த நிகழ்ச்சி தொடர்பான வீடியோவில் அவர் கர்ப்பிணியாக இருந்ததற்கான எந்த ஆதாரமும் இல்லை' என்று தமிழக அரசின் வழக்கறிஞர் வாதிட்டார்.

'ஜெயலலிதாவின் சகோதரி என கூறப்படும் சைலஜா, அம்ருதாவை வளர்த்து வந்ததாக வழக்கில் வைக்கப்படும் வாதத்தில் உண்மையில்லை' எனக் குறிப்பிட்ட அரசின் வழக்கறிஞர், தனது சகோதரி ஜெயலலிதா எனக்கூறி ஏற்கனவே ஒரு முறை வார இதழுக்கு பேட்டியளித்த சைலஜாவுக்கு எதிராக ஜெயலலிதாவே அவதூறு வழக்கு தொடர்ந்ததற்கான ஆவணங்களையும் தாக்கல் செய்தார்.

இதற்குப் பதிலளித்த அம்ருதா தரப்பு வழக்கறிஞர், தன் மீதான குற்றச்சாட்டுகள் பொய் என்பதை நிரூபிக்க அம்ருதாவுக்கு மரபணு சோதனை நடத்த உத்தரவிட வேண்டும் என்றும், டி.என்.ஏ. சோதனை நடத்தினால் மட்டுமே தனது தரப்பு நியாயங்கள் உண்மை என்பது தெரிய வரும் என்றும் வாதிட்டார்.

ஆனால், இதற்கு எதிர்ப்புத் தெரிவித்த அரசு வழக்கறிஞர், எந்த ஒரு ஆதாரங்களும் தாக்கல் செய்யாமல் டி.என்.ஏ சோதனைக்கு உத்தரவிடக் கூடாது என்ற உச்சநீதிமன்ற தீர்ப்புகளை மேற்கோள் காட்டினார். அனைத்துத் தரப்பு வாதங்களைக் கேட்ட நீதிபதி, ஜெயலலிதாவின் வாழ்க்கை முழுவதும் மர்மமாகவே இருந்ததாக கருத்துத் தெரிவித்தார்.

இருதரப்பு வாதங்கள் நிறைவடைந்ததை அடுத்து இவ்வழக்கில் 2018, அக்டோபர் மாதம் 12ஆம் தேதி தீர்ப்பளித்த நீதிபதி வைத்தியநாதன், 'ஜெயலலிதாவின் மகள் என்பதை நிரூபிக்கவும், டி.என்.ஏ. பரிசோதனை கோருவதற்கும் அம்ருதாவிடம் எவ்வித ஆதாரமும் இல்லை. எனவே, இந்த வழக்கைத் தள்ளுபடி செய்கிறேன்!' என்று உத்தரவிட்டார். இதையடுத்து இந்தப் பிரச்னை முடிவுக்கு வந்தது.

*

14
விலகாத மர்மம்

பெங்களூருவைச் சேர்ந்த அம்ருதா என்பவர், 'நான்தான் ஜெயலலிதாவின் மகள்' என்று உரிமை கோரி ஐகோர்ட்டில் தாக்கல் செய்த வழக்கு, பல கட்ட விசாரணைக்குப் பிறகு தள்ளுபடி செய்யப்பட்டது. இந்த வழக்கை விசாரித்த நீதிபதி எஸ்.வைத்தியநாதன் மனுவைத் தள்ளுபடி செய்தபோது கூறிய தீர்ப்பில் 'ஜெயலலிதாவின் மரணம் இன்று வரை மர்மமாகத்தான் உள்ளது' என வேதனையுடன் குறிப்பிட்டார்.

"மரபணு சோதனை செய்வதற்கு ஜெயலலிதா சிகிச்சை பெறும்போது அவரது ரத்த மாதிரி எடுத்து பாதுகாக்கப்பட்டதா? என்று அப்பல்லோ ஆஸ்பத்திரியிடம் கேட்ட போது, இல்லை என்று பதில் வந்தது. ஜெயலலிதாவின் அண்ணன் மகள் தீபாவின் ரத்த மாதிரியைக் கொண்டு மரபணு சோதனை நடத்த உத்தரவிட வேண்டுமென்றால், ஜெயலலிதாவின் மகள் என்பதற்கான ஆரம்பகட்ட ஆதாரங்கள் எதுவும் அம்ருதாவிடம் இல்லை.

சிவபெருமானின் திருவிளையாடல் புராணத்தில், வெள்ளிநிலவு என்ற பெண்ணுக்குத் திருமணம் நடந்ததற்கு வன்னிமரம், கிணறு சாட்சி சொன்னது; சிவபெருமானும் சாட்சி சொன்னார். ஆனால், இது கலியுகம். ஜெயலலிதாவின் மகள் அம்ருதா என்று சாட்சி சொல்ல இறந்தவர்கள் யாரும் (அம்ருதாவின் வளர்ப்புப் பெற்றோர் சைலஜா-சாரதி) வரமாட்டார்கள். இந்த வழக்கில் சினிமா படத்தில் வருவதுபோல, ஏராளமான திருப்பங்கள், எதிர்பார்ப்புகள்,

ஜெயலலிதாவின் தாய் சந்தியா

கவலைகள் என்று பல வந்து சென்றாலும், அவற்றையெல்லாம் ஆதாரங்களாக எடுத்துக்கொள்ள முடியாது.

இது ஒரு பக்கம் இருக்க, மிகப்பெரிய வேதனை என்னவென்றால், ஜெயலலிதாவின் மரணம் இன்றுவரை மர்மமாகத்தான் உள்ளது. இட்லி சாப்பிட்டார், உடற்பயிற்சி செய்தார், நகைச்சுவையாகப் பேசினார், அரசு அதிகாரிகளுடன் ஆலோசனை நடத்தினார் என்று பொய்யான கதைகள் உலா வந்தன.

இதுமட்டுமல்ல, ஜெயலலிதாவின் தாயார் சந்தியா, 1971ம் ஆண்டு எழுதிய உயிலில், 'ஜெயக்குமார், ஜெயலலிதா ஆகியோர் மட்டுமே என்னுடைய வாரிசு' என்று கூறியுள்ளார். அம்ருதாவின் வளர்ப்புத் தாய் என்று கூறப்படும் சைலஜாவின் பெயர் அதில் இல்லை. சைலஜா தன்னை ஜெயலலிதாவின் தங்கை என்று ஊடகங்களில் பேட்டி கொடுத்தபோது, அவர் மீது ஜெயலலிதா அவதூறு வழக்கு தொடர்ந்து, பின்னர் அது தள்ளுபடியும் செய்யப்பட்டுள்ளது.

ஜெயலலிதாவுக்கு நேரடி வாரிசு இல்லை. 2ம் நிலை வாரிசுகள் தீபா, தீபக் மட்டுமே உள்ளனர். இவர்கள் இருவரும் ஜெயலலிதாவின் உடலை வைஷ்ணவ அய்யங்கார் முறைப்படி அடக்கம் செய்ய ஆர்வம் காட்டவில்லை. இறுதிச்சடங்கு செய்த தீபக்கும் அதை வலியுறுத்தவில்லை.

ஜெயலலிதாவின் நற்பெயருக்கு அம்ருதா களங்கத்தை ஏற்படுத்துவதாக அரசு தரப்பில் வாதிடப்பட்டது. புராணங்களின்படி, இறந்தவர்களுக்கும் அந்தரங்க உரிமை உள்ளது. அவர்களது ஆத்மாவை தொந்தரவு செய்யக்கூடாது. மரணத்துக்குப் பின்னரும் அவர்கள் வாழ்கின்றனர் என்ற நம்பிக்கை உள்ளது.

ஜெயலலிதா தன் தாயார் என்பதற்கு எந்த ஒரு ஆதாரத்தையும் அம்ருதா தாக்கல் செய்யவில்லை. அதனால், ஜெயலலிதாவின் உடலைத் தோண்டி எடுத்து இறுதிச் சடங்கு செய்வதற்கு அம்ருதாவுக்கு அனுமதி வழங்கமுடியாது. சோபன்பாபு தன் தந்தை என்று அம்ருதா கூறினாலும், அவரது வாரிசுகளின் ரத்த மாதிரியைக் கொண்டு மரபணு சோதனை செய்யவேண்டும் என்று அவர் கோரவில்லை. ஐகோர்ட்டு இது குறித்து கேள்வி எழுப்பிய பின்னர்தான் மரபணு சோதனைக்கு தயார் என்று அவர் தரப்பில் கூறப்பட்டது.

இறுதிச்சடங்கு குறித்து அம்ருதாதான் கோரிக்கை விடுக்கிறாரே தவிர, தீபாவும், தீபக்கும் இதுகுறித்து வாய் திறக்காமல் அமைதியாக இருக்கின்றனர். அவர்களுக்குள்ளும் ஒற்றுமை இல்லை என்று கூறப்படுகிறது. அதேநேரம், இவர்கள் இருவரும் ஜெயலலிதாவின் சொத்துகளை அபகரிக்கத்தான் முயற்சிக்கின்றனர். அதுவும், ஜெயலலிதா வகித்து வந்த அரசியல் பதவியை அபகரிக்கத்தான் தீபா முயற்சிக்கிறார்.

எனவே, இந்தத் தொடரின் இறுதிக்கட்ட காட்சி என்னவென்றால், ஜெயலலிதாவின் மகள் என்பதை அம்ருதா நிரூபிக்கவில்லை. எனவே, அவரது மனுவைத் தள்ளுபடி செய்கிறேன்" என்று நீதிபதி எஸ்.வைத்தியநாதன் தனது தீர்ப்பில் தெரிவித்திருந்தார்.

*

15

போயஸ் தோட்டத்தில் வருமான வரி சோதனை

சசிகலா மற்றும் டி.டி.வி.தினகரன் ஆகியோரின் உறவினர்கள் மற்றும் நண்பர்கள் இல்லங்களில் 2017ஆம் ஆண்டு நவம்பர் 9ம் தேதி வருமான வரித்துறை அதிகாரிகள் சோதனை நடத்தினர். சென்னை, பாண்டிச்சேரி, நாமக்கல், திருச்சி, தஞ்சாவூர், மன்னார்குடி, கோவை, பெங்களூரு உள்ளிட்ட பல்வேறு நகரங்களில் 187 இடங்களில் 1,600க்கும் மேற்பட்ட வருமான வரித்துறை அதிகாரிகள் ஒரேநேரத்தில் சோதனை நடத்தினர். இந்தச் சோதனை 13ந் தேதி வரை தொடர்ச்சியாக 5 நாட்கள் நடைபெற்றது. சோதனையில் ரூ.1,480 கோடி வரி ஏய்ப்பு நடந்திருப்பதாகவும், கணக்கில் வராத தங்கம், வைர நகைகளும், கோடிக்கணக்கில் பணமும், முக்கிய ஆவணங்களும் சிக்கியதாக வருமான வரித்துறை சார்பில் ஊடகங்களுக்குத் தகவல்கள் கசியவிடப்பட்டன. அவற்றின் அடிப்படையில் சம்பந்தப்பட்டவர்களுக்கு வருமான வரித்துறை புலனாய்வுப் பிரிவு அலுவலகத்தில் ஆஜராகி விளக்கம் அளிக்கும்படி சம்மன் அனுப்பப்பட்டது.

அதன்படி, சசிகலாவின் அண்ணி இளவரசியின் மகனும், ஜெயா டி.வி. தலைமைச் செயல் அதிகாரியுமான விவேக், அவரது சகோதரிகள் கிருஷ்ணபிரியா, ஷகிலா, மைத்துனர்கள் கார்த்திகேயன், ராஜராஜன், டி.டி.வி.தினகரனின் மைத்துனர் டாக்டர் வெங்கடேஷ், சகலை டாக்டர் சிவகுமார், கர்நாடக மாநில அ.தி.மு.க. செயலாளர் புகழேந்தி, ஜெயலலிதாவின் நேர்முக உதவியாளர் பூங்குன்றன், ஜெயா டி.வி. பொதுமேலாளர்

சசிகலா - இளவரசி

நடராஜன், 'ஜாஸ் சினிமாஸ்' நிறுவன நிர்வாகிகள் உள்பட பலரும் வருமான வரி அலுவலகத்தில் முன்னிலையானார்கள். அவர்களிடம் வருமான வரித்துறை அதிகாரிகள் விசாரணை மேற்கொண்டனர்.

விசாரணையில் கிடைத்தத் தகவல்களின் அடிப்படையில், ஜெயலலிதா வாழ்ந்த போயஸ் கார்டன் வேதா இல்லத்தில் வருமான வரித்துறை அதிகாரிகள் நவம்பர் 17ஆம் தேதி இரவு திடீரென சோதனை நடத்தினர். நான்கு மணி நேரத்திற்கும் மேல் நீடித்த இந்தச் சோதனையில் ஒரு லேப்டாப் மற்றும் இரண்டு பென் ட்ரைவை வருமான வரித்துறை அதிகாரிகள் எடுத்துச் சென்றனர். ஜெயலலிதாவுக்கு வந்த கடிதங்களையும் அதிகாரிகள் எடுத்துச் சென்றனர்.

சசிகலா, இளவரசி, விவேக் உள்ளிட்டோருக்கும் இந்த முகவரியில்தான் வாக்காளர் அடையாள அட்டை, ரேஷன் கார்டு உள்ளிட்டவை இருக்கின்றன. ஜெயலலிதாவுடனே இருந்த இவர்களுக்கும் இதே முகவரிதான் அடையாளமாக இருக்கிறது. ஆவணங்கள் அங்கு மறைத்து வைக்கப்பட்டு இருக்கலாம் என்ற அடிப்படையிலேயே இந்த சோதனை நடத்தப்பட்டதாக கூறப்பட்டது.

போயஸ் தோட்டத்தில் இருந்தபோது, சசிகலா தங்கி இருந்த அறை நள்ளிரவில் திறக்கப்பட்டு சோதனை நடத்தப்பட்டது. அந்த அறைக்குள்ளும் ஒரு கம்ப்யூட்டர், சில எலக்ட்ரானிக்

விவேக்

கருவிகள், ஆவணங்கள் இருந்தன. அ.தி.மு.க. கட்சி நிர்வாகம் தொடர்பான கடிதங்களும் இருந்தன. அவற்றை ஆய்வு செய்த அதிகாரிகளுக்கு அந்த அறையில் இருந்த கம்ப்யூட்டர் மீது சந்தேகம் ஏற்பட்டது. அந்த கம்ப்யூட்டரில் என்னென்ன பதிவுகள் உள்ளன என்று தெரியவில்லை. என்றாலும் அதிகாரிகள் அந்தக் கம்ப்யூட்டரைக் கைப்பற்றி தங்கள் வசம் எடுத்துச் சென்றனர்.

ஜெயலலிதா வீட்டில் கைப்பற்றப்பட்ட ஆவணங்களை வருமான வரித்துறை அதிகாரிகள் தீவிரமாக ஆய்வு செய்தனர். அந்த ஆவணங்களின்படி, 'சசிகலாவுடன் தொடர்புடைய இன்னும் பலர் வருமான வரித்துறையினரின் வளையத்தில் சிக்குவார்கள்... அவர்களுக்கும் விரைவில் சம்மன் அனுப்பப்பட்டு, விசாரணைக்கு அழைக்கப்படுவார்கள்' என்றும் கூறப்பட்டது.

ஜெயலலிதா வாழ்ந்த போயஸ் தோட்டத்தில் சோதனை நடத்தப்பட்டதை அறிந்து, அங்கு வந்து எதிர்ப்பு தெரிவித்த அ.தி.மு.க. தொண்டர்கள் கைது செய்யப்பட்டனர். அக்கட்சியின் முன்னணித் தலைவர்கள் பலரும் இந்தச் சோதனைக்கு கண்டனம் தெரிவித்தனர். தமிழக அரசோ 'இதற்கும் தங்களுக்கும் எந்தச் சம்மந்தமும் இல்லை. முழுக்க முழுக்க மத்திய அரசின் கட்டுப்பாட்டில் இருக்கும் வருமான வரித்துறைதான் இந்தச் சோதனையை நடத்தியது' என்று சொல்லிவிட்டு ஒதுங்கிக்கொண்டது.

இந்த நிலையில், போயஸ் தோட்டத்தில் சோதனை நடத்தப்பட்டது ஏன்? என்பது குறித்து பெயர் கூற விரும்பாத

வருமான வரித்துறை உயர் அதிகாரி ஒருவர் விளக்கமளித்தார். 'சசிகலா குடும்பத்தினரிடம் சோதனை நடத்தியதில் உள்நோக்கம் எதுவும் கிடையாது' என்று அவர் கூறினார். பொருளாதார உளவு பிரிவினர் அளித்த தகவலின் அடிப்படையில் சசிகலா மற்றும் அவருடைய குடும்பத்தினர் நடத்தி வரும் நிறுவனங்கள் பல மாதங்களாக வரி ஏய்ப்பு செய்வதை ரகசியமாக கண்காணித்து வந்ததாகவும், உறுதியான தகவல்கள் கிடைத்ததால், சசிகலா குடும்பத்தினர் நடத்தி வரும் நிறுவனங்களில் சோதனை நடத்தப்பட்டதாகவும் அவர் கூறினார்.

'187 இடங்களில் நடந்த சோதனையின் போது ரூ.7 கோடி ரொக்கம், ரூ.5 கோடி மதிப்பில் தங்க நகைகள், ரூ.1,430 கோடி மதிப்பில் சொத்து ஆவணங்கள் கைப்பற்றப்பட்டுள்ளன. இதுதவிர 70க்கும் அதிகமான போலி நிறுவனங்கள் கண்டறியப்பட்டுள்ளன. அவற்றின் மூலம் கோடிக் கணக்கான பணப் பரிமாற்றம் நடந்ததும் தெரியவந்துள்ளது. அதன் அடிப்படையில் 15 வங்கி கணக்குகள் முடக்கப்பட்டுள்ளன. பல இடங்கள் 'சீல்' வைக்கப்பட்டுள்ளன. இவ்வாறு 'சீல்' வைக்கப்பட்டுள்ள இடங்களை படிப்படியாகத் திறந்து சோதனை நடத்தத் திட்டமிடப்பட்டுள்ளது' என்றும் அவர் கூறினார்.

'ஜெயலலிதா வீட்டில் ஆவணங்கள் பதுக்கி வைத்திருப்பதாகக் கிடைத்த தகவலின் அடிப்படையில் போயஸ் தோட்டத்தில் சோதனை நடத்தினோம். அங்கு சசிகலா பயன்படுத்தி வந்த 4 அறைகள் மற்றும் ஜெயலலிதாவின் நேர்முக உதவியாளர் பூங்குன்றனின் அறை உள்பட 5 அறைகளில் நீதிமன்றத்திடம் அனுமதி பெற்று சோதனை நடத்தினோம். இந்த சோதனையில் 1 லேப்டாப், 2 செல்போன், டேப், மற்றும் ஏராளமான பென் டிரைவ்கள் கைப்பற்றினோம். இதுதவிர ஒரு சில முக்கிய ஆவணங்களையும் கைப்பற்றி உள்ளோம்.

போயஸ் கார்டனில் கைப்பற்றப்பட்ட லேப்டாப், செல்போன் டேப் மற்றும் பென் டிரைவ்கள் உள்பட மின்னணு தகவல் தொடர்பு சாதனங்கள் மூலம் சசிகலா உறவினர்கள் நடத்தி வந்த போலி நிறுவனங்களின் குறியீட்டு எண்கள் (டின் நம்பர்) கிடைத்தன. அவற்றின் மூலம் நடத்தப்பட்ட பணப்பரிவர்த்தனை விவரங்கள் தெரியவந்துள்ளது. அவற்றின் அடிப்படையில் விசாரணை நடந்து வருகிறது. போயஸ் கார்டனில் உள்ள

அறைகளின் சாவியை, இளவரசியின் மகள் ஷகிலாவின் கணவர் ராஜராஜனிடம் இருந்து பெற்றோம்' என்றும் அவர் கூறினார்.

'முன்பெல்லாம் வீட்டு வேலைக்காரர்கள், கார் டிரைவர்கள் மற்றும் நண்பர்களைத்தான் பினாமிகளாக நியமிப்பார்கள். ஆனால் தற்போது பெரிய பணக்காரர்களே பினாமிகளாக இருந்து வருகின்றனர். சசிகலா குடும்பத்தில் யார் யார் பினாமிகளாக இருக்கின்றனர்? அவர்கள் எந்த நாட்டில் இருக்கிறார்கள்? அவர்களுக்கு எங்கெல்லாம் சொத்துகள் இருக்கின்றன? என்பது குறித்து விசாரணை நடத்தி வருகிறோம். கண்டுபிடிக்கப்பட்ட உடன் பினாமி சட்டத்தின்படி அவர்கள் விசாரிக்கப்பட்டு தண்டிக்கப்பட வாய்ப்பு உள்ளது.

சசிகலாவின் பினாமிகள் வெளியாட்களாக இருப்பதால் தற்போதைய சூழலில் கண்டறிவது சிரமம்; பினாமிகள் யார் என்பதை உறுதிப்படுத்த விரிவான விசாரணை நடக்கிறது. கருப்புப்பணம் நடவடிக்கை மற்றும் பணபரிவர்த்தனையில் மோசடிகள் தெரிய வந்தால் 10 ஆண்டுகள் வரை சிறைதண்டனை கிடைக்க வாய்ப்பு உள்ளது. ஆனால், நீதிமன்றம்தான் இதுகுறித்து இறுதி முடிவு செய்யும்' என்றும் அந்த அதிகாரி தெரிவித்தார்.

*

16
சொத்துக்காகக் கொலை செய்யப்பட்டாரா?

விசாரணை ஆணையம் முறையாக விசாரணையைத் தொடங்கிய முதல்நாளில், ஆணைய அலுவலகத்துக்கு வந்தார் ஜெயலலிதாவின் அண்ணன் மகள் ஜெ.தீபா. ஆணையத்தின் செயலாளர் பன்னீர்செல்வத்திடம் புகார் மனு ஒன்றையும் அவர் அளித்தார். அதில், 'சொத்துகளுக்காக தனது அத்தை ஜெயலலிதா கொலை செய்யப்பட்டு இருக்கலாம்' என்றும், 'கடுமையாகத் தாக்கப்பட்ட பின்னரே அவர் மருத்துவமனையில் அனுமதிக்கப்பட்டு இருக்கிறார்' என்றும் குறிப்பிட்டிருந்தார். அதில், அவர் மேலும் கூறியிருந்ததாவது.

முதல் அமைச்சராக இருந்த எனது அத்தை ஜெயலலிதா மறைந்த பிறகு, அவரது போயஸ் கார்டன் இல்லத்துக்கு நானும், எனது தம்பி தீபக்கும்தான் உண்மையான வாரிசுகள். ஆனால், சசிகலா, எங்கள் அத்தையை நாங்கள் சந்திக்கவிடாமல் தடுத்துவிட்டார். இந்த நிலையில் எனது அத்தை ஜெயலலிதா மர்மமான முறையில் இறந்துவிட்டார்.

போயஸ் கார்டனில் உடல்நிலை பாதிக்கப்பட்ட நிலையில் நள்ளிரவில் ஆம்புலன்ஸ் மூலம் அப்பல்லோ மருத்துவமனையில் அவர் அனுமதிக்கப்பட்ட செய்தியை யாரும் எங்களுக்கு முறையாகத் தெரிவிக்கவில்லை. மருத்துவமனையில் அனுமதிக்கப்பட்டிருந்த எனது அத்தையைச் சந்திக்கச் சென்ற என்னையும் அங்கிருந்தோர் அனுமதிக்கவில்லை.

ஜெயலலிதாவின் உதவியாளராக இருந்த பூங்குன்றன் என்னைப் பலமுறை தொடர்புகொண்டு, எனது அத்தை

என்னைச் சந்திக்க விருப்பமாக இருப்பதாகக் கூறினார். ஆனால் சசிகலாவும், டி.டி.வி.தினகரனும் என்னை அனுமதிக்கவில்லை. இந்த விவகாரத்தில் அவர்களது நடவடிக்கைகள் சந்தேகத்தை ஏற்படுத்தும் வகையிலேயே இருந்தன.

மருத்துவமனையில் சிகிச்சை பெறும் ஒருவரின் உடல்நிலை குறித்து அவரது ரத்த சொந்தங்களிடம் தெரிவிப்பது மருத்துவமனை நிர்வாகத்தின் கடமையாகும். ஆனால் ஜெயலலிதா விவகாரத்தில் அவரைச் சந்திக்கக்கூட அப்பல்லோ மருத்துவமனை என்னை அனுமதிக்கவில்லை. எந்தத் தகவலும் என்னிடம் தெரிவிக்கப்படவும் இல்லை. என்ன சிகிச்சை வழங்கப்பட்டது என்றும் புரியவில்லை.

2016, செப்டம்பர் 22ந் தேதி எனது அத்தை கடுமையான தாக்குதலுக்கு உள்ளாக்கப்பட்டு, அதன்பின்னரே சிகிச்சைக்காக மருத்துவமனையில் அனுமதிக்கப்பட்டதாக நம்புகிறேன். இந்த விவகாரத்தில் சசிகலா மற்றும் அவரது குடும்பத்தினர் எனது அத்தைக்கு வழங்கப்பட்ட சிகிச்சைகள் என்னென்ன? என்பதை மூடி மறைத்துவிட்டனர். இந்த நாடகம் ஒட்டுமொத்த ஊடகங்கள் மற்றும் உறவினர்களுக்கும் தெரியாமல் நடத்தப்பட்டு இருக்கிறது. எனது அத்தை மரணத்தில் ஒளிந்துள்ள மர்மங்களை வெளிக் கொண்டுவருவதற்காக நான் எடுத்த எல்லா முயற்சிகளும் வீணாகிவிட்டன.

போயஸ் கார்டன் இல்லத்தில் உள்ள பணியாளர் ராஜம்மா என்பவர் தன்னை பாதுகாத்துக்கொள்ள பல விஷயங்களை தெரிவிக்காமல் மூடி மறைத்து வருகிறார்.

ஜெயலலிதாவின் சொத்துகள் தங்கள் கையைவிட்டு நழுவிவிடக்கூடாது என்பதற்காகத்தான், ஒவ்வொரு தடவையும் எனது அத்தையை மருத்துவமனையில் பார்க்க வரும் போதும், சசிகலா குடும்பத்தினரால் நான் தடுக்கப்பட்டேன். எனவே, அனைத்து சம்பவங்களையும் பார்க்கும்போது எனது அத்தை சொத்துக்காக கொலை செய்யப்பட்டு இருக்கலாம் என்றே சந்தேகம் வலுக்கிறது.

எனது அத்தை ஜெயலலிதா மரணம் தொடர்பாக அவரது உதவியாளர் பூங்குன்றன், பணியாளர் ராஜம்மா, அவசர ஊர்தி ஓட்டுநர், அவருக்கு பணிபுரிந்த நர்சுகள், அமைச்சர்கள், எனது அத்தை உணவு சாப்பிட்டதாக கூறிய டாக்டர்கள் மற்றும்

சசிகலா, இளவரசி, டி.டி.வி.தினகரன் மற்றும் அவர்களுக்குச் சம்பந்தப்பட்டவர்கள் அனைவரும் விசாரிக்கப்பட வேண்டும். இதன்மூலம் நியாயம் கிடைக்கவேண்டும்' என்று தீபா அந்த மனுவில் குறிப்பிட்டிருந்தார்.

இந்த நேரத்தில் ஜெயலலிதாவின் அண்ணன் மகன் தீபக்கும் திடீரென சில அதிரடி குற்றச்சாட்டுகளை முன்வைத்தார். அவர் கூறிய குற்றச்சாட்டுகள் இவைதான்...

'சசிகலாவை நான் மிகவும் நம்பினேன். உண்மையைச் சொல்லப்போனால், நான் அவருடன் சில விசயங்களில் பங்கு கொண்டிருந்தேன். ஆனால், அவர் எங்களிடம் உண்மையாக நடந்துகொள்ளவில்லை. சசிகலா எங்கள் அனைவரையும் ஏமாற்றிவிட்டார். எங்கள் அத்தையை அவர் ஏமாற்றியுள்ளார் என்று எனக்கு எப்போது தெரிய வந்ததோ, அப்போதே நான் அவருடனான தொடர்பைத் துண்டித்துவிட்டேன்.

சசிகலா நிறைய பணம் சம்பாதித்துள்ளார். சட்ட விரோத மணல் திருட்டு மூலம்தான் அவருக்கு நிறைய பணம் கிடைத்தது. பலரது உதவியுடன் அவருக்கு 'மணல்' பணம் வந்தது. அந்தப் பணம் மற்றும் சொத்து ஆவணங்களை அவரும் அவர் குடும்பத்தினரும் இங்கிலாந்து, துபாய் ஆகிய நாடுகளில் பதுக்கி வைத்துள்ளனர். அந்த நாடுகளின் எந்தெந்த பகுதிகளில் அவை பதுக்கப்பட்டுள்ளன என்ற விபரம் எனக்குத் தெரியாது.

சசிகலா சேர்த்துள்ள சொத்துக்கள் பற்றி நான் வருமான வரித்துறை அதிகாரிகளிடம் தெரிவிப்பேன். அதற்கு ஆதாரமான ஆவணங்கள் என்னிடம் போதுமான அளவுக்கு உள்ளன. அந்த ஆவணங்களையும் அதிகாரிகளிடம் தாக்கல் செய்வேன். சசிகலா இவ்வளவு சொத்துக்களை வாங்கிக் குவிக்க அவருக்கு எங்கிருந்து வருவாய் வந்தது என்பதை அவரால் சொல்லவே முடியாது. அவரது மற்ற தொழில்கள் எல்லாம் நஷ்டத்தில்தான் இயங்குகின்றன. ஆனால், மணல் மூலம்தான் அவருக்கு அதிக பணம் கிடைத்தது.

அப்படிக் கிடைத்த பணம் மூலம் வாங்கிய சொத்துக்களின் ஆவணங்கள்தான் வெளிநாடுகளில் உள்ளன. இதற்கு அவருக்கு யார் யார் உதவிகள் செய்தனர் என்ற விபரம் எனக்குத் தெரியும். அந்த நபர்கள் பற்றிய அனைத்துத் தகவல்களையும் நான் வருமான வரித்துறையிடம் சொல்வேன். வருமான

ராஜம்மாள்

வரித்துறையினர் அவர்களிடம் விசாரணை நடத்தி உண்மையைத் தெரிந்துகொள்ளட்டும். சசிகலாவுக்கு சக்தி வாய்ந்த தொழில் அதிபர்கள் பலர் உடந்தையாக இருந்தனர். அவர்கள் மூலம்தான் சசிகலா குடும்பத்தினர் பணம் சம்பாதித்தனர்!' என்றும் தீபக் அதிரடியாக சில விசயங்களைக் கூறினார்.

தோழிக்கே இவ்வளவு சொத்துக்கள் என்றால் ஜெயலலிதாவுக்கு எவ்வளவு இருக்கும். ஒரு வேளை அண்ணனும், தங்கையும் கூறுவதைப்போல் அந்தச் சொத்துக்களை கைப்பற்றுவதற்காக ஜெயலலிதா கொல்லப்பட்டிருப்பாரோ என்ற சந்தேகமும் மக்கள் மனதில் எழாமல் இல்லை.

இந்த நிலையில், சென்னை கே.கே.நகரைச் சேர்ந்த புகழேந்தி என்பவர் சென்னை உயர்நீதிமன்றத்தில் தாக்கல் செய்த மனுவில், 'மறைந்த முதல்அமைச்சர் ஜெயலலிதாவுக்கு ஐதராபாத் திராட்சை தோட்டம், சென்னை போயஸ் கார்டன் வீடு, கோடநாடு எஸ்டேட் என்று சுமார் ரூ.913 கோடி மதிப்புள்ள சொத்துகள் பல இடங்களில் உள்ளன. இந்தச் சொத்துகளை நிர்வகிக்க ஒரு நிர்வாகியை நீதிமன்றம் நியமிக்க வேண்டும்' என்று கூறியிருந்தார்.

இந்த வழக்கை விசாரித்த நீதிபதிகள் என்.கிருபாகரன், அப்துல் குத்தூஸ் ஆகியோர், ஜெயலலிதாவின் அண்ணன் மகள் தீபா, மகன் தீபக் ஆகியோரை இந்த வழக்கில் தாமாக

முன்வந்து எதிர்மனுதாரர்களாக சேர்த்தனர். பின்னர், இந்த வழக்கிற்கு பதில் அளிக்கும்படி அவர்களுக்கு உத்தரவிட்டனர். இந்த வழக்கு மீண்டும் விசாரணைக்கு வந்தபோது, தீபாவும், தீபக்கும் தனித்தனியாக பதில் மனு தாக்கல் செய்தனர்.

'கடந்த 2016ம் ஆண்டு நடந்த சட்டசபைத் தேர்தலின்போது, மறைந்த முதல்அமைச்சர் ஜெயலலிதா தாக்கல் செய்த வேட்புமனுவில் குறிப்பிடப்பட்டுள்ள தன்னுடைய சொத்து விவரங்களும், சொத்துக் குவிப்பு வழக்கில் உச்சநீதிமன்றம் பிறப்பித்த தீர்ப்பில் கூறப்பட்டுள்ள சொத்து விவரங்களும் சரியாக உள்ளதா? என்பதை தீபா, தீபக் ஆகியோர் சரிபார்க்க வேண்டும்' என்று நீதிபதிகள் தெரிவித்தனர்.

'அதுகுறித்து விரிவான பதில் மனுவை தாக்கல் செய்யவேண்டும். இதில், தேர்தல் ஆணையத்திலும், உச்சநீதிமன்றத் தீர்ப்பிலும் சொத்துகள் எதுவும் விடுபட்டுள்ளதா? என்பதையும் உறுதி செய்யவேண்டும். ஒருவேளை ஏதாவது சொத்து விடுபட்டிருந்தால், அதுகுறித்த விவரங்களைப் பட்டியலாக தாக்கல் செய்ய வேண்டும்' என்றும் கூறிய நீதிபதிகள் வழக்கு விசாரணையைத் தள்ளி வைத்தனர்.

*

17
'இரட்டை இலை' முடக்கமும் மீட்பும்

எம்.ஜி.ஆர். உருவாக்கிய அ.தி.மு.க.வின் அதிகாரபூர்வ தேர்தல் சின்னமாக இருப்பது இரட்டை இலை. எம்.ஜி.ஆர் மற்றும் ஜெயலலிதா ஆகிய இரு பெரும் தலைவர்களின் தொடர் வெற்றிகளுக்கு இந்தச் சின்னமும் முக்கிய காரணம்.

அந்த அளவுக்கு இரட்டை இலை சின்னம் தமிழ்நாட்டின் மூலை முடுக்குவரை பரிச்சயம். தமிழகத்தின் பல கிராமங்களில் மக்களுக்குக் கட்சியின் பெயர் தெரிகிறதோ இல்லையோ, இரட்டை இலைக் கட்சி என்று சொன்னால் போதும், உடனே யார் என்ன என்று எந்தக் கேள்வியும் கேட்காமல் அந்தச் சின்னத்திற்கு வாக்களித்துப் பழகிவிட்டார்கள்.

தேர்தல்களில் அ.தி.மு.க.வுக்கு வெற்றிகளை வாரிக்கொடுத்ததில் இரட்டை இலைக்கு முக்கிய பங்குண்டு. அந்த அளவுக்கு மக்கள் மத்தியில் புகழ்பெற்ற இரட்டை இலைக்கு இரண்டாவது முறையாக ஒரு சோதனை வந்தது.

ஜெயலலிதா மறைவால் காலியான ஆர்.கே.நகர் தொகுதியில் இடைத்தேர்தல் நடத்த 2017, மார்ச் மாதம் அறிவிப்பு வெளியானதும் அ.தி.மு.க.வின் இரட்டை இலை சின்னத்தைப் பெற அ.தி.மு.க. அம்மா அணிக்கும், அ.தி.மு.க. புரட்சித் தலைவி அம்மா அணிக்கும் போட்டி ஏற்பட்டது. இரு அணியினரும் இரட்டை இலை சின்னத்துக்கு உரிமை கொண்டாடினார்கள். இதனால் இரட்டை இலைச் சின்னத்தை தேர்தல் ஆணையம் முடக்கியது.

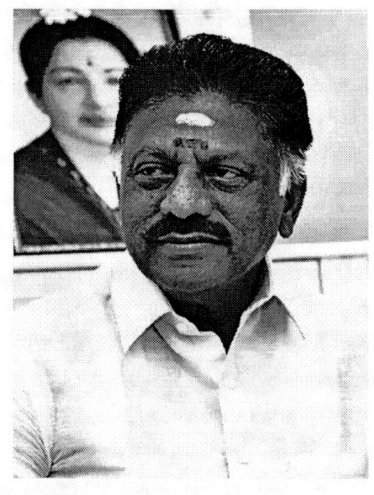

ஓ.பன்னீர் செல்வம்

எடப்பாடி பழனிச்சாமி

இதற்கிடையே பணப்பட்டுவாடா புகாரால் இடைத்தேர்தல் ரத்து செய்யப்பட்ட நிலையில், இரு அணிகளும் இரட்டை இலையை மீட்க தேர்தல் ஆணையத்தை அணுகினார்கள். பிறகு அதிகாரிகள் உத்தரவிட்டதைத் தொடர்ந்து இரு அணியினரும் லட்சக்கணக்கில் ஆவணங்களைத் தயாரித்து தாக்கல் செய்தனர்.

இந்த நிலையில், இரட்டை இலைச் சின்னத்திற்காக லஞ்சம் கொடுக்க முயன்றதாக டி.டி.வி.தினகரன் கைது செய்யப்பட்டு திகார் சிறையில் அடைக்கப்பட்டார். அதன் பின்னர் ஓ.பன்னீர் செல்வம் தலைமையிலான அ.தி.மு.க. புரட்சித் தலைவி அம்மா அணியும், முதல்அமைச்சர் எடப்பாடி பழனிசாமி தலைமையிலான அணியும் இணைந்தன. இதனால் இரட்டை இலைக்கான போட்டி எடப்பாடி பழனிசாமி தலைமையிலான அ.தி.மு.க.வுக்கும், டி.டி.வி. தினகரன் தலைமையிலான அணியினருக்கும் இடையிலான போட்டியாக மாறியது.

எடப்பாடி பழனிசாமி–ஓ.பன்னீர்செல்வம் ஆதரவாளர்கள் ஒருங்கிணைந்து புதிய ஆவணங்களைத் தாக்கல் செய்தனர். அதுபோல டி.டி.வி.தினகரன் தரப்பினரும் நிறைய ஆவணங்களைத் தாக்கல் செய்தனர். அதன் அடிப்படையில் தலைமைத் தேர்தல் ஆணையம் இரு தரப்பினரையும் அழைத்து விசாரணை நடத்தியது. இரு அணி வழக்குரைஞர்களும்

டி.டி.வி.தினகரன்

இரட்டை இலையை தங்களுக்கே தரவேண்டும் என வாதிட்டனர். விசாரணை முடிந்த நிலையில், 2017, நவம்பர் 23ஆம் தேதி தேர்தல் ஆணையம் தீர்ப்பை வெளியிட்டது.

அ.தி.மு.க.வின் அதிகாரபூர்வ சின்னமான இரட்டை இலை முதல்வர் எடப்பாடி பழனிச்சாமி –ஓ.பன்னீர்செல்வம் அணிக்கு ஒதுக்கப்பட்டிருப்பதாக தேர்தல் ஆணையம் அறிவித்தது. பிரமாண பத்திரங்கள், எம்.பி., எம்.எல்.ஏ.க்களின் ஆதரவின் அடிப்படையில் தேர்தல் ஆணையம் இந்தத் தீர்ப்பை வழங்கியிருப்பதாகக் கூறியது. இதன்மூலம் அ.தி.மு.க.வின் சின்னம், கட்சியின் கொடி மற்றும் அதிகாரபூர்வ கடிதம் ஆகியவற்றை முதல்வர் எடப்பாடி பழனிச்சாமி அணியினர் பயன்படுத்தலாம் என்ற நிலை ஏற்பட்டது.

83 பக்கங்கள் கொண்ட தேர்தல் ஆணைய அறிக்கையில், “முதல்வர் எடப்பாடி பழனிச்சாமி அணிக்கு உள்ள பெரும்பான்மையின் அடிப்படையில் சின்னம் ஒதுக்கப் பட்டதாக கூறப்பட்டது. அந்த அணிக்கு 111 எம்.எல்.ஏ.க்கள் மற்றும் 42 எம்.பி.க்கள் ஆதரவு உள்ளது. டி.டி.வி தினகரன் அணிக்கு 20 எம்.எல்.ஏ.க்கள் மற்றும் 6 எம்.பி.க்கள் ஆதரவு உள்ளது. இதனால், மசூதனன் (ஓ.பி.எஸ். அணி மற்றும் அதிமுக அவைத்தலைவர்) தலைமையிலான அணி தமிழகம் மற்றும் புதுச்சேரியில் அங்கீகரிக்கப்பட்ட அ.தி.மு.க.வாக கருத்தப்படுகிறது.

கட்சியின் லட்சக்கணக்கான உறுப்பினர்களிடம் வாக்கெடுப்பு நடத்த முடியாது. பொதுக்குழுவையே தொண்டர்களின் பிரதிநிதிகளாகக் கருத முடியும். பொதுக்குழு உறுப்பினர்கள் என்று பார்க்கும் பட்சத்தில் 2128 பேர் எடப்பாடி பழனிச்சாமி மற்றும் ஓ.பன்னீர் செல்வம் ஆகியோருக்கு ஆதரவாக உள்ளனர். 251 பேர் தினகரன் அணிக்கு ஆதரவாக உள்ளனர்.

2017, மார்ச் மாதம் கூடிய பொதுக்குழுவில் 1912 உறுப்பினர்கள் சசிகலா மற்றும் தினகரனுக்கு ஆதரவாக இருந்த நிலையில், 2017, செப்டம்பர் மாதம் கூடிய பொதுக்குழுவில் உறுப்பினர்களின் நிலைப்பாடு மாறியுள்ளது.

செப்டம்பர் மாதம் கூடிய பொதுக்குழுவில் எந்த விதிமீறலும் இல்லை. அந்தக் கூட்டத்தில் நிறைவேற்றப்பட்ட தீர்மானங்கள் அனைத்தும் செல்லும். முதல்வர் அணியினர் மிரட்டி கையெழுத்து வாங்கியுள்ளதாக 10 பொதுக்குழு உறுப்பினர்கள் அளித்த புகார் மனு தள்ளுபடி செய்யப்படுகிறது. ஜெ.தீபா, அ.தி.மு.க.வின் அடிப்படை உறுப்பினர் இல்லை என்பதால் அவர் சின்னத்தையோ, கட்சியின் பெயரையோ உரிமை கோர முடியாது. இரு தரப்பிலும் அளிக்கப்பட்ட புகாரின் அடிப்படையில் 325 பிரமாண பத்திரங்கள் போலி என கண்டறியப்பட்டுள்ளது" என்று தேர்தல் ஆணையத்தின் அறிக்கையில் குறிப்பிடப்பட்டிருந்தது.

தீர்ப்பு வெளியானவுடன், அது குறித்து கருத்து தெரிவித்த முதலமைச்சர் எடப்பாடி பழனிச்சாமி, 'தர்மம், நீதி நிலைநாட்டப்பட்டு இருக்கிறது' என்றார். தேர்தல் ஆணையத்தின் அறிவிப்பு ஒட்டுமொத்த தமிழக மக்களுக்கே கிடைத்த வெற்றியாக கருதுவதாகவும், எம்.ஜி.ஆரும், ஜெயலலிதாவும் விட்டுச்சென்ற பணியை தொடர்ந்து செய்யப் போவதாகவும் கூறினார்.

"சிலர் இந்த இயக்கத்தை உடைத்துவிடலாம், ஆட்சியைக் கவிழ்த்துவிடலாம் என்று நினைத்தார்கள். அவர்களுக்கு சம்மட்டி அடி கிடைத்திருக்கிறது. ஒட்டுமொத்த அ.தி.மு.க. தொண்டர்களும், நிர்வாகிகளும் மகிழ்ச்சியோடு இருக்கிறார்கள்' என்றும் எடப்பாடி பழனிச்சாமி குறிப்பிட்டார். 'எதிர்க்கட்சிகள், ஆட்சியைக் கலைக்க நினைத்தவர்களுடன் சேர்ந்து நடத்திய கூட்டுச் சதிக்கெல்லாம் ஆண்டவன் நல்ல தீர்ப்பு வழங்கி இருக்கிறார்.

தர்மம், நீதி வெல்லும் என்பதை தேர்தல் ஆணையம் நிரூபித்து இருக்கிறது. தேர்தல் ஆணையம் தெளிவாகச் சொல்லிவிட்டது. 5.12.2016 வரை யார் யாரெல்லாம் நிர்வாகிகளாக இருந்தார்களோ அவர்கள்தான் தகுதியானவர்கள். 5.12.2016 வரை டி.டி.வி.தினகரன் அ.தி.மு.க. உறுப்பினர்கூட கிடையாது" என்றும் அவர் கூறினார்.

அதேநேரத்தில், "தேர்தல் ஆணையம் நடுநிலையுடன் செயல்படவில்லை" என டி.டி.வி தினகரன் குற்றம் சாட்டினார்.

"இரட்டை இலை சின்னம் விவகாரத்தில் மத்திய அரசுக்கு ஆதரவாக தேர்தல் ஆணையம் செயல்பட்டுள்ளது. இந்த உத்தரவுக்கு எதிராக உச்சநீதிமன்றத்தில் மேல்முறையீடு செய்வோம். தேர்தல் ஆணையத்தை மத்திய அரசு கையில் வைத்துள்ளது. தற்போதைய தலைமை தேர்தல் ஆணையர் ஏ.கே.ஜோதி, குஜராத் மாநிலத்தில் தலைமைச் செயலாளராக பணியாற்றியவர். இதற்கு முன்னர் ஆர்.கே.நகர் இடைத்தேர்தலில் எனக்கு வெற்றி வாய்ப்பு இருந்ததன் காரணமாக தேர்தல் ரத்து செய்யப்பட்டது. பன்னீர்செல்வத்திற்கு ஆதரவாகச் செயல்பட்ட மத்திய அரசு, தற்போது எடப்பாடி பழனிச்சாமிக்கு ஆதரவாகச் செயல்படுகிறது.

இரட்டை இலை சின்னம் குரங்கு கையில் கிடைத்த பூ மாலையாக ஆகிவிட்டது. ஆனால், எடப்பாடி பழனிசாமி அரசுக்கு 111 எம்.எல்.ஏக்கள் மட்டுமே ஆதரவாக இருப்பதாக அறிக்கையில் கூறப்பட்டுள்ளது. அரசுக்கு பெரும்பான்மை இல்லை என்பதை தேர்தல் ஆணையமே உறுதி செய்துள்ளது. சின்னம் இல்லாவிட்டாலும் மக்களும், தொண்டர்களும் தங்களது பக்கமே இருக்கின்றனர்" என்று தினகரன் கூறினார்.

*

18

லண்டன் செல்ல மறுத்த ஜெயலலிதா

ஜெயலலிதா மரணம் தொடர்பாக நேரில் ஆஜராகி விளக்கம் அளிக்க அரசு டாக்டர்கள் 2 பேருக்கு விசாரணை ஆணையம் சம்மன் அனுப்பியது. அந்த 2 டாக்டர்கள் யார்? என்ற விவரத்தை ஆணையம் வெளிப்படையாக அறிவிக்கவில்லை.

இந்நிலையில், சென்னை ராஜீவ்காந்தி அரசு மருத்துவ மனையின் டீன் டாக்டர் நாராயணபாபு, மருத்துவக் கல்வி முன்னாள் இயக்குனர் டாக்டர் விமலா ஆகியோர் விசாரணை ஆணைய அலுவலகத்துக்கு சென்றனர்.

ஜெயலலிதா மருத்துவமனையில் அனுமதிக்கப்பட்டபோது, மருத்துவக் கல்வி இயக்குனராக டாக்டர் விமலாவும், ஜெயலலிதா மரணம் அடைந்தபோது மருத்துவக் கல்வி இயக்குனராக (பொறுப்பு) டாக்டர் நாராயணபாபுவும் இருந்தனர். ஜெயலலிதாவுக்கு அப்பல்லோ மருத்துவக் குழுவினருடன் இணைந்து அரசு மருத்துவமனை மருத்துவர்கள் குழுவினரும் சிகிச்சை அளித்தனர். அப்போது அரசு மருத்துவக் குழுவினர் ஜெயலலிதாவின் உடல்நிலை, அவருக்கு அளிக்கப்படும் சிகிச்சை முறை குறித்த விவரங்களை அறிக்கை வாயிலாக மருத்துவக் கல்வி இயக்குனரிடம் சமர்ப்பித்து வந்தனர்.

எனவே, அதனடிப்படையில் டாக்டர் நாராயணபாபு, டாக்டர் விமலா ஆகியோரிடம் நீதிபதி ஆறுமுகசாமி விசாரணை மேற்கொண்டார். ஜெயலலிதாவுக்கு அளிக்கப்பட்ட சிகிச்சை

டாக்டர் விமலா - டாக்டர் நாராயண பாபு

முறைகள் உள்பட பல்வேறு கேள்விகளை நீதிபதி ஆறுமுகசாமி எழுப்பினார். அதற்கு டாக்டர்கள் நாராயணபாபுவும், விமலாவும் விளக்கம் அளித்தனர்.

விசாரணை முடிந்தவுடன் நீதிபதி ஆறுமுகசாமி அவர்களிடம், 'விசாரணை சம்பந்தமாக பத்திரிகையாளர்களுக்குப் பேட்டியோ, எந்தவிதமான தகவலோ அளிக்கக்கூடாது' என்று உத்தரவிட்டார். விசாரணை முடிந்து வெளியேவந்த அவர்களிடம் நிருபர்கள் கேள்விகள் கேட்டபோது, 'விசாரணை நடந்துகொண்டிருப்பதால் அதுதொடர்பாக எதுவும் கூற முடியாது' என்று தெரிவித்துவிட்டனர்.

இதேபோல, மருத்துவ சிகிச்சையில் இருந்தபோது தேர்தல் ஆவணங்களில் ஜெயலலிதாவின் கைரேகை பதிவு செய்யப்பட்டது தொடர்பாகவும், கைரேகை பதிவுக்கு சாட்சி கையெழுத்திட்டுள்ள அரசு மருத்துவர் பாலாஜி மற்றும் அரசு மருத்துவரும், நீரழிவு நோய் சிகிச்சை நிபுணருமான தர்மராஜன் ஆகியோருக்கு விசாரணை ஆணையம் சம்மன் அனுப்பியது. அதன்படி அவர்கள் இருவரும் ஆணையத்தில் ஆஜராகினர்.

ஜெயலலிதாவுக்கு அளிக்கப்பட்ட சிகிச்சை குறித்து மருத்துவர் தர்மராஜனிடம் நீதிபதி கேள்வி எழுப்பினார். அதற்கு தர்மராஜன் பதில் அளித்தார். சுமார் ஒன்றரை மணி நேரம் அவரிடம் நீதிபதி விசாரணை நடத்தினார். இதன்பின்பு மருத்துவர் பாலாஜியிடம், நீதிபதி விசாரணை நடத்தினார்.

நீதிபதியின் கேள்விகளுக்கு பதில் அளித்த மருத்துவர் பாலாஜி, அது தொடர்பான பல ஆவணங்களையும் நீதிபதியிடம் அளித்தார்.

லண்டன் மருத்துவர், எய்ம்ஸ் மருத்துவர்கள் அளித்த சிகிச்சை குறித்தும், ஜெயலலிதா உணவு உட்கொண்டது குறித்தும் நீதிபதி கேள்வி எழுப்பினார். 'ஜெயலலிதா சிகிச்சையில் இருந்தபோது அவரை நேரில் பார்த்தீர்களா?' என்று நீதிபதி கேள்வி எழுப்பினார்.

'லண்டன் மருத்துவர் ரிச்சர்டு பீலே, எய்ம்ஸ் மருத்துவமனை மருத்துவர்கள் போன்றோர் மருத்துவமனைக்கு வந்தபோது அவர்களை, ஜெயலலிதா சிகிச்சையில் இருந்த வார்டுக்கு அழைத்துச் சென்றேன். அப்போது ஜெயலலிதாவைப் பார்த்துள்ளேன்' என்று பாலாஜி கூறினார்.

மேலும், லண்டன் மருத்துவர், எய்ம்ஸ் மருத்துவமனை மருத்துவர்கள் மட்டுமல்லாமல் வேலூர், ஐதரபாத், பெங்களூர் போன்ற இடங்களில் இருந்தும் சிறப்பு மருத்துவ நிபுணர்கள் வரவழைக்கப்பட்டு ஜெயலலிதாவுக்கு சிகிச்சை அளித்ததாக மருத்துவர் பாலாஜி தெரிவித்தார்.

லண்டன் மருத்துவர், எய்ம்ஸ் மருத்துவமனை மருத்துவர்கள் உள்பட சிறப்பு மருத்துவ நிபுணர்கள் வந்தபோது அவர்களை ஜெயலலிதாவுக்கு, தான் அறிமுகம் செய்து வைத்ததாகவும் அவர் கூறினார். உயர் சிகிச்சைக்காக லண்டன் அழைத்துச் செல்ல வேண்டியிருக்கும் என்று லண்டன் மருத்துவர் ரிச்சர்ட் பீலே கூறியபோது ஜெயலலிதா அதற்கு மறுப்புத் தெரிவித்து விட்டதாகவும் பாலாஜி கூறினார்.

அப்போது நீதிபதி, 'உங்களை ஜெயலலிதாவிடம் அறிமுகம் செய்து வைத்தது யார்?' என்று கேட்டார். அதற்கு, மருத்துவர் பாலாஜி பதில் எதுவும் சொல்லாமல் சிரிப்பை மட்டும் வெளிப்படுத்தினார்.

மேலும் 'சிகிச்சையின் போது ஜெயலலிதாவுடன் சசிகலா மட்டுமே உடன் இருந்தார். வேறு யாரும் அவருடன் இல்லை. அப்பல்லோ மருத்துவர்களும் சிகிச்சையின்போது மட்டுமே அவரது அறைக்குள் சென்று வந்தனர். சசிகலா மட்டுமே ஜெயலலிதாவுடன் பேசி வந்தார்.

உடல்நலம் தொடர்பாக அப்பல்லோ மருத்துவர்கள் கேட்கும் கேள்விகளைக்கூட சசிகலாதான் ஜெயலலிதாவிடம் கேட்டுத் தெரிவித்துள்ளார். சசிகலா மட்டுமே இறுதி வரை ஜெயலலிதாவுடன் மருத்துவமனையில் இருந்தார். அரசு தரப்பில் ஏற்படுத்தப்பட்ட மருத்துவர்கள் குழுவில் இடம்பெற்ற 5 மருத்துவர்களுக்கு ஜெயலலிதா சிகிச்சை பெற்றுவந்த சிறப்பு வார்டுக்கு அருகே தனியாக அறை ஒதுக்கப்பட்டிருந்தது.

ஐந்து பேர் கொண்ட மருத்துவக் குழுவில் இடம் பெற்றிருந்த மருத்துவர்களில் நான்கு பேர், ஜெயலலிதாவைப் பார்க்கவே இல்லை. அங்கு டி.வி.கூட இல்லை. சேர், டேபிள் மட்டுமே இருந்தது. ஒவ்வொரு நாளும் ஜெயலலிதாவுக்கு அளிக்கப்பட்ட சிகிச்சை குறித்து அப்பல்லோ மருத்துவமனையைச் சேர்ந்த மருத்துவர்கள் குழு அளித்த மருத்துவ அறிக்கையைப் பரிசீலித்து அதுகுறித்த விவரத்தை அரசுக்கு அவ்வப்போது தெரிவித்து வந்தோம்.

நான், ஜெயலலிதாவுக்கு சிகிச்சை எதுவும் அளிக்கவில்லை. அப்பல்லோ மருத்துவர்கள், லண்டன் மருத்துவர், எய்ம்ஸ் மருத்துவமனை மருத்துவர்கள் உள்பட வெளியில் இருந்து வந்த மருத்துவர்களுக்கு ஒருங்கிணைப்பாளராகவே இருந்து வந்தேன். பல நாட்கள் நீர் ஆகாரத்தையே ஜெயலலிதா உணவாக எடுத்துக்கொண்டார். சி.டி. ஸ்கேன் எடுப்பதற்காக ஜெயலலிதா அழைத்துச் செல்லப்பட்டபோதும்கூட ஸ்ட்ரெச்சரின் 4 புறமும் திரைச்சீலை போடப்பட்டுதான் கொண்டு செல்லப்பட்டார். ஜெயலலிதா அப்பல்லோ மருத்துவமனைக்கு அழைத்து வரப்படுவதற்கு ஒரு வாரத்துக்கு முன்பே உடல்நலம் சரியில்லாமல்தான் இருந்துள்ளார்.

போயஸ்கார்டனில் இருந்தபோது ஏற்பட்ட உடல்நல பாதிப்பு குறித்து அவரது குடும்ப டாக்டரிடம்தான் கேட்க வேண்டும். 2016, டிசம்பர் மாதம் 2ந் தேதி வரை ஜெயலலிதா உயிரோடு இருந்ததைப் பார்த்தேன்' என்று மருத்துவர் பாலாஜி நீதிபதியிடம் வாக்குமூலம் அளித்தார்.

மருத்துவர் பாலாஜி தெரிவித்த தகவல்களின் அடிப்படையில் அரசு தரப்பில் நியமிக்கப்பட்ட வழக்குரைஞர் நிரஞ்சன் அவரிடம் குறுக்கு விசாரணை நடத்தினார்.

*

19
அரசு மருத்துவர்களைத் தடுத்தது யார்?

ஜெயலலிதா அப்பல்லோ மருத்துவமனையில் சிகிச்சையில் இருந்தபோது அவருக்கு அளிக்கப்பட்ட சிகிச்சையை மேற்பார்வையிட அரசு சார்பில் மருத்துவர்கள் குழு ஒன்று அமைக்கப்பட்டது. அந்தக் குழுவில் அரசு மருத்துவர்கள் பாலாஜி, கலா, முத்துச்செல்வன், தர்மராஜன், டிட்டோ ஆகியோர் இடம் பெற்றிருந்தனர்.

இதில், பாலாஜியைத் தவிர தாங்கள் யாரும் ஜெயலலிதாவை மருத்துவமனையில் சந்திக்கவில்லை என்றும், ஜெயலலிதா சிகிச்சை தொடர்பான பணிகள் எதையும் தாங்கள் செய்யவில்லை என்றும் ஆணையத்தில் மருத்துவர்கள் வாக்குமூலம் கொடுத்தனர்.

மேலும் அவர்கள், ஜெயலலிதா சிகிச்சை பெற்ற அறையின் அருகே தனி அறையில் அமர்ந்து இருந்ததாகவும், அப்பல்லோ மருத்துவமனை மருத்துவர்கள் அளித்த அறிக்கையை மட்டும் அரசுக்கு அனுப்பி வைத்ததாகவும் வாக்குமூலத்தில் கூறி உள்ளனர். சிகிச்சையின்போது, ஜெயலலிதாவைப் பார்த்ததாகவும், அவருக்கு மருத்துவ சிகிச்சை அளிப்பது தொடர்பான எந்தப் பணியையும் தான் மேற்கொள்ளவில்லை என்றும் மருத்துவர் பாலாஜி வாக்குமூலம் அளித்தார்.

'அரசு சார்பில் மருத்துவர்கள் குழு அமைக்கப்பட்டதும், அந்தக் குழு ஜெயலலிதாவுக்கான சிகிச்சையை தங்களது முழு பொறுப்பில் எடுத்திருக்கலாமே? ஏன் அதுபோன்று செய்யவில்லை?' என்று அந்தக் குழுவிடம் நீதிபதி கேள்வி

எழுப்பினார். அதற்கு, தங்களது உயர் அதிகாரிகளின் கட்டளையை ஏற்று தாங்கள் அமைதியாக இருந்ததாக அவர்கள் கூறினார்கள்.

இதைத் தொடர்ந்து அரசு சார்பில் அமைக்கப்பட்ட மருத்துவர்கள் குழு ஜெயலலிதாவுக்கு அளிக்கப்பட்ட சிகிச்சையை மேற்பார்வையிட அனுமதிக்காமல் தடுத்தது யார்? என்பது குறித்து விசாரிக்க ஆணையம் முடிவு செய்தது. இதற்காக அரசு மருத்துவர்கள் குழு அளித்த வாக்குமூலத்தின் அடிப்படையில் சுகாதாரத்துறை அதிகாரிகள், அப்பல்லோ மருத்துவர்களுக்கு அறிவிக்கை அனுப்பவும் முடிவு செய்யப்பட்டது.

ஜெயலலிதாவுக்கு அக்குபஞ்சர் சிகிச்சை அளித்த மருத்துவர் சங்கர் ஆணையத்தில் முன்னிலையாகி மேலும் சில திடுக்கிடும் தகவல்களை வெளியிட்டார். 'ஜெயலலிதாவுக்கு அதிகளவு ஸ்டீராய்டு மருந்து தரப்பட்டதால்தான் அவருக்கு உடல்நலக்குறைவு ஏற்பட்டது' என அவர் கூறினார்.

'2016 சட்டசபை தேர்தலின்போது ஜெயலலிதாவுக்கு நான் சிகிச்சை அளித்தேன்; அதனால் கால் வீக்கங்கள் குறைந்து நன்றாக நடந்தார். ஜெயலலிதாவை அப்பல்லோவில் அனு மதித்தபின் சந்திக்க முயற்சித்தேன், முடியவில்லை. ஸ்டீராய்டு மருந்துகளை அதிகளவில் ஜெயலலிதாவுக்குக் கொடுத்தது அவருக்குப் பின்னடைவை ஏற்படுத்தியிருக்கலாம்' என்றும் அவர் கூறினார்.

இதையடுத்து ஜெயலலிதாவின் உடல்நலம் குறித்து, அவருடன் நெருக்கமாக இருந்தவர்களிடம் தகவல்கள் பெற நீதிபதி ஆறுமுகசாமி தலைமையிலான விசாரணை ஆணையம் முடிவு செய்தது. அதன்படி சென்னை தலைமைச் செயலகத்தில் உயர் பதவிகளில் இருந்தவர்களிடம் விசாரணை நடத்த திட்டமிட்டது.

விசாரணை ஆணையத்தில், சென்னை மருத்துவக்கல்லூரி முன்னாள் முதல்வர் முரளிதரன் முன்னிலையானார். ஜெயலலிதா மருத்துவமனையில் அனுமதிக்கப்பட்டது முதல் இறக்கும் வரை முரளிதரன் சென்னை மருத்துவக் கல்லூரி டீனாக இருந்து வந்தார். அப்பல்லோ மருத்துவமனையில் ஜெயலலிதா அனுமதிக்கப்பட்டபோது சிகிச்சையை மேற்பார்வையிட அரசு தரப்பில் 5 பேர் கொண்ட மருத்துவர்கள்

குழு ஏற்படுத்தப்பட்டது. அரசு கேட்டுக்கொண்டதன் பேரில் அந்த மருத்துவர்கள் குழுவை முரதளிதரன்தான் ஏற்படுத்தினார்.

'மருத்துவக்குழுவில் இடம்பெற்ற மருத்துவர்கள் எந்த அடிப்படையில் தேர்வு செய்யப்பட்டனர், அவர்கள் ஜெயலலிதாவுக்கு அளிக்கப்பட்ட மருத்துவ சிகிச்சை குறித்து தகவல் தெரிவித்தார்களா?' என்பது போன்று பல்வேறு கேள்விகளை எழுப்பினார் நீதிபதி.

'அரசு மருத்துவர்கள் குழுவை ஏற்படுத்தியதன் அடிப்படையில், ஜெயலலிதாவை சிகிச்சையின்போது பார்த்தீர்களா? ஜெயலலிதாவுக்கு அளிக்கப்பட்டு வரும் சிகிச்சைகள் குறித்து அரசு மருத்துவர்கள் குழு அவ்வப்போது தகவல் தெரிவித்தார்களா?' எனவும் நீதிபதி அவரிடம் கேள்வி எழுப்பினார்.

அதற்கு அவர், 'ஜெயலலிதாவைப் பார்க்கவில்லை. ஜெயலலிதாவுக்கு அளிக்கப்பட்ட சிசிக்சைகள் தொடர்பான விவரங்களை அரசு தரப்பில் ஏற்படுத்தப்பட்ட மருத்துவர் குழு தன்னிடம் தெரிவிக்கவில்லை' எனவும் கூறினார்.

இதன்பின்பு, மருத்துவ அறிக்கையில் உள்ள சில சந்தேகங்களை மருத்துவர் முரளிதரனிடம் நீதிபதி கேட்டார். அந்தச் சந்தேகங்களுக்கு அவர் விரிவாக விளக்கம் அளித்தார்.

*

20
ஜெயலலிதாவைக் கொல்ல திட்டம் தீட்டப்பட்டதா?

ஜெயலலிதாவைக் கொல்ல சசிகலா திட்டம் தீட்டியதாக விசாரணை ஆணையத்தில் ஜெ.தீபா தெரிவித்தது பெரும் பரபரப்பை ஏற்படுத்தியது. நீதிபதி ஆறுமுகசாமி ஆணையம் முன்பு முன்னிலையான தீபா, 'ஜெயலலிதா மரணத்தில் உள்ள மர்மம் விலக வேண்டும் என்றால் போயஸ் தோட்ட ஊழியர்கள், ராஜம்மாள் உட்பட அனைவரிடமும் விசாரணை நடத்த வேண்டும்' என்றார். 'இரவு 9:00 மணி வரை எனது அத்தை நலமாக இருந்துள்ளார். அதன்பின், அவருக்கு உடல் நலக்குறைவு ஏற்பட வாய்ப்பில்லை. அவர் தாக்கப்பட்டிருக்கக் கூடும் என எனக்குத் தகவல் கிடைத்தது.

போயஸ் தோட்டத்தில் வசித்த, ஜெயலலிதாவுக்கு நெருங்கிய நபர், என்னை தொடர்புகொண்டு, பல தகவல்களைத் தெரிவித்தார். ஆறு நபர்கள், போயஸ் தோட்டத்தில் தங்க வைக்கப்பட்டுள்ளனர். அவர்கள் யாரென்றும் விசாரணை நடத்தப்பட வேண்டும். போயஸ் தோட்டத்தில் பணி புரிந்த ஊழியர்கள், என்னை தொடர்புகொண்டு, பல தகவல்களைச் சொல்ல முயற்சித்தனர்; ஆனால், அவர்கள் மிரட்டப்பட்டனர். சசிகலா கட்டுப்பாட்டில், 24 மணி நேரமும், மர்ம நபர்கள் ஆறு பேர் தங்கியிருந்தனர். அவர்கள், அதிகாரப்பூர்வமான ஊழியர்கள் இல்லை. ஜெயலலிதா வீட்டில், யார் யார் தங்கினர் என்பதே தெரியாத நிலை உள்ளது.

கடந்த, 2011ல் இருந்தே, ஜெயலலிதாவை கொலை செய்ய, சசிகலா குடும்பத்தினர் திட்டம் தீட்டினர். இதை காவல்துறை

ஜெ.தீபா   ஜெ.தீபக்

அதிகாரிகள் மூலம் அறிந்துகொண்ட எனது அத்தை அவர்களை போயஸ் தோட்டத்தில் இருந்து குடும்பத்துடன் வெளியேற்றினார். மீண்டும் அவர் எப்படி தோட்டத்திற்குள் நுழைந்தார் என்பது தெரியவில்லை.

இதுகுறித்து, டெஹல்கா நிறுவனம் விசாரித்தது; அதில், நானும் பணியாற்றி உள்ளேன். சசிகலா குடும்பத்தைச் சேர்ந்த அனைவரையும் விசாரிக்க வேண்டும். ராஜம்மாளையும், ஜெயலலிதாவின் முன்னாள் கார் ஓட்டுனர்கள் இருவரையும், விசாரிக்க வேண்டும்' என்று தீபா விசாரணை ஆணையத்தில் தெரிவித்தார்.

இதைத் தொடர்ந்து தீபாவின் சகோதரர் தீபக் ஆணையத்தில் முன்னிலையானார். அவரிடம் 4 மணி நேரம் விசாரணை நடைபெற்றது. ஜெயலலிதா மரணம் தொடர்பாக இருந்த சந்தேகங்களை விசாரணை ஆணையத்திடம் தெரிவித்த அவர், சந்தேகம் உள்ள நபர்களிடம் விசாரணை நடத்த வேண்டும் என கோரிக்கை விடுத்தார். தீபக் கூறிய அனைத்து தகவல்களையும் விசாரணை ஆணையம் ஒளிப்பதிவு செய்துகொண்டது.

'ஜெயலலிதா மரணம் குறித்து சசிகலா உள்பட 22 பேரிடம் உண்மை கண்டறியும் சோதனை நடத்தவேண்டும்' என்று ஜெ.தீபாவின் கணவர் மாதவன் விசாரணை ஆணையத்தில் வலியுறுத்தினார். விசாரணை ஆணையத்தில் இரண்டாவது முறையாக முன்னிலையான அவர், "சசிகலா, அவரது கணவர் நடராஜன், இளவரசி, திவாகரன், விவேக், கிருஷ்ணப்பிரியா,

ஷகிலா, ஜெய் ஆனந்த், அப்பல்லோ மருத்துவமனை தலைவர் பிரதாப் ரெட்டி, தமிழக அரசின் முன்னாள் தலைமைச் செயலாளர் ஷீலா பாலகிருஷ்ணன் உள்பட 22 பேரிடம் உண்மை கண்டறியும் சோதனை நடத்த உத்தரவிட வேண்டும்" என்று கேட்டுக்கொண்டார்.

அதற்கு நீதிபதி, 'ஆணையத்தின் அதிகாரத்துக்கு உட்பட்ட விசயங்களை மட்டுமே விசாரிக்க முடியும். உண்மை கண்டறியும் சோதனைக்கு உட்படுத்துவது ஆணையத்தின் அதிகாரத்துக்கு உட்பட்டது இல்லை' என்று கூறினார்.

'இரவு 10 மணிக்கு அப்பல்லோ மருத்துவமனைக்கு ஜெயலலிதா அழைத்து செல்லப்பட்டதாக கூறுகிறார்கள். அந்தச் சமயத்தில் போயஸ் கார்டனிலும், அப்பல்லோ மருத்துவ மனையிலும் இருந்த கண்காணிப்பு கேமராவில் பதிவான காட்சிகளை தாக்கல் செய்ய ஆணையம் உத்தரவிட வேண்டும்' என்றும் மாதவன் வலியுறுத்தினார்.

'உடல்நிலை சரியில்லாதபோது அவசரமாகத்தான் மருத்துவமனைக்குச் சென்றிருக்க வேண்டும். அவசரமாக செல்லும்போது கண்காணிப்பு கேமராவை அகற்றிவிட்டுச் சென்றிருந்தால் ஏதோ சதி நடந்து இருப்பதாகத்தான் கருத வேண்டும். ஜெயலலிதா சுய நினைவுடன் இருந்தபோதுதான் கைரேகை பதிவு செய்யப்பட்டதா? என்பது குறித்து விசாரிக்க வேண்டும்' என்றும் அவர் வலியுறுத்தினார்.

*

21
அப்பல்லோ பிரதாப் ரெட்டி கூறிய தகவல்கள்

ஜெயலலிதா மரணத்தில் மர்மங்கள் நிறைந்திருப்பதாக உலகமே பேசி வந்த நிலையில், அதை உறுதிப்படுத்துவதுபோல் இருந்தது அப்பல்லோ மருத்துமனையின் தலைவர் பிரதாப் ரெட்டியின் திடீர் கருத்து!

சென்னையில் நடைபெற்ற ஒரு நிகழ்ச்சியில் பேசிய அப்பல்லோ ரெட்டி, "ஆபத்தான நிலையில்தான் ஜெயலலிதா மருத்துவமனையில் அனுமதிக்கப்பட்டார்" என்று கூறினார். "ஒட்டு மொத்த மக்களின் அன்பைப் பெற்ற ஒரு தலைவரின் உடல்நிலை குறித்தத் தகவலை வெளியே தெரியப்படுத்தினால், மக்களின் உணர்வுகளை கட்டுப்படுத்த முடியாத நிலை ஏற்படும் என்பதால் உண்மையை மறைத்தோம்..." என்று கூறிய அவர். "மக்கள் அச்சப்படக் கூடாது என்பதற்காகவே ஜெயலலிதாவிற்கு காய்ச்சல் என்று செய்தி அறிக்கை வெளியிடப்பட்டது. சட்டம் ஒழுங்கு பிரச்னை வரக்கூடாது என்பதால் உண்மை நிலையை அறிக்கையில் குறிப்பிடவில்லை" என்றும் பிரதாப் ரெட்டி தெரிவித்தார்.

மேலும், "ஜெயலலிதாவை நோயின் பிடியிலிருந்து மீட்க எங்கள் மருத்துவக் குழுவினர் கடுமையாகப் போராடினர். ஆனால், நோயின் தாக்கம் தீவிரமாக இருந்ததால் அவரை எங்களால் காப்பாற்ற முடியவில்லை" என பிரதாப் ரெட்டி தெரிவித்தார்.

ஜெயலலிதா மருத்துவமனையில் அனுமதிக்கப்பட்டதும், காய்ச்சல் மற்றும் நீர்ச்சத்துக் குறைபாடு காரணமாகவே

பிரதாப் ரெட்டி

மருத்துவமனையில் அனுமதிக்கப்பட்டுள்ளதாகவும், அதற்கான சிகிச்சை அளிக்கப்பட்டு வருவதாகவும் அப்பல்லோ மருத்துவமனை நிர்வாகம் அறிக்கை வெளியிட்டது. அவருக்குச் சுயநினைவு இல்லை என்ற தகவலை அப்பல்லோ நிர்வாகம் கடைசிவரை வெளியிடவில்லை. ஜெயலலிதா ஆபத்தான நிலையில் மருத்துவமனையில் சிகிச்சை பெற்றுவந்த நிலையில், இரண்டொருமுறை பத்திரிகையாளர்களையும் சந்தித்தார் பிரதாப் ரெட்டி. அப்போது பத்திரிகையாளர்கள் கேட்ட கேள்விகளுக்கு பதிலளித்தபோதுகூட, "முதலமைச்சர் மேடம் நலமாக இருக்கிறார். நார்மலான டயட் எடுத்துக்கொள்கிறார். எப்போது டிஸ்சார்ஜ் என்பதை மேடமே முடிவு செய்வார்" என்றும் கூறினார். அப்படியானால் கூசாமல் பொய் சொல்லி இருக்கிறார் என்றுதானே அர்த்தம்!

ஒரு மாநிலத்தின் முதலமைச்சர், அதிலும் மக்கள் செல்வாக்கு மிக்கதொரு தலைவர் என்று தெரிந்திருந்தும் சொத்தைக் காரணங்களைக் கூறி உண்மையை மறைக்க மருத்துவர்களுக்கு உரிமை இருக்கிறதா? அப்படியானால், அவர் எப்போதோ உயிரிழந்து விட்டார் என்றும் 70 நாட்கள் உண்மை மறைக்கப்பட்டது என்றும் கூறப்படும் புகார்களை எப்படி இந்த மருத்துவமனையால் மறுக்க முடியும்? இப்படிப்பட்ட மருத்துவமனை இப்போது கூறுவது மட்டும் உண்மை

என்று எப்படி நம்புவது? உண்மையிலேயே என்ன நடந்தது? யாருடைய நிர்ப்பந்தத்தின் அடிப்படையில் ஜெயலலிதாவின் உண்மையான உடல்நிலை குறித்தத் தகவலை அப்பல்லோ நிர்வாகம் வெளியிடாமல் மறைத்தது. அதேபோல லண்டன் மருத்துவர் பீலேயும் இவர்களைப்போலவே பீலா விட்டாரா? என்ற சந்தேகத்திற்கும் விடையில்லை.

இதே சந்தேகம் ஆணையத்துக்கும் எழுந்ததாலோ என்னவோ, இந்தச் சர்ச்சைகள் குறித்து அப்பல்லோ மருத்துவமனை தலைவர் பிரதாப் ரெட்டி மற்றும் அப்பல்லோ மருத்துவர்களை விசாரிக்க ஆணையம் முடிவு செய்தது. அதேபோன்று ஜெயலலிதா திடீரென்று சுயநினைவு இழக்கும் நிலைக்குச் சென்றது எப்படி? அந்த அளவுக்கு அவரது உடல்நிலை திடீரென்று பாதிக்கப்பட்டதா? என்பது குறித்து ஜெயலலிதாவின் குடும்ப மருத்துவரிடம் விசாரிக்கவும் ஆணையம் முடிவு செய்தது.

இந்த நிலையில், ஜெயலலிதாவுக்கு அளிக்கப்பட்ட மருத்துவச் சிகிச்சைகள் குறித்த அறிக்கையைத் தாக்கல் செய்யும்படி தமிழக அரசுக்கு விசாரணை ஆணையம் கடிதம் அனுப்பி இருந்தது. அதன் அடிப்படையில் ஜெயலலிதாவுக்கு அளிக்கப்பட்ட சிகிச்சைகள் குறித்த மருத்துவ அறிக்கையை தமிழக அரசு விசாரணை ஆணையத்தில் தாக்கல் செய்தது. அதிலும், “அப்பல்லோ மருத்துவமனையில் ஜெயலலிதா அனுமதிக்கப்பட்டபோது அவருக்கு சுயநினைவு இல்லை” என்று தெரிவிக்கப்பட்டிருந்தது.

இதனிடையே மார்ச் 2018ல் செய்தியாளர்களுக்குப் பேட்டி அளித்த பிரதாப் ரெட்டி, “முன்னாள் முதலமைச்சர் ஜெயலலிதாவுக்குச் சிகிச்சைத் தருவதில் சிறப்பு கவனம் செலுத்தப்பட்டது” என்று கூறினார்.

“அவருக்கு அப்பல்லோ மருத்துவர்களைத் தவிர வெளிநாட்டிலிருந்தும் மருத்துவர்கள் அழைத்து வரப்பட்டு சிகிச்சை அளிக்கப்பட்டது. மேலும், ஜெயலலிதாவின் உடல்நலம் தேறி வருவதாக நாங்கள் நினைத்தோம். அவரது உடல்நலத்தில் முன்னேற்றம் ஏற்படுவதற்கான அத்தனைச் சிகிச்சைகளையும் அப்பல்லோ மருத்துவர்கள் தொடர்ச்சியாக செய்து வந்தனர். அவருக்கு ஒரு நாள் அல்ல, பல வாரங்கள் எங்களால் முடிந்த அளவிற்குச் சிகிச்சை அளித்தோம்.

மருத்துவமனையில் ஜெயலலிதாவைச் சந்திக்க குறிப்பிட்ட நபர்கள் மட்டுமே அனுமதிக்கப்பட்டனர். யாரெல்லாம் சந்திக்க வேண்டும் என்பதை ஜெயலலிதாவுடன் இருந்தவர்கள் முடிவு செய்தனர். ஜெயலலிதாவிற்குச் சிகிச்சை அளிக்கப்பட்ட பகுதியில் உள்ள சி.சி.டி.வி கேமராக்கள் நிறுத்தி வைக்கப்பட்டன. சி.சி.டி.வி. காட்சிகளை சம்பந்தமில்லாதவர்கள் பார்க்க நேரிடும் என்பதால் தற்காலிகமாக நிறுத்தி வைக்கப்பட்டது. ஜெயலலிதாவுக்கு அளிக்கப்பட்ட சிகிச்சை குறித்த எல்லாத் தகவல்களையும், ஆவணங்களையும் விசாரணை ஆணையத்தில் கொடுத்துள்ளோம்" என்று பிரதாப் ரெட்டி கூறினார்.

இதேபோல, 'ஜெயலலிதா அப்பல்லோ மருத்துவமனையில் அனுமதிக்கப்பட்டிருந்தபோது, அவரது உடல்நிலை குறித்து அப்பல்லோ நிர்வாகம் முன்னுக்குப் பின் முரணான தகவலைத் தெரிவித்து வருகிறது. அதுகுறித்து காவல்துறையினர் விசாரணை நடத்தி ஜெயலலிதாவின் உடல்நிலை குறித்த உண்மை நிலவரத்தை வெளியிட வேண்டும்' என்று உச்சநீதிமன்ற வழக்குரைஞர் கிருஷ்ணமூர்த்தி உள்பட 302 பேர் காவல் நிலையத்தில் புகார் மனுக்கள் அளித்தனர். இந்த மனுக்கள் மீது காவல்துறையினர் வழக்கு எதுவும் பதிவு செய்யவில்லை.

இதைத்தொடர்ந்து வழக்குரைஞர் கிருஷ்ணமூர்த்தி தனது புகார் மனு மீது வழக்குப் பதிவுசெய்ய காவல்துறையினருக்கு உத்தரவிடக்கோரி சென்னை உயர் நீதிமன்றத்தில் வழக்குத் தொடர்ந்தார். 'ஜெயலலிதா மரணம் குறித்து ஆணையம் விசாரணை நடத்தி வருவதால் இந்த மனு மீது எந்த உத்தரவும் பிறப்பிக்க முடியாது' என்று கூறி கிருஷ்ணமூர்த்தியின் மனுவை நீதிமன்றம் தள்ளுபடி செய்தது.

இந்த நிலையில் பொதுமக்கள், சமூக ஆர்வலர்கள், அரசியல் கட்சியினர், வழக்குரைஞர்கள் என பல்வேறு தரப்பிலும் காவல் நிலையத்தில் அளிக்கப்பட்ட 302 புகார் மனுக்களை விசாரணை ஆணையத்தில் காவல்துறையினர் ஒப்படைத்தனர். அந்த மனுக்களைப் பரிசீலித்து, புகார்தாரர்களுக்கு சம்மன் அனுப்பி அவர்களிடம் விசாரணை நடத்த ஆணையம் முடிவு செய்தது.

*

22
ஒளிப்பதிவை வெளியிட்டு அதிரடி

"ஜெயலலிதாவின் புகழுக்குக் களங்கம் விளைவிக்கும் செயல்களில் யார் ஈடுபட்டாலும் சட்டரீதியான நடவடிக்கை எடுக்கப்படும்" என இளவரசியின் மகனும் ஜெயா தொலைக் காட்சியின் தலைமைச் செயல் அதிகாரியுமான விவேக் ஜெயராமன் திடீரென ஒரு அறிக்கை வெளியிட்டார்...

"மறைந்த முதல்வர் ஜெயலலிதாவின் புகழுக்குக் களங்கம் விளைவிக்கும் விதத்தில், அவருடைய மகள் என்றும், அதைச் செய்தோம் இதைச் செய்தோம் என்றும் சிலர் அவதூறுகளைப் பரப்பி வருவது கண்டிக்கத்தக்கது.

ஜெயலலிதா மறைந்து ஒரு வருடம் ஆனபிறகும் எவ்வித ஆதாரங்களும் இல்லாமல் சிலர் தங்கள் விருப்பத்திற்குக் கதை கற்பனைகளைக் கிளப்பிவிட்டு ஒரு மாபெரும் தலைவியின் புகழுக்குக் களங்கம் கற்பிப்பது கொஞ்சமும் சகிக்க முடியாத மனசாட்சியற்ற செயல்.

அவருக்கென்று யார் இருந்திருந்தாலும் அவர் மறைத்திருக்க வாய்ப்பே இல்லை. எவ்வித ஒளிவுமறைவும் இல்லாமல் தமிழக மக்களிடத்தில் செல்வி ஜெயலலிதா என்கிற பெருமைமிகு அடையாளத்தோடு வாழ்ந்தவரை வேறுவிதமாகச் சித்தரிப்பது வன்மையாகக் கண்டிக்கத்தக்கது.

பொதுவாழ்க்கைக்கு வருகிற பெண்களுக்கான முன் உதாரணமாகவும், தைரிய அடையாளமாகவும் விளங்கும் ஜெயலலிதாவின் மரியாதையைக் குறைக்கும் விதமான எந்தச்

செயலையும் யார் செய்தாலும் ஏற்க முடியாது. இத்தகைய அவதூறுகளை அ.தி.மு.க. தொண்டர்கள் ஒருபோதும் வேடிக்கை பார்த்துக்கொண்டிருக்கமாட்டார்கள். ஜெயலலிதாவின் புகழுக்குக் களங்கம் விளைவிக்கும் செயல்களில் இனி யார் ஈடுபட்டாலும் சட்டரீதியான நடவடிக்கை எடுக்கப்படும்" என்று விவேக் ஜெயராமன் கூறியிருந்தார்.

இதற்கு அடுத்த நாளே, அதாவது 2018, டிசம்பர் 20ஆம் தேதி டி.டி.வி. தினகரன் ஆதரவாளரான வெற்றிவேல், ஜெயலலிதா மருத்துவமனையில் சிகிச்சை பெறும் வீடியோ காட்சிகளை வெளியிட்டு அதிரடியைக் கிளப்பினார். அடுத்த நாள், அதாவது டிசம்பர் 21ஆம் தேதி ஆர்.கே.நகர் இடைத்தேர்தல் நடைபெற இருந்த நிலையில், அரசியல் ஆதாயத்துக்காக இந்த ஒளிப்பதிவுக் காட்சி ஆதாரங்களை வெளியிட்டிருப்பாரோ என்ற சந்தேகம் இயற்கையாகவே எழுந்தது.

ஆனால், "தேர்தலுக்காக இந்த வீடியோவை வெளியிடவில்லை" என்றார் வெற்றிவேல். "ஜெயலலிதா குறித்தும் அவரது மரணம் குறித்தும் தவறான கருத்துகளைத் தொடர்ந்து வெளியிட்டு வருகிறார்கள். அதை மறுக்கவே இந்த வீடியோவை வெளியிடுகிறேன்" என்று அவர் கூறினார். "இந்த வீடியோவை சசிகலாவிடம் இருந்து கடந்த பிப்ரவரி மாதம் பெற்றேன். அதை, அவருடைய அனுமதி இல்லாமலே வெளியிடுகிறேன்" என்றும் அவர் கூறினார். "இதேபோல, இன்னும் பல வீடியோ ஆதாரங்கள் என்னிடம் உள்ளது, நேரம் வரும்போது அவற்றையும் வெளியிடுவேன்" என்றும் வெற்றிவேல் கூறினார்.

அப்படி அவர் வெளியிட்ட வீடியோவில், ஜெயலலிதா பிரவுன் நிற இரவு உடை அணிந்தபடி மருத்துவமனைக் கட்டிலில் தலையணைகள் மேல் சாய்ந்த நிலையில் படுத்திருக்கிறார். சிறிய ஜடை பின்னலுடன் காணப்படுகிறார். பலவீனமாக காணப்படும் அவரது வலது கையில் ரத்த அழுத்தத்தைச் சோதிக்கும் நீல நிற 'பேட்' கட்டப்பட்டுள்ளது. வலது கையின் சில இடங்களிலும், வலது காலின் கீழ்ப்பகுதியில் ஓரிடத்திலும் வடுக்கள் காணப்படுகின்றன. அவரது கழுத்தில் பச்சை நிற துணிக்கட்டு காணப்படுகிறது. இடது கையில் மூடப்பட்ட பிளாஸ்டிக் குவளை இருக்கிறது. ஸ்ட்ரா மூலம் அதனுள் இருக்கும் பழச்சாற்றை ஜெயலலிதா இரண்டு முறை உறிஞ்சிக் குடிக்கிறார்.

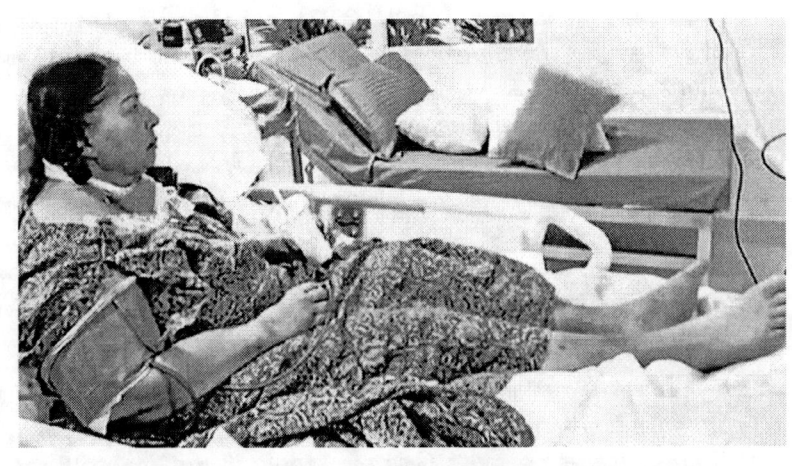

வெற்றிவேல் வெளியிட்ட ஜெயலலிதாவின் புகைப்படம்

அவர் சாய்ந்து அமர்ந்திருக்கும் படுக்கைக்குப் பின்புலத்தில் சாய்பாபா உள்பட 3 கடவுள்களின் படங்கள் வைக்கப்பட்டுள்ளன. ஜெயலலிதா படுக்கையின் இடது பக்கத்தில், அவரைக் கவனித்துக் கொள்பவருக்கான படுக்கை போடப்பட்டுள்ளது. அதில் 4 தலையணைகள் வைக்கப்பட்டுள்ளன. அந்தப் படுக்கையின் அருகே கண்ணாடி ஜன்னல் ஒன்று உள்ளது. அதன் வெளியே வளர்ந்த மரங்கள் காணப்படுகின்றன. அந்த ஜன்னலுக்கு அருகே இருந்த தொலைக்காட்சியை ஜெயலலிதா உன்னிப்பாகப் பார்த்துக்கொண்டிருக்கிறார். அதிலிலிருந்து 'முதல் மரியாதை' திரைப்படத்தில் வரும் 'நீதானா அந்தக் குயில்' பாட்டின் இசை மட்டும் கேட்கிறது. ஆனால், தொலைக்காட்சிப் பெட்டி தெரியவில்லை. ஜெயலலிதாவின் வலது பக்கத்தில் இருந்து 2 கோணங்களில் இந்த வீடியோ எடுக்கப்பட்டுள்ளது. ஆனாலும், வீடியோ எடுக்கப்படும் திசை நோக்கி ஜெயலலிதா திரும்பவே இல்லை. அவருக்குத் தெரியாமல் எடுக்கப்பட்ட வீடியோபோல் தெரிகிறது. "இந்த வீடியோ அப்பல்லோ மருத்துவமனையில் எடுக்கப்பட்டதுதான் என்றாலும், நாங்கள் இதை எடுக்கவில்லை" என்று மருத்துவமனை நிர்வாகம் விளக்கம் அளித்தது.

இந்த வீடியோ வெளியானதும், தமிழகம் உட்பட உலகம் முழுவதும் ஒரு பரபரப்புத் தொற்றிக்கொள்கிறது. பல்வேறு கட்சித் தலைவர்களும் இந்த வீடியோவுக்கு ஆதரவாகவும் எதிராகவும் கருத்துக்களைத் தெரிவித்தனர்.

அடுத்த நாள் (டிசம்பர் 21, 2017) ஆர்.கே.நகர் தொகுதிக்கு இடைத்தேர்தல் என்பதால், இந்த வீடியோ தேர்தலில் தாக்கத்தை ஏற்படுத்தலாம் எனக் கருதியோ என்னவோ தேர்தல் ஆணையம், 'ஜெயலலிதாவின் வீடியோவை காட்சி ஊடகங்கள் வெளியிடக் கூடாது' என அறிவிக்கை அனுப்பியது. ஜெயலலிதா சிகிச்சை பெறும் வீடியோ வெளியிட்ட வெற்றிவேல் மீது வழக்குப் பதிவு செய்ய தேர்தல் ஆணையம் உத்தரவிட்டது. தலைமைத் தேர்தல் அதிகாரி உத்தரவின் பேரில் தேர்தல் நடத்தும் அலுவலர் பிரவீண் நாயர் புகாரின் பேரில் 126 (பி) பிரிவின் கீழ் வழக்குப்பதிவு செய்யப்பட்டது.

"மக்கள் பிரதிநிதித்துவச் சட்டத்தின் 126(1) (பி) பிரிவின்படி இந்த வீடியோவை தேர்தல் நேரத்தில் வெளியிட்டது குற்றம்" என்று தமிழக தலைமைத் தேர்தல் அதிகாரி ராஜேஷ் லக்கானி தெரிவித்தார். அதாவது, "வாக்குப்பதிவு நிறைவடையும் நேரத்துக்கு முன்பிருந்து 48 மணி நேரத்துக்குள் தேர்தல் தொடர்புடைய பொதுக்கூட்டம் நடத்துவது, அதில் பங்கேற்பது, தேர்தல் தொடர்புடையவற்றை சினிமா மூலமாகவோ, தொலைக் காட்சி போன்ற உபகரணங்கள் மூலமாகவோ வெளியிடுவது தண்டனைக்குரிய குற்றம். இந்தக் குற்றத்துக்கு 2 ஆண்டுகள் வரை சிறைத்தண்டனை விதிக்க முடியும்" என்றும் அவர் கூறினார்.

வெற்றிவேல் மீது, நீதிபதி ஆறுமுகசாமி தலைமையிலான விசாரணை ஆணையம், அண்ணா சதுக்கம் காவல்நிலையத்தில் புகார் தெரிவித்தது. விசாரணை ஆணையத்தை அவமதிக்கும் விதமாக வெற்றிவேல் வீடியோவை வெளியிட்டுள்ளதாக, நீதிபதி ஆறுமுகசாமியின் செயலாளர் பன்னீர்செல்வம் புகார் தெரிவித்தார். 'விசாரணை ஆணையம் விசாரித்துக் கொண்டிருக்கும் வேளையில் தனிப்பட்ட முறையில் வீடியோவை வெளியிட்டு மக்கள்மத்தியில் குழப்பத்தை ஏற்படுத்த முயற்சிக்கிறார்..." என புகாரில் தெரிவிக்கப்பட்டிருந்தது. "பொது அமைதிக்குக் குந்தகம் ஏற்படுத்தி, மோதல் ஏற்பட வெற்றிவேல் வழிவகை செய்துள்ளார்" என்றும் விசாரணை ஆணையம் தெரிவித்திருந்தது.

இதையடுத்து முன்பிணை கேட்டு சென்னை முதன்மை அமர்வு நீதிமன்றத்தில் வெற்றிவேல் தரப்பில் மனுத்தாக்கல்

வெற்றிவேல்

செய்யப்பட்டது. அவருடைய முன்பிணை மனுவை நீதிமன்றம் தள்ளுபடி செய்துவிட்டது.

அதேநேரத்தில், ஜெயலலிதா சிகிச்சை வீடியோவை வெளியிட்ட வெற்றிவேலுக்கு விசாரணை ஆணையம் சம்மன் அனுப்பியது. இதைத் தொடர்ந்து வெற்றிவேல் தரப்பு வழக்கறிஞர்கள், விசாரணைக் கமிஷன் அலுவலகத்திற்கு வந்து, வீடியோ பதிவுசெய்த குறுந்தகடை ஒப்படைத்தனர்.

இந்த நிலையில், ஜெயலலிதா மரணம் தொடர்பாக ஆறுமுகசாமி ஆணையம் டி.டி.வி.தினகரன், இளவரசியின் மகள் கிருஷ்ணப்பிரியா, மறைந்த ஜெயலலிதாவின் உதவியாளர் பூங்குன்றன் ஆகியோருக்கு சம்மன் அனுப்பியது. 'ஏழு நாட்களுக்குள் ஆவணங்கள் மற்றும் ஆதாரங்களை ஒப்படைக்க வேண்டும்' என்றும் ஆணையம் உத்தரவிட்டது.

அதன்படி, இளவரசியின் மகள் கிருஷ்ணப்பிரியா விசாரணை ஆணையத்தில் முன்னிலையானார். அவரிடம் நீதிபதி ஆறுமுகசாமி, "ஜெயலலிதாவுக்கு இருந்து வந்த உடல் நிலை பாதிப்பு குறித்துத் தெரியுமா..? அதுதொடர்பாக உங்களது தாயார் இளவரசி ஏதேனும் தெரிவித்துள்ளாரா..? அப்பல்லோ மருத்துவமனையில் அவருக்கு அளிக்கப்பட்ட சிகிச்சை குறித்து

தெரியுமா..? அப்பல்லோ மருத்துவமனையில் ஜெயலலிதா சிகிச்சையில் இருந்துபோது அவரைப் பார்த்தீர்களா..?" என்பது போன்று பல்வேறு கேள்விகளைக் கேட்டார். கிட்டத்தட்ட 4 மணி நேரம் அவரிடம் விசாரணை நடைபெற்றது. அனைத்து கேள்விகளுக்கும் கிருஷ்ணப்பிரியா பதில் அளித்தார்.

ஜெயலலிதா வாழ்ந்து வந்த போயஸ் கார்டன் இல்லத்தில், ஜெயலலிதா இறப்பதற்கு ஓர் ஆண்டுக்கு முன்புவரை யார் யார் பணியாளர்களாக இருந்தார்கள் என்பது குறித்த விவரத்தைத் தாக்கல் செய்யும்படி ஜெயலலிதாவின் உதவியாளர் பூங்குன்றனுக்கு ஏற்கெனவே ஆணையம் சம்மன் அனுப்பி இருந்தது. அதன்படி, போயஸ் கார்டன் இல்லத்தில் பணியாற்றி வந்தவர்களின் பட்டியலை பூங்குன்றன் ஆணையத்தில் தாக்கல் செய்தார். அதில், ஜெயலலிதா வீட்டில் சமையல் வேலை செய்து வந்த ராஜம்மா, காவலர்கள், டிரைவர்கள், தட்டச்சர்கள் என 15 பேரின் பெயர்கள் இடம் பெற்றிருந்தன. அந்தப் பட்டியலில் இடம் பெற்றுள்ள 15 பேருக்கும் அழைப்பாணை அனுப்பி விசாரணை நடத்த ஆணையம் முடிவு செய்தது.

இதேபோல, டி.டி.வி.தினகரன் தரப்பில் அவரது வழக்குரைஞர் ராஜா செந்தூர்பாண்டியன் ஆணையத்தில் முன்னிலையாகி, ஜெயலலிதா மருத்துவச் சிகிச்சைத் தொடர்பான வீடியோ பதிவுக் காட்சிகளை 'பென் டிரைவ்' மூலம் நீதிபதியிடம் ஒப்படைத்தார். டி.டி.வி.தினகரன் ஆதரவாளரான வெற்றிவேல் ஏற்கெனவே வெளியிட்ட வீடியோவைத் தவிர மேலும் 4 வீடியோ பதிவுகள் அதில் இருந்தன. பென் டிரைவைப் பெற்றுக்கொண்ட நீதிபதி, உடனடியாக தனது அறையில் உள்ள கணினி மூலம் அந்த வீடியோ காட்சிகளைப் பார்த்தார். அதன் அடிப்படையில் அடுத்தகட்ட விசாரணையை மேற்கொள்ள முடிவு செய்தார்.

இதேபோல சசிகலா தரப்பு, ஆணையத்தில் முன்னிலையாக தனக்கு சசிகலா அனுமதி வழங்கி உள்ளதாகவும், சசிகலாவுக்கு ஆணையம் 15 நாட்கள் கால அவகாசம் வழங்கி உள்ளதால் அதற்குள் ஆணையத்தில் சசிகலா தரப்பில் முன்னிலையாகி விளக்கம் அளிப்பேன் என்றும் ராஜா செந்தூர்பாண்டியன் கூறினார்.

இந்நிலையில், நீதிபதி ஆறுமுகசாமி விசாரணை ஆணையத்தின் கால அவகாசம் டிசம்பர் மாதம் 25ஆம்

வழக்கறிஞர் ராஜா செந்தூர்பாண்டியன்

தேதியுடன் நிறைவடைவதால், ஆணையத்தின் கால அவகாசத்தை மேலும் 6 மாத காலங்களுக்கு நீட்டித்து தமிழக அரசு உத்தரவிட்டது.

ஜெயலலிதாவுக்கு ஏற்பட்ட நோய்த்தொற்றுக்கு 22.9.2016, 23.9.2016 ஆகிய தேதிகளில் அப்பல்லோ மருத்துவமனையின் மருத்துவர் ராமசுப்பிரமணியன் சிகிச்சை அளித்து வந்துள்ளார். 24.9.2016 முதல் 1.10.2016 வரை அவர் வெளிநாட்டில் இருந்த போது அவருக்குப் பதிலாக மருத்துவர் ராமகோபாலகிருஷ்ணன் நோய்த்தொற்றுக்காக ஜெயலலிதாவுக்கு அளிக்கப்பட்டு வந்த சிகிச்சையை மேற்பார்வையிட்டு ஆலோசனை வழங்கி உள்ளார்.

அவர் தனது வாக்குமூலத்தில், "15.11.2016 அன்று ஜெயலலிதாவுக்கு நோய்த்தொற்று முழுமையாகச் சரியாகி விட்டது" என்று கூறி உள்ளார். நோய்த்தொற்றினால் இதயம் மற்றும் நுரையீரல் பாதிக்கப்பட்டு ஜெயலலிதா இறந்ததாக அப்பல்லோ மருத்துவமனை அளித்த இறப்பு அறிக்கையில் கூறப்பட்டுள்ளது. இதன்மூலம் ஜெயலலிதாவுக்கு கடைசி வரை நோய்த்தொற்று இருந்தது உறுதி செய்யப்பட்டுள்ளது.

ஆனால், நோய்த்தொற்று தொடர்பாக மருத்துவர் ராமகோபாலகிருஷ்ணன் அளித்த வாக்குமூலம் குழப்பத்தை

ஏற்படுத்தி உள்ளது. இதுதொடர்பாக விரிவாக விசாரிக்க ஆணையம் முடிவு செய்தது.

ஜெயலலிதா சிகிச்சைப் பெற்றுவந்த தீவிர சிகிச்சைப் பிரிவு அறையில் பஞ்சாபகேசன் டெக்னீசியனாகப் பணியாற்றி உள்ளார். இதனால், ஜெயலலிதா இருந்த அறை குறித்து அவரிடம் ஆணையம் தரப்பு வழக்குரைஞர் எஸ்.பார்த்தசாரதி கேள்வி எழுப்பினார். அதற்கு அவர், "ஜெயலலிதா இருந்த அறையின் ஜன்னல் கண்ணாடி திரைச்சீலையால் மூடப்பட்டிருக்கும்" என்று கூறி உள்ளார்.

இதுதொடர்பாக அப்பல்லோ தரப்பு வழக்குரைஞர்கள் அவரிடம் குறுக்கு விசாரணை செய்தபோது, "திரைச்சீலை சில சமயங்களில் திறந்துவிடப்படும். அப்போது அறைக்கு வெளியே மரங்கள் இருப்பது தெரியும்" என்று பதில் அளித்துள்ளார்.

ஜெயலலிதா சிகிச்சையில் இருந்தபோது ஜூஸ் குடிப்பது போன்ற வீடியோ அவரது மரணத்துக்குப் பின்னர் வெளியானது. அதில், அவர் தங்கி இருந்த அறையின் ஜன்னல் கண்ணாடியில் திரைச்சீலை இருக்காது, அந்தக் கண்ணாடி வழியாக மரம் மற்றும் செடிகள் தெரியும். ஜெயலலிதா ஜூஸ் குடிப்பது போன்ற வீடியோ அவர் தங்கி இருந்த அறையில் எடுக்கப்பட்டதுதானா? என்ற குழப்பம் ஏற்கெனவே இருந்து வரும் நிலையில் டெக்னீசியன் பஞ்சாபிகேசனின் வாக்குமூலம் மீண்டும் புதிய குழப்பத்தை ஏற்படுத்தியது.

*

23

ஆர்.கே.நகர் இடைத்தேர்தலில் டி.டி.வி.தினகரன்

அ.தி.மு.க. பொதுச்செயலாளராகவும், முதலமைச்சராகவும் இருந்த ஜெயலலிதா மரணம் அடைந்ததால் காலியான சென்னை ஆர்.கே.நகர் சட்டசபைத் தொகுதிக்கு 2017, டிசம்பர் மாதம் 21ஆம் தேதி இடைத்தேர்தல் நடைபெற்றது.

இந்தத் தேர்தலில் ஆளும் அ.தி.மு.க. சார்பில் மதுசூதனன், தி.மு.க. சார்பில் மருது கணேஷ், சுயேச்சையாக டி.டி.வி.தினகரன், பாரதீய ஜனதா சார்பில் கரு.நாகராஜன், நாம் தமிழர் கட்சி சார்பில் தமிழன் தொலைக்காட்சி கலைக்கோட்டுதயம் ஆகியோர் உள்பட 59 வேட்பாளர்கள் போட்டியிட்டனர். பல்வேறு வேட்பாளர்கள் களத்தில் இருந்தபோதிலும் மதுசூதனன், மருதுகணேஷ், டி.டி.வி.தினகரன் ஆகியோர் இடையேதான் கடும் போட்டி நிலவியது.

விறுவிறுப்பாக நடைபெற்ற வாக்குப்பதிவில், 76.68 சதவீத வாக்குகள் பதிவாயின. சென்னை ராணிமேரி கல்லூரியில் உள்ள மையத்தில் டிசம்பர் 24ஆம் தேதி காலை 8 மணிக்கு பலத்த பாதுகாப்புடன் ஓட்டு எண்ணிக்கை நடைபெற்றது.

அனைத்துச் சுற்று வாக்கு எண்ணிக்கையிலும் தொடக்கம் முதலே டி.டி.வி.தினகரனே கூடுதல் வாக்குகள் பெற்று தொடர்ந்து முன்னணி பெற்றார். 19 சுற்றுகளின் முடிவில் அவர் 89 ஆயிரத்து 13 வாக்குகள் பெற்று அமோக வெற்றி பெற்றார். அ.தி.மு.க. வேட்பாளர் மதுசூதனனைவிட அவர் 40 ஆயிரத்து 707 வாக்குகள் அதிகம் பெற்று இருந்தார்.

மதுசூதனன்   டி.டி.வி.தினகரன்

48 ஆயிரத்து 306 ஓட்டுகள் பெற்ற மதுசூதனனுக்கு 2வது இடம் கிடைத்தது. தி.மு.க. வேட்பாளர் மருதுகணேசுக்கு 3வது இடம் கிடைத்தது. அவருக்கு 24 ஆயிரத்து 651 வாக்குகள் கிடைத்தன. 3,860 வாக்குகள் பெற்ற நாம் தமிழர் கட்சியின் வேட்பாளர் கலைக்கோட்டுதயத்துக்கு 4வது இடமும், 1,417 வாக்குகள் பெற்ற பாரதீய ஜனதா வேட்பாளர் கரு.நாகராஜனுக்கு 5வது இடமும் கிடைத்தது. பாரதீய ஜனதா வேட்பாளரை விட நோட்டாவுக்கு (யாருக்கும் வாக்களிக்க விரும்பாதவர்கள்) அதிக வாக்குகள் கிடைத்து இருந்தன. அதாவது நோட்டாவுக்கு 2,373 ஓட்டுகள் கிடைத்து இருந்தன.

டி.டி.வி.தினகரனை எதிர்த்துப் போட்டியிட்டவர்களில் அ.தி.மு.க. வேட்பாளர் மதுசூதனனைத் தவிர மருது கணேஷ் (தி.மு.க.) உட்பட அனைத்து வேட்பாளர்களும் 'டெபாசிட்' இழந்தனர். ஆர்.கே.நகர் தொகுதி இடைத்தேர்தலில் அரசியல் கட்சிகளை எதிர்த்து, சுயேச்சை வேட்பாளராக 'பிரஷர் குக்கர்' சின்னத்தில் போட்டியிட்ட டி.டி.வி.தினகரன் அபார வெற்றி பெற்று புதிய சாதனை படைத்தார்.

இதனைத்தொடர்ந்து தாங்கள்தான் உண்மையான அ.தி.மு.க. என்றும் ஜெயலலிதாவின் வாரிசு டி.டி.வி.தினகரன்தான் என்றும் அவரது ஆதரவாளர்கள் ஆர்ப்பரிக்கத் தொடங்கினர்.

ஜெயலலிதா மறைந்த பிறகு, அவரது அரசியல் வாரிசாக, அ.தி.மு.க.வின் உண்மையான வாரிசாக யார் வருவார்? என்பதை தீர்மானிக்கும் களமாகவே ஆர்.கே.நகர் இடைத்தேர்தல்

பார்க்கப்பட்டது. இந்தத் தேர்தலில் சுயேச்சையாகப் போட்டியிட்டு வெற்றி பெற்றதால் ஜெயலலிதா அரசியல் வாரிசு டி.டி.வி.தினகரன்தான் என அவரது ஆதரவாளர்கள் கூறத் தொடங்கினார். அரசியல்களத்தில் பல தளங்களிலும் இந்தக் கருத்து அப்போது விவாதிக்கப்பட்டது. ஆதரவாகவும் எதிராகவும் பலர் கருத்துக் கூறினர்.

ஆனால், போகப்போக அரசியல் நிலவரம் வேறு மாதிரியாக மாறத் தொடங்கியது. டி.டி.வி. தினகரனுக்கு ஆதரவாக இருந்த பல தலைவர்கள் அவரிடமிருந்து வெளியேறி தி.மு.க., அ.தி.மு.க. ஆகிய கட்சிகளில் இணைந்தனர். டி.டி.வி.தினகரனின் செல்வாக்கும் கொஞ்சம் கொஞ்சமாகக் குறைந்ததாகவே தோன்றியது. இதற்கெல்லாம் ஊடகங்கள்தான் காரணம் என ஒரு சிலர் கூறினாலும் காலம்தான் இவற்றுக்கெல்லாம் பதில் சொல்லும் என்பது வரலாறு நமக்குக் கற்றுக்கொடுத்த பாடம்.

*

24
எம்பால்மிங் செய்யப்பட்டது எப்படி?

மறைந்த முதல்வர் ஜெயலலிதாவின் உடல் ராஜாஜி ஹாலில் வைக்கப்பட்டிருந்தபோது எடுக்கப்பட்ட புகைப்படங்களில் அவரது முகத்தில் சிறிய அளவில் நான்கு ஓட்டைகள் காணப்பட்டன. 'இது எப்படி ஏற்பட்டது?' என்று கேள்வியுடன் அந்தப் புகைப்படங்கள் பத்திரிகைகள் மற்றும் சமூக வலைத்தளங்களில் வைரலாகப் பரவி பரபரப்பை ஏற்படுத்தின.

இறந்தவர்களின் உடல் பல நாட்கள் கெடாமல் இருப்பதற்காக 'எம்பால்மிங்' என்கிற வேதியியல் முறையில் பதப்படுத்தப்படும். அதற்கான அடையாளம்தானா இது? அல்லது அவர்களது குடும்ப வழக்கப்படி முதல்வர் இறந்த பின்னர் அவருக்கு ஏதாவது சடங்கு செய்யும்போது, முகத்தில் புள்ளிகள் ஏதாவது வைக்கப்பட்டதா? என்று சர்ச்சைகள் எழுந்தன.

நீண்ட சிகிச்சைக்குப் பின்னர், உயிரிழந்த ஜெயலலிதாவின் உடல் போயஸ் கார்டனில் உள்ள இல்லத்திற்கு எடுத்துச் செல்லப்பட்டு அவரது குடும்ப வழக்கப்படி சடங்குகள் செய்யப்பட்டன. இந்தச் சடங்கின்போது, ஜெயலலிதாவுக்கு நெருங்கியவர்கள் யாரும் இல்லை என்ற செய்தி வெளியானது. பின்னர், 'ஜெயலலிதாவின் அண்ணன் மகன் தீபக்தான் போயஸ் கார்டனில் சடங்குகள் செய்தார்' என்று கூறப்பட்டது.

'இந்தச் சடங்கின்போது அவரது முகத்தில் நான்கு புள்ளிகள் வைக்கப்பட்டதா? அல்லது உடல் கெடாமல் இருக்க எம்பால்மிங் செய்யப்பட்டதா?' என்று கேள்வி எழுப்பப்பட்டது.

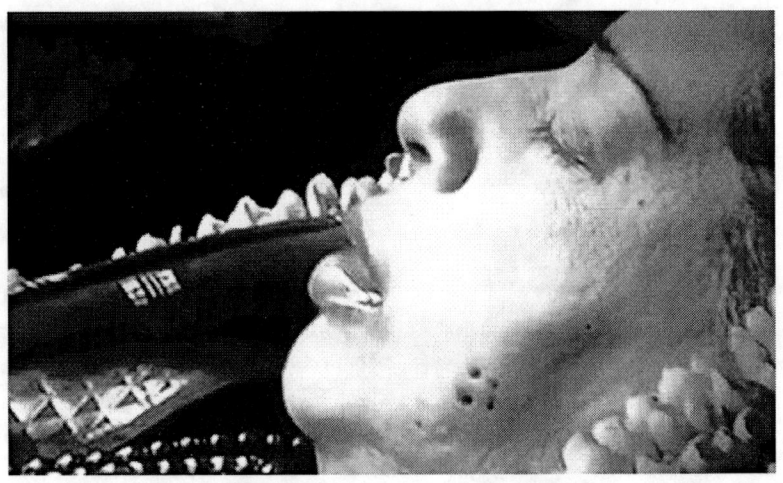

ஜெயலலிதாவின் கன்னத்தில் புள்ளிகள்..?

இந்தக் கேள்விக்கான சரியான விடை அப்போது கிடைக்காததால் ஊடகங்களில் பல்வேறு சர்ச்சைக் கருத்துகள் வெளியாகின. அந்தப் புகைப்படம் சமூக வலைத்தளங்களில் அப்போது வைரலாகப் பரவியது. "உடல் கெடாமல் இருப்பதற்காக என்றால் இறந்த 24 மணி நேரத்திற்குள் அடக்கம் செய்யப்பட்டது ஏன்?" என்ற கேள்வியும் எழுந்தது.

இந்தச் சர்ச்சைகள் தீவிரமானதால், ஜெயலலிதாவுக்கு அளிக்கப்பட்ட சிகிச்சைகள் குறித்து விளக்கமளிப்பதற்காக லண்டன் மருத்துவர் ரிச்சர்ட் பீலே மற்றும் அப்போலோ மருத்துவர்கள் கலந்துகொண்ட செய்தியாளர் சந்திப்பிற்கு ஏற்பாடு செய்யப்பட்டது. இந்தச் சந்திப்பில், "மறைந்த முதல்வர் ஜெயலலிதாவின் உடல் பதப்படுத்தப்பட்டதா?" என மருத்துவர்களிடம் கேள்வி எழுப்பப்பட்டது.

இதற்குப் பதிலளித்த சென்னை மருத்துவக் கல்லூரி உடற்கூறியல் துறைத் தலைவரான டாக்டர் சுதா சேஷையன், "ஜெயலலிதாவின் உடல் பதப்படுத்தப்பட்டது உண்மைதான்!" என தெரிவித்தார். "மிக முக்கியமான தலைவர்கள் இறக்கும் போது எம்பால்மிங் முறையில் உடல் பதப்படுத்தப்படுவது வழக்கமான ஒன்றுதான். மறைந்த ஜெயலலிதாவுக்கு 2016, டிசம்பர் 5ஆம் தேதி இரவு 12.20க்கு எம்பால்மிங் செய்யப்பட்டது. அதைச் செய்வதற்காக 5 லிட்டர் திரவம் ஜெயலலிதாவின்

சுதா சேஷையன்

உடலுக்குள் செலுத்தப்பட்டது. குறிப்பாக மிகவும் முக்கிய பிரமுகர்கள் மறைவின்போது அவர்களது உடல் கெட்டுவிடாமல் இருப்பதற்கும் முகம் பொலிவோடு காட்சியளிக்கவும் இது போன்ற எம்பால்மிங் செய்யப்படுவது வழக்கமான ஒன்று. இதன் காரணமாகவே ஜெயலலிதாவின் உடலும், அவர் இறந்த பின்னர் எம்பால்மிங் செய்யப்பட்டது" என சுதா சேஷையன் தெரிவித்தார். ஜெயலலிதாவுக்கு கை கால்கள் எதுவும் வெட்டப்படவில்லை எனவும், உறுப்பு மாற்றுச் சிகிச்சை எதுவும் செய்யப்படவில்லை என்றும் மருத்துவர்கள் தெரிவித்தனர்.

ஜெயலலிதாவுக்கு எம்பால்மிங் செய்த குழுவுக்குத் தலைமை வகித்த சென்னை மருத்துவக் கல்லூரியின் உடற்கூறியல் துறைத் தலைவர் சுதா சேஷையனுக்கு விசாரணை ஆணையம் அழைப்பாணை அனுப்பியிருந்தது. அவரும் அதையேற்று ஆணையத்தில் முன்னிலையானார்.

அவரிடம் நீதிபதி, "ஜெயலலிதாவுக்கு எம்பால்மிங் செய்தபோது உங்கள் தலைமையிலான குழுவில் எவ்வளவு பேர் இருந்தனர்? ஜெயலலிதாவுக்கு எப்போது உயிர் பிரிந்தது? ஜெயலலிதாவின் உடல் எப்போது, எந்த நேரத்தில் எம்பால்மிங் செய்யப்பட்டது? இதற்கான அனுமதியை உங்களுக்கு வழங்கியது யார்? எம்பால்மிங் செய்யும்போது ஜெயலலிதாவின் ரத்த உறவுகள் யாரேனும் உடன் இருந்தார்களா அல்லது அரசு சார்பில் யாரேனும் இருந்தார்களா? எதற்காக ஜெயலலிதா உடல் எம்பால்மிங் செய்யப்பட்டது?" என பல்வேறு கேள்விகளைக் கேட்டார். அதற்கு, டாக்டர் சுதா சேஷையன் பதில் அளித்தார். அதை நீதிபதி பதிவுசெய்து கொண்டார்.

இதேபோல, அப்பல்லோ மருத்துவமனையின் நிர்வாக மருத்துவர் சத்யபாமாவும் விசாரணை ஆணையத்தில் முன்னிலையானார். அவரிடம் நீதிபதி, "ஜெயலலிதாவுக்குச் சிகிச்சை அளிக்க அப்பல்லோ மருத்துவமனைக்கு வந்த

மருத்துவர்கள் யார், யார்..? அவர்கள் என்னென்ன சிகிச்சை அளித்தனர்..? ஜெயலலிதா சிகிச்சையில் இருந்தபோது அவரைப் பார்ப்பதற்காக வந்த முக்கிய பிரமுகர்கள் யார், யார்..?" என்பது உள்பட பல்வேறு கேள்விகளைக் கேட்டார்.

ஆனால், அப்பல்லோ நிர்வாகம் மருத்துவ ஆவணங்களைத் தாக்கல் செய்ய கால அவகாசம் கோரியிருந்ததால், அந்த மருத்துவ ஆவணங்களின் அடிப்படையில் சத்யபாமாவிடம் கேள்வி எழுப்ப முடியாத சூழ்நிலை ஏற்பட்டது.

ஆனாலும், தமிழக அரசு தாக்கல் செய்த மருத்துவ ஆவணங்கள் அடிப்படையில் நீதிபதி பல்வேறு கேள்விகளை சத்யபாமாவிடம் எழுப்பினார். நீதிபதி கேட்ட அனைத்துக் கேள்விகளுக்கும் அவர் பதில் அளித்தார். அவரது பதில்கள் அரசு தாக்கல் செய்த மருத்துவ ஆவணங்களுடன் ஒத்துப்போகின்றனவா? என்று நீதிபதி சரி பார்த்தார். அவரிடம் விரிவான விசாரணை நடந்தது.

*

25

உயிரிழந்த தேதியில் புதிய சர்ச்சை

ஜெயலலிதா மரணம் தொடர்பாக ஏராளமான சர்ச்சைகள் ஏற்பட்ட நிலையில் அவர் உயிரிழந்த தேதி தொடர்பாகவும் ஒரு சர்ச்சை ஏற்பட்டது. ‘2016, டிசம்பர் 5ஆம் தேதி, சென்னை அப்பல்லோ மருத்துவமனையில் மரணம் அடைந்தார்’ என்றுதான் அதிகாரப்பூர்வ அறிவிப்பு சொல்கிறது.

ஆனால், ‘2016, டிசம்பர் 4ஆம் தேதியே ஜெயலலிதா இறந்துவிட்டார்’ என்று, சசிகலாவின் தம்பி திவாகரன் ஒரு பரபரப்புத் தகவலை திடீரென வெளியிட்டார்.

மன்னார்குடியில் டி.டி.வி.தினகரன் அணி சார்பில் நடைபெற்ற எம்.ஜி.ஆர். பிறந்தநாள் விழாவில் கலந்துகொண்டு பேசிய திவாகரன், “சென்னை அப்பல்லோ மருத்துவமனையில் சிகிச்சை பெற்று வந்த ஜெயலலிதா, 2016, டிசம்பர் மாதம் 4ஆம் தேதி மாலை 5.15 மணிக்கு இறந்துவிட்டார்” எனக் குறிப்பிட்டுப் பேசினார். ஆனால், அப்பல்லோ மருத்துவமனை நிர்வாகம், அவருடைய மரணத்தை உடனடியாக அறிவிக்கவில்லை. உயிர் பிரிந்த பின்னரும் அவருடைய உடல் வென்டிலேட்டரில் இருந்தது. இதுதொடர்பாக மருத்துவமனைக் குழுமத் தலைவரிடம் கேட்டபோது, ‘தமிழகம் முழுவதும் எங்களுடைய மருத்துவமனைகள் உள்ளன. மருத்துவமனைகளுக்குப் பாதுகாப்பைப் பலப்படுத்துங்கள். அதன் பின்னர் மரணத்தை அறிவிக்கிறோம்’ எனக் கூறினார். அப்போது மத்திய அரசின் உயர் பொறுப்பில் இருந்த ‘கழுகு’ ஒன்று அப்பல்லோ மருத்துவமனையில் வட்டமிட்டுக்கொண்டிருந்த்து. அது

திவாகரன்

தனக்கு வேண்டிய ஒருவருக்கு முதலமைச்சர் பதவி வாங்கிக் கொடுப்பதற்காக இருந்திருக்கிறது. முதலமைச்சர் பதவி என்பது கோழி முட்டையா, தூக்கிக் கொடுப்பதற்கு? அவர் இப்போது உயர் பதவிக்குச் சென்றுவிட்டார். அதனால் அவரது பெயரை நான் சொல்லக்கூடாது!" என்று திவாகரன் கூறினார்.

"ஜெயலலிதா மரணம் குறித்து விசாரணை நடத்தும் ஆணையம் இதுவரை தன்னை அழைக்கவில்லை. அழைப்பு விடுத்தால் விசாரணைக்கு ஆஜராவதில் தனக்கு எந்தத் தயக்கமும் இல்லை" என்றும் அவர் தெரிவித்தார். திவாகரன் வெளியிட்ட இந்தத் தகவலால் ஜெயலலிதா மரணம் தொடர்பாக புதிய சர்ச்சை எழுந்தது.

தனது கருத்து சர்ச்சையை ஏற்படுத்தியதால், விளக்கம் அளிக்கும் வகையில், திவாகரன் புதிய விளக்கம் ஒன்றை அன்று இரவே அறிவித்தார்.

"மன்னார்குடியில் நடைபெற்ற நிகழ்ச்சியில் கட்சிச் தொண்டர்களுக்குத் தெரிவிக்க வேண்டும் என்பதற்காக சில விசயங்களைக் குறிப்பிட்டேன். அதாவது முன்னாள் முதல் அமைச்சர் ஜெயலலிதாவுக்கு 2016, டிசம்பர் மாதம் 4ஆம் தேதி

மாலை 5.15 மணிக்கு தீவிர இருதய செயலிழப்பு ஏற்பட்டதாக தகவல் கிடைத்தது. அவ்வாறு ஏற்படும்போது மருத்துவரீதியாக உயிரிழந்ததாகக் கருதப்படும்.

ஆனாலும், மூளை செயல்பாடு இருந்துகொண்டிருக்கும். இதனால் டாக்டர்கள் 24 மணி நேரம் 'எக்மோ' கருவி கொண்டு மீண்டும் இருதயத்தைச் செயல்படவைக்க வாய்ப்பு இருக்கிறதா? என்று முயற்சிப்பார்கள். அதன்பிறகுதான் உயிரிழப்பு குறித்து அறிவிப்பார்கள்.

அதைக் குறிப்பிடும் நோக்கில்தான் நான் இதனைக் குறிப்பிட்டேன். ஆனால், நான் பேசியது தவறாகப் புரிந்து கொள்ளப்பட்டு உள்ளது. எனவே எனது விளக்கத்தை அளிப்பதற்காக இதைத் தெரிவிக்கிறேன். வேறு யாரையும் தனிப்பட்ட முறையில் குற்றம் சாட்டும் வகையில் நான் எதையும் தெரிவிக்கவில்லை" என்றும் திவாகரன் விளக்கம் அளித்தார்.

*

26
சிகிச்சை பெறும் ஒளிப்பதிவு உண்மையானதா?

ஜெயலலிதா மருத்துவமனையில் சிகிச்சை பெற்றபோது எடுக்கப்பட்ட ஐந்து வீடியோக்களின் உண்மைத் தன்மை குறித்து ஆராய்வதற்காக அவற்றைத் தடய அறிவியல்துறைக்கு ஆறுமுகசாமி ஆணையம் அனுப்பி வைத்தது.

இந்நிலையில், ஆணையத்தில் இளவரசியின் மகனும், ஜெயா டிவி நிர்வாகியுமான விவேக் முன்னிலையானார். மூன்று மணி நேரம் நடைபெற்ற விசாரணையில், அவர் பல தகவல்களைத் தெரிவித்தார். அப்பல்லோ மருத்துவமனையில், ஜெயலலிதா அனுமதிக்கப்பட்டபோது, தான் வெளிநாட்டில் இருந்ததாகவும், அதனால் அவரை நேரில் பார்க்கவில்லை என்றும் கூறினார்.

மேலும், ஜெயலலிதா மரணம் அடையும் அளவுக்கு, அவரது உடல்நிலையில், என்ன பாதிப்பு ஏற்பட்டது என்பது பற்றி தனக்கு எதுவும் தெரியாது என்றும், நீதிபதியிடம் அவர் தெரிவித்தார். இதையடுத்து விவேக், மீண்டும் முன்னிலையாக நீதிபதி ஆணையிட்டார். விசாரணை முடிந்து வெளியே வந்த விவேக், பத்திரிகையாளர்களிடம், "ஆணையத்தில் எந்த ஆவணங்களையும், சமர்ப்பிக்கவில்லை" என்றார்.

இதனிடையே, ஜெயலலிதா சிகிச்சை பெற்றபோது எடுக்கப்பட்ட ஐந்து வீடியோக்களை ஆணையத்திடம் தினகரன் அளித்திருந்தார். அந்த வீடியோக்களின் உண்மைத் தன்மை குறித்து ஆராய்வதற்காக அவற்றைத் தடய அறிவியல்துறைக்கு ஆணையம் அனுப்பி வைத்தது.

அதே நேரத்தில், இரண்டு முறை முக்கிய சாட்சியாக முன்னிலையான மருத்துவர் பாலாஜி 3வது முறையாக முன்னிலையாகி சாட்சியம் அளித்தார். ஜெயலலிதாவுக்கு அளிக்கப்பட்ட சிகிச்சைகள் தொடர்பான அனைத்து மருத்துவ ஆவணங்களையும் அப்பல்லோ மருத்துவமனை நிர்வாகம் ஆணையத்தில் தாக்கல் செய்திருந்தது. இந்த ஆவணங்களை பரிசீலித்த நீதிபதி, அதில் கூறப்பட்டுள்ள மருத்துவம் தொடர்பான பல்வேறு சந்தேகங்கள் குறித்து மருத்துவர் பாலாஜியிடம் கேள்வி எழுப்பினார். அதற்கு மருத்துவர் பாலாஜி பதில் அளித்தார்.

ஜெயலலிதா கைரேகைக்குச் சான்றொப்பம் அளித்தது குறித்தும் நீதிபதி கேள்வி எழுப்பினார். அப்போது அவர், தேர்தல் படிவத்தில் வைக்கப்பட்ட கைரேகை ஜெயலலிதாவின் கைரேகைதான் என்றும், தனது முன்னிலையிலேயே அந்த ரேகை பதிவு செய்யப்பட்டதாகவும் கூறினார்.

"ஜெயலலிதாவின் கைரேகைக்கு சான்றொப்பமிட உங்களை அழைத்தது யார்? முதல்அமைச்சராக இருந்து வந்த ஒருவரின் கைரேகைக்கு சான்றொப்பமிட வேண்டும் என்றால் தலைமைச் செயலாளரோ முதல்அமைச்சரின் பொறுப்புகளை கவனித்து வரும் மூத்த அமைச்சரோ உத்தரவு பிறப்பிக்க வேண்டும். அது போன்று உங்களுக்கு ஏதேனும் உத்தரவு பிறப்பிக்கப்பட்டதா?" என்று நீதிபதி கேள்வி எழுப்பினார்.

அதற்கு, "ஜெயலலிதாவின் கைரேகைக்குச் சான்றொப்பமிட யாரும் உத்தரவு பிறப்பிக்கவில்லை. வாய்மொழி உத்தரவின் பேரில் சான்றொப்பமிட்டேன்" என்று மருத்துவர் பாலாஜி கூறினார். "சுகாதாரத்துறை செயலாளர் கூறியதின் பேரில் ஜெயலலிதாவிடம் கைரேகை பெறவில்லை. தேர்தல் ஆணைய விதிமுறைப்படியே கைரேகை பெறப்பட்டது" என்றும் தெரிவித்தார். தன் அதிகாரத்துக்கு உட்பட்டே ஜெயலலிதாவின் கைரேகையைப் பெற்றதாகவும் மருத்துவர் பாலாஜி கூறினார்.

இந்நிலையில், விசாரணை ஆணையத்தில் மருத்துவர் பாலாஜி கூறிய வாக்குமூலம் குறித்து சுகாதாரத்துறை செயலாளர் ராதாகிருஷ்ணன் விளக்கம் அளித்தார்.

"முதல்அமைச்சர் ஜெயலலிதா சிகிச்சை பெற்றபோது, சுகாதாரத்துறையைப் பொறுத்த வரையில் மருத்துவமனையில் தேவையான மருத்துவர்களின் ஒருங்கிணைப்பு

சுகாதாரத்துறைச் செயலாளர் ராதாகிருஷ்ணன்

மேற்கொள்ளப்பட்டது. டெல்லி எய்ம்ஸ் மருத்துவர்களை சிகிச்சைக்கு அவ்வப்போது வரவழைப்பது, இயன்முறை சிகிச்சைக்காக சிங்கப்பூர் மருத்துவமனையில் இருந்து பிசியோதெரபி வல்லுநர்கள் வருவதற்கான பணிகள் போன்றவை மேற்கொள்ளப்பட்டன. அதற்காக எழுத்துபூர்வமான கடிதங்கள் அனுப்பப்பட்டன.

கைரேகை பெற்றதைப் பொறுத்தவரையில், அந்தச் சமயத்தில் என்னுடைய தாயார் இறந்தபின் நடந்த காரியங்களில் இருந்ததால், என்னிடம் இருந்து எந்தவொரு உத்தரவும் எழுத்து பூர்வமாகவோ, வாய்மொழியாகவோ மருத்துவர் பாலாஜியோ அல்லது மற்ற யாருமோ கோரவில்லை. எனக்குத் தெரிந்த வரை கைரேகை பெறும்போது அரசு மருத்துவர் முன்பு நடைபெற வேண்டும் என்று மட்டும்தான் தேவை இருந்ததே தவிர, அதற்குத் தனிப்பட்ட உத்தரவு தேவைப்படவில்லை" என்றும் ராதாகிருஷ்ணன் விளக்கம் அளித்தார்.

இந்த நிலையில் போயஸ் தோட்ட இல்லத்தில் பணியாற்றியவர்களிடம் விசாரணை நடத்த ஆணையம் முடிவு செய்தது. இதனால், அங்கு பணியாற்றியவர்களின் பெயர்ப்

பட்டியலை அளிக்கும்படி ஜெயலலிதாவின் உதவியாளர் பூங்குன்றனுக்கு ஆணையம் அழைப்பாணை அனுப்பியது. அதன்படி, அவர் போயஸ் தோட்ட அலுவலகத்தில் பணியாற்றிய 31 பேரின் பட்டியலை அளித்தார். அந்தப் பட்டியலில் உள்ளவர்களை ஒவ்வொருவராக அழைத்து விசாரிக்க ஆணையம் முடிவு செய்தது. அதன்படி ஜெயலலிதாவின் உதவியாளராகப் பணியாற்றி வந்த கார்த்திகேயனுக்கு ஆணையம் அழைப்பாணை அனுப்பியது. அவர் தனது வழக்குரைஞர் ராஜ்குமார் பாண்டியனுடன் ஆணையத்தில் ஆஜராகி வாக்குமூலம் அளித்தார்.

"எத்தனை ஆண்டுகளாக போயஸ்கார்டன் அலுவலகத்தில் பணியாற்றினீர்கள்? யார் மூலம் இந்தப் பணியில் சேர்ந்தீர்கள்? போயஸ் கார்டனில் உங்களது பணி என்ன? ஜெயலலிதாவின் உடல்நிலைக் குறித்துத் தெரியுமா? ஜெயலலிதா மருத்துவமனையில் அனுமதிக்கப்பட்ட தினத்தன்று போயஸ் கார்டனில் இருந்தீர்களா? அங்கு என்ன நடந்தது?" என சரமாரியான கேள்விகளை எழுப்பினார் நீதிபதி. அனைத்துக் கேள்விகளுக்கும் கார்த்திகேயன் பதில் அளித்தார்.

"ஜெயலலிதா மறைவுக்கு முன்பும், பின்பும் முரண்பட்டக் கருத்துகளைத் தெரிவித்த அ.தி.மு.க.வினரிடமும் விசாரணை நடத்த வேண்டும்" என்று கூறி, 24 வீடியோ காட்சி மற்றும் பத்திரிகை பிரதிகள் அடங்கிய பென் டிரைவ் ஒன்றை கார்த்திகேயன், நீதிபதியிடம் அளித்தார். அதற்கு நீதிபதி, "இதுபோன்ற ஆவணங்களை உங்களிடம் ஆணையம் கேட்டதா? ஏன் இதுபோன்ற ஆவணங்களைத் தாக்கல் செய்கிறீர்கள்?" என்று கேள்வி எழுப்பிக் கண்டித்தார்.

அப்போது கார்த்திகேயனின் வழக்குரைஞர், "ஆணையம் அனுப்பிய அழைப்பாணையில் ஏதாவது ஆவணங்கள் இருந்தால் தாக்கல் செய்யலாம்" என்று கூறப்பட்டிருந்ததால் அதன் அடிப்படையில் இந்த ஆவணங்களை அளிப்பதாகத் தெரிவித்தார். "இந்த பென் டிரைவை சாட்சி ஆவணமாக ஏற்க வேண்டும்" என்று கூறி உடனடியாக ஒரு மனுவைத் தாக்கல் செய்தார். இந்த மனு மீது தனியாக விசாரணை நடத்தி பென் டிரைவை நீதிபதி ஏற்றுக்கொண்டார்.

ஜெயலலிதா மறைவுக்கு முன்பும், பின்பும் அரசியல் கட்சியினர் சிலர் முன்னுக்குப்பின் முரணாகப் பேசி உள்ளனர் என்றும், அதுதொடர்பான அனைத்து ஆவணங்களையும் ஆணையத்தில் தாக்கல் செய்வேன் என்றும் டி.டி.வி.தினகரன் பேட்டி அளித்துள்ளார். எனவே அவருக்கு ஆதரவாக இந்த பென் டிரைவை தாக்கல் செய்கிறீர்களா? என்று நீதிபதி கேள்வி எழுப்பினார். அதற்கு, "டி.டி.வி.தினகரனிடம் ஆணையம் இதுவரை விசாரணை நடத்தவில்லை. அவர் ஆணையத்தில் எந்த சாட்சியமும் அளிக்கவில்லை. அவர் பத்திரிகைக்கு பேட்டி அளித்துள்ளார் என்பதற்கு எந்த ஆதாரத்தையும் தெரிவிக்காமல் இது போன்ற கேள்விக்கு எப்படி பதில் அளிக்க முடியும்?" என்று ஆட்சேபம் தெரிவித்தார்.

"ஜெயலலிதாவுக்கு விசுவாசமாக சசிகலா இருந்தாரா? அதுகுறித்து உங்களுக்குத் தெரியுமா?" என்றும் நீதிபதி கேள்வி எழுப்பினார். அதற்கு கார்த்திகேயன் பதில் எதுவும் சொல்லாமல் அமைதியாக நின்றுகொண்டிருந்தார். கார்த்திகேயனின் வழக்குரைஞர், "யார் மனதில் யார் இருக்கிறார்கள் என்பது எப்படி இன்னொருவருக்குத் தெரியும். இதுபோன்ற கேள்விக்கு எப்படி பதில் அளிக்க முடியும்?" என்றார்.

"ஜெயலலிதாவை மருத்துவமனைக்குக் கொண்டு செல்லும்போது பார்த்தீர்களா?" என்று நீதிபதி கேட்டதற்கு மருத்துவமனை வாசலில் பார்த்ததாக கார்த்திகேயன் பதில் அளித்தார்.

போயஸ்கார்டனில் சமையல் வேலை பார்த்து வந்த மதுரையைச் சேர்ந்த 70 வயதான ராஜம்மாள் என்பவருக்கு ஆணையம் அழைப்பானை அனுப்பியது. அவர் தனது வழக்குரைஞர் முத்துக்குமாருடன் ஆணையத்தில் முன்னிலையானார். அப்போது நீதிபதி, "ஜெயலலிதா வீட்டில் எத்தனை ஆண்டுகளாக வேலை பார்த்து வருகிறீர்கள்?" என்று கேள்வி எழுப்பினார். அதற்கு அவர், "30 ஆண்டுகளாக வேலை பார்த்து வருகிறேன்" என்று தெரிவித்தார்.

"உங்களை இந்தப் பணியில் சேர்த்தது யார்? ஜெயலலிதாவுக்கு பிடித்தமான உணவு எது? ஜெயலலிதா உங்களிடம் சகஜமாகப் பேசுவாரா? ஜெயலலிதாவுக்கு ஏற்பட்ட உடல்நிலை பாதிப்புக் குறித்துத் தெரியுமா? ஜெயலலிதா என்னென்ன நோய்க்கு மருந்து

எடுத்துக்கொண்டார் என்பது பற்றித் தெரியுமா?' என்பது போன்று பல்வேறு கேள்விகளைக் கேட்டார். அனைத்துக் கேள்விகளுக்கும் ராஜம்மாள் நிதானமாக பதில் அளித்தார்.

"2016ம் ஆண்டு செப்டம்பர் 22ந் தேதி ஜெயலலிதா அப்பல்லோ மருத்துவமனையில் அனுமதிக்கப்பட்ட போது நீங்கள் எங்கு இருந்தீர்கள்?" என்று நீதிபதி கேட்டற்கு, "ஜெயலலிதாவை மருத்துவமனைக்குக் கொண்டு சென்றது எனக்குத் தெரியாது. எனது அறையில் தூங்கி விட்டேன்" என்று ராஜம்மாள் கூறினார். "மறுநாள் தகவல் தெரிந்து மருத்துவமனைக்கு நேரில் சென்று ஜெயலலிதாவைப் பார்த்தேன். அதன்பின்பு பல முறை மருத்துவமனைக்குச் சென்றபோதும் அவரைப் பார்க்க இயலவில்லை" என்றும் தெரிவித்தார்.

ஜெயலலிதா மரணத்தில் உள்ள சந்தேகங்கள் குறித்து முன்னாள் எம்.பி. மனோஜ் பாண்டியன் விசாரணை ஆணையத்தில் முன்னிலையாகி, 4 மணி நேரம் வாக்குமூலம் அளித்தார். ஒருசில வீடியோ ஆதாரங்களையும் அவர் தாக்கல் செய்தார். ஜெயலலிதா சிகிச்சைக்காக போயஸ் கார்டனில் இருந்து அப்பல்லோ மருத்துவமனைக்குக் கொண்டு செல்லப்படும் வரையிலும், சிகிச்சையில் இருந்தபோது என்னென்ன தடயங்கள் மறைக்கப்பட்டன என்பது குறித்தும், டி.டி.வி.தினகரனின் முரண்பட்ட கருத்துகள் பற்றியும், வீடியோ ஆதாரங்களுடன் வாக்குமூலம் அளித்தார்.

அதைத்தொடர்ந்து வெளியில் வந்து செய்தியாளர்களிடம் பேசிய அவர், "2012ம் ஆண்டு போயஸ் கார்டனில் இருந்து வெளியேற்றப்பட்ட சசிகலா மீண்டும் போயஸ் கார்டனுக்கு வந்தபோது அவரை ஜெயலலிதா எப்படி நடத்தினார், அவர் மீதான சந்தேகப் பார்வை எப்படியெல்லாம் இருந்தது, அப்பல்லோ மருத்துவமனையில் ஜெயலலிதா அனுமதிக்கப்பட்டதில் இருந்து, இறந்தநேரம் வரை நடந்த மர்மங்கள், ஜெயலலிதா சிகிச்சை தொடர்பாக வெளியிடப்பட்ட அறிக்கைகளில் உள்ள முரண்பாடுகள் போன்ற அனைத்தையும் ஆணையத்தில் விரிவாகக் கூறினேன்" எனத் தெரிவித்தார்.

"ஜெயலலிதா சிகிச்சையில் இருந்தபோது அது தொடர்பான அவரது புகைப்படத்தை மருத்துவமனையில் இருந்து வெளியிடுவார்கள் என்று அ.தி.மு.க. தொண்டர்கள்

எதிர்பார்த்தனர். ஆனால், புகைப்படமோ, வீடியோவோ வெளியிடப்படவில்லை. இதுபோன்ற சூழ்நிலையில் டி.டி.வி.தினகரன் தனியார் தொலைக்காட்சிக்கு அளித்த பேட்டியில், புகைப்படமோ வீடியோவோ எடுக்கக்கூடாது என்று ஜெயலலிதா தெரிவித்ததால் புகைப்படம், வீடியோ எடுக்கவில்லை என்று கூறி உள்ளார். இப்படிக் கூறிய அவரிடம் ஜெயலலிதா சிகிச்சை பெறுவது போன்ற வீடியோ எப்படி வந்தது என்பதை ஆணையம் விசாரிக்க வேண்டும் என்று வலியுறுத்தி உள்ளேன். சிகிச்சையின்போது ஜெயலலிதாவை யாரும் பார்க்கவில்லை என்கிறார்கள். ஆனால், டி.டி.வி.தினகரன் ஜெயலலிதாவை மருத்துவமனையில் நேரில் பார்த்ததாகவும், அவரைப் பார்த்து ஜெயலலிதா கையை அசைத்ததாகவும் கூறி உள்ளார். இந்த வீடியோவையும் ஆணையத்தில் தாக்கல் செய்துள்ளேன். தேவையானபோது இதுகுறித்து விசாரிப்பதாக நீதிபதி தெரிவித்தார்.

2016ஆம் ஆண்டு செப்டம்பர் 22ந் தேதி ஜெயலலிதாவை அப்பல்லோ மருத்துவமனைக்கு அழைத்துச்செல்ல மருத்துவ மனைக்கு தொலைபேசியில் பேசிய டி.எஸ்.பி., ஆம்புலன்ஸில் வந்த மருத்துவர்கள் ஆகியோரை விசாரிக்க வேண்டும் என்று கோரி உள்ளேன். ஜெயலலிதா மருத்துவமனையில் அனுமதிக்கப்பட்ட பின்பு, அங்கிருந்த 27 கண்காணிப்பு கேமராக்கள் அகற்றப்பட யார் காரணம்? எதற்காக அகற்றச் சொன்னார்கள்? பாதுகாப்புப் படை வீரர்கள் ஏன் உடன் செல்லவில்லை? ஜெயலலிதாவைப் பார்க்க அரசால் நியமிக்கப்பட்ட மருத்துவர்கள் குழுவை ஏன் அனுமதிக்கவில்லை? என்பதையும் விசாரிக்க வேண்டும் என்று வலியுறுத்தி உள்ளேன்.

விசாரணையைத் தாமதப்படுத்துவதற்காகவே தனது வாக்குமூலத்தை தாக்கல் செய்ய சசிகலா கால அவகாசம் கோரி வருகிறார். ஜெயலலிதா சிகிச்சையில் இருந்தபோது சசிகலாவின் உத்தரவுப்படி செயல்பட்ட ஜெயலலிதாவின் ஆலோசகர்கள், உதவியாளர்கள் தற்போது சசிகலாவை யார் என்று தெரியாது என்று கூறுவது ஜெயலலிதாவுக்கு செய்கிற துரோகம்" என்றும் அவர் கூறினார்.

இதனைத்தொடர்ந்து, ஓய்வு பெற்ற டி.ஜி.பி.ராமானுஜம் ஆணையத்தில் முன்னிலையாகி வாக்குமூலம் அளித்தார்.

ஜெயலலிதா முதல் அமைச்சராக இருந்தபோது ராமானுஜம் சட்டம்-ஒழுங்கு டி.ஜி.பி.யாகவும், தமிழக அரசு ஆலோசகராகவும் பணியாற்றி உள்ளார். ஜெயலலிதா அப்பல்லோ மருத்துவமனையில் சிகிச்சையில் இருந்தபோது மாநிலத் தகவல் ஆணையராகப் பணியாற்றினார்.

போயஸ்கார்டனில் இருந்து சசிகலா வெளியேற்றப்பட்டபோது உளவுப்பிரிவு டி.ஜி.பி.யாக பணியாற்றிய அவர், ஜெயலலிதாவின் நம்பிக்கைக்கு உரியவராக இருந்ததால் அவரிடம் ஆணையம் விசாரணை நடத்த சம்மன் அனுப்பி இருந்தது. அதன்படி முன்னிலையான அவரிடம் விசாரணை நடத்தப்பட்டது.

விசாரணையின்போது, "ஜெயலலிதா, சசிகலா இடையே ஏதேனும் பிரச்னை இருந்ததா? சசிகலா உறவினர்கள் யார் யாரெல்லாம் போயஸ் கார்டன் வந்துசென்றனர்?" என்பது போன்ற பல கேள்விகளை நீதிபதி எழுப்பினார். நீதிபதி கேட்ட அனைத்துக் கேள்விகளுக்கும் ராமானுஜம் பதில் அளித்தார்.

"ஜெயலலிதா மருத்துவமனையில் அனுமதிக்கப்பட்டிருந்த போது அவரை நேரில் பார்த்தீர்களா?" என்று நீதிபதி கேட்டதற்கு, "தொந்தரவாக இருக்கும் என்று கருதி மருத்துவமனைக்குச் சென்று பார்க்கவில்லை. போயஸ்கார்டன் திரும்பியதும் பார்க்கலாம் என்று இருந்துவிட்டேன்" என்று கூறினார்.

*

27
சசிகலாவுக்கு ஆணையம் எச்சரிக்கை

ஜெயலலிதா மரணம் குறித்து விசாரணை நடத்தும் ஆணையம், சசிகலா தனது வாக்கு மூலத்தைத் தாக்கல் செய்ய வேண்டும் என்று கூறி அவருக்கு சம்மன் அனுப்பியது.

தனக்கு எதிராக அளிக்கப்பட்டுள்ள புகார் மனுக்கள், பிரமாண பத்திரங்கள், சாட்சியங்களின் நகல் ஆகியவற்றை அளிக்கும் பட்சத்தில் வாக்குமூலத்தை தாக்கல் செய்யத் தயாராக இருப்பதாக சசிகலா, ஆணையத்தில் ஒரு மனு தாக்கல் செய்தார்.

இந்த மனுவை விசாரித்த ஆணையம், "அனைத்துப் புகார் மனுக்கள், பிரமாண பத்திரங்கள், சாட்சியங்களின் நகல்களை சசிகலா தரப்பினர் பெற்றுக்கொள்ளலாம்" என்று உத்தரவிட்டது. அதன்படி, 2,956 பக்கங்கள் கொண்ட 450 ஆவணங்களை சசிகலா தரப்பு வழக்குரைஞர் ராஜா செந்தூர்பாண்டியன், 2018, பிப்ரவரி 27ந் தேதி பெற்றுக்கொண்டார். அதன்பின்பு, "வாக்குமூலம் தாக்கல் செய்ய சசிகலாவுக்கு மேலும் 15 நாட்கள் கால அவகாசம் அளிக்க வேண்டும்" என்று அவரது வழக்குரைஞர் மனு தாக்கல் செய்தார். ஏற்கெனவே ஆணையம் பிறப்பித்த உத்தரவில், "உண்மையிலேயே சசிகலாவுக்கு அக்கறை இருந்திருந்தால் ஆணையம் அமைக்கப்பட்டதும் ஜெயலலிதா சிகிச்சை தொடர்பான வீடியோ காட்சியை உறவினரிடம் கொடுத்ததற்குப் பதிலாக ஆணையத்தில் தாக்கல் செய்திருக்கலாம். முதல் ஆளாக சசிகலா தனது வாக்குமூலத்தை தாக்கல் செய்திருக்க வேண்டும். அனைத்து உண்மைகளையும் சொல்வதற்கு சசிகலா முன்வரவில்லை" என்று கூறப்பட்டிருந்தது.

ஜெயலலிதா - சசிகலா

தனக்கு எதிரான இந்தக் கருத்துகளை நீக்க வேண்டும் என்றும் சசிகலா ஆணையத்தில் மனுதாக்கல் செய்தார். இந்த மனுவையும், வாக்குமூலம் தாக்கல் செய்ய கால அவகாசம் கோரிய மனுவையும் விசாரித்த நீதிபதி ஆறுமுசாமி, சசிகலாவுக்கு கடுமையாக எச்சரிக்கை விடுத்தார். அந்த ஆணையில் நீதிபதி கூறியிருந்தது இதுதான்...

"ஜெயலலிதாவுடன் சசிகலா மட்டுமே வசித்து வந்தார். ஜெயலலிதா அப்பல்லோ மருத்துவமனையில் அனுமதிக்கப்படுவதற்கு முன்பு வரை போயஸ் கார்டனில் என்ன நடந்தது..? அவர் இறக்கும் வரையில் என்ன நடந்தது..? என்ற அனைத்து விஷயங்களையும் சசிகலா மட்டுமே அறிவார்.

22.9.2016 அன்று ஜெயலலிதா மருத்துவமனையில் அனுமதிக்கப்படுவதற்கான சந்தர்ப்பம், சூழ்நிலை போன்றவற்றை விசாரிக்கவும், அவர் இறக்கும் வரை அவருக்கு அளிக்கப் பட்ட சிகிச்சை குறித்து விசாரிக்கவும்தான் தமிழக அரசால் இந்த ஆணையம் அமைக்கப்பட்டது" என்று நீதிபதி கூறினார். அதன் அடிப்படையில், "ஜெயலலிதா மருத்துவமனையில் அனுமதிக்கப்பட்டது குறித்து விவரம் தெரிந்தவர்கள் தங்களது

வாக்கு மூலத்தை 22.11.2017க்குள் தாக்கல் செய்ய வேண்டும் என்று ஆணையம் அறிவிப்பு வெளியிட்டது.

ஆனால், சசிகலா தானாக முன்வந்து வாக்குமூலத்தை தாக்கல் செய்யவில்லை. இதைத் தொடர்ந்து சசிகலா தனது வாக்குமூலத்தை தாக்கல் செய்ய 21.12.2017 அன்று ஆணையம் சம்மன் அனுப்பியது. இந்த நிலையில் தனக்கு எதிராக வாக்குமூலம் அளித்தவர்களின் ஆவணங்களை அளிக்க வேண்டும் என்று சசிகலா கேட்டுக்கொண்டதைத் தொடர்ந்து அந்த ஆவணங்களையும் அளிக்க ஆணையம் உத்தரவு பிறப்பித்தது.

இதுபோன்ற சூழ்நிலையில்தான் ஆணையத்தில் சாட்சியம் அளித்துள்ள அனைவரின் சாட்சியங்களையும், புகார் மனுக்கள் மற்றும் பிரமாண பத்திரங்களையும் அளிக்க வேண்டும் என்று சசிகலா கோரிக்கை விடுத்தார். அந்தக் கோரிக்கையையும் ஆணையம் ஏற்றுக்கொண்டது. அதன்படி, அனைத்து ஆவணங்களையும் சசிகலா தரப்பு வழக்குரைஞர் பெற்றுக்கொண்டார். இதுபோன்ற சூழ்நிலையில் வாக்குமூலம் தாக்கல் செய்ய கால அவகாசம் அளிக்க வேண்டும் என்றும் சசிகலா கோரிக்கை விடுத்து மனு செய்தார்.

ஜெயலலிதா மரணத்தில் முடிவு எட்டப்பட வேண்டும் என்ற அடிப்படையில்தான், சசிகலா குறித்த சில விசயங்களை இந்த ஆணையம் ஏற்கெனவே பிறப்பித்த உத்தரவில் சுட்டிக்காட்டி இருந்தது என்பதில் எந்தச் சந்தேகமும் இல்லை. அந்த உத்தரவில் கூறி உள்ள விஷயங்களை சசிகலா ஒத்துக்கொண்ட பின்னர், அதை நீக்க வேண்டும் என்ற கேள்விக்கே இடமில்லை. எனவே, சசிகலா பற்றி கூறிய விசயங்களை உத்தரவில் இருந்து நீக்க முடியாது.

ஜெயலலிதா மருத்துவமனையில் அனுமதிக்கப்பட்டபோது நடந்தது என்ன? என்பது குறித்து தனது வாக்குமூலத்தை தாக்கல் செய்யும்படி மட்டுமே இந்த ஆணையம் சசிகலாவுக்குச் சம்மன் அனுப்பியது. ஆனால், தனக்கு எதிராக புகார் அளித்தவர்களுக்கு பதில் அளிப்பதற்காக அதுதொடர்பான ஆவணங்களை அளிக்க வேண்டும் என்று வேண்டுமென்றே சசிகலா ஒவ்வொரு மனுவாக இந்த ஆணையத்தில் தாக்கல் செய்து வருகிறார்.

ஆனால், தற்போது வரை சசிகலா தனது வாக்குமூலத்தை தாக்கல் செய்யவில்லை. மாறாக கால அவகாசம் கேட்டு 5 முறை மனு தாக்கல் செய்துள்ளார். சிகிச்சை என்ற பெயரில் மருத்துவமனையில் என்ன நடந்தது? என்பதை வெளிப்படுத்த சசிகலா விரும்பவில்லை என்று தெரிகிறது. அவர், ஆணையத்துடன் கண்ணாமூச்சி விளையாட்டு விளையாடுகிறார். தற்போது, இந்த ஆணையத்துக்கு 2 வாய்ப்பு மட்டுமே உள்ளது. ஒன்று, பெங்களூரு பரப்பன அக்ரஹார சிறைக்கு நேரில் சென்று சசிகலாவின் வாக்குமூலத்தை பதிவு செய்வது. இன்னொன்று, சசிகலா தனது வாக்குமூலத்தை தாக்கல் செய்யவில்லை என்று கருதி எதிர்மறையான கருத்தைப் பதிவு செய்ய வேண்டியதுதான்!"

இவ்வாறு அதில் கூறப்பட்டிருந்தது.

மேலும் அவகாசம் கேட்ட சசிகலாவின் மனுவையும் நீதிபதி தள்ளுபடி செய்தார். இதற்கிடையே, "சசிகலாவுக்கு எதிரான சாட்சியங்கள், புகார் மனுக்கள், பிரமாண பத்திரங்களைப் படித்துப் பார்த்து சசிகலா கூறிய விவரங்களை வைத்து அவரது வாக்கு மூலத்தை தயார் செய்து விட்டோம். ஒரு சில திருத்தங்கள் மட்டுமே உள்ளது. அந்தத் திருத்தங்களை செய்து சசிகலாவிடம் ஒப்புதல் பெற்று விரைவில் வாக்குமூலம் ஆணையத்தில் தாக்கல் செய்யப்படும்" என்று சசிகலாவின் வழக்குரைஞர் ராஜா செந்தூர்பாண்டியன் தெரிவித்தார்.

இதனிடையே, தமிழ்நாடு சீருடைப் பணியாளர் தேர்வு வாரியத் தலைவரான டி.ஜி.பி. திரிபாதி, ஆணையத்தில் முன்னிலையானார். திரிபாதி வரும் தகவலை, விசாரணை ஆணையம் ரகசியமாகவே வைத்திருந்தது. அவர் வந்த பிறகே, பத்திரிகையாளர்களுக்கு விபரம் தெரிந்தது. இவர், ஜெயலலிதா மருத்துவமனையில் இருந்தபோது, சட்டம்–ஒழுங்கு, கூடுதல் டி.ஜி.பி.யாக இருந்தார். 2011-12ஆம் ஆண்டில், சசிகலாவை, ஜெயலலிதா வீட்டிலிருந்து வெளியேற்றியபோது, சென்னை காவல் ஆணையராகவும் இருந்தவர். அவரிடம், நடந்த விசாரணையில், சசிகலாவை, ஜெயலலிதா வெளியேற்றிய சம்பவம் தொடர்பாவும், மருத்துவமனையில் சேர்த்தபோது நடந்த சம்பவங்கள் தொடர்பாகவும், நீதிபதி கேள்விகள் கேட்டார். அரை மணி நேரம் விசாரணை நடத்தப்பட்டது.

இதேபோல் சி.பி.சி.ஐ.டி.யின் ஏ.டி.ஜி.பி. அமரேஷ் புஜாரி விசாரணை ஆணையத்தில் நேரில் முன்னிலையானார். இவர் கடந்த 2011ஆம் ஆண்டு முதல் 2016ஆம் ஆண்டு வரை ஜெயலலிதா முதல்அமைச்சராக இருந்தபோது உளவுத்துறை ஐ.ஜி.யாக இருந்தவர்.

அதேநேரத்தில், நீதிபதியின் அழைப்பாணையை ஏற்று ஜெயலலிதாவின் உதவியாளர் பூங்குன்றன் ஆஜராகவில்லை. அவர் சார்பில் வழக்கறிஞர்கள் ஆஜராகி, "அவருக்கு உடல்நிலை சரியில்லாததால் ஆஜராக முடியவில்லை" என்று கூறினர்.

இதனால், நீதிபதி கோபமடைந்தார். "விசாரணை முக்கிய கட்டத்தில் உள்ளது. ஜெயலலிதா வீட்டில் சமையலராக இருந்த சேகர் ஆஜராகவில்லை. தற்போது, இவரும் ஆஜராகவில்லை. பள்ளியில், விடுமுறை கேட்பதுபோல் கேட்கிறீர்கள். ஆஜராகாமல் வாய்தா வாங்குவதை ஏற்க முடியாது" என, நீதிபதி கோபப்பட்டார். அதன்பின், முறைப்படி மனுத்தாக்கல் செய்யப்பட்டதை ஏற்ற நீதிபதி, வேறொரு நாளில் ஆஜராகும்படி, பூங்குன்றனுக்கு உத்தரவிட்டார்.

*

28
சசிகலாவின் பரபரப்பு வாக்குமூலம்

சசிகலா தரப்பு வழக்குரைஞர் அரவிந்தன் ஆணையத்தில் முன்னிலையாகி பிரமாணப் பத்திரத்தைத் தாக்கல் செய்தார். ஆனால், "அதில் உள்ள விவரங்கள் என்ன என்பது தனக்குத் தெரியாது" என்று அவர் கூறினார். பிரமாணப் பத்திரத்துடன் ஒரு கடிதமும் கொடுக்கப்பட்டுள்ளதாகவும் அதில், இனிமேல் விசாரணை ஆணையத்தில் விசாரிக்கப்பட இருக்கும் சாட்சிகள் தொடர்பாக முன்கூட்டியே தங்களுக்குத் தெரிவிக்க வேண்டும் என்று கூறப்பட்டுள்ளதாகவும் தெரிவித்தார்.

மேலும், "பிரமாணப் பத்திரம் தாக்கல் செய்ய, அவகாசம் கேட்டோம்; ஆனால், ஆணையம் அனுமதி தரவில்லை. வழக்குரைஞர் ராஜா செந்தூர்பாண்டியன், நான்கு முறை சிறைக்குச் சென்று சசிகலாவைச் சந்தித்தார்; அவர் கூறியதன் அடிப்படையில், 55 பக்கங்கள் கொண்ட பிரமாண பத்திரம் தயார் செய்யப்பட்டு, ஆணையத்தில் ஒப்படைக்கப்பட்டுள்ளது" என்றும் அவர் கூறினார்.

55 பக்கங்கள் கொண்ட அந்தப் பிரமாணப் பத்திரத்தில் முதல் 8 பக்கங்களில் எம்.ஜி.ஆர். மறைவுக்குப் பிறகு ஜெயலலிதாவின் நிலை பற்றியும், அப்போது அவர் என்ன செய்தார் என்பது பற்றியும் குறிப்பிடப்பட்டுள்ளது. அதன் பிறகு வரும் 11 பக்கங்களில் 1991ல் ஜெயலலிதா வெற்றி பெற்று முதலமைச்சராக பதவியேற்க தான் என்ன செய்தார் என்று கூறியுள்ளார்.

போயஸ் தோட்டம் சென்றபோது அவருடன் எப்படிப் பழக்கமானார் என்றும் விரிவாகக் கூறியுள்ளார். மேலும் ஜெயலலிதாவுக்கு சசிகலாவை எதனால் பிடித்தது? அவருக்காக செய்த தியாகங்கள் என்ன? ஆரம்ப கால வரலாறு உள்ளிட்டவை குறித்து 19 பக்கங்களில் விரிவாக குறிப்பிட்டுள்ளார். அதன் பிறகு 2014ல் சொத்துக்குவிப்பு வழக்கில் சிறைக்குச் சென்றது முதல் 2016 தேர்தல் வரை இரண்டு பேருக்கும் இடையே நடைபெற்ற கருத்துப் பரிமாற்றங்களைக் குறிப்பிட்டுள்ளார்.

சொத்துக்குவிப்பு வழக்கில் இருந்து பெங்களூரு நீதிமன்றம் விடுதலை செய்த பிறகு ஜெயலலிதாவின் உடல்நிலை பாதிக்கப்பட்டது. ஆனாலும், அவர் தேர்தலில் போட்டியிட்டு வெற்றி பெற நினைத்தார். அதனால்தான் சென்னையில் உள்ள ஆர்.கே.நகர் தொகுதியைத் தேர்ந்தெடுத்தார். வேறு தொகுதியாக இருந்தால் பிரசாரத்திற்குச் செல்ல முடியாது என்று கூறினார். அதனால்தான் சென்னையிலேயே உள்ள தொகுதியை தேர்ந்தெடுத்தார் என்றும் சசிகலா கூறியிருந்தார்.

செப்டம்பர் 22ஆம் தேதி என்ன நடந்தது என்பது குறித்தும் அந்த பிரமாணப் பத்திரத்தில் விரிவாக கூறப்பட்டிருந்தது: 2016, செப்டம்பர் 22ம் தேதி, இரவு 9.30 மணியளவில் போயஸ் கார்டனில் உள்ள முதல் தளத்தில், பாத்ரூமில் ஜெயலலிதா பல்துலக்கிக்கொண்டு இருந்தார். அப்போது அவர் திடீரென்று மயங்கி விழுந்தார். அவரது சத்தம் கேட்டு உடனடியாக நான் அந்த அறைக்குவ சென்றேன். அப்போது, டாக்டர் சிவக்குமார் ஜெயலலிதாவைப் பரிசோதனை செய்தார். தொடர்ந்து அவர் அப்பல்லோ மருத்துவமனை டாக்டர் விஜயகுமார் ரெட்டிக்கு மொபைல் போனில் தகவல் தெரிவித்தார். இதைத் தொடர்ந்து போயஸ்கார்டனுக்கு உடனடியாக ஆம்புலன்ஸ் அனுப்பி வைக்குமாறு தெரிவித்தார். தொடர்ந்து இரண்டு ஆம்புலன்ஸ் வரவழைக்கப்பட்டது. மயங்கிக் கிடந்த ஜெயலலிதாவை இரண்டு தனிபாதுகாப்பு அதிகாரிகள் துணையோடு ஸ்ட்ரெச்சரில் தூக்கி வைத்து ஆம்புலன்சுக்குக் கொண்டு சென்றோம். ஆம்புலன்சில் நானும், டாக்டர் சிவக்குமாரும் இருந்தோம்.

மருத்துவமனைக்குச் செல்லும் வழியில் ஜெயலலிதா கண் விழித்தார். அப்போது, எங்கு கொண்டு செல்கிறீர்கள் என்று என்னிடம் கேட்டார். நான் அவரிடம் மருத்துவமனைக்கு கொண்டு செல்வதாகக் கூறினேன்.

ஜெயலலிதாவுக்கு 19ஆம் தேதியன்று காய்ச்சல் ஏற்பட்டது. இதனால், அவர் உடல் நலம் மிகவும் பாதிக்கப்பட்டிருந்தது. ஆனால், அவர் 20, 21ம் தேதி நிகழ்ச்சிகளில்கூட கலந்துகொள்ள வேண்டும் என்று என்னிடம் கூறினார். அவர் அன்றைய தினத்தில் உடல் நிலை சரியில்லாமல் இருந்த போதும் கலந்துகொண்டார்.

அதனால், 22ம் தேதி அவரது உடல் நிலை மிகவும் மோசமானது. இதனால், அன்று நடக்கவிருந்த அரசு நிகழ்ச்சி ஒத்தி வைக்கப்பட்டது. 22ம் தேதி உடல் நலம் சரியில்லாமல் இருந்த அவரை இரண்டு முறை டாக்டர் சிவக்குமார் பரிசோதனை செய்தார். ஜெயலலிதாவை மருத்துவமனை கொண்டுசெல்ல வேண்டும் என்று சிவக்குமார் பரிந்துரை செய்தார். ஆனால், ஜெயலலிதா மருத்துவமனைக்கு வர மாட்டேன் என்று கூறினார்.

கடந்த 2014 செப்டம்பரில் சொத்துக் குவிப்பு வழக்கில் தண்டனை பெற்றபோது அவர் மனதளவில் பாதிக்கப்பட்டிருந்தார். இதனால், உடல் நலம் கடுமையாக பாதித்தது. குறிப்பாக, ஜெயலலிதாவின் உடல் நிலையில் சர்க்கரை நோயின் அளவும், ரத்த அழுத்தமும் அதிகரித்துக்கொண்டே இருந்தது. இதனால், அவருக்கு சர்க்கரை நோயை கட்டுக்குள் கொண்டுவர தனியாக மருத்துவர் ஒருவர் நியமிக்கப்பட்டார். தோல் மருத்துவரும் நியமிக்கப்பட்டிருந்தார். 2016ம் ஆண்டு தேர்தல் வெற்றிக்குப் பிறகு ஜெயலலிதா உடல் நிலை சரியாகவில்லை. நீரிழிவு மருத்துவர், தோல்நோய் மருத்துவர்கள் பரிசோதனை செய்து குறைந்த அளவிலான ஸ்டீராய்டு மாத்திரைகளை அளித்தனர். செப்டம்பர் 16ஆம் தேதிவரை மாத்திரை சாப்பிட்டார். ஜெயலலிதா சர்க்கரை அளவை நாள்தோறும் அவரே பரிசோதித்து வந்தார்.

2014, நவம்பர் முதல் செப்டம்பர் வரை 20 மருத்துவர்கள் ஜெயலலிதாவுக்கு போயஸ் கார்டனில் சிகிச்சை அளித்தனர். அந்த மருத்துவர்கள் குறித்த விவரங்கள் மற்றும் அவர்கள் எங்கு பணி செய்து வருகின்றனர் என்ற விவரங்களையும் இணைத்துள்ளேன். அப்பல்லோவில் சிகிச்சைக்காக அனுமதித்திருந்தபோது, செப்டம்பர் 27ம் தேதி காவிரி பிரச்னை குறித்து மருத்துவமனையில் அதிகாரிகளுடன் ஜெயலலிதா ஆலோசனை நடத்தினார். அப்போது தலைமைச்

செயலாளராக இருந்த ராமமோகன ராவ், அட்வகேட் ஜெனரல் முத்துக்குமரசாமி, ஜெயலலிதா ஆலோசகராக இருந்த ஷீலா பாலகிருஷ்ணன், தனிப்பிரிவு செயலாளராக இருந்த ராமலிங்கம், வெங்கட்ராமன் ஆகியோருடன் ஆலோசனை நடத்தினார்.

அப்போது, ஜெயலலிதா அளித்த ஆலோசனையின்படிதான் பிரமாணப் பத்திரம் தயாரானது. செப்டம்பர் 22 முதல் 27ம் தேதி வரையில் அமைச்சர்கள் ஓ.பன்னீர்செல்வம், சி.விஜயபாஸ்கர், துணை சபாநாயகர் தம்பிதுரை ஆகியோர் கண்ணாடி வழியாக ஜெயலலிதாவைப் பார்த்தனர்.

செப்டம்பர் 27ம் தேதி ஜெயலலிதா சிகிச்சை பெற்று வந்த இரண்டாவது தள அறையில் இருந்து தரைத்தளத்தில் உள்ள ஸ்கேன் மையத்திற்கு ஸ்ட்ரெச்சரில் கொண்டு செல்லப்பட்டார். அப்போது அவரது பாதுகாப்பு அதிகாரி வீரபெருமாள், பெருமாள்சாமி ஆகியோர் அவரைப் பார்த்தனர். அவர்களிடம் பேசிய ஜெயலலிதா, 'நான் நலமாக இருக்கிறேன். டாக்டர்கள் சிறிது நாட்கள் மருத்துவமனையில் இருக்கச் சொன்னார்கள். விரைவில் வீட்டிற்கு வந்துவிடுவேன்' என்றார்.

அக்டோபர் 22ம் தேதி கவர்னர் வித்யாசாகர் ராவ் அப்பல்லோ மருத்துவமனைக்கு வந்தார். அப்போது, ஜெயலலிதா அவரைப் பார்த்து கையசைத்தார். கவர்னர் புத்தகமும், பழக்கூடையும் கொடுத்து நலம் விசாரித்தார்.

நவம்பர் 19ம் தேதி ஜெயலலிதாவை தனி அறைக்கு மாற்றினார்கள். அப்போது, தொழிலாளர் நலத்துறை அமைச்சர் நிலோபர் கபில் உள்ளிட்ட ஒரு சில அமைச்சர்கள் ஜெயலலிதாவைப் பார்த்தனர்.

டிசம்பர் 4ம் தேதி ஜெயலலிதா நன்றாகப் பேசிக் கொண்டிருந்தார். ஆனால், திடீரென மாலை அவருக்கு மாரடைப்பு ஏற்பட்டது. அப்போது மருத்துவர்கள் பரிசோதித்துப் பார்த்தனர். எக்மோ தெரபி சிகிச்சை தரும் போது நான் பக்கத்தில்தான் இருந்தேன். ஜெயலலிதாவிடம் பேச்சுக் கொடுத்துக்கொண்டே இருங்கள் என்று என்னிடம் மருத்துவர்கள் கூறினர்.

என்னால் தாங்க முடியவில்லை. அக்கா, அக்கா என்று காது அருகே கதறினேன். ஜெயலலிதா மயக்கம் போட்டவுடன் நானும்

மயங்கி விட்டேன். ஜெயலலிதா சிகிச்சை பெறும்போது, அவரது அனுமதியுடன் நான் 4 வீடியோக்களை எடுத்தேன். அதைத்தான் தற்போது விசாரணை ஆணையத்தில் தாக்கல் செய்துள்ளேன்" என்று, அந்த பிரமாணப் பத்திரத்தில் கூறப்பட்டிருந்ததாக செய்தித்தாள்களில் விரிவான தகவல்கள் வெளியாகின.

இதனிடையே, சசிகலாவின் வாக்குமூலம் என்று கூறி ஊடகங்களில் வெளிவந்த பெரும்பாலான தகவல்கள் தவறானவை என்று விசாரணை ஆணையம் கூறியது. இதுகுறித்து விசாரணை ஆணையம் தரப்பில் கூறியதாவது:

"விசாரணை ஆணையத்தில் சசிகலா தாக்கல் செய்த வாக்குமூலத்தை நீதிபதி ஆறுமுகசாமி முழுமையாகப் படித்து விட்டார்... இதில், 30 சதவீத தகவல் மட்டுமே உண்மையான வை. மீதி 70 சதவீத தகவல் தவறானது. எந்தெந்த தகவல்கள் உண்மையானது, எந்தெந்த தகவல்கள் பொய்யானது என்பதை முழுமையாகத் தெரிவிக்க இயலாது. துணை முதல் அமைச்சர் ஓ.பன்னீர்செல்வம், அமைச்சர்கள் விஜயபாஸ்கர், நிலோபர் கபில் ஆகியோர் ஜெயலலிதாவைப் பார்த்ததாக ஆங்கில பத்திரிகையில் வெளியான தகவல் குறித்து சசிகலாவின் வாக்குமூலத்தில் எதுவும் இல்லை. 20 மருத்துவர்கள் கொண்ட குழு வெவ்வேறு காலகட்டங்களில் ஜெயலலிதாவுக்குச் சிகிச்சை வழங்கியதாகத் தெரிவித்து இருப்பது தவறானது.

சசிகலா தரப்பை நியாயப்படுத்துவதற்காக அவரது தரப்பில் இருந்து பத்திரிகைக்கு கொடுக்கப்பட்ட தகவலாகவே ஆணையம் இதை கருதுகிறது. சசிகலா கடந்த 19ந் தேதி ஆணையத்தில் தனது வழக்குரைஞர்கள் மூலம் பிரமாண வாக்குமூலம் தாக்கல் செய்தார்.

ஒரு வாரத்துக்கு பின்பு சசிகலா தற்போது சிறையில் இருந்து பரோலில் வெளிவந்துள்ள நிலையில் இந்தச் செய்தி வெளியாகி இருப்பதும் சந்தேகத்தை ஏற்படுத்துகிறது. வாக்கு மூலத்தில் இல்லாத விசயங்களை பத்திரிகைக்கு அளித்தது குறித்து விசாரணை நடத்த முடிவு செய்துள்ளதாக ஆணையம் தரப்பில் கூறப்பட்டது.

*

29
குறுக்கு விசாரணை செய்ய ஆணை

ஜெயலலிதா மரணம் குறித்த விசாரணை ஆணையத்தில் சசிகலா தனது வாக்குமூலத்தை வழக்குரைஞர் மூலம் தாக்கல் செய்தார். அதன் அடிப்படையில் ஆணையத்தில் முன்னிலையாகிறவர்களிடம் அவ்வப்போது குறுக்கு விசாரணை செய்ய வேண்டும் என்றும் சசிகலா தரப்பு வழக்கறிஞருக்கு ஆணையம் உத்தரவு பிறப்பித்தது.

அதன்படி ஓய்வு பெற்ற ஐ.ஏ.எஸ். அதிகாரி வெங்கட்ரமணனிடம் குறுக்கு விசாரணை செய்யும்படி நீதிபதி ஆறுமுகசாமி கூறியதற்கு, "வெங்கட்ரமணனின் வாக்குமூலத்தை சசிகலாவிடம் தெரிவித்து அவரது கருத்தைப் பெற வேண்டியிருப்பதால், ஒரு வாரம் கால அவகாசம் வேண்டும்" என்று சசிகலா தரப்பு வழக்குரைஞர் கோரிக்கை விடுத்தார்.

இதை நிராகரித்து ஆணையம் உத்தரவிட்டதன்பேரில் குறுக்கு விசாரணைக்காக வெங்கட்ரமணன் ஆணையத்தில் ஆஜரானார். அப்போது சசிகலா தரப்பு வழக்குரைஞர் ராஜா செந்தூர்பாண்டியன், "சாட்சியம் அளிப்பவர்களிடம் அவ்வப்போது குறுக்கு விசாரணை செய்வது என்பது இயலாது. சசிகலாவிடம் இருந்து பதில் பெற்ற பின்னரே குறுக்கு விசாரணை செய்ய முடியும்" என்றார்.

இதனால் நீதிபதி, "ஏற்கெனவே ஆஜரான சாட்சிகளின் வாக்குமூலங்கள் உங்களுக்கு அளிக்கப்பட்டுள்ளன. அந்த சாட்சிகளிடம் குறுக்கு விசாரணை நடத்தத் தயாராக

இருக்கிறீர்களா?" என்று கேள்வி எழுப்பினார். அதற்குத் தயாராக இருப்பதாக சசிகலா தரப்பு வழக்குரைஞர் கூறினார்.

அரசு மருத்துவர்கள் பாலாஜி, விமலா, டிட்டோ, தர்மராஜன், முத்து செல்வம், கலா, நாராயணபாபு ஆகிய 7 பேரை சசிகலா தரப்பு குறுக்கு விசாரணை செய்ய வேண்டும் என்று நீதிபதி உத்தரவிட்டார். இதற்காக அன்றைய தினம் ஆணையத்தில் முன்னிலையாக அரசு டாக்டர்கள் 7 பேருக்கும் நீதிபதி உத்தரவின்பேரில் அழைப்பாணை அனுப்பப்பட்டது.

ஜெயலலிதாவின் பாதுகாப்பு அதிகாரியாக இருந்த காவல்துறை அதிகாரி வீரபெருமாள், ஆறுமுகசாமி ஆணையத்தில் முன்னிலையானார். ஜெயலலிதாவின் நம்பிக்கைக்கு உரியவராக இருந்த அவர், ஜெயலலிதா மரணத்தில் நடந்தது என்ன என்பது குறித்து அறிந்திருக்க அதிக வாய்ப்பு இருக்கிறது என்ற அடிப்படையில் அவரிடம் நீதிபதி ஆறுமுகசாமி பல்வேறு கேள்விகளைக் கேட்டார்.

"ஜெயலலிதாவை அப்பல்லோ மருத்துவமனையில் அனுமதிப்பதற்காக போயஸ் கார்டனில் இருந்து அழைத்துச் சென்ற போது எங்கு இருந்தீர்கள்? அன்றைய தினம் போயஸ் கார்டனில் என்ன நடந்தது என்பது தெரியுமா? ஜெயலலிதா மயங்கிய நிலையில்தான் மருத்துவமனைக்கு அழைத்துச் செல்லப்பட்டாரா?" என்பது போன்று பல்வேறு கேள்விகளை வீரப்பெருமாளிடம் நீதிபதி ஆறுமுகசாமி கேட்டார். நீதிபதி கேட்ட அனைத்து கேள்விகளுக்கும் வீரபெருமாள் பதில் அளித்தார். ஜெயலலிதா அப்பல்லோ மருத்துவமனையில் அனுமதிக்கப்பட்டிருந்தபோது உங்களிடம் பேசியதாக சசிகலா, தனது வாக்குமூலத்தில் கூறி உள்ளாரே? அதுபோன்று ஜெயலலிதா பேசினாரா? அவர் உங்களிடம் என்ன கூறினார்?" என்று நீதிபதி கேட்டார்.

அதற்கு பதில் அதிகாரி வீரபெருமாள், "ஸ்கேன் எடுப்பதற்காக அப்பல்லோ மருத்துவமனையின் 2வது தளத்தில் இருந்து தரைதளத்துக்கு அழைத்துச் செல்லப்பட்டபோது என்னையும், மற்றொரு பாதுகாப்பு அதிகாரியான பெருமாள்சாமியையும் நேரில் பார்த்த ஜெயலலிதா, தற்போது நலமாக இருப்பதாகவும், கவலைப்பட வேண்டாம், சிகிச்சை முடிந்து விரைவில் வீடு திரும்புவேன் என்றும் கூறியதாகத் தெரிவித்தார்.

*

30
தொடங்கியது குறுக்கு விசாரணை

விசாரணை ஆணையத்தில் ஏற்கெனவே முன்னிலையாகி சாட்சியம் அளித்த முன்னாள் மருத்துவக் கல்வி இயக்குனர்கள் விமலா, ஓமந்தூரார் அரசு மருத்துவக் கல்லூரி டீன் நாராயணபாபு ஆகியோர் ஆணையத்தில் முன்னிலையாகினர். அவர்களிடம் சசிகலா தரப்பு வழக்குரைஞர்கள் அரவிந்தன், ராஜ்குமார் பாண்டியன் ஆகியோர் குறுக்கு விசாரணை செய்தனர்.

ஜெயலலிதா மருத்துவமனையில் அனுமதிக்கப்பட்டிருந்த போது அவருக்கு அளிக்கப்படும் சிகிச்சையை மேற்பார்வையிட அரசு தரப்பில் மருத்துவர்கள் குழு ஏற்படுத்தப்பட்டது. இந்தக் குழுவை மருத்துவக்கல்வி இயக்குனராக இருந்த விமலாதான் ஏற்படுத்தினார். யாருடைய உத்தரவின் பேரில் எந்த அடிப்படையில் இந்தக் குழு ஏற்படுத்தப்பட்டது என்பது குறித்தும், அதன்பின்பு மருத்துவக்கல்வி இயக்குனராக பொறுப்பேற்ற நாராயணபாபு அந்தக் குழுவை மேற்பார்வையிட்டது தொடர்பாகவும் சசிகலா தரப்பு வழக்குரைஞர்கள் பல்வேறு கேள்விகளை எழுப்பினர். அதற்கு அவர்கள் பதில் அளித்தனர்.

'தமிழக பொறுப்பு ஆளுநராக இருந்த வித்யாசாகர் ராவ் எழுதிய புத்தகத்தை ஒரு சான்று ஆவணமாகப் பதிவுசெய்ய வேண்டும்' என்று நீதிபதியிடம் சசிகலா தரப்பில் கோரிக்கை வைக்கப்பட்டது. அந்தப் புத்தகத்தைப் படித்துப் பார்த்த நீதிபதி, 'அதுகுறித்துப் பின்னர் முடிவு செய்துகொள்ளலாம்' என்று தெரிவித்துவிட்டார்.

இதனைத் தொடர்ந்து, ஆணையத்தில் முன்னிலையான அரசு மருத்துவர் பாலாஜியிடம், சசிகலா தரப்பு வழக்கறிஞர்கள் குறுக்கு விசாரணை மேற்கொண்டனர்.

'ஜெயலலிதாவிற்கு அளிக்கப்பட்ட சிகிச்சை தொடர்பாக ஓ.பன்னீர்செல்வத்திற்குத் தகவல் தெரிவிக்கப்பட்டது' என மருத்துவர் பாலாஜியிடம் நடத்தப்பட்ட குறுக்கு விசாரணை மூலம் தெரியவந்தது.

வேட்புமனுவில் கைரேகை பெறும்போது ஜெயலலிதா சுயநினைவுடன் இருந்ததாக மருத்துவர் பாலாஜி குறுக்கு விசாரணையின்போது கூறினார். விண்ணப்பம் தொடர்பான விவரத்தை ஜெயலலிதா கேட்டுத் தெரிந்துகொண்டார். ஜெயலலிதாவுக்கு அளிக்கப்பட்ட சிகிச்சை முறை, உடல்நிலை பற்றி 10க்கும் மேற்பட்ட முறை ஓ.பன்னீர்செல்வத்துக்குத் தெரிவித்ததாக மருத்துவர் பாலாஜி குறுக்கு விசாரணையின்போது குறிப்பிட்டார்.

'ஜெயலலிதாவிற்கு அளிக்கப்பட்ட சிகிச்சை தொடர்பாக சுகாதாரத்துறை அமைச்சர் விஜயபாஸ்கர் மற்றும் அத்துறை செயலாளர் ராதாகிருஷ்ணனிடம் தெரிவிக்கப்பட்டது எனவும் மருத்துவர் பாலாஜி கூறி உள்ளார்.

இந்நிலையில், விசாரணை ஆணையம் வெளியிட்ட தகவலில், வேட்புமனுவில் கைரேகை பெறும்போது ஜெயலலிதா சுயநினைவுடன்தான் இருந்தார் என மருத்துவர் பாலாஜி கூறியதாகத் தெரிவித்துள்ளது. ஜெயலலிதாவிடம் கைரேகை பெற்ற பின்னர் விரலில் இருந்த மையை மருத்துவர் பாலாஜி அழிக்க முயன்ற போது, சசிகலா அவரைத் தடுத்து, தானே அதை அழித்துள்ளார்.

சசிகலா கேட்டதன் பெயரில், ஜெயலலிதாவிடம் கைரேகை பெற பூங்குன்றனை மருத்துவர் பாபு ஆபிரகாம் அழைத்துள்ளார் என தெரிவிக்கப்பட்டுள்ளது.

இதனிடையே, சென்னை எழிலகத்தில் உள்ள ஆறுமுகசாமி விசாரணை ஆணையத்தில் சாந்தாஷீலா நாயர், லீலா செல்வக்குமாரி, கார்த்திகேயன் ஆகிய மூவரும் முன்னிலையாகினர். ஆறுமுகசாமியின் கேள்விகளுக்கு சாந்தா ஷீலா நாயர், லீலா செல்வக்குமாரி ஆகியோர் விளக்கம்

அளித்த நிலையில், சசிகலாவின் உதவியாளர் கார்த்திகேயனிடம் வழக்கறிஞர் ராஜா செந்தூர்பாண்டியன் குறுக்கு விசாரணை நடத்தினார். அதே நேரத்தில் அதிமுக முன்னாள் அமைச்சர் ஆனூர் ஜெகதீசன், தாமாக முன்வந்து விசாரணைக்கு ஆஜரானார்.

இந்த நிலையில், சசிகலாவின் சகோதரர் திவாகரனுக்கு, ஆறுமுகசாமி ஆணையம் சம்மன் அனுப்பியது.

மறைந்த ஜெயலலிதா குறித்த மருத்துவ விவரங்களை ஆய்வு செய்ய மருத்துவக்குழு ஒன்றை அரசிடம் ஆணையம் கேட்டிருந்தது. இதற்கு மருத்துவக் குழுவை ஆணையமே அமைத்துக் கொள்ளலாம் என தமிழக அரசு அனுமதி அளித்தது.

"ஜெயலலிதாவின் மருத்துவ ஆவணங்களைச் சரிபார்க்க விரைவில் ஆய்வுக்குழு அமைக்கப்படும்" என ஆறுமுகசாமி தெரிவித்தார்.

*

31

வித்யாசாகர் ராவ் எழுதிய நூல்

ஜெயலலிதா அப்பல்லோ மருத்துவமனையில் அனுமதிக்கப்பட்டது முதல் உயிரிழந்தது வரையிலான காலகட்டத்தில் தமிழக பொறுப்பு ஆளுநராக இருந்தவர் வித்யாசாகர் ராவ். ஜெயலலிதா சிகிச்சையில் இருந்தபோது அப்பல்லோ மருத்துவமனைக்கு இரண்டு முறை நேரில் சென்றார் வித்யாசாகர் ராவ். ஜெயலலிதாவின் உடல்நிலை குறித்த தகவல் ஆளநர் மாளிகை அலுவலகம் மூலம் அவ்வப்போது வெளியிடப்பட்டது.

தமிழக ஆளுநராக பன்வாரிலால் புரோகித் நியமிக்கப் பட்டதைத் தொடர்ந்து, தமிழக பொறுப்பு ஆளுநராகப் பணியாற்றிய நாட்களில் நடந்தவற்றை ‘அந்த நிகழ்வுகள் நடந்த நாட்கள்’ என்ற பெயரில் வித்யாசாகர் ராவ் புத்தகமாக எழுதினார். அந்தப் புத்தகம் விற்பனைக்கு வெளிவராத நிலையில், புத்தகத்தில், ஜெயலலிதாவின் மரணம் குறித்து வித்யாசாகர் ராவ் பல்வேறு விஷயங்களைக் கூறி உள்ளதாக செய்திகள் வெளியாயின.

இதைத்தொடர்ந்து, ஜெயலலிதா மரணம் குறித்து அந்தப் புத்தகத்தில் என்ன கூறப்பட்டுள்ளது? என்ற விவரத்தை அறிந்து கொள்வதற்காக விசாரணை ஆணையம் அந்தப் புத்தகத்தின் ஒரு பிரதியை ஆணையத்தில் சமர்ப்பிக்க வேண்டும் என்று ஆளுநர் மாளிகைக்குக் கடிதம் அனுப்பியது. இதைத் தொடர்ந்து ஆளுநர் மாளிகை அலுவலக அதிகாரி சீனிவாசன் விசாரணை ஆணையத்தில் முன்னிலையாகி அந்தப் புத்தகத்தின் பிரதியை ஒப்படைத்தார்.

வித்யாசாகர் ராவ் எழுதிய நூல் வெளியீட்டு விழா

அதில், ஜெயலலிதா மரணம் குறித்து வித்யாசாகர் ராவ் கூறி உள்ள விஷயங்களை நீதிபதி ஆறுமுகசாமி முழுமையாகப் படித்துப் பார்த்தார்.

ஜெயலலிதா மருத்துவமனையில் அனுமதிக்கப் பட்டிருந்தபோது, அங்கு சென்ற வித்யாசாகர் ராவை கண்ணாடி வழியாகப் பார்த்த ஜெயலலிதா கை அசைத்தார் என்று செய்தி வெளியாகி இருந்தது. இதுதொடர்பாக புத்தகத்தில் ஏதேனும் கூறப்பட்டுள்ளதா? என்று நீதிபதி தேடிப்பார்த்தார்.

ஜெயலலிதா மருத்துவமனையில் அனுமதிக்கப்பட்டிருந்த போது அவர் விரைவில் குணமடைந்து வீடு திரும்ப வேண்டும் என்று வித்யாசாகர் ராவ் கடிதம் எழுதி இருந்தார். அதற்கு நன்றி தெரிவித்து ஜெயலலிதா, வித்யாசாகர் ராவுக்கு கடிதம் எழுதி இருந்ததாக கூறப்பட்டது. இது குறித்த தகவல் ஏதேனும் அந்தப் புத்தகத்தில் உள்ளதா? என்றும் நீதிபதி பார்த்தார்.

பின்னர் அந்த புத்தகத்தை ஆளுநர் மாளிகை அலுவலக அதிகாரியிடம் ஒப்படைத்த நீதிபதி, தேவைப்படும்போது அதன் பிரதியை பெற்றுக்கொள்வதாக கூறினார்.

*

32
உயிரிழந்த தேதி உறுதியானது

ஆறுமுகசாமி ஆணையத்தில் குறுக்கு விசாரணைக்காக சசிகலாவின் உறவினர் இளவரசியின் மகள் கிருஷ்ணப்பிரியா, மகன் விவேக் (ஜெயா டி.வி. தலைமை செயல் அதிகாரி), அரசு மருத்துவர் சுவாமிநாதன் (இதயநோய் சிகிச்சை வல்லுநர்), ராஜீவ்காந்தி அரசு பொது மருத்துவமனை உடற்கூறு இயல் துறை தலைவர் மருத்துவர் சுதா சேஷையன், அப்பல்லோ மருத்துவ நிர்வாக அதிகாரி மருத்துவர் சத்யபாமா, ஓய்வுபெற்ற ஐ.ஏ.எஸ். அதிகாரி வெங்கட்ரமணன், ஜெயலலிதா வீட்டில் சமையல் வேலை செய்து வந்த ராஜம்மாள், சசிகலாவின் உதவியாளர் கார்த்திகேயன் ஆகியோர் முன்னிலையாகினர்.

குறுக்கு விசாரணையின்போது நடந்தது குறித்து வழக்குரைஞர் ராஜா செந்தூர்பாண்டியன் கூறியதாவது:

குறுக்கு விசாரணையில் ஜெயலலிதாவின் உடலுக்கு 'எம்பால்மிங்' செய்த டாக்டர் சுதா சேஷையன் கூறும்போது, "5.12.2016 நள்ளிரவு 11.30 மணிக்கு நான் 'எம்பால்மிங்' செய்ய ஆரம்பித்தேன். அப்போது ஜெயலலிதாவின் திசுக்களை பார்க்கும்போது, 15 மணி நேரத்துக்குள்ளாகவே மரணம் நிகழ்ந்திருக்கும் என்பதைத் தெரிந்துகொண்டேன்" என்றார்.

'ஜெயலலிதா அடித்துக் கொல்லப்பட்டு இறந்துபோன பிறகு மருத்துவமனைக்கு கொண்டு வந்து சேர்க்கப்பட்டார்' என்ற குற்றச்சாட்டையும், 'இறந்துபோன ஜெயலலிதாவின் உடலை நீண்ட காலமாகப் பாதுகாத்து வைத்திருந்தார்கள்

ஜெயக்குமார் ராமமோகன் ராவ்

என்ற குற்றச்சாட்டையும் தவிடு பொடியாக்கும் வகையில் மருத்துவர் சுதா சேஷையனின் சாட்சியம் அமைந்திருந்தது. *5.12.2016*ல் ஜெயலலிதா மரணம் அடைந்துள்ளார் என்பதையும் சாட்சியமாக அவர் உறுதி செய்தார்.

மேலும், *5.12.2016* அன்று வந்த 'எய்ம்ஸ்' மருத்துவர்கள் 'இனி உடலில் எந்தவிதமான முன்னேற்றமும் இல்லை. அவரது ஈ.சி.ஜி. ஒரே நேர்க்கோட்டில் இருக்கிறது' என்று சொன்னதன் அடிப்படையில், அப்போதைய மத்திய அமைச்சர் வெங்கையா நாயுடு, ஓ.பன்னீர்செல்வம், ராமமோகன் ராவ், தம்பிதுரை, முக்கிய அமைச்சர்கள் அனைவரின் முன்னிலையிலும் அன்று இரவு 'எக்மோ' கருவியை அகற்றும் முடிவு எடுக்கப்பட்டதாக சாட்சியம் பதிவு செய்யப்பட்டுள்ளது.

3.12.2016 அன்று அப்பல்லோ வந்த 'எய்ம்ஸ்' மருத்துவர்கள், 'ஜெயலலிதாவின் இதயம் நன்றாக உள்ளது என்று கையெழுத்துப் போட்டுக் கொடுத்துள்ள ஆவணத்தை நாங்கள் தாக்கல் செய்துள்ளோம். அதன் அடிப்படையில் அன்று ஜெயலலிதாவின் இதயம் நன்றாக இருந்திருக்கிறது' என்பது நிரூபிக்கப்பட்டுள்ளது.

"ஜெயலலிதாவே எங்கள் எல்லோரையும் கூப்பிட்டு, ஊடகங்கள், சமூக வலைதளங்களில் நான் இறந்துவிட்டதாகவும், என்னை யாரோ அடித்துவிட்டார்கள் என்றும் தவறான தகவல்கள் பரவுகின்றன. மக்களுக்கு உண்மைநிலை தெரியவேண்டும், எனவே, செய்தி வெளியிடுங்கள்' என்று சாட்சியம் கூறியிருக்கிறார். வெங்கட்ரமணன், ராமமோகன் ராவ் ஆகியோர் இதையே கூறி இருந்தனர்.

"ஜெயலலிதாவின் கன்னத்தில் ஆணிக்கட்டையால் அடிக்கப்பட்டிருந்தது போன்று நான்கு ஓட்டைகள் இருந்தன!" என்று சிலர் சொல்லிக்கொண்டு இருக்கிறார்கள். 'எம்பால்மிங்' செய்த மருத்துவரோ, "அதுபோன்று எதுவும் இல்லை. ஆணிக் கட்டையில் அடித்து ஓட்டை இருந்திருந்தால், எம்பால்மிங் செய்யும்போது திரவம் எல்லாம் ஓட்டை வழியாக வெளியே வந்திருக்கும். எனவே, அதற்கான வாய்ப்பே இல்லை" என்று தெரிவித்து இருக்கிறார்.

'எக்மோ' கருவியை 5.12.2016 அன்று அகற்றும்போது தங்கமணி உள்ளிட்ட அமைச்சர்கள் உடன் இருந்ததாக ராமமோகன் ராவ் தெரிவித்து இருந்தார்" என்று ராஜா செந்தூர் பாண்டியன் கூறினார்.

இதனிடையே செய்தியாளர்களிடம் பேசிய அமைச்சர் ஜெயக்குமார், "ஜெயலலிதா சிகிச்சை விவகாரத்தில் ராமமோகன் ராவைக் கைது செய்து விசாரிக்க வேண்டும். ஒரு அதிகாரிபோல் இல்லாமல் அரசியல்வாதியாகத்தான் ராமமோகன் ராவ் செயல்பட்டார்" என்றும் ஜெயக்குமார் குற்றம் சாட்டினார்.

*

33
ராமமோகன் ராவ் கூறியது என்ன?

ஆறுமுகசாமி ஆணையத்தில் முன்னிலையான முன்னாள் தலைமைச் செயலாளர் ராம மோகன் ராவிடம் சசிகலா தரப்பு வழக்கறிஞர் ராஜா செந்தூர்பாண்டியன் குறுக்கு விசாரணை நடத்தினார். அந்த குறுக்கு விசாரணையின் போது பல்வேறு முக்கியமான தகவல்களை சொன்னார் ராம மோகன ராவ். சென்னை மெட்ரோ ரயில் திட்டத்தைத் தலைமைச் செயலகத்தில் முதல்வரும், மற்றொரு முனையில் மத்திய அமைச்சர் வெங்கய்யா நாயுடுவும் தொடங்கி வைத்தனர். அந்த நிகழ்ச்சி முடிந்ததும், 'உடல்நிலை சரியில்லை' என்று சொல்லிவிட்டு முதல்வர் வீட்டுக்குக் கிளம்பிவிட்டார். தன் அறைக்குக் கூட அவர் செல்லவில்லை. 2014ம் ஆண்டு பரப்பன அக்ரஹாரா சிறையில் இருந்துவிட்டு வந்தது முதலே அவர் அவ்வப்போது தனக்கு உடல்நிலை சரியில்லை என்று சொல்வார். அதுபோலத்தான் இருக்கும் என சாதாரணமான நினைத்தேன். எனவே அடுத்த நாள் நான் எதுவும் விசாரிக்கவில்லை.

செப்டம்பர் 22ஆம் தேதி மருத்துவமனையில் அனுமதிக்கப்படுவதற்கு முன்பு முதல்வருடன் நான் பேசவில்லை. ஆனால், அன்றைய தினம் நான் தலைமைச் செயலாளர் அறையில் இருந்தபோது, முதல்வர் பார்த்த கோப்புகள் என் அறைக்கு வந்தன. அன்று முதல்வர் நான்கைந்து தகவல்களை, முதல்வர் அலுவலகச் செயலாளர் ராமலிங்கம் மூலம் என் கவனத்துக்குக் கொண்டு வந்தார். அன்று மாலை வரை இதுபோல் முதல்வர், தகவல்களை அனுப்பிக்கொண்டே இருந்தார். முதல்வரின் தனிச் செயலர்கள் நான்கு பேர்,

முதல்வரின் வீட்டிலேயே காலையிலிருந்து மாலை வரை இருப்பார்கள். அவர்களிடமிருந்து முதல்வரின் உடல்நிலை குறித்து எந்தத் தகவலும் இல்லை. அதனால், நான் முதல்வரின் உடல்நலம் பற்றிக் கவலைப்படவில்லை.

22ம் தேதி முதல்வர் மருத்துவமனையில் அனுமதிக்கப்பட்ட தகவல் அறிந்து, உடனே அப்போலோ மருத்துவமனைக்குச் சென்றேன். அப்போது, அவசர சிகிச்சைப் பிரிவில் முதல்வர் இருந்தார். நான் அங்கேயே காத்திருந்தேன். ஒரு மணி நேரம் கழித்து, அங்கிருந்து தீவிர சிகிச்சைப் பிரிவுக்கு ஸ்ட்ரெச்சரில் வைத்து முதல்வர் கொண்டு செல்லப்பட்டார். அப்போது, நான் முதல்வரைப் பார்த்தேன். முதல்வருடன் சசிகலா இருந்தார். அவருடன் இரண்டு, மூன்று பெண்களும் இருந்தனர். அவர்கள் சசிகலாவின் உறவினர்கள் மற்றும் முதல்வர் வீட்டில் பணியாற்றும் பெண்கள் என நினைக்கிறேன்.

அப்போது, முதல்வர் இருந்த ஸ்ட்ரெச்சர் அருகில் நான் சென்றேன். "நான் எங்கிருக்கிறேன்?" என்று என்னிடம் முதல்வர் கேட்டார். உடனே, "நீங்கள் அப்போலோ மருத்துவமனையில் இருக்கிறீர்கள்" என்று அவரிடம் சொன்னேன். ஸ்ட்ரெச்சரில் முதல்வரை அழைத்துச் சென்றபோது, அப்போதைய சென்னை காவல் ஆணையர் ஜார்ஜ், முதல்வரின் செயலாளர்கள் நான்கு பேர், முதல்வரின் ஆலோசகர் ஷீலா பாலகிருஷ்ணன், பாதுகாப்பு அதிகாரிகள், சசிகலா, ஓ.பன்னீர்செல்வம், விஜயபாஸ்கர் மற்றும் சில அமைச்சர்களும் அங்கு இருந்தனர்.

அரசுத் தலைமை வழக்கறிஞர் முத்துக்குமாரசுவாமி, காவிரி விவகாரம் குறித்து முதல்வருடன் ஆலோசனை நடத்தினார். அப்போது நானும் இருந்தேன். காவிரி விவகாரத்தை எப்படிக் கையாள வேண்டும் என்று முதல்வர் சொன்னது, அவரது உணர்வை வெளிப்படுத்துவதாக இருந்தது. மாலை 4 மணி முதல் 6 மணி வரை இரண்டு மணி நேரம் முதல்வர் அந்த விவகாரம் பற்றியே விவாதித்தார். அப்போது, கர்ச்சீப்பால் அடிக்கடி முகத்தையும் கண்களையும் துடைத்துக்கொண்டிருந்தார். மூக்கில் இருந்த டியூபைப் பொருட்படுத்தாமல், அந்த அறிக்கையைத் தயாரித்தார். அப்போது, அவர் மிகவும் உணர்ச்சி வசப்பட்டவராக இருந்தார். மருத்துவமனைக்குப் போவதற்கு முன், முதல்வரைச் சிலர் தாக்கி, துன்புறுத்தி, நிலை குலைய வைத்ததாக ஒரு கருத்து நிலவுகிறது. அதற்கு வாய்ப்பே இல்லை.

செப்டம்பர் 22ம் தேதி மருத்துவமனையில் சேர்க்கப்பட்டு அவசர சிகிச்சை முடிந்து, தீவிர சிகிச்சைப் பிரிவுக்குக் கொண்டு செல்லப்பட்டபோது, முதல்வர் என்னை மட்டும் அவரது அறைக்குக் அழைத்தார். நான் உள்ளே போனதும், 'இப்போது என்ன செய்யலாம்?' என்று கேட்டார். அதற்கு நான், 'நீங்கள் ஒரு மாநில முதல்வர். நீங்கள் மருத்துவமனையில் அனுமதிக்கப்பட்டிருப்பதால், உடனடியாக இதைப் பொதுமக்களுக்கு அறிவிக்க வேண்டும்' என்று சொன்னேன். அதன்பிறகு மற்ற செயலாளர்களையும் முதல்வர் அந்த அறைக்கு அழைத்தார். அவர்களுடனும் ஆலோசித்துவிட்டு, 'மருத்துவர்களிடம் சொல்லி என் உடல்நிலை பற்றி, பொது மக்களுக்கு அறிக்கை வெளியிடச் சொல்லுங்கள்' என்று உத்தர விட்டார். அப்போது, நானும் மற்ற செயலாளர்கள் உட்பட சில காவல்துறை அதிகாரிகளும் அங்கு இருந்தோம். சசிகலா அப்போது அங்கு இல்லை. வீட்டில் இருந்தவர்களால் தனக்கு ஏதாவது துன்புறுத்தல் ஏற்பட்டிருந்தால், முதல்வர் அந்த நேரத்தில் எங்களிடம் சொல்லியிருப்பார். 22ம் தேதியிலிருந்து 27ம் தேதிவரை முதல்வர் ஓரளவுக்கு நல்ல உடல்நிலை, மனநிலையுடன் இருந்தார். அந்த நேரத்தில் பலமுறை நாங்கள் அவரைச் சந்தித்துப் பேசினோம். வேறு நபர்களால் அவரது உடல்நிலைக்கு பாதிப்பு ஏற்பட்டிருந்தால், அந்தச் சந்தர்ப்பங்களில் அவர் அதை எங்களிடம் சொல்லியிருப்பார்.

23ம் தேதியிலிருந்து 27ம் தேதி வரை நான் டெல்லியில் இருந்தேன். அதனால், அமைச்சர்கள் யாரும் முதல்வரை பார்த்தார்களா என்று தெரியாது. ஆனால், நான் சென்னை வந்த பிறகு என்னிடம் பேசிய பாதுகாப்பு அதிகாரிகள், 'நீங்கள் டெல்லியில் இருந்தபோது, அனைத்து அமைச்சர்களையும் ஒருநாள் வரவழைத்து முதல்வர் பார்த்தார்' என்று என்னிடம் தெரிவித்தனர்.மக்களவை துணை சபாநாயகர் தம்பிதுரை, அமைச்சர் ஓ.பன்னீர்செல்வம் ஆகியோர் எப்போதும் மருத்துவமனையில் இருப்பார்கள். அமைச்சர்கள் எடப்பாடி பழனிசாமி, விஜயபாஸ்கர், வேலுமணி ஆகியோர் அவ்வப்போது இருப்பார்கள். அவர்களிடம் முதல்வர் உடல்நிலை குறித்து அவ்வப்போது விவாதிப்போம். கவர்னர் வித்யாசாகர் ராவ் கண்ணாடி வழியாக முதல்வரைப் பார்த்தார். அப்போது நானும் சசிகலாவும் முதல்வருடன் இருந்தோம். கவர்னர்

கொண்டுவந்த பழக்கூடையை முதல்வரின் சார்பில் சசிகலா பெற்றுக் கொண்டார். சசிகலாவுடன் கவர்னர் பேசினார்.

டிசம்பர் 4ஆம் தேதி முதல்வரின் இதயம் செயலிழந்த பிறகும், மாலை 6 மணிக்கு எக்மோ பொருத்தப்பட்ட பிறகும், மருத்துவர்கள் எனக்கு அதுபற்றி விளக்கினார்கள். அப்போது சசிகலா அங்கு இல்லை. டிசம்பர் 5ம் தேதி அமைச்சர்களும் சசிகலாவும் இருந்தார்கள். முதல்வருக்கு நடந்ததை அப்போது டாக்டர்கள் அவரிடம் விவரித்தனர். 5ம் தேதி எக்மோ கருவியை முதல்வர் உடலிலிருந்து அகற்றும்போது, அப்போதைய மத்திய அமைச்சர் வெங்கய்ய நாயுடுவும் அங்கு இருந்தார். இந்த இரு சந்தர்ப்பங்களிலும் அமைச்சர்கள் ஓ.பி.எஸ், எடப்பாடி, விஜயபாஸ்கர், தங்கமணி, வேலுமணி, மக்களவைத் துணை சபாநாயகர் தம்பிதுரை, சுகாதாரத்துறைச் செயலாளர் ராதாகிருஷ்ணன் ஆகியோர் உடன் இருந்தனர். அப்போலோவில் முதல்வருக்குக் கொடுக்கப்பட்ட சிகிச்சைகள் பற்றி எல்லா அமைச்சர்களுக்கும் தெரியும் என்று குறுக்கு விசாரணையின் போது ராம மோகன் ராவ் கூறினார்.

இதையடுத்து, பூங்குன்றன் மீண்டும் முன்னிலையாக ஆணையம் அழைப்பானை அனுப்பியது. அதன்படி, அவர் மீண்டும் முன்னிலையாகி ஜெயலலிதாவுக்கு இருந்த உடல்நலக் குறைபாடுகள் உள்ளிட்ட விவரங்கள் குறித்து விளக்கம் அளித்தார்.

ஆறுமுகசாமி விசாரணை ஆணையத்தில் முன்னிலையாக மீண்டும் ஒரு முறை வந்த ராமமோகன ராவ், “ஜெயலலிதா மருத்துவமனையில் சிகிச்சை பெற்றபோது அமைச்சர்கள் பலமுறை பார்த்தார்கள் என நான் சொன்னதாக வந்த தகவல் தவறு. ஜெயலலிதாவுக்கு மாரடைப்பு ஏற்பட்டபோது மாலை 6 மணிக்குதான் மருத்துவமனை வந்தேன்; அப்போது அமைச்சர்கள் அங்கு இருந்தார்கள் என்று நான் சொல்லியதாக வந்த செய்திகள் தவறு” என கூறினார். ஜெயலலிதாவுக்கு மாரடைப்பு வந்தபோது நானும், அமைச்சர்களும் அங்கு இல்லை, தகவல் தெரிந்தபின் தான் மருத்துவமனை வந்தோம். என கூறினார்.

*

34
சசிகலா வெளியேற்றப்பட்டது ஏன்?

ஆறுமுகசாமி ஆணையத்தில் சசிகலா தாக்கல் செய்த 55 பக்க பிரமாண பத்திரத்தில் பல முக்கிய தகவல்கள் இடம் பெற்றிருந்தன.

2011ம் ஆண்டு தன்னை ஜெயலலிதா போயஸ் கார்டனில் இருந்து வெளியேற்றியது ஏன் என்பது குறித்து தகவல்களை அதில் அவர் குறிப்பிட்டிருந்தார்.

"2011ம் ஆண்டு மத்தியில், கட்சியில் சில சீரமைப்பு நடவடிக்கைகளை ஜெயலலிதா மேற்கொண்டார். அந்த நேரத்தில் சந்தர்ப்ப சூழ்நிலையை பயன்படுத்திக் கொண்டு சிலர் என்னைப் பற்றி தவறான தகவல்களை ஜெயலலிதாவிடம் கூறினர். இது சம்பந்தமாக பத்திரிகையாளர் சோவிடம் ஜெயலலிதா பேசினார். அதன்பிறகு நான் அங்கிருந்து வெளியேற்றப்பட்டேன். அப்போது ஜெயலலிதா என்னிடம் கூறும்போது, 'சோ என்னிடம் சில தகவல்களைக் கூறியிருக்கிறார். அது என்ன என்பது பற்றி பின்னர் உனக்குச் சொல்கிறேன். அதுவரை நீ தியாகராய நகரில் உள்ள வீட்டில் தங்கியிரு' என்று கூறினார்.

அதன்படி நான் தியாகராய நகரில் உள்ள வீட்டில் போய் தங்கினேன். பின்னர் குறுகிய காலத்தில் மீண்டும் என்னிடத்தில் தொடர்பு கொண்ட ஜெயலலிதா, 'உன்னைப் பற்றி எனக்கு வந்த தகவல் அனைத்துமே தவறானது என்பதை தெரிந்து கொண்டேன். எனவே மீண்டும் போயஸ் கார்டனுக்கு வந்து விடு' என்று கூறினார்.

அதன்படி 2012 மார்ச் மாதம் நான் போயஸ் கார்டன் திரும்பினேன். அப்போது ஜெயலலிதாவுக்கு எதிராக நடந்த உறவினர்கள் யாரிடமும் தொடர்பு வைத்துக்கொள்ள மாட்டேன் என்று கடிதம் எழுதிக் கொடுத்தேன். ஜெயலலிதாவுக்கு சோ வழங்கிய ஆலோசனையின் அடிப்படையில் இந்த கடிதம் எழுதப்பட்டது. நான் ஒருபோதும் அரசியல் மற்றும் நிர்வாக விஷயங்களில் தலையிட்டதில்லை. ஜெயலலிதாவே அனைத்து தரப்பினரையும் அழைத்து நேரடியாக ஆலோசனை நடத்துவார். ஜெயலலிதா தெரிவிக்கச் சொல்லும் தகவல்களை மட்டும் இரண்டாம் கட்டத்தலைவர்களுக்கு நான் தெரிவிப்பேன்.

2016ம் ஆண்டு செப்டம்பர் மாதம் 19ந்தேதி ஜெயலலிதாவுக்கு தொடர்ந்து காய்ச்சல் இருந்தது. நான் எனது உறவினரான டாக்டர் சிவக்குமாரை அழைத்தேன். அவர் வந்து பார்த்துவிட்டு ஜெயலலிதாவின் ரத்தம், சிறுநீர் உள்ளிட்டவற்றை பரிசோதனை செய்வதற்காக அப்பல்லோ மருத்துவமனை மூலம் ஏற்பாடு செய்தார். செப்டம்பர் 22ந் தேதி அவரது உடல்நிலை மேலும் பாதிக்கப்பட்டது. எனவே அவரை மருத்துவமனையில் அனுமதிக்க வேண்டும் என்று என்னிடம் மருத்துவர்கள் கூறினார்கள். நான் இதுபற்றி ஜெயலலிதாவிடம் சொன்ன போது, நான் சற்று தூங்கி எழுந்தால் எல்லாம் சரியாகி விடும். இப்போது மருத்துவமனைக்கு செல்வது தேவையற்றது என்று கூறினார்.

இரவு 9 மணி அளவில் மருத்துவர் சிவக்குமார் மூன்றாவது தடவையாக வீட்டிற்கு வந்தார். இரவு 9.30 மணி அளவில்

ஜெயலலிதா சாப்பிட்டுவிட்டு பல் துலக்கிக் கொண்டிருந்தார். அந்த நேரத்தில் திடீரென என்னை அழைத்தார். 'சசி எனக்கு மயக்கம் வருகிறது. உடனே ஓடி வா' என்று கூறினார். நான் ஓடிச்சென்று அவரை படுக்கையில் படுக்க வைத்தேன். உடனேயே அவர் மயங்கி விழுந்து விட்டார். டாக்டர் சிவக்குமார் உடனே அறைக்கு வந்து அவரது காலையும், கையையும் தேய்த்துவிட்டு உஷ்ணம் ஏற்படுத்த முயன்றார். மேலும் உடனடியாக அப்பல்லோ மருத்துவமனையின் அவசர சிகிச்சைப் பிரிவுக்கு தகவல் அனுப்பினார்.

அப்பல்லோ மருத்துவமனையில் சிகிச்சை பெற்றதற்கு பிறகு அவரது உடல்நிலையில் முன்னேற்றம் ஏற்பட்டது. எழுந்து நடந்தார். டிசம்பர் மாதம் 29ந்தேதி அவரை டிஸ்சார்ஜ் செய்ய முடிவு செய்யப்பட்டிருந்தது. ஆனால் 4ந்தேதி அவருக்கு திடீர் மாரடைப்பு ஏற்பட்டது. மறுநாள் அவர் இறந்ததாக மருத்துவமனையில் அறிவித்தனர்" என்று சசிகலா பிரமாண பத்திரத்தில் கூறியுள்ளார்.

இதனிடையே ஆணையத்தில் முன்னிலையான பூங்குன்றனிடம் ஜெயலலிதாவின் உடல்நிலை குறித்து நீதிபதி சரமாரியாக கேள்வி எழுப்பினார். ஜெயலலிதா உடல் நிலை பற்றி உங்களுக்கு தெரியுமா?, எப்போது இருந்து அவரது உடல் நிலை கடுமையாக பாதிக்கப்பட்டது?, ஜெயலலிதா தன்னுடைய உடல் நிலை பற்றி உங்களிடம் எதாவது தெரிவித்து இருக்கிறாரா?. கடந்த 2011ல் ஜெயலலிதா சசிகலாவை வெளியேற்ற காரணம் என்ன?, சசிகலா குடும்பம் ஜெயலலிதாவுக்கு எதிராக சதி செய்தது என்பது உண்மையா? என்பது உள்ளிட்ட பல்வேறு கேள்விகளை சரமாரியாக எழுப்பினார். இதில் சில கேள்விகளுக்கு மட்டும் பூங்குன்றன் பதில் அளித்தார். பெரும்பாலான கேள்வி களுக்கு தெரியாது என்று நீதிபதியிடம் பதில் அளித்தார்.

இந்த நிலையில் ஆணையம் அனுப்பிய சம்மன் அடிப்படையில் ஆணையத்தில் சசிகலாவின் சகோதரர் திவாகரன் முன்னிலை ஆனார்.

ஜெயலலிதாவுடன் உங்கள் குடும்பத்தினருக்கு எப்படி நெருக்கம் ஏற்பட்டது?, ஜெயலலிதாவை உங்களுக்கு எத்தனை ஆண்டுகளாக தெரியும்? ஜெயலலிதா மருத்துவ மனையில் அனுமதிக்கப்படுவதற்கு முன்பு போயஸ் கார்டனில் என்ன

நடந்தது என்பது பற்றி தெரியுமா? என்பது போன்று அடுக்கடுக்கான கேள்விகளை கேட்டார்.

ஜெயலலிதா அப்பல்லோ மருத்துவமனையில் சிகிச்சையில் இருந்தபோது நேரில் பார்த்தீர்களா? என்று நீதிபதி கேட்டதற்கு, ஒரு முறை இரவு 11 மணிக்கு அவரை பார்க்க சென்றபோது அவர் தூங்கி கொண்டிருந்ததால் பார்க்க முடியவில்லை என்றும், 2016ம் ஆண்டு டிசம்பர் 5ந் தேதி ஜெயலலிதா உடல்நிலை மோசமான தகவல் கேட்டு அன்றைய தினம் இரவு மருத்துவமனைக்கு வந்ததாகவும் பதில் அளித்தார்.

அன்று இரவு மருத்துவமனையில் நடந்தது குறித்து தெரியுமா? என்று நீதிபதி கேட்டதற்கு, அன்றைய தினம் ஜெயலலிதாவின் உடல்நிலை மிகவும் மோசமானதைத் தொடர்ந்து அடுத்த முதல்அமைச்சரை தேர்வு செய்வது சம்பந்தமாக உடனடியாக முடிவு எடுக்கும்படி அப்போதைய தலைமைச் செயலாளர் ராம மோகனராவை கவர்னர் கேட்டுக் கொண்டதாகவும், அதன் அடிப்படையில் ராமமோகனராவ் சசிகலா உள்ளிட்டோருடன் ஆலோசனை நடத்தியதாகவும் கூறினார்.

ஜெயலலிதா மரணத்தில் ஏதேனும் சந்தேகம் உள்ளதா? என்று கேட்டதற்கு எந்த சந்தேகமும் இல்லை என்றும், அவரது மரணம் இயற்கையானது என்றும் பதில் அளித்தார்.

மேலும், துக்ளக் சோ, ஆடிட்டர் குருமூர்த்தி, முன்னாள் டி.ஜி.பி. ராமானுஜம் ஆகியோர் ஆலோசனையின் பேரிலேயே 2011ம் ஆண்டு சசிகலாவை போயஸ்கார்டனில் இருந்து வெளியேற்றுவது தொடர்பான முடிவை ஜெயலலிதா எடுத்தார் என்றும் அவர் கூறினார்.

2011ம் ஆண்டு போயஸ்கார்டனில் இருந்து சசிகலா வெளியேற்றப்பட்டதற்கு பின்னர் நான் அங்கு செல்லவில்லை. 2014ம் ஆண்டு முதல் ஜெயலலிதாவின் உடல்நிலையை கவனித்துக்கொள்ள செவிலியர் ஒருவர் நியமிக்கப்பட்டார். வாஜ்பாய் பிரதமராக இருந்த போது பா.ஜ.க.வுக்கும், அ.தி.மு.க.வுக்கும் இடையே ஏற்பட்ட கருத்து வேறுபாட்டால் கூட்டணி பிரிந்ததுடன் நம்பிக்கையில்லா தீர்மானமும் கொண்டு வரப்பட்டது. அப்போது பா.ஜ.க.வை வீழ்த்த பகுஜன்சமாஜ் கட்சியைச் சேர்ந்த கன்ஷிராமுடன் பேசுவதற்கு சசிகலாவின் கணவர் நடராஜன் உதவியைத்தான் ஜெயலலலிதா நாடினார் என்றும் திவாகரன் தனது வாக்குமூலத்தில் கூறினார்.

ஜெயலலிதாவை அமைச்சர்கள், அதிகாரிகள் சிலர் பார்த்ததாக பிறர் சொல்ல கேள்விப்பட்டேன். ஜெயலலிதா அழைத்ததன் பேரில் அமைச்சர்கள், அதிகாரிகள் சென்று பார்த்திருக்கலாம், அதுபற்றி எனக்கு தெரியாது. காவிரி பிரச்சினைக்காக அதிகாரிகளை சந்தித்து ஜெயலலிதா பேசியதாக கேள்விப்பட்டேன். ஜெயலலிதா இறப்பதற்கு சில மணி நேரத்துக்கு முன்பாக ஓ.பன்னீர்செல்வம் முதல்அமைச்சராக தேர்ந்து எடுக்கப்பட்டார். ஓ.பன்னீர்செல்வத்தை அவசர கதியில் தேர்வு செய்யவில்லை. முதல்அமைச்சர் இல்லாமல் ஒரு நாடு இருக்கக்கூடாது என்ற அடிப்படையில் அவர் உடனடியாக தேர்வு செய்யப்பட்டார். முதல்அமைச்சர் போட்டியில் சிலர் இருந்தார்கள். அதை இப்போது சொல்வது சரியாக இருக்காது.

ஜெயலலிதாவை சிகிச்சைக்காக வெளிநாட்டுக்கு அழைத்து செல்வது தொடர்பாக அப்பல்லோ மருத்துவமனை நிர்வாகம் எந்த அறிவுரையும் கூறவில்லை. இது முழுக்க முழுக்க மருத்துவம் சம்பந்தப்பட்ட விவகாரம். வெளிநாட்டுக்கு அழைத்துச் செல்வதற்கான உரிய நேரத்துக்காக அப்பல்லோ நிர்வாகம் காத்திருந்து இருக்கலாம். இந்த கேள்விக்கு நான் பதில் சொல்வது சரியாக இருக்காது என்றும் அவர் கூறினார்.

சசிகலா கூறியுள்ள வாக்கு மூலத்திலும் திவாகரன் தனது வாக்குமூலத்தில் கூறி உள்ள விஷங்களிலும், ஒரே விஷயத்தில் பல்வேறு முரண்பாடுகள் இருப்பதாக அப்போது கூறப்பட்டது.

*

35

எய்ம்ஸ் மருத்துவர்களை வரவழைத்தது யார்?

ஜெயலலிதாவுக்கு அளிக்கப்பட்ட சிகிச்சையை கண்காணிக்க எய்ம்ஸ் மருத்துவர்களை வரவழைத்தது யார்? என்பது குறித்து ஐஏஎஸ் அதிகாரி ராமலிங்கம் வாக்குமூலம் அளித்தார். விசாரணைக்கு முன்னிலையான அவரிடம், சசிகலா வழக்குரைஞர் ராஜா செந்தூர்பாண்டியன் குறுக்கு விசாரணை செய்தார்.

பின்னர், விசாரணை முடிந்து வெளியே வந்த ராஜா செந்தூர்பாண்டியன், ஐஏஎஸ் அதிகாரி ராமலிங்கம், பூங்குன்றன், தீபக் ஆகியோரிடம் குறுக்கு விசாரணை செய்ததாகக் கூறினார்.

இதில், பூங்குன்றன் அளித்த சாட்சியத்தில், 29.12.2016ல் சசிகலாவை பொதுச்செயலாளராக தேர்வு செய்து ஓ.பி.எஸ் தீர்மானம் கொண்டு வந்ததாகக் கூறினார். ஜெயலலிதா இறந்தவுடன் ஓபிஎஸ்சை முதல்வராக்கத் தீர்மானம் கொண்டு வந்தது சசிகலாதான். 2017 பிப்ரவரி 14, 15ல் கூவத்தூரில் எடப்பாடி பழனிசாமியை முதல்வராக தேர்ந்தெடுத்ததும் சசிகலாதான் என்றும் பூங்குன்றன் தெரிவித்தார்.

ராமலிங்கம் ஒரு ஐஏஎஸ் அதிகாரி. அவர் ஒருமுறைதான் சசிகலாவை பார்த்தேன் என்று முதல் விசாரணையில் கூறியிருப்பது குறித்துக் கேட்டேன். நான் மருத்துவமனைக்கு வந்தேன், போனேன். ஆனால், ஒருமுறைதான் சசிகலாவைப் பார்த்தேன். 75 நாளும் சசிகலா மருத்துவமனையில் இருந்தார் என்றும் அவர் கூறினார்.

சோ - ஜெயலலிதா

ஜெயலலிதா தனியார் மருத்துவமனையில் சிகிச்சையில் இருக்கிறார். எனவே அவருக்கு அளிக்கப்பட்ட சிகிச்சையை சரிபார்க்க சுகாதாரத்துறை செயலாளர் ராதாகிருஷ்ணன் மூலமாக தமிழக அரசு முன்னெடுத்த நடவடிக்கையால்தான் எய்ம்ஸ் மருத்துர்கள் வந்தனர் என்றும் அவர் தெரிவித்தார்.

'பத்திரிகையாளர் சோ ஜெயலலிதாவுக்கு மிகவும் நெருக்கமாக இருந்தார். அரசியல் ரீதியாக ஜெயலலிதாவுக்கு பல்வேறு ஆலோசனைகளை அவர் வழங்கி வந்தார். இதனால் ஜெயலலிதாவின் உடல்நிலை குறித்து மறைந்த சோ மூலம் அவரது மகன் ஸ்ரீராமிற்குத் தெரிந்திருக்க வாய்ப்பு உள்ளது' என்ற அடிப்படையில் ஆணையம் அவரிடமும் விசாரணை நடத்தியது.

ஆணையத்தில் முன்னிலையான அவர், 'சசிகலா வெளியேற்றப்பட்டபோது போயஸ் கார்டனில் என்னை அனுமதித்ததாகக் கூறுவது தவறானது. நான், ஜெயலலிதாவைப் பார்த்ததுகூட இல்லை.

ஜெயலலிதா உயிரோடு இருக்கும் வரை எனது தந்தை சோவுடன் முக்கியமான ஆலோசனைகளை நடத்தி உள்ளார். அதை எனது தந்தை, எங்கள் குடும்பத்தினரிடம் தெரிவித்தது கிடையாது. மறுநாள் பத்திரிகையில் செய்தி வந்த பிறகுதான் எங்களுக்குத் தெரியவரும்' என்று கூறினார்.

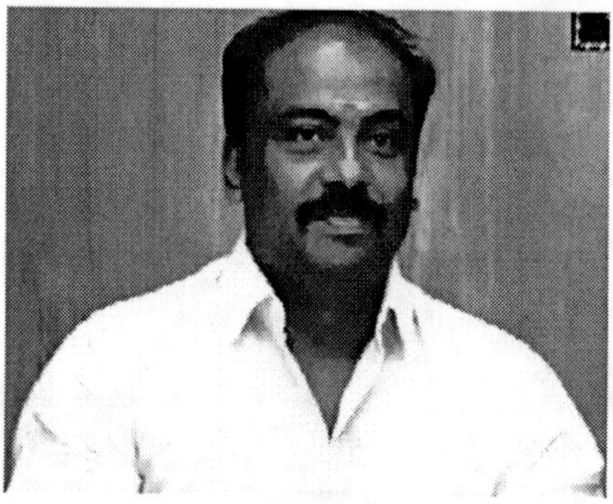

மனோஜ் பாண்டியன்

அதேநேரத்தில், 2011ம் ஆண்டு போயஸ் தோட்டத்தில் இருந்து சசிகலா வெளியேற்றப்பட்டபோது, அவர் தனக்கு துரோகம் செய்துவிட்டதாக ஜெயலலிதா தன்னிடம் கூறினார் என்று அ.தி.மு.க.அதிகாரபூர்வ பத்திரிகையின் ஆசிரியர் மருது அழகுராஜ் ஆணையத்தில் வாக்குமூலம் அளித்தார்.

அ.தி.மு.க.வின் அதிகாரபூர்வ நாளேடாக இருந்த நமது எம்.ஜி.ஆர். பத்திரிகையில் மருது அழகுராஜ் செய்தி ஆசிரியராக பணியாற்றியதால் அவர் அடிக்கடி ஜெயலலிதாவை சந்தித்து பேசி இருப்பார் என்ற அடிப்படையில் அவரிடம் ஆணையம் பல்வேறு கேள்விகளை எழுப்பியது. அப்போது அவர் ஆணையத்தில் கூறியதாவது, 'என்னை ஜெயலலிதாவிடம் அழைத்துச்சென்று அறிமுகப்படுத்தியது சசிகலாவின் உறவினர் ராவணன்தான். நமது எம்.ஜி.ஆர். பத்திரிகையில் வேலை பார்த்த நான், ஜெயலலிதாவுக்கு உரை எழுதித்தரும் பணியையும் மேற்கொண்டேன். 2011ம் ஆண்டு சசிகலா மற்றும் அவரது குடும்பத்தினர் சதி செய்கிறார்கள் என்று கூறி அவர்களை அடிப்படை உறுப்பினர் பதவியில் இருந்து நீக்கிவிட்டு சசிகலாவை போயஸ் கார்டனில் இருந்து ஜெயலலிதா வெளியேற்றினார். அந்தச் சமயத்தில் ஜெயலலிதா என்னிடம், 'சசிகலா உள்ளிட்டோரை நீக்கி உள்ளேன். இவர்கள் எல்லாம் ராஜதுரோகம் புரிந்தவர்கள். ராவணன் பெயரும் அந்த பட்டியலில் உள்ளது. இதில் மாற்றுக் கருத்து ஏதேனும் இருந்தால் நீங்களும் வெளியே சென்றுவிடலாம்' என்று கூறினார். அப்போது நான், 'உங்களுடன் இருக்கவே பிரியப்படுகிறேன்' என்றேன்.

சசிகலா போயஸ் கார்டனில் இருந்து வெளியேற்றப்பட்ட போது, ஜெயலலிதா தனது நம்பிக்கைக்கு பாத்திரமான பி.எச். பாண்டியனின் மகன் மனோஜ்பாண்டியன் போயஸ் கார்டன் பணிகளை மேற்கொள்வார் என்றும், அவருடன் இணைந்து பணியாற்றுமாறும் எனக்கு உத்தரவு பிறப்பித்தார். இந்த நிலையில் 3 மாதங்கள் கழித்து சசிகலா மீண்டும் போயஸ் கார்டனில் அனுமதிக்கப்பட்டார். சசிகலா தவிர மற்றவர்கள் யாரையும் ஜெயலலிதா சாகும்வரை சேர்த்துக்கொள்ளவில்லை.

ஜெயலலிதா உடல்நிலை பாதிக்கப்பட்டது தெரிந்தும் போயஸ் கார்டனில் ஆம்புலன்சை தயார் நிலையில் வைத்திருக்க எந்த நடவடிக்கையும் மேற்கொள்ளவில்லை. 2016ம் ஆண்டு செப்டம்பர் 22ந்தேதி இரவு 7.45 மணிக்கு உடல்நிலை பாதிக்கப்பட்ட ஜெயலலிதாவை இரவு 10.20 மணிக்குதான் ஆம்புலன்ஸ் மூலம் அப்பல்லோ மருத்துவமனைக்கு அழைத்துச் சென்றுள்ளனர்.

போயஸ்கார்டனில் தயார் நிலையில் ஆம்புலன்ஸ் நிறுத்தி வைக்காதது யாருடைய குற்றம்? ஜெயலலிதாவை சுற்றி இருந்தவர்களின் குற்றம்தானே. ஜெயலலிதாவுடன் இருந்தவர்கள் அவரைச் சரியாகக் கவனித்துக்கொள்ளவில்லை என்பதுதான் உண்மை.

ஜெயலலிதா இட்லி சாப்பிட்டார் என்றெல்லாம் மருத்துவ மனையில் கூடியிருந்த சிலர் பொய் சொன்னார்கள். இதை ஏன் அப்பல்லோ மருத்துவமனை நிர்வாகம் மறுக்கவில்லை. அப்படியென்றால், அப்பல்லோ மருத்துவமனை நிர்வாகமும் உடந்தை என்றுதானே எடுத்துக்கொள்ள வேண்டும்" என்றும் அவர் கூறினார்.

*

36
சிகிச்சையின் போது இனிப்பு வழங்கப்பட்டதா?

ஜெயலலிதா மரணம் குறித்து விசாரித்து வரும் ஓய்வுபெற்ற நீதிபதி ஆறுமுகசாமி ஆணையத்தில், அப்பல்லோ மருத்துவமனையில் பணியாற்றிய புதுக்கோட்டை மாவட்டத்தைச் சேர்ந்த மருத்துவர் அர்ச்சனா (இவர், தற்போது திருச்சியில் உள்ள ஒரு தனியார் மருத்துவமனையில் பணியாற்றி வருகிறார்) ஆஜரானார். அதேபோன்று அப்பல்லோ மருத்துவமனையின் தலைமை செவிலியரான ரேணுகாவும் முன்னிலையானார்.

அப்பல்லோ மருத்துவமனையில் ஜெயலலிதா அனுமதிக்கப்பட்டிருந்த போது, அவர் சிகிச்சை பெற்று வந்த வார்டில் அர்ச்சனா பல நாட்கள் பணியில் இருந்துள்ளார். இதனால், ஜெயலலிதாவுக்கு அளிக்கப்பட்ட சிகிச்சை குறித்து அர்ச்சனாவுக்கு தெரிந்து இருக்க அதிக வாய்ப்பு உள்ளது என்ற அடிப்படையில் அவரிடம் நீதிபதி ஆறுமுகசாமி பல்வேறு கேள்விகளை கேட்டார். அதேபோன்று ஆணையத்தின் வழக்குரைஞர்கள் மதுரை எஸ்.பார்த்தசாரதி, நிரஞ்சன் ஆகியோர் குறுக்கு விசாரணை செய்தனர். நீதிபதி மற்றும் ஆணையத்தின் வழக்குரைஞர்கள் கேட்ட பெரும்பாலான கேள்விகளுக்கு மருத்துவர் அர்ச்சனா தெரியாது என்றே பதில் அளித்தார்.

ஜெயலலிதா சிகிச்சை பெற்று வந்த வார்டில் பணியில் இருந்தபோது, ஜெயலலிதா தன்னிடம் பலமுறை பேசி உள்ளதாக அவர் கூறினார். தமிழக கவர்னராக இருந்த வித்யாசாகர் ராவ் அப்பல்லோ மருத்துவமனையில் ஜெயலலிதாவை பார்க்கச்

சென்ற போது அர்ச்சனாதான் பணியில் இருந்துள்ளார். எனவே, வித்யாசாகர் ராவை பார்த்து ஜெயலலிதா கை அசைத்தாரா? என்பது குறித்து நீதிபதி கேள்வி எழுப்பினார்.

அதற்கு பதில் அளித்த அர்ச்சனா, 'கண்ணாடிக்கு வெளியே நின்று கவர்னர் பார்த்ததையும், அவர் கை அசைத்ததையும் பார்த்தேன். ஆனால், கவர்னரை பார்த்து ஜெயலலிதா கை அசைத்தாரா? என்பதை பார்க்கவில்லை' என்று கூறினார்.

4.10.2016 அன்று ஜெயலலிதாவுக்கு இடது வென்ட்ரிக்கலில் மாரடைப்பு ஏற்பட்டதாக அப்பல்லோ மருத்துவமனை நிர்வாகம் தாக்கல் செய்த மருத்துவ அறிக்கையில் கூறப்பட்டுள்ளது. அன்றைய தினம் அர்ச்சனாதான் பணியில் இருந்துள்ளார். இது குறித்தும் ஆணையம் அவரிடம் கேள்வி எழுப்பியது.

அப்பல்லோ மருத்துவமனையில் ஜெயலலிதாவின் சிகிச்சைக்கு தேவையான உதவிகளை செய்வதற்கு செவிலியர்களை, தலைமைச் செவிலியரான ரேணுகாதான் நியமித் துள்ளார். ஊட்டச்சத்து நிபுணர்களின் பரிந்துரை அடிப்படையில் அப்பல்லோ மருத்துவமனையில் தயாரிக்கப்பட்ட உணவுகள் மட்டுமே செவிலியர்கள் மூலம் ஒவ்வொரு முறையும் ஜெயலலிதாவுக்கு வழங்கப்பட்டது என்று ரேணுகா கூறினார்.

27.11.2016 அன்று வீட்டில் இருந்து தயாரிக்கப்பட்டு கொண்டுவரப்பட்ட பாதாம் அல்வா ஜெயலலிதாவுக்கு வழங்கப்பட்டதாக மருத்துவ அறிக்கையில் கூறப்பட்டுள்ளதே என்று ஆணையம் கேள்வி எழுப்பிய போது, வீட்டில் இருந்து கொண்டுவரப்பட்ட உணவுப்பொருட்கள் எதுவும் ஜெயலலிதாவுக்கு வழங்கப்படவில்லை என்பதை உறுதியாக கூற முடியும் என்று பதில் அளித்தார். சர்க்கரை நோயால் பாதிக்கப்பட்டிருந்த ஜெயலலிதாவுக்கு 21.11.2016 அன்று லட்டு, குலோப்ஜாமூன், ரசகுல்லா போன்றவை வழங்கப்பட்டது என்ற தகவல் வெளியான நிலையில், அது உண்மையா, பொய்யா என்பது ஒருபுறம் இருக்க, அவருக்கு பாதாம் அல்வாவும் வழங்கப்பட்டுள்ளதாக ஒரு புதிய தகவல் வெளியானது.

22.9.2016 அன்று ஜெயலலிதா மருத்துவமனையில் அனுமதிக்கப்பட்ட நிலையில், 25.11.2016 அன்று முதல்தான் அவருக்கு என்னென்ன உணவுகள் வழங்கப்பட்டது என்பது குறித்த விவரம் அப்பல்லோ மருத்துவமனை நிர்வாகம் தாக்கல்

செய்த மருத்துவ அறிக்கையில் கூறப்பட்டுள்ளது. இதுகுறித்து ஆணையம் எழுப்பிய கேள்விக்கு, அதுகுறித்து தனக்கு எதுவும் தெரியாது என்று ரேணுகா பதில் அளித்தார்.

அப்படியென்றால் 22.9.2016 முதல் 24.11.2016 வரை மருத்துவர்கள் மற்றும் ஊட்டச்சத்து நிபுணர்கள் அறிவுரைப்படிதான் ஜெயலலிதாவுக்கு உணவு வழங்கப்பட்டதா? என்ற கேள்வி ஆணையத்துக்கு எழுந்தது. இதுகுறித்து தீவிர விசாரணை நடத்த ஆணையம் முடிவு செய்தது.

இதேபோல திவாகரன் மகன் ஜெய்ஆனந்த்திடமும் ஆணையம் விசாரணை நடத்தியது. அவர் தனது வாக்குமூலத்தில், 'அப்பல்லோ மருத்துவமனையில் சிகிச்சை பெற்று வந்த ஜெயலலிதாவை கண்ணாடி வழியாக பார்த்தேன். அப்போது, செவிலியர் ஒருவரிடம் ஜெயலலிதா சைகை மூலம் பேசிக்கொண்டு இருந்தார். ஜெயலலிதா சிகிச்சையில் இருந்தபோது பல நாட்கள் மருத்துவமனையில் சசிகலாவுடன் இருந்தேன். ஜெயலலிதா உடல்நிலை மிகவும் மோசமாக இருப்பதாக பல நாட்கள் மருத்துவர்கள் தெரிவித்தனர். ஜெயலலிதா கவலைக்கிடமான நிலையில் இருந்து அவ்வப்போது மீண்டு வந்தார். ஜெயலலிதாவை சிகிச்சைக்காக வெளிநாடு அழைத்து செல்வது சம்பந்தமாக நான் எந்த யோசனையும் தெரிவிக்கவில்லை' என்று கூறினார்.

ஜெய் ஆனந்த்

இதேபோல விசாரணை ஆணையத்தில் முன்னிலையான அப்பல்லோ மருத்துவர் ஜெயஸ்ரீ கோபால், 2015ம் ஆண்டு மே மாதம் முதல் ஜெயலலிதாவுக்கு சிறுநீரக பாதிப்பு இருந்ததாகவும், அதற்கு, சிறுநீரக சிறப்பு மருத்துவர் சரிதா சிகிச்சை அளித்து வந்தார் என்றும் கூறினார். சர்க்கரை நோயால்தான் ஜெயலலிதாவுக்கு சிறுநீரக பாதிப்பு வந்ததா? என்பதை கண்டறிவதற்காகவும், சர்க்கரை நோய்க்கு சிகிச்சை அளிக்கவும் என்னை மருத்துவர் சரிதா அழைத்தார். அதன்படி நான், போயஸ் கார்டனுக்கு சென்று சிகிச்சை அளித்தேன். ஜெயலலிதாவுக்கு 15 ஆண்டுகளாக தைராய்டு பிரச்சி னையும் இருந்து வந்தது. ஜெயலலிதாவுக்கு சிகிச்சை அளித்த எய்ம்ஸ்

மருத்துவர்கள், ஜெயலலிதா முறைப்படி உடற்பயிற்சி செய்ய வேண்டும் என்று எங்களிடம் கூறினர்.

இதை ஜெயலலிதாவிடம் தெரிவித்தேன். ஆனால் அவர், ஆர்வம் காட்டவில்லை. உடல் பருமனை குறைப்பதற்கு பிரத்யேக அறுவை சிகிச்சை செய்துகொள்ளுமாறு அறிவுறுத்தினேன். அதையும் ஜெயலலிதா விரும்பவில்லை. உணவு கட்டுப்பாடு மூலமாக உடல் எடையை குறைக்க முயற்சிப்பதாக ஜெயலலிதா தன்னிடம் கூறியதாகவும் ஜெயஸ்ரீ கோபால் கூறினார்.

ஜெயலலிதா சிகிச்சையில் இருந்தபோது, 2016ம் ஆண்டு நவம்பர் 22 ஆம் தேதி ஜிலேபி, ரசகுல்லா, பாதுஷா போன்ற இனிப்பு வகைகள் சாப்பிட்டது குறித்து ஆணையம் தரப்பில் கேள்வி எழுப்பப்பட்டது. அதற்கு, அன்றைய தினம் திருப்பரங்குன்றம், தஞ்சாவூர், அரவக்குறிச்சி இடைத்தேர்தல் முடிவு வெளியானதால் அ.தி.மு.க. வெற்றியை கொண்டாட மருத்துவர்கள் ஆலோசனையின் பேரில் ஜெயலலிதா இனிப்பு சாப்பிட்டதாகவும், உரிய கட்டுப்பாடுடனே இனிப்பு எடுத்துக்கொண்டதாகவும் ஜெயஸ்ரீ கோபால் கூறினார்.

இதற்கிடையே ஆணையம் தரப்பு வழக்குரைஞர் மதுரை எஸ்.பார்த்தசாரதி, 'அன்றைய தேதியில் மட்டுமல்லாமல் அதன்பின்பு பல நாட்கள் ஜெயலலிதா இனிப்பு எடுத்துக் கொண்டதாகவும், திராட்சை, மாம்பழம், மலைவாழைப்பழம் போன்ற பழங்கள் எடுத்துக்கொண்டதாகவும் மருத்துவ அறிக்கையில் கூறப்பட்டுள்ளதே?' என்று ஜெயஸ்ரீ கோபாலிடம் கேள்வி எழுப்பினார். அதுகுறித்து ஊட்டச்சத்து நிபுணருக்குதான் தெரியும் என்று அவர் பதில் அளித்தார்.

சிகிச்சையில் இருந்தபோது, ஜெயலலிதா இரட்டை ஜடை போட்டு, நைட்டி அணிந்தபடி ஜூஸ் குடிப்பது போன்ற வீடியோ காட்சி வெளியானது குறித்தும், அதன் உண்மைத் தன்மை குறித்தும் கேள்வி எழுப்பப்பட்டது.

அதற்கு ஜெயஸ்ரீகோபால், 'அந்த வீடியோவை நான் பார்க்கவில்லை. அதேவேளையில் ஜெயலலிதா ஜூஸ் குடிப்பது போன்ற புகைப்படத்தை பத்திரிகைகளில் பார்த்தேன். ஜெயலலிதா சிகிச்சையில் இருந்தபோது இரட்டை ஜடை நைட்டி அணிந்தபடிதான் இருந்தார். அவருக்கு நான் சிகிச்சை அளித்ததால், எனக்கு அது தெரியும். பத்திரிகையில் வெளியான

ஜெயஸ்ரீ கோபால்

புகைப்படமும் அதுபோலத்தான் இருந்தது' என்றும் பதில் அளித்தார்.

ஜெயலலிதாவுக்கு சிறுநீரக பிரச்சினை இருந்தது சம்பந்தமாகவோ, அதற்கு சிகிச்சை பெற்று கொண்டதாகவோ இதுவரை யாரும் ஆணையத்தில் வாக்குமூலம் அளிக்க வில்லை. ஜெயலலிதாவின் குடும்ப மருத்துவரான சிவக்குமாரும் இதுகுறித்து எந்த தகவலையும் ஆணையத்தில் தெரிவிக்கவில்லை. ஆனால், ஜெயஸ்ரீ கோபால், ஜெயலலிதாவுக்கு சிறுநீரக பிரச்சினை இருந்ததை சுட்டிக்காட்டினார்.

இதேபோல், 'கடந்த 2000ம் ஆண்டு முதல் 2014ம் ஆண்டு வரை ஜெயலலிதாவுக்கு சர்க்கரை நோய்க்காக சிகிச்சை அளித்ததாக மருத்துவர் சாந்தாராம் தெரிவித்தார். ஜெயலலிதா சிறையில் இருந்தபோது அவருக்கு சர்க்கரை அளவை பரிசோதித்து உரிய சிகிச்சை அளித்தேன். ஜெயலலிதாவின் உடல்நிலையை கருத்தில்கொண்டு அவருக்கு மருந்து, மாத்திரைகளை மாற்ற வேண்டுமா? என்று சசிகலா அவ்வப்போது கேட்பார்' என்றும் அவர் கூறினார். 2010ம் ஆண்டு ஜெயலலிதா பிறந்த நாளுக்கு சசிகலாவும், சசிகலா பிறந்த நாளுக்கு ஜெயலலிதாவும் சொகுசு கார் பரிசாக வழங்கி உள்ளனர். இதற்கு அவர்கள் இருவருமே ஸ்டெல்லா மேரீஸ் கல்லூரி அருகே உள்ள இந்தியன் ஓவர்சீஸ் வங்கியில் கடன் பெற்றுள்ளனர். அதேபோன்று சசிகலாவின் அண்ணன் மனைவி இளவரசியின் மகன் விவேக் இதே வங்கியில் கல்விக்கடன் பெற்றுள்ளார்.

இந்தகடன் தொடர்பாகவும், ஜெயலலிதா, சசிகலா வங்கிக்கணக்கு தொடர்பாகவும் கேட்கப்பட்ட கேள்விகளுக்கு வங்கி மேலாளராக பணியாற்றிய மகாலட்சுமி பதில் அளித்தால். 2012ம் ஆண்டுக்கு பின்பு வங்கி பரிவர்த்தனை எதுவும் மேற்கொள்ளப்படவில்லை என்றும், கடைசியாக ஜெயலலிதா வங்கி கணக்கில் 9 ஆயிரம் ரூபாயும், சசிகலா வங்கி கணக்கில் ரூ.3 லட்சமும் இருந்ததாகவும் அவர் கூறி உள்ளார்.

*

37

செவிலியருக்கு 'கிங்காங்' பட்டம் சூட்டிய ஜெயலலிதா

அப்பல்லோ மருத்துவமனையில் சிகிச்சையில் இருந்த ஜெயலலிதா, தன்னிடம் மிகவும் பாசமாக இருந்த செவலியர் ஒருவருக்கு 'கிங்காங்' என்று பட்டம் சூட்டி மகிழ்ந்துள்ளார்.

ஆறுமுகசாமி ஆணையத்தில் அப்பல்லோ மருத்துவமனையில் பணியாற்றிய மருத்துவர் பிரசன்னா (இவர், தற்போது சென்னையில் உள்ள வேறொரு தனியார் மருத்து வமனையில் பணியாற்றி வருகிறார்), செவிலியர் ஷீலா ஆகியோர் முன்னிலையாகினர். ஜெயலலிதா சிகிச்சையில் இருந்த வார்டில் மருத்துவர் பிரசன்னா 2016ம் ஆண்டு அக்டோபர் மாதம் வரை பல நாட்கள் பணியில் இருந்துள்ளார். இதனால் அந்த நேரத்தில் ஜெயலலிதா அவரிடம் பேசியிருக்க வாய்ப்புகள் உள்ளது என்ற அடிப்படையில் ஆணையம் அவரிடம் பல்வேறு கேள்விகளை எழுப்பியது.

சிகிச்சையில் இருந்தபோது ஜெயலலிதா உங்களிடம் பேசினாரா?, எத்தனை நாட்கள் பேசினார்?, என்னென்ன உணவுகளை எடுத்துக்கொண்டார்?, சிகிச்சையின் போது அவரது உடல்நிலை எப்படி இருந்தது? என்பது போன்று பல்வேறு கேள்விகளை நீதிபதி மற்றும் ஆணையத்தின் வழக்குரைஞர்கள் கேட்டனர்.

ஜெயலலிதா தன்னிடம் பல நாட்கள் பேசியதாகவும், அந்த சமயத்தில் சுய நினைவுடன் இருந்ததாகவும் பிரசன்னா

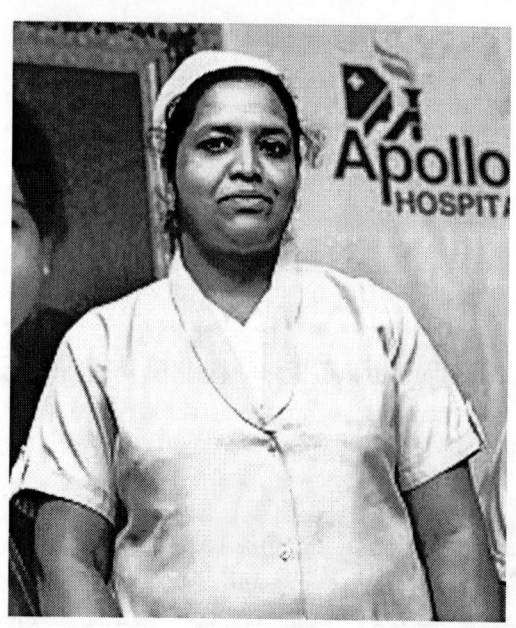

ஷீலா

பதில் கூறினார். 'ஜெயலலிதா அப்பல்லோ மருத்துவமனையில் அனுமதிக்கப்பட்ட 22.9.2016 அன்றும், 4.10.2016 மற்றும் இறந்து போன 5.12.2016 அன்றும் இடது வென்ட்ரிக்கல் (ரத்தத்தை பம்ப் செய்து உடல் உறுப்புகளுக்கு அனுப்பும் இருதயத்தின் ஒரு பகுதி) செயல்படவில்லை என்று அப்பல்லோ மருத்துவமனை நிர்வாகம் அளித்துள்ள மருத்துவ அறிக்கையில் கூறப்பட்டுள்ளது. இது மருத்துவ ரீதியாக குணப்படுத்த முடியாத பாதிப்பு அல்ல. உரிய முறையில் சிகிச்சை அளிக்கப்பட்டு இருந்தால் இதை சரிசெய்து இருக்கலாம் அல்லவா' என்று ஆணையத் தின் தரப்பில் கேட்கப்பட்ட கேள்விக்கு மருத்துவர் பிரசன்னா 'ஆமாம். சரி செய்து இருக்கலாம்' என்று பதில் அளித்தார்.

ஜெயலலிதா சிகிச்சையில் இருந்த பெரும்பாலான நாட்கள் அவருக்கு தேவையான மருத்துவ உதவிகளை செவிலியர் ஷீலா என்பவர்தான் செய்துள்ளார். மருத்துவர்களின் அறிவுரைப்படி குறிப்பிட்ட நேரத்துக்கு உணவு, மாத்திரைகளை ஜெயலலிதாவுக்கு ஷீலாதான் பெரும்பாலான நாட்கள் வழங்கி உள்ளார். செவிலியர்கள் ஷீலா, சாமுண்டீசுவரி, ரேணுகா ஆகியோரிடம் ஜெயலலிதா மிகவும் பாசமாக இருந்துள்ளார்.

ஒரு முறை ஜெயலலிதா உணவு சாப்பிட மறுத்துள்ளார். அப்போது ஷீலா, தனது குழந்தைக்கு உணவுகொடுப்பது போன்று ஜெயலலிதாவை கட்டாயப்படுத்தி உணவு கொடுத்துள்ளார். இந்த செயல், ஜெயலலிதாவுக்கு மிகவும் பிடித்துவிட்டது. அப்போது ஜெயலலிதா, 'ஷீலாவுக்காகத்தான் சாப்பிடுகிறேன்' என்று கூறி அவர் கொடுத்த உணவை சாப்பிட்டுள்ளார்.

ஜெயலலிதா மறைவுக்கு பின்பு அவருக்கு சிகிச்சை அளித்த மருத்துவர்கள், செவிலியர்களை அழைத்து அப்பல்லோ மருத்துவமனை நிர்வாகம் ஒரு கூட்டத்தை நடத்தியது. அப்போது, அந்தக் கூட்டத்தில் மேற்கண்ட தகவலை ஷீலா வெளியிட்டுள்ளார். இது தொடர்பாக ஆங்கில நாளிதழ் ஒன்றில் வெளியான செய்தியை சுட்டிக் காட்டி இந்த செய்தி உண்மையானதுதானா? என்று நீதிபதி கேள்வி எழுப்பினார்.

அதற்கு அந்த செய்தி உண்மைதான் என்று ஷீலா தெரிவித்தார். மேலும் ஜெயலலிதா சிகிச்சையில் இருந்த போது தன்னிடமும், சாமுண்டீசுவரி, ரேணுகா ஆகியோரிடம் மிகவும் பாசமாக இருந்ததாகவும், தனக்கு அவர், 'கிங்காங்' என்று பட்டம் சூட்டி மகிழ்ந்ததாகவும், அவரது மறைவு மனவேதனையை அளிப்பதாகவும் கூறினார்.

*

38
காவல் ஆணையரை ஜெ மாற்றியது ஏன்?

ஜெயலலிதா சிகிச்சைக்காக அப்பல்லோ மருத்துவமனையில் அனுமதிக்கப்பட்டிருந்த போது, சென்னை மாநகர காவல்துறை ஆணையராக ஜார்ஜ் பணியில் இருந்தார். இதனால், அப்பல்லோ மருத்துவமனையில் நடந்தது குறித்து அவருக்கு தெரிந்திருக்க வாய்ப்பு உள்ளது என்ற அடிப்படையில், ஆறுமுகசாமி ஆணையம், அவருக்கும் சம்மன் அனுப்பியிருந்தது. அதனை ஏற்று ஆணையத்தில் ஜார்ஜ் முன்னிலையானார். அவரிடம் வழக்குரைஞர்கள் மதுரை எஸ்.பார்த்தசாரதி மற்றும் நிரஞ்சன் ஆகியோர் குறுக்கு விசாரணை நடத்தினார்கள். 2 மணி நேரம் நடைபெற்ற இந்த விசாரணையில் ஜார்ஜ் தமக்கு தெரிந்த பல தகவல்களை தெரிவித்தார்.

ஜார்ஜிடம் நடத்தப்பட்ட விசாரணையின் போது அவர் கூறியதாக, ஆணைய வட்டாரங்கள் தெரிவித்த தகவல்கள் இவைதான்.

கடந்த 2011ம் ஆண்டு போயஸ் கார்டனில் இருந்து சசிகலா வெளியேற்றப்பட்ட போது, காவல்துறையில் சட்டம்ஒழுங்கு ஏ.டி.ஜி.பி.யாக பணியாற்றி வந்தேன். ஜெயலலிதாவுடன் ஏற்பட்ட கருத்து வேறுபாடு காரணமாக சசிகலா வெளியேற்றப்பட்டார் என்று அப்போது தெரிந்துகொண்டேன். அதேபோல் கடந்த 2015ம் ஆண்டு அக்டோபர் மாதம் சென்னையில் கால்பந்தாட்ட போட்டி நடந்தது. இதில் அம்பானி குடும்பத்தைச் சேர்ந்த முகேஷ் அம்பானி, நடிகர்கள் ரஜினிகாந்த், அமிதாப்பச்சன் ஆகியோர் பார்வையாளர்களாக பங்கேற்றனர். இந்த தகவலை

ஜார்ஜ்

அப்போது முதலமைச்சரிடம் தெரிவிக்கவில்லை என்ற காரணத்தால், நான் மாநகர காவல் ஆணையர் பொறுப்பில் இருந்து மாற்றப்பட்டேன் என்று தெரிந்துகொண்டேன்.

அப்பல்லோ மருத்துவமனையில் ஜெயலலிதா சிகிச்சை பெற்ற நாட்களில் தினமும் மருத்துவமனைக்கு சென்று வருவேன். ஆனால் ஜெயலலிதாவை ஒரு நாளும் நேரில் பார்க்கவில்லை. கண்ணாடி வழியாக முக்கிய பிரமுகர்கள் பார்த்ததாக நான் கேள்விப்பட்டு இருக்கிறேன். ஜெயலலிதாவின் உடல்நிலை குறித்து சுகாதாரதுறை செயலாளர் ராதாகிருஷ்ணனிடம் கேட்டுத் தெரிந்து கொண்டேன். 2016ம் ஆண்டு டிசம்பர் மாதம் 4ந் தேதி மாலை 6 மணியளவில் ஜெயலலிதாவுக்கு உடல்நிலை முடியாததை காவல்துறை வட்டாரங்கள் மூலமாக தெரிந்துகொண்டேன். உடனடியாக அப்பல்லோ மருத்துவமனைக்கு சென்றேன். இருப்பினும் அப்பல்லோ மருத்துவர்களிடம் நேரடியாக ஜெயலலிதா உடல்நிலை குறித்து விசாரிக்கவில்லை.

ஜெயலலிதா சிகிச்சை பெற்ற நாட்களில் அவரது உடல்நிலை குறித்து பல்வேறு தகவல்கள் வெளியான நிலையில்

அதுதொடர்பாக விசாரணை எதுவும் செய்யவில்லை. மேலும் தீபா, ஜெயலலிதாவின் ரத்த சொந்தம் என்று அப்போது எனக்கு தெரியாது. அப்போதைய தமிழக ஆளுநர் வித்யாசாகர்ராவ் அப்பல்லோ மருத்துவமனைக்கு வந்த போது, அவரை அழைத்துச் சென்றேன் என்று ஜார்ஜ் தெரிவித்துள்ளார்.

தொடர்ந்து அவரிடம், சசிகலாவை சந்தித்து பேசினீர்களா? என்று வழக்குரைஞர்கள் கேள்வி எழுப்பியபோது, சசிகலாவை பார்க்க வேண்டிய அவசியம் எனக்கு இல்லை. அப்படி இருக்கும்போது நான் ஏன் அவரை சந்திக்க வேண்டும் என்று ஜார்ஜ் பதில ளித்தார்.

ஜெயலலிதாவுக்கு யார், யார் வந்து சிகிச்சை அளித்தார்கள்?, அவரை அமைச்சர்கள் சந்தித்தார்களா?, ஜெயலலிதா மரணம் குறித்து வேறு ஏதாவது தகவல்கள் தெரியுமா? என்பது குறித்து பல்வேறு கேள்விகள் கேட்கப்பட்டன. இதனைத் தொடர்ந்து அடுத்த நாளும் அவர் விசாரணைக்கு முன்னிலையாக வேண்டும் என ஆணையிடப்பட்டது. அதன்படி அடுத்த நாளும் அவர் விசாரணைக்கு முன்னிலையாகி விளக்கம் அளித்தார். இருப்பினும் புதிய தகவல்கள் எதையும் இரண்டாவது நாள் விசாரணையில் அவர் தெரிவிக்கவில்லை.

*

39
வாக்குமூலங்களில் முரண்பாடு

ஆறுமுகசாமி விசாரணை ஆணையத்தில் சசிகலா அளித்த பிரமாண பத்திரம் மற்றும் மருத்துவர் சிவக்குமார் அளித்த வாக்குமூலங்களில் உள்ள முரண்பாடுகள் காரணமாக, போயஸ் கார்டன் இல்லத்தில் 2016ஆம் ஆண்டு செப்டம்பர் 22ம் தேதி நடந்தது என்ன என்ற கேள்வி மேலும் வலுவடைந்தது.

ஆறுமுகசாமி ஆணையத்தில் ஜெயலலிதாவின் தோழி சசிகலா பிரமாணப் பத்திரம் தாக்கல் செய்தார். ஜெயலலிதாவின் குடும்ப மருத்துவர் சிவக்குமார் நேரடியாக வாக்கு மூலம் அளித்தார்.

இதில், 2016 செப்டம்பர் 22ம் தேதி அன்று போயஸ் தோட்டத்தில் நடந்த சம்பவங்கள் குறித்து இருவரும் அளித்த தகவல்களில் பல முரண்பாடுகள் இருப்பது தெரியவந்தது.

முரண்பாடு 1

செப்டம்பர் 22 ஆம் தேதியன்று இரவு 7 மணியளவில் தன்னை சசிகலா தொலை பேசியில் தொடர்பு கொண்டு போயஸ் தோட்டம் வருமாறு அழைத்ததாகவும், அப்போது ஜெயலலிதாவுக்கு இருமல், காய்ச்சல் இருப்பதாக சசிகலா கூறினார் என்றும் சிவக்குமார் தெரிவித்துள்ளார். ஆனால், சசிகலா அளித்த பிரமாண பத்திரத்தில் மருத்துவர் சிவக்குமாரை தொலைபேசியில் அழைத்தது தொடர்பான தகவல் இல்லை.

டாக்டர் சிவகுமார்

முரண்பாடு 2

செப்டம்பர் 22ஆம் தேதி மூன்றாவது முறையாக ஜெயலலிதாவை இரண்டாம் தளத்தில் உள்ள அவருடைய அறையில் பார்த்த போது, சசிகலா மட்டுமின்றி இரண்டு பணிப்பெண்களும் இருந்ததாக சிவக்குமார் வாக்குமூலத்தில் கூறியுள்ளார். ஆனால் சசிகலா அளித்த பிரமாணபத்திரத்தில் இரண்டு பணிப்பெண்கள் குறித்த தகவல் இல்லை.

முரண்பாடு 3

அதேநாள் இரவு ஜெயலலிதா கழிவறை செல்வதாக சொல்லிவிட்டுச் சென்றதாகவும் அப்போது சசிகலாவை உடன் அழைத்துச்செல்ல நான் அறிவுறுத்தினேன் என்றும், சசிகலா கழிவறையின் வெளிப் பகுதியில் நிற்க, ஜெயலலிதா வெளியே வந்து அவரே படுக்கையில் அமர்ந்து கொண்டதாகவும் கூறியுள்ளார் சிவக்குமார். ஆனால் சசிகலா பிரமாணப் பத்திரத்தில் இரவு 9:30 மணியளவில் உறங்குவதற்கு முன்பாக எப்போதும் போல பல் துலக்க குளியலறைக்கு சென்ற ஜெயலலிதா, ' சசி மயக்கமாக இருக்கிறது இங்கே வா' என்று அழைத்ததாகவும் சசிகலா அவரை உள்ளே சென்று அழைத்து வந்து படுக்கையில் உட்கார வைத்ததாகவும் கூறியுள்ளார்.

முரண்பாடு 4

பின்னர் கடுமையான இருமல் வந்து அப்படியே தன்மீதும் சசிகலா மீதும் ஜெயலலிதா சாய்ந்து கொண்டார் என்பது சிவக்குமாரின் வாக்குமூலம். ஆனால் மயங்கிய நிலையில் ஜெயலலிதா தன் தோளில் சாய்ந்ததாக சசிகலா கூறியுள்ளார். குறிப்பாக அப்போதுதான் அறைக்குள் டாக்டர் சிவக்குமார் வந்ததாக கூறுகிறார் சசிகலா.

முரண்பாடு 5

ஜெயலலிதா மயங்கியவுடன் ட்ராலியில் இருந்த அழைப்பு மணியை அழுத்தி, அழைத்ததின் அடிப்படையில் தனிப் பாதுகாவலர்கள் அறைக்குள் வந்ததாக சசிகலா தெரிவித்துள்ள

நிலையில், தான் சத்தம் போட்டு அழைத்ததாலேயே தனிப் பாது காவலர்கள் அறைக்குள் வந்ததாக சிவக்குமார் முரண்படுகிறார்.

முரண்பாடு 6

மயங்கியவுடன் ஜெயலலிதா அறைக்கு தனிப்பாதுகாவலர்கள் வீரப்பெருமாள், கந்தசாமி மற்றும் ஓட்டுநர் கண்ணன் மற்றும் பணியில் இருந்த வீட்டு பணியாளர்கள் வந்ததாக சசிகலா கூறியுள்ளார். ஆனால் சிவக்குமாரின் வாக்குமூலத்தில் ஓட்டுநர் கண்ணனும், வீட்டில் பணிபுரிபவர்களும் அறைக்கு வந்ததாக தகவல் இல்லை.

முரண்பாடு 7

அப்பலோ மருத்துவமனைக்கு ஆம்புலன்ஸில் கொண்டு செல்லும் போதே கிரீம்ஸ் ரோடு அருகே ஜெயலலிதாவிற்கு நினைவு திரும்பி கண் விழித்து தன்னிடம் 'எங்கிருக்கிறேன்' என கேட்டதாகவும், அப்பல்லோ மருத்துவமனைக்கு செல்கிறோம் கவலைப்படாதீங்க என பதிலளித்ததாகவும் சசிகலா பிரமாண பத்திரத்தில் கூறியுள்ளார். ஆனால், ஆம்புலன்சில் செல்லும் போது சசிகலாவிடம் 'எங்கிருக்கிறேன்' என ஜெயலலிதா கேட்டதாக சிவக்குமார் கூறவில்லை. மாறாக மருத்துவமனைக்கு கொண்டு சென்று பதினைந்து நிமிடம் கழித்து சில சோதனைகள் முடிந்த பின்னரே தன் பெயரை குறிப்பிட்டு 'எங்கே இருக்கிறோம்' என ஜெயலலிதா கேட்டதாக சிவக்குமார் வாக்குமூலத்தில் கூறியுள்ளார்.

முரண்பாடு 8

ஜெயலலிதா அப்பல்லோ மருத்துவமனையில் சிகிச்சை பெற்றபோது, கடைசியாக மூச்சுத் திணறலுடன் பேசியதாக கூறி ஆடியோ ஒன்றை ஆறுமுகசாமி ஆணையத்தில் சிவக்குமார் தாக்கல் செய்தார். 2016ஆம் ஆண்டு செப்டம்பர் 27 ஆம் தேதி எடுத்ததாக கூறப்பட்ட அந்த ஆடியோவில் ரத்த அழுத்தம் 140/80 இருக்கிறது என்று மருத்துவர் ஒருவர் கூறுவார்.

அதற்கு ஜெயலலிதா, இது எனக்கு நார்மல்தான் என்று சொல்வதாக அந்த ஆடியோ பதிவில் உள்ளது. ஆனால் 27 ஆம் தேதி ஒரு மணி நேரத்திற்கு ஒரு முறை ஜெயலலிதாவுக்கு ரத்த அழுத்தம் சோதிக்கப்பட்டதாக ஆணையத்திடம் அப்பல்லோ மருத்துவமனை நிர்வாகம் கொடுத்துள்ள மருத்துவ

அறிக்கையில் குறிப்பிடப்பட்டுள்ளது. அதன்படி 130/60, 90/110 என்ற அளவில்தான் ரத்த அழுத்தம் இருந்திருக்கிறது. 140/80 ரத்த அழுத்தம் இருந்தது என்ற பதிவே இல்லை என்பதை ஆறுமுகசாமி ஆணையம் உறுதி செய்தது.

ஆணையத்தில் தாக்கல் செய்யப்பட்ட ஆடியோவை எடுத்தது மருத்துவர் அர்ச்சனா என்று தெரிவிக்கப்பட்டு இருந்தது. ஆனால் அர்ச்சனா 2016ஆம் ஆண்டு செப்டம்பர் 27ஆம் தேதிக்கு பின்னர்தான் அப்பல்லோவில் பணியில் சேர்ந்துள்ளார். இதை ஆணையத்தில் அவர் அளித்துள்ள வாக்குமூலத்தின் மூலம் உறுதி செய்துள்ளார்.

இதனால் அப்பல்லோ மருத்துவமனையில் அந்த ஆடியோ பதிவு செய்யப்பட்டிருக்க வாய்ப்பு இல்லை என்று ஆணையம் சந்தேகித்தது. முன்னுக்குப்பின் முரணான தகவல் வெளியானதால் அந்த ஆடியோ எங்கு எடுக்கப்பட்டது? எந்த தேதியில் எடுக்கப்பட்டது? என்பதை தீவிரமாக விசாரிக்க ஆணையம் முடிவு செய்தது.

இவ்வாறு தகவல்கள் முரண்படும் நிலையில், ஆணையம் விசாரணையை தீவிரப்படுத்தினால் மட்டுமே உண்மைகளை வெளிக் கொண்டு வர முடியும். ஏற்கனவே இரண்டு முறை மருத்துவர் சிவக்குமாரிடம் விசாரணை நடத்தியுள்ள நிலையில் அடுத்தகட்டமாக சசிகலாவை நேரடியாக விசாரித்தால் மட்டுமே சில உண்மைகளையாவது வெளிக்கொண்டு வர முடியும் என ஆணையம் கருதியதாக அப்போது தகவல் வெளியானது.

*

40
சிகிச்சையில் குளறுபடியா?

ஜெயலலிதாவுக்கு அளிக்கப்பட்ட சிகிச்சையில் குளறுபடிகள் நடந்ததாக புகார் எழுந்ததை அடுத்து விசாரணை ஆணையம் சார்பில் சிறப்பு மருத்துவக் குழு அமைக்க முடிவு செய்யப்பட்டது. அந்தக்குழு அப்பல்லோ மருத்துவமனை அளித்த அறிக்கையை ஆய்வு செய்து அறிக்கை அளிக்கும் என தெரிவிக்கப்பட்டது.

ஜெயலலிதாவுக்கு அளித்த சிகிச்சை தொடர்பான மருத்துவ அறிக்கையை, ஏற்கனவே அப்பல்லோ மருத்துவமனை நிர்வாகம் ஆணையத்தில் தாக்கல் செய்திருந்தது. அப்பல்லோ மருத்துவமனை நிர்வாகம் ஆணையத்தில் தாக்கல் செய்த மருத்துவ குறிப்புகளிலும், அப்பல்லோ மருத்துவமனை மருத்துவர்கள் அளித்துள்ள சாட்சியங்களிலும் பல்வேறு முரண்பாடுகள் இருப்பதாக ஆணையம் கருதியது. இதன் மூலம், ஜெயலலிதாவுக்கு அளித்த சிகிச்சையில் குளறுபடி நடந்துள்ளதா? என்ற சந்தேகம் ஆணையத்துக்கு எழுந்தது. மருத்துவக்குறிப்பு, சாட்சியங்களில் உள்ள முரண்பாடுகளை சிறப்பு மருத்துவர்கள் மூலம் கண்டறிந்து உரிய தீர்வு காண ஆணையம் முடிவு செய்தது.

இந்த மருத்துவ அறிக்கையில் கூறப்பட்டுள்ள விஷயங்களும், அப்பல்லோ மருத்துவர்களின் சாட்சியங்களும் சரியாக உள்ளதா? என்பதை கண்டறிய ஆணையம் தனியாக சிறப்பு மருத்துவர்கள் குழுவை ஏற்படுத்திக்கொள்ள அனுமதிக்க வேண்டும் என்று நீதிபதி ஆறுமுகசாமி, தமிழக அரசுக்கு கடிதம் எழுதி இருந்தார். அதன்படி, மருத்துவர்கள் குழுவை ஏற்படுத்திக்கொள்ள தமிழக அரசு அனுமதி அளித்தது.

அதே நேரத்தில்,விசாரணை ஆணையம் தனது அறிக்கையை தாக்கல் செய்ய மேலும் 6 மாதம் கால அவகாசம் அளிக்க வேண்டும் என்று தமிழக அரசுக்கு கடிதம் எழுதியது. 2017 ஆண்டு செப்டம்பர் மாதம் 25ந் தேதி விசாரணை ஆணையத்தை அமைத்து தமிழக அரசு உத்தரவிட்டது. அப்போது, 3 மாதங்களுக்குள் விசாரணையை முடித்து ஆணையம் அறிக்கை தாக்கல் செய்ய வேண்டும் என்று அரசு ஆணையிட்டது. அதே ஆண்டு டிசம்பர் மாதம் கால அவகாசம் முடிடைந்த நிலையில் மேலும் 6 மாதம் கால அவகாசம் அளிக்கப்பட்டது. இந்த கால அவகாசம் 2018 ஆம் ஆண்டு ஜூன் 24ந் தேதியுடன் நிறைவடைந்தது. ஆனால், விசாரணை முடிவடையவில்லை. இதைத் தொடர்ந்து, மேலும் 6 மாத கால அவகாசம் கேட்டு தமிழக அரசுக்கு ஆணையம் கடிதம் எழுதியது. இந்த கடிதத்தை பரிசீலித்த தமிழக அரசு, நீதிபதி ஆறுமுகசாமி ஆணையத்தின் பதவிக்காலத்தை மேலும் 4 மாதம் காலம் நீட்டித்து ஆணையிட்டது.

சிகிச்சையின் போது ஜெயலலிதா இனிப்பு மற்றும் பழங்கள் சாப்பிட்ட விவகாரம் தொடர்பாக அப்பல்லோ மருத்துவர், செவிலியர் வாக்குமூலத்தில் முரண்பாடு இருப்ப தால் இதுதொடர்பாக தீவிர விசாரணை நடத்த ஆணையம் முடிவு செய்தது.

ஆணையத்தில் முன்னிலையான மருத்துவர் ஷில்பா அளித்த வாக்குமூலத்தில், தான், 2016ஆம் ஆண்டு அக்டோபர் 7ந் தேதி பணியில் சேர்ந்ததாக கூறியுள்ளார். அப்போது, ஜெயலலிதா உடல்நிலை மிகவும் மோசமாக இருந்தது. அபாயகரமான கட்டத்தில் இறுதி நாட்களை எண்ணிக்கொண்டிருந்த நோயாளியாகவே ஜெயலலிதா இருந்தார். ஜெயலலிதாவுக்கு மாரடைப்பு ஏற்பட்ட டிசம்பர் 4ந் தேதி அன்று நான், இரவுப் பணிக்கு வந்தேன் என்று குறிப்பிட்டுள்ளார்.

நான் பணிக்கு வந்தபோது, ஜெயலலிதாவுக்கு இருதயம் செயல் இழந்து போய் அதை செயலுக்கு கொண்டுவர பல்வேறு முயற்சிகள் மேற்கொண்டு இறுதியாக 'எக்மோ' பொருத்தப்பட்டிருப்பது தெரிய வந்தது. ஜெயலலிதாவுக்கு 'எக்மோ' பொருத்தப்படுவதற்கு முன்பாக அவரது இருதயத்தை கையால் மசாஜ் செய்து செயலுக்கு கொண்டு வர முயற்சித்து அது பயன் அளிக்காமல் போனதும் 'கரண்ட் ஷாக்' கொடுத்து

செயலுக்கு கொண்டு வர முயற்சித்துள்ளனர். அதுவும் பயன் அளிக்காமல் போகவே, இருதயத்தை பிளந்து நேரடியாக இருதய பகுதியில் மசாஜ் செய்து உயிரூட்ட முயற்சித்துள்ளனர். அதுவும் பயன் அளிக்காததால் மார்பு எலும்புகள் துண்டிக்கப்பட்டு இருதய பகுதியில் 'எக்மோ' பொருத்தப்பட்டதாக தெரிந்துகொண்டேன் என்று தனது வாக்குமூலத்தில் மருத்துவர் சில்பா கூறியிருந்தார்.

இதே போலசெவிலியர் ஹெலனா அளித்துள்ள வாக்குமூலத்தில், தான், 2016ம் ஆண்டு அக்டோபர் மாதம் பணியில் சேர்ந்ததாக கூறியுள்ளார். தான் பணியில் இருந்த நாட்களில் சசிகலா, மருத்துவர் சிவக்குமாரை தவிர வேறு யாரும் ஜெயலலிதாவை அவர் சிகிச்சை பெற்று வந்த வார்டில் பார்க்கவில்லை என்றும் அவர் கூறியுள்ளார். கண்ணாடி வழியாகவும் யாரும் பார்க்கவில்லை. டிசம்பர் 2ஆம் தேதி மூச்சுத்திணறல் காரணமாக ஜெயலலிதாவுக்கு வெண்டிலேட்டர் பொருத்தப்பட்டது. 3ஆம் தேதி காலை 11 மணிக்கு வெண்டிலேட்டர் எடுக்கப்பட்டது. இதைத்தொடர்ந்து மதியம் 1 மணிக்கு மீண்டும் உடல்நிலை மோசமானதால் உடனடியாக வெண்டிலேட்டர் இணைக்கப்பட்டது. இதன் பின்பு, இருதயம் செயல் இழக்கும் வரை ஜெயலலிதாவுக்கு வெண்டிலேட்டர் பொருத்தப்பட்டிருந்தது. சிகிச்சையில் இருந்தபோது ஜெயலலிதாவுக்கு இனிப்பு கொடுத்ததாக கூறுவது தவறு. எனக்கு தெரிந்தவரை ஜெயலலிதா இனிப்பு, பழங்கள் எதுவும் சாப்பிடவில்லை என்று தனது வாக்குமூலத்தில் செவிலியர் ஹெலனா கூறி உள்ளார்.

'டிசம்பர் 4ந் தேதி அதிகாலை ஜெயலலிதா 50 மில்லி காபி குடித்தார். அதன்பின்பு, ஜெயலலிதா எந்த உணவும் எடுத்துக்கொள்ளவில்லை' என்று ஹெலனா தனது வாக்குமூலத்தில் கூறி உள்ளார். ஆனால், இதற்கு சில நாட்களுக்கு முன்பு சாட்சியம் அளித்த அப்பல்லோ மருத்துவர் ரமா, டிசம்பர் 4ந் தேதி மதியம் ஜெயலலிதா சாப்பாடு சாப்பிட்டதாக கூறியுள்ளார்.

டிசம்பர் 2 மற்றும் 3ஆம் தேதி ஜெயலலிதாவுக்கு வெண்டிலேட்டர் பொருத்தப்பட்டதாக செவிலியர்களின் குறிப்பில் உள்ளது. இதுதொடர்பாக செவிலியர் ஹெலனாவும் வாக்குமூலம் அளித்துள்ளார். ஆனால், மருத்துவர்களின் குறிப்பில் வெண்டிலேட்டர் பொருத்தப்பட்டது சம்பந்தமாக

எந்த குறிப்பும் இல்லை. மாறாக டிசம்பர் 2 மற்றும் 3ஆம் தேதிகளில் ஜெயலலிதாவின் உடல்நிலை நார்மலாக இருந்ததாக மருத்துவர்களின் குறிப்பில் கூறப்பட்டுள்ளது.

'நவம்பர் 22ஆம் தேதி தேர்தல் வெற்றியை கொண்டாட ஜெயலலிதா இனிப்பு எடுத்துக் கொண்டார்' என்று அப்பல்லோ மருத்துவர் ஜெயஸ்ரீ கோபால் வாக்குமூலம் அளித்துள்ளார். அப்பல்லோ மருத்துவ அறிக்கையில், 'ஜிலேபி, ரசகுல்லா, பாதுஷா மற்றும் திராட்சை, மாம்பழம், மலைவாழைப்பழம் போன்றவற்றை ஜெயலலிதா எடுத்துக் கொண்டார்' என்று கூறப்பட்டுள்ளது.

ஆனால், ஜெயலலிதா இனிப்பு, பழங்கள் சாப்பிடவில்லை என்று செவிலியர் ஹெலனா வாக்குமூலம் அளித்துள்ளார். இதுபோன்று பல இடங்களில் அப்பல்லோ மருத்துவர்கள், செவிலியர்களின் வாக்குமூலம் முன்னுக்குபின் முரணாக இருந்தது. அதே போன்று மருத்துவ அறிக்கையில் கூறப்பட்டுள்ள விஷயங்களும், மருத்துவர்கள், மற்றும் செவிலியர்களின் வாக்குமூலமும் முரண்பாடாக இருந்தது.

இந்த நிலையில்தான் தமிழக சுகாதாரத்துறை செயலாளர் டாக்டர் ராதாகிருஷ்ணன் ஆணையத்தில் முன்னிலையானார். அவரிடம் சசிகலா மற்றும் அப்பல்லோ தரப்பு வழக்குரைஞர்கள் குறுக்கு விசாரணை நடத்தினர். 'ஜெயலலிதாவை வெளிநாட்டு சிகிச்சைக்கு அழைத்து செல்வது குறித்து 2016ஆம் ஆண்டு அக்டோபர் முதல் வாரத்தில் பேசப்பட்டது உண்மைதான் என ராதாகிருஷ்ணன் கூறினார். எம்.ஜி.ஆரை பொறுத்தமட்டில் அவரை வெளிநாட்டுக்கு அழைத்து செல்வது குறித்து மருத்துவர்கள் கருத்து தெரிவித்தனர். ஆனால், ஜெயலலிதா விவகாரத்தில் அதுபோன்ற கருத்து எதுவும் மருத்துவர்களால் தெரிவிக்கப்படவில்லை.

ஜெயலலிதா மயக்க நிலையில் இருந்தபோது அவரை வெளிநாட்டுக்கு அழைத்து செல்வது என்பது அதிக ஆபத்து என்பதை கருத்தில் கொண்டு அந்த சமயத்தில் எந்த முடிவும் எடுக்கப்படவில்லை. ஜெயலலிதா தெளிவாக இருந்த போது, எனக்கு தெரிந்த வரை வெளிநாட்டு சிகிச்சைக்கு செல்ல அவர் விரும்பவில்லை. என்று ராதாகிருஷ்ணன் கூறினார். 'ஜெயலலிதா தனக்கு இருந்த உடல்நல பிரச்சினைகள் குறித்து யாரிடமும்

கூற விரும்பவில்லை. அவர், பல்வேறு நிகழ்ச்சிகளில் கலந்து கொண்டதன் காரணமாக அவருக்கு உடல்நல பிரச்சினை இருக்கிறது என்பது எங்களுக்கு தெரியவில்லை. தெரிந்திருந்தால் நிச்சயமாக போயஸ் தோட்டத்தில் ஆம்புலன்ஸ் நிறுத்தப் பட்டிருக்கும்' என்று ராதாகிருஷ்ணன் வாக்குமூலம் அளித்தார்.

ஜெயலலிதா மரணத்துக்கு பின்பு ஓ.பன்னீர்செல்வம் முதலமைச்சராக இருந்த காலகட்டத்தில் அவருக்கு பாதுகாப்பு அதிகாரியாக சுதாகர் இருந்து வந்தார். அந்த சமயத்தில், ஜெயலலிதாவின் மருத்துவ சிகிச்சையில் ஏதேனும் சந்தேகம் இருப்பதாக ஓ.பன்னீர்செல்வம் கேட்டாரா? என்று சுதாகரிடம் கேள்வி எழுப்பப்பட்டது. அதற்கு அவர், 'அதுபோன்று ஓ.பன்னீர்செல்வம் எதுவும் கேட்கவில்லை' என்று பதில் அளித் தார்.

'ஜெயலலிதாவை சாதாரண அறைக்கு மாற்றும்போது சற்று தூரத்தில் அமைச்சர்கள் பலர் இருந்தனர். ஆனால் யார், யார் இருந்தார்கள் என்பது தெரியாது. ஜெயலலிதா வார்டில் இருந்து எங்கே அழைத்துச் செல்லப்படுகிறார் என்பது போன்ற அனைத்து விவரமும் எங்களுக்கு தெரியும். இதுகுறித்த அனைத்து தகவல்களையும் உளவுத்துறை ஐ.ஜி. சத்தியமூர்த்திக்கு அவ்வப்போது தெரிவித்தோம்' என்றும் சுதாகர் கூறினார்.

*

41
பேஸ்மேக்கர் பொருத்தப்பட்டதா?

ஜெயலலிதா எந்த நோய்க்காக அனுமதிக்கப்பட்டார் என்பது தெரியாது என்று ஜெயலலிதாவுக்கு சிகிச்சை அளித்த குழுவில் இடம்பெற்றிருந்த அப்பல்லோ மருத்துவமனை செவிலியர் வாக்குமூலம் அளித்தது அதிர்ச்சியை ஏற்படுத்தியது.

நீதிபதி ஆறுமுகசாமி ஆணையத்தில் அப்பல்லோ மருத்துவர் நளினி, செவிலியர் பிரேமா ஆன்டனி ஆகியோர் முன்னிலையாகினர். ஜெயலலிதாவுக்கு அளிக்கப்பட்ட சிகிச்சை தொடர்பாக அவர்களிடம் நீதிபதி பல்வேறு கேள்விகளை கேட்டார். ஆணையத்தின் வழக்குரைஞர்கள் எஸ்.பார்த்தசாரதி, நிரஞ்சன் ஆகியோர் அவர்களிடம் குறுக்கு விசாரணை செய்தனர். நீதிபதி மற்றும் ஆணைய வழக்குரைஞர்கள் கேட்ட பல்வேறு கேள்விகளுக்கு தெரியாது, ஞாபகம் இல்லை என்றே அவர்கள் பதில் அளித்தனர்.

மருத்துவர் நளினி, 2016ம் ஆண்டு அக்டோபர் 5ந் தேதிதான் அப்பல்லோ மருத்துவமனையில் பணியில் சேர்ந்துள்ளார். ஜெயலலிதா மரணம் அடையும் வரை அவர் சிகிச்சை பெற்று வந்த சிறப்பு வார்டில் பல நாட்கள் பணியில் இருந்துள்ளார்.

தான் பணியில் இருந்த போது, ஜெயலலிதா யாரிடமும் பேசியது இல்லை என்றும், ஜெயலலிதாவை சசிகலா பார்க்கவில்லை என்றும், அவர் கூறினார். தான் வார்டுக்குள் செல்லும் போது சில நேரங்களில் தன்னை பார்த்து ஜெயலலிதா புன்னகைத்ததாகவும் நளினி கூறினார்.

ஜெயலலிதா மரணம் அடைந்த டிசம்பர் 5ந் தேதி நளினி பணியில் இருந்துள்ளார். 'அன்றைய தினம் ஜெயலலிதாவுக்கு மூளையை தவிர மற்ற பிரதான உறுப்புகள் செயல் இழந்து விட்டன. குறிப்பிட்ட நேரத்துக்கு பின்னர் மூளையும் செயல் இழந்து விட்டது' என்றும் மருத்துவர் நளினி கூறினார்.

ஜெயலலிதா சிகிச்சை பெற்ற சிறப்பு வார்டில் பணியில் இருந்த செவிலியர்களை கண்காணிக்கும் பணியை செவிலியர் பிரேமா ஆன்டனி மேற்கொண்டு வந்துள்ளார். மருத்துவர்களின் அறிவுரைப்படி, ஜெயலலிதாவுக்கு குறிப்பிட்ட நேரத்தில் உணவு, மருந்து வழங்கப்படுகிறதா? எந்தெந்த நேரத்தில் என்னென்ன சிகிச்சை அளிக்கப்பட்டது என்ற மருத்துவக்குறிப்பு சரியாக பராமரிக்கப்படுகிறதா? என்பதை கண்காணிக்கும் பணியில் அவர் ஈடுபட்டு வந்துள்ளார்.

விசாரணையின் போது, ஜெயலலிதா என்ன நோய்க்காக அனுமதிக்கப்பட்டார் என்பது தனக்கு தெரியாது என்று பிரேமா கூறினார். இதைக்கேட்டு அதிர்ச்சி அடைந்த நீதிபதி ஆறுமுகசாமி, ஜெயலலிதாவுக்கு அளிக்கப்பட்ட மருந்து, சிகிச்சைக்கான மருத்துவக் குறிப்புகளை கண்காணித்து வந்த உங்களுக்கு அவர் என்ன நோய்க்காக அனுமதிக்கப்பட்டார், அவருக்கு அளிக்கப்பட்ட சிகிச்சை என்ன? என்பது எப்படி தெரியாமல் இருக்கும் என்று கேள்வி எழுப்பினார்.

என்ன நோய்க்காக இந்த மருந்து வழங்கப்பட வேண்டும் என்று தெரிந்தால்தானே, செவிலியர்கள் முறையாக மருந்து வழங்குகிறார்களா? என்பதை நீங்கள் கண்காணிக்க முடியும் என்று பிரேமாவிடம் ஆணையம் தரப்பு வழக்குரைஞர்கள் கேள்வி எழுப்பினர். அதற்கு பிரேமா, ஜெயலலிதாவுக்கு இருந்த நோய் பற்றியோ, சிகிச்சை பற்றியோ தெரிந்து கொள்ளவில்லை என்றும், அதை தெரிந்துகொள்ள ஆர்வம் காட்டவில்லை என்றும் பதில் அளித்தார். அவ்வாறு தெரிந்து கொள்ளாததற்கு, ஜெயலலிதா மீது தனிப்பட்ட வெறுப்பா? அல்லது அவரது கட்சி மீது வெறுப்பா? அல்லது அப்பல்லோ நிர்வாகத்தின் மீது வெறுப்பா என அடுத்தடுத்து ஆணைய வழக்குரைஞர்கள் கேள்வி எழுப்பினர். இவை எதுவும் காரணம் இல்லை என்றும், தெரிந்துகொள்ள விரும்பவில்லை என்றும் அவர் பதில் அளித்தார்.

பிரேமாவின் பதில்கள் அனைத்தும் அவர் தானாகவே கூறிய பதில்தானா? அல்லது அவருக்கு பயிற்சி அளிக்கப்பட்டு அதன் அடிப்படையில் அளிக்கப்பட்ட பதிலா? என்ற சந்தேகம் ஆணையத்துக்கு எழுந்தது. இதைத்தொடர்ந்து செவலியர் பிரேமாவிடம் மீண்டும் விசாரணை நடத்த ஆணையம் முடிவு செய்தது.

அதே நேரத்தில், ஜெயலலிதா போயஸ்கார்டனில் இருந்து அப்பல்லோ மருத்துவமனைக்கு ஆம்புலன்சில் அழைத்துச் செல்லப்பட்ட போது, ஆம்புலன்சில் இருந்த சினேகாஸ்ரீ என்ற மருத்துவர் ஆணையத்தில் முன்னிலையாகி வாக்குமூலம் அளித்தார்.

அதில், ஜெயலலிதாவுக்கு 'திடீர்' உடல்நலக்குறைவு ஏற்பட்டுள்ளதாக தெரிவித்த தகவல் அடிப்படையில் அப்பல்லோ மருத்துவமனையில் இருந்து சென்ற ஆம்புலன்சில் தானும் சென்றதாக தெரிவித்துள்ளார். போயஸ் கார்டனில் ஒரு நாற்காலியில் மயக்கநிலையில் ஜெயலலிதா அமர வைக்கப்பட்டிருந்தார். அங்கு முதலுதவி சிகிச்சை எதுவும் அளிக்கவில்லை.

இதன்பின்பு, போயஸ்கார்டன் பணியாளர்கள் மூலம் ஜெயலலிதாவை ஆம்புலன்சில் ஏற்றி மருத்துவமனைக்கு அழைத்துச் சென்றோம். அப்போது ஆம்புலன்சில் சசிகலா, மருத்துவர் சிவக்குமார் ஆகியோர் உடன் வந்தனர். மருத்துவமனையில் அனுமதிக்கப்படும் வரை ஜெயலலிதா மயக்கநிலையிலேயே இருந்தார்.

இருதயத்துடிப்பு சீராக, மருத்துவமனையில் அவருக்கு 'பேஸ் மேக்கர்' கருவி பொருத்தப்பட்டது. காய்ச்சல், நீர்ச்சத்து குறைபாடு காரணமாக ஜெயலலிதா மருத்துவமனையில் அனுமதிக்கப்பட்டதாக கூறப்பட்ட தகவல் தவறானது என்று மருத்துவர் சினேகா ஸ்ரீ தனது வாக்குமூலத்தில் கூறியிருந்தார்.

அப்பல்லோ மருத்துவமனைக்கு ஆம்புலன்சில் அழைத்துச் செல்லப்பட்டபோது, 'நான் எங்கு இருக்கிறேன்' என்று ஜெயலலிதா தன்னிடம் கேட்டதாக சசிகலா ஆணையத்தில் ஏற்கனவே வாக்குமூலம் தாக்கல் செய்திருந்தார். ஆனால், ஆம்புலன்சில் உடன் சென்ற மருத்துவரான சினேகா ஸ்ரீ, ஜெயலலிதா மருத்துவமனையில் அனுமதிக்கப்படும் வரை மயக்க

நிலையிலேயே இருந்ததாக வாக்குமூலம் அளித்துள்ளார். இந்த முரண்பாடும் மரணத்தில் சந்தேகங்கள் அதிகரிக்க ஒரு காரணம்.

இதேபோல கடந்த 2016ம் ஆண்டு டிசம்பர் 4ந் தேதி ஜெயலலிதாவுக்கு திடீரென மாரடைப்பு ஏற்பட்டபோது, 'எக்கோ' பரிசோதனை மேற்கொள்வதற்காக அந்த நேரத்தில் பணியில் இருந்த செவிலியர் நளினி என்பவர் அழைக்கப்பட்டுள்ளார்.

இதுதொடர்பாக அவரிடம் ஆணையம் கேள்வி எழுப்பியபோது, 'அன்றைய தினம் பிற்பகல் 3.50 மணியளவில் ஜெயலலிதாவுக்கு மாரடைப்பு ஏற்பட்டுள்ளது. அவருக்கு 'எக்கோ' பரிசோதனை மேற்கொள்ள வேண்டும் என்று சொல்லி என்னை அழைத்தார்கள். ஜெயலலிதாவுக்கு இதயம் செயல் இழந்த பின்புதான் என்னை அழைத்தார்கள். நான் சென்று பார்த்தபோது, மசாஜ் மூலம் இதயத்தை செயல்பாட்டுக்கு கொண்டு வரும் முயற்சியில் மருத்துவர்கள் ஈடுபட்டனர். பின்னர், 'எக்கோ' பரிசோதனை மேற்கொண்டதில் இதயம் செயல் இழந்து விட்டது தெரியவந்தது' என்று கூறினார்.

அப்போது ஆணைய தரப்பு வழக்குரைஞர்கள், 'அப்பல்லோ நிர்வாகம் தாக்கல் செய்துள்ள மருத்துவ அறிக்கையில் அன்றைய தினம் மாலை 4.20 மணிக்கு ஜெயலலிதாவுக்கு மாரடைப்பு ஏற்பட்டதாக குறிப்பிடப்பட்டுள்ளதே?' என்று கேள்வி எழுப்பினர். அதற்கு, 'மூத்த மருத்துவர்கள் சொன்னதன் அடிப்படையில் அதுபோன்று எழுதி இருக்கலாம்' என்று நளினி கூறினார்.

ஜெயலலிதாவுக்கு மாரடைப்பு ஏற்பட்டது தொடர்பாக அப்பல்லோ அறிக்கை, ஊழியர் நளினி வாக்குமூலம் ஆகியவற்றில் முரண்பாடு இருப்பதால் ஜெயலலிதாவுக்கு மாரடைப்பு எப்போது ஏற்பட்டது? என்பதில் குழப்பம் ஏற்பட்டது.

*

42

வழக்குரைஞர்களிடையே மோதல்

ஜெயலலிதா மரணத்தில் சசிகலா மீது தவறு இருப்பது போன்று கேள்வி எழுப்புவதாக ஆணைய தரப்பு வழக்குரைஞர்கள் மீது சசிகலா தரப்பு வழக்குரைஞர்கள் குற்றம் சாட்டினார். விசாரணை ஆணையத்தில் இதுதொடர்பாக இருதரப்பு வழக்குரைஞர்களுக்கும் இடையே காரசார விவாதம் நடைபெற்றது.

ஜெயலலிதாவின் உதவியாளர்கள் பூங்குன்றன், கார்த்திகேயன் ஆகியோர் ஆணையத்தில் ஏற்கனவே முன்னிலையாகி விளக்கம் அளித்த நிலையில் அவர்களிடம் மறுவிசாரணை நடைபெற்றது. ஜெயலலிதாவின் உதவியாளராக பணியாற்றி வந்த கார்த்தி கேயன் சசிகலாவின் உறவினர் ஆவார். போயஸ் கார்டனில் பணியாற்றி வந்த கார்த்திகேயன் சில ஆண்டுகளுக்கு முன்பு பணியில் இருந்து நின்று விட்டார். அதன் பிறகு, மீண்டும் அவர் பணியில் சேர்த்துக்கொள்ளப்பட்டார்.

இதுதொடர்பாக பூங்குன்றனிடம், 'போயஸ்கார்டனில் உங்களது முக்கியத்துவத்தை குறைப்பதற்காக ஜெயலலிதா உடல்நிலை பாதிப்புக்கு பின்பு கார்த்திகேயன் மீண்டும் சேர்த்துக் கொள்ளப்பட்டாரா?' என்று ஆணையம் கேள்வி எழுப்பியது. அதுபற்றி தனக்குத் தெரியாது என்று பூங்குன்றன் பதில் அளித்தார்.

அதேபோன்று, 'மீண்டும் பணியில் சேர்த்துக் கொள்ளப்பட்டதற்கு குறிப்பிட்ட காரணம் எதுவும் உண்டா?'

என்று கார்த்திகேயனிடம் ஆணையம் கேள்வி எழுப்பியது. அதற்கு அவர், 'வேலை வேண்டும் என்று கேட்டிருந்தேன். அதனால் என்னை மீண்டும் பணியில் சேர்த்துக்கொண்டார்கள்' என்று பதில் அளித்தார்.

'ஜெயலலிதா மரணம் குறித்த விசாரணை தொடர்பாக சசிகலா உங்களுக்கு சில ஆணைகள் கொடுக்கிறார். ஆகையால் உண்மை விவரங்களை மாற்றி சசிகலாவுக்கு ஏற்றாற்போல் நீங்கள் வாக்குமூலம் கொடுக்கிறீர்கள் என்றால் சரிதானா?' என்று கார்த்திகேயனிடம் ஆணையத் தரப்பு வழக்குரைஞர்கள் எஸ்.பார்த்தசாரதி, நிரஞ்சன் ஆகியோர் கேள்வி எழுப்பினர்.

அதற்கு சசிகலா தரப்பில் முன்னிலையான வழக்குரைஞர்கள் ராஜ்குமார்பாண்டியன், அரவிந்தன் ஆகியோர் கடும் எதிர்ப்பு தெரிவித்தனர். 'இந்த கேள்வி சசிகலா மீது தவறு இருப்பதாக முன் கூட்டியே தீர்மானித்துவிட்டு கேட்பதுபோல் இருக்கிறது' என்று கூறி ஆட்சேபம் தெரிவித்தனர். மேலும், முன்னாள் எம்.பி. மனோஜ்பாண்டியனிடம், 'நீங்கள் ஓ.பன்னீர்செல்வத்துக்கு ஏற்றாற்போல் வாக்குமூலம் கொடுக்கிறீர்கள்' என்று கேள்வி எழுப்ப முடியுமா என்றும் ஆணைய தரப்பு வழக்குரைஞர்களை பார்த்து கேட்டனர்.

இந்த விவகாரம் தொடர்பாக ஆணையத் தரப்பு வழக்குரைஞர்களுக்கும் சசிகலா தரப்பு வழக்குரைஞர்களுக்கும் இடையே காரசார விவாதம் நடைபெற்றது. பின்னர், இதுதொடர்பாக சசிகலா தரப்பு வழக்குரைஞர்கள் நீதிபதியிடம் முறையிட்டனர்.

இதனைத் தொடர்ந்து, ஏற்கனவே ஆணையத்தில் முன்னிலையாகி வாக்குமூலம் அளித்துள்ள ஜெயலலிதா உதவியாளர்கள் பூங்குன்றன், கார்த்திகேயன் ஆகியோரிடம் சசிகலா தரப்பு வழக்குரைஞர் ராஜாசெந்தூர்பாண்டியன் குறுக்கு விசாரணை செய்தார். அப்போது ஆணையத் தரப்பு வழக்குரைஞர்கள் பார்த்தசாரதி, நிரஞ்சன் ஆகியோர், 'ஜெயலலிதா ஒரு முடிவு எடுத்தால், தீர்க்கமாக எடுப்பார். தனது முடிவை சாதாரணமாக மாற்றிக்கொள்ள மாட்டார். சம்பந்தப்பட்டவர் மீது தவறு இல்லை என்று உறுதியாக தெரிந்தால் மட்டுமே மீண்டும் சேர்த்துக்கொள்வார். 2011ம் ஆண்டு சசிகலா மற்றும் அவரது குடும்ப உறுப்பினர்கள் 12

பேரை கட்சியின் அடிப்படை உறுப்பினர் பதவியில் இருந்து ஜெயலலிதா நீக்கம் செய்தார். 2012ம் ஆண்டு சசிகலாவை மீண்டும் சேர்த்துக் கொண்டார். மற்ற 11 பேரை ஜெயலலிதா கடைசிவரை சேர்த்துக்கொள்ளவில்லை. அவர்கள் தவறு செய்தவர்கள் என்று தெரிந்துதான் ஜெயலலிதா அவர்களை சேர்த்துக் கொள்ளவில்லை' என்று கூறி 'இது சரிதானா' என்று கார்த்திகேயனிடம் கேள்வி எழுப்பினர். அதற்கு அவர், 'ஆமாம்' என்று பதில் அளித்தார்.

அதேபோன்று, 'ஜெயலலிதா மருத்துவமனையில் அனுமதிக்கப்பட்டதும் கட்சியில் இருந்து நீக்கப்பட்ட சசிகலாவின் உறவினர்கள் 11 பேர் அப்பல்லோ மருத்துவமனைக்கு வந்து சென்றார்கள். இது அனைத்து அமைச்சர்களுக்கும் தெரியும். ஆனால், அவர்கள் யாரும் ஆட்சேபம் தெரிவிக்கவில்லை. ஜெயலலிதா மருத்துவமனையில் அனுமதிக்கப்பட்டதும் அவரால் ஒதுக்கப்பட்டவர்களை சசிகலா தன்னுடன் நெருக்கமாக இருக்க அனுமதித்தார். ஜெயலலிதா மருத்துவமனையில் இருந்த போது ஓ.பன்னீர்செல்வம் தலைமையில் அமைச்சரவை பொறுப்பேற்றுக்கொண்டதும், இது சம்பந்தமாக முடிவு எடுக்கும்போது ஜெயலலிதாவால் விலக்கி வைக்கப்பட்டவர்கள் கலந்து கொண்டார்கள்' என்று கூறி 'இதுவும் சரிதானா' என்று ஆணையத்தின் வழக்குரைஞர்கள் கேள்வி எழுப்பினர். அதற்கும், 'ஆமாம்' என்று கார்த்திகேயன் பதில் அளித்தார்.

ஆணையத்தில் முன்னிலையான பூங்குன்றனிடம், ஜெயலலிதாவின் பணிப்பெண்கள் குறித்தும், அவர்களது பணிகள் குறித்தும் கேள்வி எழுப்பினர். அப்போது, 'ஜெயலலிதா எனது தாய்க்கு நிகரானவர்' என்று கூறி பூங்குன்றன் கண்கலங்கினார். அதேபோன்று, 2015ம் ஆண்டு கோடநாடு எஸ்டேட்டுக்கு பதிவாளரை வரவழைத்து ஏதேனும் பத்திரம் பதிவு செய்யப்பட்டதா? என்றும் கேள்வி எழுப்பினர். அதற்கு பூங்குன்றன், 'அதுபோன்று எதுவும் இல்லை' என்று பதில் அளித்தார். ஆணையத் தரப்பின் இந்த கேள்விகளுக்கு சசிகலா தரப்பு வழக்குரைஞர் கடும் ஆட்சேபம் தெரிவித்தார்.

இதன்பின்பு ஆணையத்தில் இருந்து வெளியே வந்த ராஜாசெந்தூர்பாண்டியன், 'ஜெயலலிதா மரணம் பற்றி விசாரிக்க வேண்டிய ஆணையத்தில் தேவையில்லாமல் பல

கேள்விகளை ஆணையத்தின் வழக்குரைஞர்கள் கேட்கின்றனர். ஜெயலலிதாவின் புகழுக்கு களங்கம் விளைவிக்கும் வகையில் ஆணையத்தின் வழக்குரைஞர்கள் கேள்வி எழுப்புகின்றனர். இது, மனதுக்கு வருத்தம் அளிக்கும் வகையில் இருக்கிறது' என்று செய்தியாளர்களிடம் கூறினார்.

இந்த நிலையில் ஜெயலலிதாவின் அண்ணன் மகள் ஜெ.தீபா சார்பில் அவரது வழக்குரைஞர் தொண்டன் சுப்பிரமணி ஆணையத்தில் ஒரு மனு தாக்கல் செய்தார். அந்த மனுவில், ஆணையத்தில் ஆஜரான பலர் ஜெயலலிதா மரணம் குறித்து பொய்யான வாக்குமூலத்தை அளித்துள்ளனர். அவர்கள் சொல்வது உண்மையா? இல்லையா? என்பதை ஆணையம் உறுதி செய்ய எனது தரப்பு வழக்குரைஞர் உடன் இருப்பது அவசியம் என கருதுகிறேன். எனவே, சாட்சிகளிடம் விசாரணை நடத்தும்போது எனது தரப்பு வழக்குரைஞரை அனுமதிக்க உத்தரவிட வேண்டும். அதேபோன்று அப்பல்லோ ஆய்வின் போது ஆணையத்துக்கு உதவுவதற்காக என்னையும், எனது தரப்பு வழக்குரைஞரையும் அனுமதிக்க வேண்டும்' என கூறப்பட்டிருந்தது. மனு மீது விசாரணை நடத்தி உரிய உத்தரவு பிறப்பிப்பதாக நீதிபதி ஆறுமுகசாமி, தெரிவித்தார்.

ஆடிட்டர் குருமூர்த்தி ஆஜராக ஆணையம் ஏற்கனவே சம்மன் அனுப்பி இருந்தது. ஜெயலலிதா மரணம் குறித்து தனக்கு எதுவும் தெரியாது என்பதால் தனக்கு அனுப்பிய சம்மனை திரும்ப பெற வேண்டும் என்று குருமூர்த்தி தனது வழக்குரைஞர் மூலம் ஆணையத்தில் மனு தாக்கல் செய்தார்.

இந்த மனு மீதான விசாரணை நடைபெற்ற போது, சசிகலா தரப்பு வழக்குரைஞர் 'ஆடிட்டர் குருமூர்த்தி ஆணையத்தில் தாக்கல் செய்துள்ள மனுவில் தவறான தகவல்களை அளித்துள்ளார். ஜெயலலிதா மரணம் தொடர்பாக ஆணையம் அமைக்கப்பட வேண்டும் என்று தனியார் தொலைக்காட்சிக்கு அவர் பேட்டி அளித்திருந்தார். அப்போது ஆதாரமில்லாத பல்வேறு குற்றச்சாட்டுகளையும் அவர் கூறியிருந்தார்' என்றார். இதற்கு குருமூர்த்தி தரப்பு வக்கீல்கள் பதில் அளிப்பதற்காக விசாரணையை நீதிபதி தள்ளிவைத்தார்.

*

43
24 மணி நேரமும் கொடுக்கப்பட்ட இன்சுலின்

ஜெயலலிதா மரணம் குறித்து அப்பல்லோ மருத்துவர் வெங்கட்ராமன், மருத்துவமனையின் மருத்துவ ஆவணக் காப்பாளர் கோவிந்தராஜன் ஆகியோர் ஆணையத்தில் முன்னிலையாகி வாக்குமூலம் அளித்தனர்.

மருத்துவர் வெங்கட்ராமன் அளித்த வாக்குமூலத்தில், ஜெயலலிதா சிகிச்சையில் இருந்தபோது அவருக்கு அளிக்கப்பட்ட சிகிச்சை குறித்து, தன்னிடம் மருத்துவர் ஜெயஸ்ரீ கோபால் கருத்து கேட்டார் என கூறியிருந்தார். அதற்காக 2016ஆம் ஆண்டு செப்டம்பர் 27 ஆம் தேதி மருத்துவ அறிக்கையை பார்த்தேன். அதை பார்த்தபோது அன்றைய தினத்தில் அவருக்கு அளிக்கப்பட்ட சிகிச்சை சரிதான் என்ற கருத்தை நான் தெரிவித்தேன். மருத்துவ அறிக்கையை பார்த்தபோது, ஜெயலலிதாவுக்கு கட்டுக்குள் அடங்காத சர்க்கரை நோய் இருந்தது தெரியவந்தது. அன்றைய நிலவரப்படி அவருக்கு சர்க்கரை நோய்க்கு அதிகபட்சமாக எந்த அளவு மாத்திரை வழங்க வேண்டுமோ அதன்படி கொடுக்கப்பட்டிருந்தது.

மாத்திரை மூலம் சர்க்கரை நோய் குறையாததால், அவருக்கு நரம்பு மூலமாக நேரடியாக 24 மணி நேரமும் இன்சுலின் செலுத்தப்பட்டது. சிகிச்சை காலம் முழுவதும் அவருக்கு இன்சுலின் செலுத்தப்பட்டது. ஆனாலும் அவருக்கு சர்க்கரை நோய் கட்டுக்குள் வரவில்லை. அவருக்கு இருந்த இதர நோய்கள், நோய்த்தொற்று காரணமாக சர்க்கரை நோயை

கட்டுப்படுத்த முடியவில்லை. இதுபோன்ற நோயாளிகளுக்கு இனிப்போ, பழவகைகளோ கொடுக்கக்கூடாது. அவ்வாறு ஜெயலலிதாவுக்கு கொடுக்கப்பட்டிருந்தால் அது தவறு என மருத்துவர் வெங்கட்ராமன் வாக்குமூலம் அளித்தார்.

மருத்துவ ஆவணக் காப்பாளர் கோவிந்தராஜன் அளித்த வாக்குமூலத்தில், நோயாளிகள் டிஸ்சார்ஜ் ஆன பிறகு அவர்களுக்கு வழங்கப்பட்ட சிகிச்சை தொடர்பான மருத்துவ ஆவணங்களை ஆவண காப்பகத்துக்கு அனுப்பிவிடுவார்கள் என கூறினார். அதை நான் பராமரித்து வருவேன். அதேபோல் ஜெயலலிதாவுக்கு அளிக்கப்பட்ட சிகிச்சை தொடர்பான ஆவணங்கள் என்னிடம் அனுப்பப்பட்டது. அதை நான் பராமரித்து வருகிறேன். அவ்வாறு பராமரித்து வந்த ஆவணங்களின் பிரதியை ஏற்கனவே ஆணையத்தில் ஒப்படைத்துள்ளேன். ஜெயலலிதா சிகிச்சை தொடர்பான அனைத்து மருத்துவ ஆவணங்களையும் தாக்கல் செய்துள்ளேன். வேறு எந்த ஆவணங்களும் நிலுவையில் இல்லை என்று கூறினார்.

இதைத் தொடர்ந்து ஆணையத்தின் வழக்குரைஞர் பார்த்தசாரதி, "நோயாளியின் மருத்துவ ஆவணங்களை தேதி வாரியாக பராமரிக்க வேண்டுமா?" என்று கேள்வி எழுப்பினார். அதற்கு பதில் அளித்த கோவிந்தராஜன், "ஆமாம்" என்றார். அப்போது குறுக்கிட்ட பார்த்தசாரதி, ஜெயலலிதா சிகிச்சை தொடர்பான ஆவணத்தின் முதல் பக்கத்தில் செப்டம்பர் 22 ந்தேதி என்றும், 2வது பக்கத்தில் அக்டோபர் 6ந்தேதி என்றும் உள்ளதே? என்று கேள்வி எழுப்பினார்.

அதற்கு கோவிந்தராஜன், ஜெயலலிதா சிகிச்சை தொடர்பான ஆவணங்களை தேதி வாரியாக பராமரிக்காதது சம்பந்தமாக டாக்டர்களை கேட்டால்தான் தெரியும் என்று கூறினார். இதனால் மருத்துவ ஆவணங்களில் குளறுபடிகள் இருப்பதாக முடிவுக்கு வந்த ஆணையம், இதுகுறித்து தீவிர விசாரணை நடத்த முடிவு செய்தது.

இதேபோல அப்பல்லோ மருத்துவமனையின் காது, மூக்கு, தொண்டை சிகிச்சை மருத்துவர் பாபு மனோகர் ஆணையத்தில் முன்னிலையானார். ஜெயலலிதா அப்பல்லோ மருத்துவமனையில் இருந்த போது மூச்சுத்திணறல் பிரச்சினைக்காக அவருக்கு தொண்டையில் குழாய் பொருத்தப்பட்டு 'டிரக்கியாஸ்டமி'

சிகிச்சை முறையில் செயற்கை சுவாசம் அளிக்கப்பட்டது என்று அவர் கூறினார். அந்த அடிப்படையில் நீதிபதி ஆறுமுகசாமி, ஆணையத்தின் வழக்குரைஞர்கள் அவரிடம் சில கேள்விகளை கேட்டனர். அதற்கு அவர் பதில் அளித்தார்.

ஜெயலலிதா மூச்சுவிடுவதற்கு சிரமப்பட்டதால் 2016ம் ஆண்டு செப்டம்பர் 28ந் தேதி முதல் அவருக்கு வென்டிலேட்டர் பொருத்தப்பட்டிருந்தது. அன்றைய தினம் வென்டிலேட்டர் பொருத்தவில்லை என்றால் மரணம் கூட சம்பவித்து இருக்கலாம். அந்த அளவுக்கு ஜெயலலிதாவின் உடல்நிலை மோசமாக இருந்தது. அதன்பின்னரும் தொடர்ந்து அவரது உடல்நிலை கவலைக்கிடமாகவே இருந்தது. ஜெயலலிதாவுக்கு சிகிச்சை அளித்த லண்டன் மருத்துவர் ரிச்சர்டு பீலே, தொடர்ந்து வென்டிலேட்டர் பொருத்தினால் இருதயம், நுரையீரல் பாதிக்கும் என்று ஆலோசனை கூறினார். இதைத் தொடர்ந்து 7.10.2016 அன்று, சுவாசக்குழாயில் ஓட்டை போட்டு டிரக்கியாஸ்டமி சிகிச்சை மேற்கொள்ளப்பட்டது. இந்த சிகிச்சையை மேற்கொள்ளாமல் இருந்திருந்தாலும் அந்த சமயத்தில் மரணம் சம்பவித்து இருக்கலாம் என்று அவர் தெரிவித்தார்.

'டிரக்கியாஸ்டமி சிகிச்சை மேற்கொள்ளப்பட்ட நிலையில் ஜெயலலிதாவுக்கு ஐஸ்கிரீம், ஜூஸ் போன்றவை கொடுக்கப்பட்டுள்ளதே?, அதுபோன்று கொடுக்கலாமா?' என்று பாபுமனோகரிடம் ஆணையம் தரப்பில் கேள்வி எழுப்பினர். அதற்கு அவர், 'சுவாசக்குழாய் பிரச்சினை மட்டும் இருக்கும் பட்சத்தில் அறுவை சிகிச்சைக்கு பின்னர் ஐஸ்கிரீம், ஜூஸ் போன்றவற்றை சாப்பிடலாம் என்றும், இதனால் எந்த பாதிப்பும் ஏற்படாது என்றும் கூறினார். அதேவேளையில் உடல்நிலையில் வேறு ஏதேனும் பாதிப்பு இருக்கும் பட்சத்தில் அதை பொறுத்துதான் இதுபோன்ற உணவுப் பொருட்களை அனுமதிக்க வேண்டும்' என்றும் அவர் தெரிவித்தார்.

'ஜெயலலிதாவுக்கு நுரையீரலில் பாதிப்பு இருந்த நிலையில் ஐஸ்கிரீம் கொடுக்கப்பட்டுள்ளது. இதனால் ஒவ்வாமை ஏற்படாதா? என்று கேள்வி எழுப்பியதற்கு அது தொடர்பாக தீவிர சிகிச்சை பிரிவு மருத்துவர்களை கேட்டால்தான் தெரியும்' என்று பதில் அளித்தார்.

*

44

குழப்பத்தில் திணறிய விசாரணை ஆணையம்

அப்பல்லோ மருத்துவமனையில் அவசர ஊர்தி ஓட்டுநராக பணியாற்றி வரும் சுரேஷ் குமார் என்பவர் விசாரணை ஆணையத்தில் முன்னிலையாகி அளித்த வாக்கு மூலத் தாலும், மற்ற மருத்துவர்கள் மற்றும் சசிகலா தரப்பில் தாக்கல் செய்யப்பட்ட வாக்குமூலம் ஆகியவற்றில் உள்ள முரண்பாடுகள் காரணமாகவும் ஜெயலலிதா விசாரணை ஆணையம் உச்சகட்ட குழப்பத்தில் திணறியது.

அப்பல்லோ மருத்துவமனையில் அவசர ஊர்தி ஓட்டுநராக பணியாற்றி வரும் சுரேஷ்குமார் என்பவர் விசாரணை ஆணையத்தில் முன்னிலையானானர். 2016ம் ஆண்டு செப்டம்பர் 22ந் தேதி இரவு, தான் பணியில் இருந்ததாக அவர் கூறினார். அப்போது, ஜெயலலிதாவுக்கு உடல்நிலை சரியில்லை என்றும், எனவே, உடனடியாக போயஸ் கார்டனுக்கு செல்லும்படியும் அறிவுறுத்தப்பட்டது. அதன்படி உடனடியாக அங்கு சென்றேன். என்னுடன் மருத்துவர் சினேகா ஸ்ரீ, ஆண் செவிலியர் அனீஸ் ஆகியோர் உடன் வந்தனர்.

அப்பல்லோ மருத்துவமனையில் இருந்து 4 நிமிடத்துக்குள் போயஸ்கார்டன் சென்றேன். மருத்துவரும் ஆண் செவிலியரும் ஜெயலலிதா இருந்த அறைக்கு சென்றனர். இதன்பின்பு வெளியே வந்த ஆண் செவிலியர், ஸ்ட்ரெச்சரை எடுத்துவரும்படி கூறி னார். அதன்படி நான், ஸ்ட்ரெச்சருடன் உள்ளே சென்றேன். அப்போது ஜெயலலிதா கண்களை மூடிய நிலையில் ஷோபாவில் அமர்ந்திருந்தார். நானும், ஆண் செவிலியரும் மருத்துவரின்

உதவியுடன் ஜெயலலிதாவை ஷோபாவில் இருந்து தூக்கி ஸ்ட்ரெச்சரில் படுக்க வைத்தோம்.

சுமார் 15 நிமிடங்களில் மாடியில் இருந்து ஜெயலலிதாவை படிக்கட்டு வழியாக கீழே இறக்கி ஆம்புலன்சில் ஏற்றினோம். ஆம்புலன்சுக்குள் சசிகலா, மருத்துவர்கள் சிவக்குமார், சினேகா ஸ்ரீ, பாதுகாப்பு அதிகாரி வீரபெருமாள், ஆண் செவிலியர் ஆகியோர் இருந்தனர். நான் ஜெயலலிதா இருந்த அறைக்குள் செல்வதற்கு முன்பு அவருக்கு முதல் உதவி செய்தார்களா? என்பது எனக்கு தெரியாது.

இரவு 10.10 மணிக்கு அப்பல்லோ மருத்துவமனைக்கு சென்றடைந்தேன். ஜெயலலிதாவை வேனில் ஏற்றும் வரையிலும், வேனில் இருந்து அவசர சிகிச்சை பிரிவுக்கு அழைத்துச் செல்லும் வரையிலும் அவர் கண்களை மூடியபடிதான் இருந்தார். ஜெயலலிதாவை ஸ்ட்ரெச்சரில் வைத்துக்கொண்டு அவரது வீட்டு படிக்கட்டில் செல்லும் போது மருத்துவர் சிவக்குமார் ஜெயலலிதாவிடம், 'மருத்துவமனைக்கு போகிறோம்' என சொல்ல அதற்கு ஜெயலலிதா தலையை மட்டும் அசைத்தார் என்று வாக்குமூலத்தில் அவர் கூறியுள்ளார்.

அதே நேரம், சசிகலா அளித்த வாக்குமூலத்தில், '2016ம் ஆண்டு செப்டம்பர் 22ந் தேதி அன்று போயஸ்கார்டனில் மயக்கநிலையில் ஜெயலலிதா கட்டிலில் படுக்கவைக்கப் பட்டிருந்தார். அப்பல்லோ மருத்துவமனையில் இருந்து ஆம்புலன்ஸ் வரைவழைக்கப்பட்டு மருத்துவமனைக்கு அழைத்துச் செல்லப்பட்டார். ஆம்புலன்சில் சென்றபோது கண் விழித்த ஜெயலலிதா, 'எங்கே செல்கிறோம்?' என்று என்னிடம் கேட்டார் என்று கூறியுள்ளார். ஆனால் ஆம்புலன்ஸ் டிரைவர் சுரேஷ்குமார், ஜெயலலிதா கண்களை மூடியபடி ஷோபாவில் அமர்ந்து இருந்தார் என்று வாக்குமூலம் அளித்துள்ளார். ஏற்கனவே ஆணையத்தில் ஆஜராகி சாட்சியம் அளித்துள்ள ஜெயலலிதாவின் கார் டிரைவர் கண்ணன், ஆம்புலன்ஸ் வேனில் இருந்த மருத்துவர் சினேகா ஸ்ரீ ஆகியோர் தங்களது வாக்குமூலத்தில், 'ஜெயலலிதா மயக்க நிலையில் நாற்காலியில் அமர வைக்கப்பட்டிருந்தார்' என்று கூறியிருந்தனர்.

அதேபோன்று ஆம்புலன்ஸ் வேனுக்குள், சசிகலா, மருத்துவர்கள் சிவக்குமார், சினேகா ஸ்ரீ, பாதுகாப்பு அதிகாரி

வீரபெருமாள், ஆண் செவிலியர் அனீஸ் ஆகியோர் இருந்ததாக டிரைவர் சுரேஷ்குமார் வாக்குமூலம் அளித்துள்ளார். ஆனால் சசிகலா, சிவக்குமார் ஆகியோர் அளித்த வாக்குமூலத்தில் ஆம்புலன்ஸ் வேனுக்குள் அவர்கள் இருவர் மட்டுமே இருந்ததாக கூறி உள்ளனர். போயஸ்கார்டனில் நடந்தது குறித்து ஒவ்வொரு வரும் ஒவ்வொரு விதமாக வாக்குமூலம் அளித்திருப்பது ஆணையத்துக்கு உச்சகட்ட குழப்பத்தை ஏற்படுத்தியது.

இந்நிலையில், அப்பல்லோ மருத்துவமனையில் செவிலியராக பணியாற்றி வரும் சாமுண்டீசுவரி, ஆணையத்தில் ஆஜராகி வாக்குமூலம் அளித்தார். நான், ஜெயலலிதா சிகிச்சை பெற்று வந்த தீவிர சிகிச்சை பிரிவில் பல நாட்கள் பணியில் இருந்தேன். நான் பணியில் இருந்தபோது ஜெயலலிதாவை யாரும் பார்க்கவில்லை. கண்ணாடி வழியாகக்கூட யாரும் பார்க்கவில்லை. சசிகலா மட்டும் அவ்வப்போது வந்து செல் வார். ஜெயலலிதா சிகிச்சை பெற்று வந்த வார்டுக்குள் பிரத்யேக ஆடையுடன்தான் செல்ல வேண்டும்.

தீவிர சிகிச்சை பிரிவில் இருக்கும் நோயாளிகளை வெளியில் இருந்து வருபவர்கள் பார்க்க அனுமதிப்பது குறித்து மருத்துவமனை நிர்வாகமும், சிகிச்சை அளிக்கும் மருத் துவர்களும்தான் முடிவு செய்ய வேண்டும்.

ஜெயலலிதாவை பார்க்க இவர்களை மட்டும்தான் அனுமதிக்க வேண்டும் என்று மருத்துவமனை நிர்வாகம் அறிவுறுத்தவில்லை. பிரத்யேக உடை அணிந்து கவர்னர் வார்டுக்குள் வந்து ஜெயலலிதாவை நேரில் பார்த்து இருக்கலாம். அவர், ஏன் அவ்வாறு செல்லவில்லை என்பது எனக்கு தெரியாது. ஜெயலலிதா பெரும்பாலான நாட்கள் வெண்டிலேட்டருடன்தான் இருந்தார் என்று சாமூண்டீஸ்வரி வாக்குமூலம் அளித்தார்.

இதேபோல் அப்பல்லோ மருத்துவமனையின் ஆண் செவிலியரான அனீஸ் அளித்த வாக்குமூலத்தில், 2016ம் ஆண்டு செப்டம்பர் 22ந் தேதி நான் பணியில் இருந்தபோது இரவு 10 மணிக்கு ஆம்புலன்சுடன் போயஸ்கார்டன் செல்லும்படி மருத்துவமனை நிர்வாகம் அறிவுறுத்தியது. அதன்படி நானும், மருத்துவர் சினேகா ஸ்ரீயும் ஆம்புலன்சுடன் இரவு 10.06 மணிக்கு போயஸ்கார்டன் போய் சேர்ந்தோம்.

ஜெயலலிதா அறைக்குள் சென்றபோது அவர், கண்களை மூடியபடி சோபாவில் அமர்ந்து இருந்தார். மருத்துவர் சினேகா ஸ்ரீ ஜெயலலிதாவின் கன்னத்தை தட்டி ‘மேடம்...மேடம்’ என்று அழைத்துப் பார்த்தார். அப்போது ஜெயலலிதா லேசாக முனகினார். ஜெயலலிதாவுக்கு ரத்த அழுத்தம், ஆக்சிஜன் அளவை பரிசோதித்த போது குறைவாக இருந்தது தெரிந்தது. உடனடியாக ஆக்சிஜன் சிலிண்டர் எடுத்து வந்து ஆக்சிஜன் செலுத்தினேன்.

பின்னர், நானும், ஆம்புலன்ஸ் டிரைவர் சுரேஷ்குமாரும் ஜெயலலிதாவை தூக்கி ஸ்ட்ரெச்சரில் படுக்க வைத்து படிக்கட்டுகள் வழியாக இறக்கி ஆம்புலன்சில் ஏற்றினோம். ஜெயலலிதா இருந்த அறையில் சசிகலா, சிவக்குமார் ஆகியோர் மட்டுமே இருந்தனர். ஆம்புலன்சில் நான், சசிகலா, சிவக்குமார், சினேகாஸ்ரீ ஆகியோர் இருந்தோம். போயஸ்கார்டனில் இருந்து அப்பல்லோ மருத்துவமனையின் அவரச சிகிச்சை பிரிவு வார்டுக்கு கொண்டு செல்லப்படும்வரை ஜெயலலிதா யாரிடமும் பேசவில்லை. யாரிடமும் பேசும் நிலையிலும் அவர் இல்லை என்றும் கூறினார்.

போயஸ்கார்டனில் கண்களை மூடியபடி ஜெயலலிதா சோபாவில் அமர்ந்து இருந்ததாக அனீஸ் கூறியபோது குறுக்கிட்ட நீதிபதி, அப்படியென்றால் ஜெயலலிதா தியானம் செய்து கொண்டிருந்தாரா? என்று கேள்வி எழுப்பினார். செவிலியரான உங்களுக்கு, ஜெயலலிதா மயக்கநிலையில் இருந்தாரா, இல்லையா... என்பது தெரியாதா? என்று சரமாரியாக கேள்வி எழுப்பினார்.

அதற்கு ஜெயலலிதா மயக்கநிலையில் இருந்தாரா என்பது தெரியாது என்று அனீஸ் பதில் அளித்தார்.

*

45
அப்பல்லோ மருத்துவமனையில் ஆய்வு

அப்பல்லோ மருத்துவமனையின் எலும்பு முறிவு சிகிச்சை நிபுணர் சஜன் ஹெக்டே, செவிலியர் ஜோஸ்னோமோல் ஜோசப் ஆகியோர் ஆணையத்தில் முன்னிலையாகினர்.

மருத்துவர் சஜன் ஹெக்டே அளித்த வாக்குமூலத்தில், 'ஜெயலலிதா அப்பல்லோ மருத்துவமனையில் அனுமதிக்கப்பட்டிருந்த போது ஒரு முறை முதுகு வலி இருப்பதாக கூறினார். இதைத்தொடர்ந்து அவரது உடல்நிலையை பரிசோதித்துவிட்டு முதுகு வலிகுறைவதற்காக மருந்து, மாத்திரை வழங்கினேன். அதேபோன்று மற்றொரு முறை கை வலிப்பதாக கூறியதை தொடர்ந்து உரிய சிகிச்சை அளித்தேன். அந்த சமயங்களில் ஜெயலலிதா என்னிடம் சைகை மூலம் எங்கே வலிக்கிறது என்பதை தெரிவித்தார். மற்றபடி நான் அவருக்கு வேறு எந்த சிகிச்சையும் அளிக்கவில்லை' என்று கூறினார்.

செவிலியர் ஜோஸ்னோ மோல் ஜோசப் என்பவர் பணியில் இருந்த போது, ஜெயலலிதாவுக்கு அளித்த மருந்து, மாத்திரைகள் மற்றும் உணவு பொருட்கள் குறித்து வாக்குமூலம் அளித்தார்.

'விசாரணை ஆணையத்தில் விளக்கம் அளித்துள்ள பலர் அப்பல்லோ மருத்துவமனையின் இயற்கை அமைப்புகளை ஒட்டியே சாட்சியம் அளித்துள்ளதால் அதன் உண்மைத்தன்மையை அறிந்துகொள்வதற்காக அப்பல்லோ மருத்துவமனையை ஆய்வு செய்ய அனுமதிக்க வேண்டும்' என்று ஆணையத்தின் வழக்குரைஞர்கள் கோரிக்கை விடுத்தனர்.

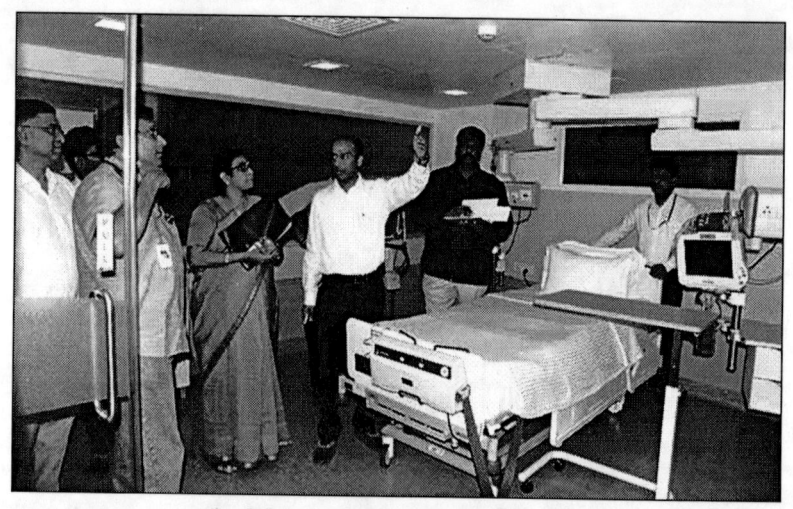

அப்பல்லோ மருத்துவமனையில் ஆய்வு

இந்த கோரிக்கையை ஏற்றுக்கொண்ட நீதிபதி ஆறுமுகசாமி, ஜூலை 29ந் தேதி இரவு 7 மணி முதல் 7.45 மணி வரை ஆணையத்தின் வழக்குரைஞர்கள் அப்பல்லோ மருத்துவமனையில் ஆய்வு செய்யவும், அப்போது சசிகலா வழக்குரைஞர்கள் உடன் செல்ல அனுமதி அளித்தும் ஆணையிட்டார். இந்த ஆய்வின் போது தன்னையும், தனது வழக்குரைஞரையும் அனுமதிக்க வேண்டும் என்று ஜெ.தீபா ஆணையத்தில் மனு தாக்கல் செய்தார். இந்த மனுவை விசாரித்த நீதிபதி ஆறுமுகசாமி, 'ஜெயலலிதா சிகிச்சை பெற்று வந்த அப்பல்லோ மருத்துவமனையின் 2வது மாடியில் உள்ள தீவிர சிகிச்சை பிரிவு அறை எண். 2008, அங்குள்ள நடைபாதை, ஜெயலலிதா சிகிச்சையில் இருந்த போது அப்பல்லோ மருத்துவமனையில் அமைச்சர்கள் மற்றும் முக்கிய பிரமுகர்கள் இருந்த இடம் ஆகியவற்றை ஜூலை 29ந் தேதி இரவு 8.15 மணி முதல் 8.40 மணி வரை ஜெ.தீபா மற்றும் அவரது வழக்குரைஞர் தொண்டன் சுப்பிரமணி ஆகியோர் பார்வையிட அனுமதித்து ஆணையிட்டார். அந்த சமயத்தில் அவர்கள், அப்பல்லோ தரப்பு வழக்குரைஞர்கள் மற்றும் அப்பல்லோ மருத்துவமனை நிர்வாகத்தினரிடம் எந்தவித விவாதமும் மேற்கொள்ளக்கூடாது. மருத்துவமனை நிர்வாகத்துக்கும், நோயாளிகளுக்கும் எந்தவித இடையூறு இல்லாமல் பார்வையிட வேண்டும்' என்று ஆணையிட்டார்.

அதன்படி அப்பல்லோ மருத்துவமனையில் ஜெயலலிதா சிகிச்சை பெற்று வந்த சிறப்பு வார்டு உள்ளிட்ட பகுதிகளை ஆணைய வழக்குரைஞர்கள் ஆய்வு செய்தனர். அதேபோன்று ஜெ.தீபாவும் பார்வையிட்டார்.

இதைத்தொடர்ந்து, ஜெயலலிதா சிகிச்சை பெற்று வந்த அப்பல்லோ மருத்துவமனையின் 2வது மாடியில் உள்ள தீவிர சிகிச்சை பிரிவு அறை எண். 2008, அங்குள்ள செவிலியர் அறை, கண்ணாடி அறை, அங்குள்ள நடைபாதை, ஜெயலலிதா சிகிச்சையில் இருந்த போது அப்பல்லோ மருத்துவமனையில் அமைச்சர்கள் மற்றும் முக்கிய பிரமுகர்கள் இருந்த இடம், ஜெயலலிதாவுக்கு அளிக்கப்பட்ட சிகிச்சையை மேற்பார்வையிட அமைக்கப்பட்ட அரசு மருத்துவர்கள் குழு, அரசு செயலாளர்கள் போன்றவர்கள் இருந்த இடம், ஜெயலலிதாவின் உடல்நிலை குறித்து அமைச்சர்கள், அதிகாரிகள், முக்கிய பிரமுகர்களுக்கு அவ்வப்போது மருத்துவர்கள் விளக்கிக்கூறிய இடம், சசிகலா, அவரது குடும்ப உறுப்பினர்கள் தங்கி இருந்த அறை, ஜெயலலிதாவுக்கு உணவு தயாரித்து வழங்கப்பட்ட சமையல் அறை ஆகியவற்றை ஆணையத்தின் வழக்குரைஞர்கள் இரவு 7 மணி முதல் 7.45 மணி வரை ஆய்வு செய்தனர்.

ஜெ.தீபாவும் தனது வழக்குரைஞருடன் இரவு 8.15 மணி முதல் 8.40 மணி வரை ஆணைய வழக்குரைஞர்கள் ஆய்வு செய்த அனைத்து இடங்களையும் பார்வையிட்டார். ஆய்வை முடித்துவிட்டு வெளியே வந்த ஆணையத்தின் வழக்குரைஞர்கள், 'ஜெயலலிதா சிகிச்சை பெற்று வந்த சிறப்பு வார்டு உள்ளிட்ட அனைத்து இடங்களையும் பார்வையிட்டோம். ஆய்வுக்கு மருத்துவமனை நிர்வாகம் முழு ஒத்துழைப்பு அளித்தது. இனிவரும் காலங்களில் நடைபெறும் விசாரணைக்கு இந்த ஆய்வு உதவியாக இருக்கும் என்று நம்புகிறோம்' என்றனர்.

சசிகலா தரப்பு வழக்குரைஞர்கள் கூறும்போது, 'ஆய்வுக்கு அப்பல்லோ மருத்துவமனை நிர்வாகம் முழு ஒத்துழைப்பு அளித்தது. அப்பல்லோ மருத்துவமனை செவிலியர்கள், மருத்துவர்கள் ஜெயலலிதாவுக்கு எந்த அளவுக்கு உணர்வுபூர்வமாக சிகிச்சை அளித்தார்கள் என்பதை இங்கு வந்த பின்னர்தான் தெரிந்து கொண்டோம்' என்றனர்.

அப்பல்லோ மருத்துவமனையில் சிகிச்சையில் இருந்தபோது ஜெயலலிதா ஜூஸ் குடிப்பது போன்ற வீடியோ அவரது

மறைவுக்கு பின்பு வெளியானது. அவ்வாறு ஜெயலலிதா ஜூஸ் குடித்தபோது இருந்ததாக கூறப்பட்ட அறையை ஆணையத்தின் வழக்குரைஞர்கள் ஆய்வு செய்தனர். அந்த அறையின் அமைப்பும், வீடியோவில் உள்ள காட்சிகளும் முரண்படுவதால் அந்த வீடியோ உண்மையானதா? என்ற சந்தேகம் ஆணையத்துக்கு எழுந்தது.

ஜெயலலிதா ஜூஸ் குடிப்பது போன்ற வீடியோவில் கண்ணாடி போன்ற ஜன்னல் இருப்பதும், அறையை ஒட்டி செடிகள் இருப்பதும் தெரியும். ஜெயலலிதா கண்ணாடி வழியாக வெளியே பார்க்கும்போது பசுமையாக தெரிய வேண்டும் என்பதற்காக செயற்கையாக செடிகளை வைத்திருந்ததாக அப்பல்லோ நிர்வாகம் தரப்பில் தெரிவிக்கப்பட்டது. அந்த அறையில் ஜெயலலிதா டி.வி. பார்த்துக் கொண்டே ஜூஸ் குடித்ததாக கூறப்பட்டது.

அந்த அறையின் அமைப்புப்படி பார்த்தால் ஜெயலலிதா படுத்திருந்த இடத்துக்கு எதிரே வாசல்தான் உள்ளது. அங்கு டி.வி. இருக்க வாய்ப்பு இல்லை. அதேபோன்று ஜன்னலும் இல்லை. வீடியோவில் இருந்த அமைப்பே அந்த அறையில் இல்லை. இதன்மூலம் அந்த வீடியோ உண்மையானதா? என்ற சந்தேகம் எழுந்தது.

அமைச்சர்கள் இருந்ததாக கூறப்படும் அறையில் இருந்து ஜெயலலிதாவை பார்க்க முடியாது. ஜெயலலிதா சிகிச்சை பெற்று வந்த அறைக்குள் யார், யார் செல்கிறார்கள் என்பதை அமைச்சர்கள் பார்க்கலாம். அதேபோன்று ஜெயலலிதா சிகிச்சையை மேற்பார்வையிட அமைக்கப்பட்ட அரசு மருத்துவர்கள் குழுவினருக்காக ஒதுக்கப்பட்ட அறையில் இருந்தும் ஜெயலலிதா அறையில் என்ன நடக்கிறது? என்பதை பார்க்க முடியாது. எனவே அவர்கள், ஜெயலலிதா அறையில் என்ன நடக்கிறது? என்பதை தெரிந்திருக்க முடியாது.

ஜெயலலிதா இருந்த தீவிர சிகிச்சை பிரிவு அறை எண். 2008ஐ பொறுத்தமட்டில் 14க்கு 14 அடி அளவில்தான் இருந்தது. அந்த அறையில் 8 அடி அகலத்துக்கு மருத்துவ சிகிச்சைக்கான எந்திரம் (மெஷின்) வைக்கப்பட்டுள்ளது. மீதமுள்ள இடத்தில்தான் ஜெயலலிதா படுத்திருந்த கட்டில் உள்ளது. அந்த அறையில் 2 பேர் மட்டுமே நிற்க முடியும். சசிகலா தங்கியிருந்தது

'சூட் ரூம்' எனப்படும் சொகுசு அறை ஆகும். இந்த அறை 30க்கு 30 அடி என்ற அளவில் இருந்தது.சசிகலா தங்கியிருந்த அறையை ஒட்டி 5 அறைகளில் அவரது உறவினர்கள் தங்கி இருந்தனர். அந்த அறைகளில் பெரிய ஷோபாக்கள், பிரிட்ஜ் உள்ளிட்ட அனைத்து வசதிகளும் உள்ளன.என்று ஆணைய வட்டாரங்கள் தெரிவித்தன.

*

46
முன்னிலையாக மறுத்த குருமூர்த்தி

ஜெயலலிதா, அப்பல்லோ மருத்துவமனையில் அனுமதிக்கப் பட்டிருந்தபோது நரம்பு பாதிப்பால் அவருக்கு கை நடுக்கம் இருந்தது என்ற புதிய தகவல் விசாரணையில் தெரியவந்தது.

ஆறுமுகசாமி ஆணையத்தில் அப்பல்லோ மருத்துவ மனையின் நரம்பியல் மருத்துவர் அருட்செல்வன், கதிரியக்க மருத்துவர் (ரேடியாலாஜிஸ்ட்) ரவிக்குமார் ஆகியோர் முன்னிலை ஆகினர். மருத்துவர் அருட்செல்வன் அளித்த வாக்குமூலத்தில், 'ஜெயலலிதா அப்பல்லோ மருத்துவமனையில் அனுமதிக்கப்பட்டிருந்த போது நரம்பு பாதிப்பால் அவருக்கு கை நடுக்கம் இருந்தது. இதற்காக அவருக்கு சிகிச்சை அளித்தேன். அதன்பின்பு கை நடுக்கம் சரியானது' என்று கூறினார்.

ஜெயலலிதாவுக்கு நுரையீரலில் நீர்தேங்கி இருக்கிறதா? என்பதை சி.டி.ஸ்கேன் மூலம் கண்டறிய முடியவில்லை என கதிரியக்க மருத்துவர் ரவிக்குமார் தெரிவித்தார். அல்ட்ரா ஸ்கேன் மூலம் நுரையீரலில் நீர் இருப்பதை உறுதி செய்தோம். இதைத் தொடர்ந்து அதற்கு உரிய சிகிச்சை அளிக்கப்பட்டது' என்று அவர் வாக்குமூலம் அளித்தார்.

அதே நேரத்தில், ஆணையத்தில் முன்னிலையாவதில் இருந்து விலக்கு கோரி ஆடிட்டர் குருமூர்த்தி தாக்கல் செய்த மனுவை ஆறுமுகசாமி ஆணையம் தள்ளுபடி செய்தது. ஜெயலலிதா மரணம் தொடர்பாக ஒரு நபர் ஆணையம் அமைத்து விசாரிக்கப்பட வேண்டும் என்று ஆடிட்டரும்,

குருமூர்த்தி

துக்ளக் இதழின் ஆசிரியருமான குருமூர்த்தி ஏற்கனவே கருத்து தெரிவித்ததை தொடர்ந்து அவரிடம் விசாரணை நடத்த ஆணையம் 2 முறை அழைப்பாணை அனுப்பியது.

முதல் முறை அழைப்பாணை அனுப்பிய போது, ஆன்மிகச் சுற்றுலா செல்ல இருப்பதாக குருமூர்த்தி தெரிவித்ததை தொடர்ந்து அவர் ஆணையத்தில் முன்னிலையாவதில் இருந்து விலக்கு அளிக்கப்பட்டது. இரண்டாவது முறை அழைப்பாணை அனுப்பிய போது, ஜெயலலிதா மரணம் குறித்து தனக்கு எதுவும் தெரியாது என்பதால் ஆணையத்தில் முன்னிலையாவதில் இருந்து விலக்கு அளிக்க வேண்டும் என்று தனது வழக்குரைஞர் மூலம் மனு தாக்கல் செய்தார். இந்த மனு நீதிபதி ஆறுமுகசாமி முன்னிலையில் விசாரணைக்கு வந்தது. ஆடிட்டர் குருமூர்த்தி தரப்பில் முன்னிலையான வழக்குரைஞர், "ஜெயலலிதா அப்பல்லோ மருத்துவமனையில் இருந்த போது அவரை குருமூர்த்தி சந்திக்கவில்லை. ஜெயலலிதா மரணம் தொடர்பாக எந்த ஆவணமும் அவரிடம் இல்லை" என்று வாதாடினார். ஆணையம் தரப்பில் முன்னிலையான வழக்குரைஞர் "ஆணைய சட்டப்படி யாரை வேண்டுமானாலும் விசாரணை நடத்த ஆணையத்துக்கு அதிகாரம் உள்ளது. ஆணையம் ஒரு நபரை விசாரிக்க வேண்டுமென்றால், எதற்காக அவரிடம் விசாரணை நடத்தப்பட வேண்டும் என்பதற்கு எந்த ஆவணங்களையும் அளிக்க வேண்டியது இல்லை" என்று வாதாடினார்.

சசிகலா தரப்பில் முன்னிலையான ராஜாசெந்தூர்பாண்டியன், "ஆடிட்டர் குருமூர்த்தி சசிகலா மீது சில குற்றச்சாட்டுகளை கூறி ஜெயலலிதா மரணம் குறித்து ஒரு நபர் ஆணையம் அமைக்கப்பட வேண்டும் என்று பேசி உள்ளார். எனவே, அவரிடம் விசாரணை நடத்த வேண்டும். ஆணையத்தில் முன்னிலையாக விலக்கு கோரிய அவரது மனுவை தள்ளுபடி செய்ய வேண்டும்" என்று வாதாடினார். அனைத்து தரப்பு வாதங்களையும் கேட்ட நீதிபதி, ஆடிட்டர் குருமூர்த்தி மனுவை தள்ளுபடி செய்து ஆணையிட்டார். மேலும், ஒரு நிகழ்வு தொடர்பாக விசாரணை நடத்த ஆணையம் அமைக்கப்படும் போது அதுதொடர்பான ஆவணங்கள் பரிசீலனைக்காக அரசு தரப்பில் ஆணையத்துக்கு அளிக்கப்படும். ஜெயலலிதா மரணம் தொடர்பான விவகாரத்தை பொறுத்தமட்டில் எந்த ஆவணங்களும் அரசு தரப்பில் அளிக்கப்படவில்லை.

யார், யாரை விசாரிக்க வேண்டும் என்று ஆணையமே முடிவு செய்து விசாரணையை மேற்கொண்டு வருகிறது. பத்திரிகை, தொலைக்காட்சிகளில் வந்த செய்திகள் மற்றும் ஆணையத்தில் விளக்கம் அளித்தவர்கள் கொடுத்த ஆவணங்கள் அடிப்படையிலும் விசாரணை தொடர்ந்து வருகிறது. அந்த அடிப்படையில்தான் ஆடிட்டர் குருமூர்த்தியிடம் விசாரணை மேற்கொள்ள ஆணையம் முடிவு செய்துள்ளது.

ஆணையத்தில் ஏற்கனவே முன்னிலையாகி சாட்சியம் அளித்த சசிகலாவின் அண்ணி இளவரசியின் மகள் கிருஷ்ணப்பிரியா, முன்னாள் நாடாளுமன்ற உறுப்பினர் மனோஜ் பாண்டியன், பத்திரிகையாளர் சோ மகன் ஸ்ரீராம் ஆகியோர் 'துக்ளக்' இதழில் வந்த கட்டுரைகள் அடிப்படையில் சாட்சியம் அளித்துள்ளனர். இதை உறுதி செய்ய வேண்டி உள்ளது. இதைச் செய்தால் மட்டுமே ஒரு சரியான முடிவுக்கு ஆணையம் வர முடியும். குருமூர்த்தியிடம் விசாரணை நடத்தப்பட வேண்டியது அவசியம் என்பதால் அவரது மனு தள்ளுபடி செய்யப்படுகிறது. ஆணையம் அழைப்பாணை அனுப்பும்போது அவர் கண்டிப்பாக நேரில் முன்னிலையாக வேண்டும் என்றும் நீதிபதி ஆணை யிட்டார்.

இந்நிலையில், ஜெயலலிதா அப்பல்லோ மருத்துவமனையில் அனுமதிக்கப்பட்டிருந்த போது சிகிச்சை அளிக்க வந்த டெல்லி

எய்மஸ் மருத்துவர்கள் ஜி.சி.கில்னானி, அஞ்சன்டிரிகோ, நிதிஷ்நாயக் ஆகியோர் முன்னிலையாக அழைப்பாணை அனுப்பப்பட்டது. அதன்படி முன்னிலையாகி வாக்குமூலம் அளித்த அவர்கள், “ஜெயலலிதா அப்பல்லோவில் சேர்க்கப்பட்ட நாளில் இருந்து கவலைக்கிடமாகவே இருந்துள்ளார் என்பதை மருத்துவ ஆவணங்கள் மூலம் தெரிந்து கொண்டோம். ஜெயலலிதாவுக்கு நாங்கள் சிகிச்சை அளிக்கவில்லை, சிகிச்சையை மேற்பார்வையிடவே அழைக்கப்பட்டோம்” என அவர்கள் வாக்குமூலம் அளித்தனர்.

*

47

கட்டைவிரலை உயர்த்திக் காட்டிய ஜெயலலிதா

ஆறுமுகசாமி ஆணையத்தில் தமிழக முன்னாள் ஆளுநர் வித்யாசாகர் ராவின் செயலாளராக இருந்த ஐ.ஏ.எஸ். அதிகாரி ரமேஷ்சந்த் மீனா முன்னிலையாகி விளக்கம் அளித்தார். ஜெயலலிதா சிகிச்சையின்போது ஆளுநரின் செயல்பாடுகள் குறித்து ஆணையத்தின் வழக்குரைஞர்கள் அவரிடம் சரமாரியாக கேள்விகளை தொடுத்தனர். விசாரணை முடிவில், சசிகலா தரப்பு வழக்குரைஞர் செய்தியாளர்களிடம் விசாரணையின் சாராம்சத்தை விளக்கினார்.

ஐ.ஏ.எஸ். அதிகாரி ரமேஷ்சந்த் மீனாவிடம் ஆணையம் விசாரணை நடத்தியபோது, 2016 ஆம் ஆண்டு அக்டோபர் 1 மற்றும் 22 ஆகிய தேதிகளில் அப்பல்லோ மருத்துவமனையில் சிகிச்சை பெற்றுவந்த ஜெயலலிதாவை ஆளுநர் பார்த்தார் என்பதை அவர் சாட்சியமாக குறிப்பிட்டார். குறிப்பாக 22 ஆம் தேதி ஆளுநர் பார்த்த போது, ஜெயலலிதா அமர்ந்து இருந்ததாகவும், ஆளுநரைப் பார்த்து கட்டை விரலை உயர்த்தித் காட்டியதாகவும் ஆளுநர் தன்னிடம் கூறி மகிழ்ச்சி அடைந்தார் என்றும் சாட்சி அளித்துள்ளார்.

இதன்மூலம் ஜெயலலிதா கோமாவில் இருந்தார், உயிரோடு இல்லை என்றெல்லாம் கூறப்பட்டு வந்த விசயங்கள் அனைத்தும் பொய் என்பது தெளிவாகி உள்ளது. ஆளுநர் ஜெயலலிதாவை கண்ணாடி வழியாக பார்த்தாரா? அல்லது நேரடியாக பார்த்தாரா? என்ற கேள்விக்கு அவர் பதிலளிக்கும்போது, ஜெயலலிதா சிகிச்சை பெற்று வந்த தீவிர சிகிச்சை பிரிவு

அறைக்குள் ஆளுநர் சென்றார். அவர் கண்ணாடி வழியாக பார்த்தாரா? நேரடியாக பார்த்தாரா? என்பது எனக்கு தெரியாது. பின்னர் காரில் செல்லும் போது இந்த தகவலை தெரிவித்து 'மகிழ்ச்சியாக இருக்கிறது' என்று தன்னிடம் கூறிய தாக ரமேஷ்சந்த மீனா தெரிவித்தார்.

2016 ஆம் ஆண்டு அக்டோபர் 1ஆம் தேதி ஜெயலலிதாவை ஆளுநர் பார்த்தபோது, சிகிச்சை பெற்றபடி படுத்தநிலையில் இருந்ததாக தெரிவித்துள்ளார். அரசு வெளியிட்ட செய்திக் குறிப்புகள் குறித்தும் ரமேஷ் சந்த் மீனாவிடம் கேள்விகள் எழுப்பப்பட்டது. அதற்கு அவர், ஜெயலலிதாவின் தனிப்பட்ட விஷயங்கள் மற்றும் மக்களின் மன நிலையை கருத்தில்கொண்டு, மக்கள் உணர்ச்சிவசப்பட்டுவிடக் கூடாது என்பதற்காக முழுவதுமான தகவல்களை வெளியிடாமல், சிகிச்சை தொடர்பான உடல்நிலை குறித்த விஷயங்களை மட்டும் செய்திக்குறிப்பில் வெளியிட்டோம் என்று பதிவு செய்துள்ளார். மேலும் ஜெயலலிதாவின் உடல்நிலை குறித்து தலைமைச் செயலாளரிடமும், மருத்துவர் பாலாஜியிடமும் ஆளுநர் அவ்வப்போது கேட்டுத் தெரிந்துகொண்டார் என்பதையும் பதிவு செய்திருக்கிறார்.

ரமேஷ் சந்த் மீனாவிடம் ஆணைய வழகுகுரைஞர்கள் சரமாரியாக கேள்விகளை கேட்டனர்.ஜெயலலிதாவின் உடல் நிலை குறித்து மத்திய அரசுக்கு எதன் அடிப்படையில் அறிக்கை அனுப்பப்பட்டது. 2016ஆம் ஆண்டு அக்டோபர் 1 ஆம்தேதியே அபாயகரமான நிலையில் இருந்த ஜெயலலிதாவை மேல் சிகிச்சைக்காக வெளிநாட்டிற்கு அழைத்து செல்வதற்கான முயற்சியை ஆளுநர் மேற்கொள்ளாதது ஏன்? என சரமாரியாக கேள்வி எழுப்பப்பட்டது.

2011ஆம் ஆண்டு சசிகலா போயஸ் கார்டனில் இருந்து வெளியேற்றப்பட்ட பின்பு ஜெயலலிதா தனியாக இருந்தார். பின்பு சசிகலாவை ஜெயலலிதா தன்னுடன் இருக்குமாறு அழைத்துக்கொண்டார். இந்தச் சூழலில் 2016ஆம் ஆண்டு செப்டம்பர் 23ஆம் தேதி மிகவும் அபாயகரமான நிலையில் இருந்துள்ளார். அக்டோபர் 1ஆம்தேதி லண்டன் மருத்துவர் ரிச்சர்ட் பீலே மருத்துவ அறிக்கையில் 40 சதவீதமே உயிர் பிழைப்பதற்கான வாய்ப்பு உள்ளது என்றும், மிகவும்

அபாயகரமான நிலையில் இருப்பதாகவும் தெரிவித்து இருக்கிறார். அதை பார்த்த பின்பும் ஏன் வெளிநாட்டுக்கு மேல் சிகிச்சைக்கு அழைத்து செல்லவில்லை. அவருடன் இருந்தவர்களும் எந்த முடிவும் எடுக்கவில்லையா? என ரமேஷ் சந்த் மீனாவிடம் கேள்வி எழுப்பப்பட்டது.

ஜெயலலிதா உடல் நிலை குறித்து இரண்டு பொதுநல வழக்குகள் போடப்பட்டு இருந்தன. அப்போது வெளியான மருத்துவ அறிக்கைகளுக்கும் உண்மையாக ஜெயலலிதாவிற்கு இருந்த உடல்நிலை குறித்த மருத்துவ அறிக்கைக்கும் பல வித்தியாசம் இருந்துள்ளது. மருத்துவ அறிக்கைகள் குறித்து கேள்வி எழுப்பவில்லையா? ஆளுநர் ஏன் கேள்வி கேட்க முயற்சிகள் எடுக்கவில்லை? என ஆணையம் அடுக்கடுக்கான கேள்வியை கேட்டது. நவம்பர், டிசம்பரில் இரண்டு அப்பல்லோ நிகழ்ச்சியில் ஆளுநர் பங்கேற்றார். அப்போது அப்பல்லோ மருத்துவர்களிடம் ஜெயலலிதா உடல்நிலை குறித்து கேட்டாரா?. சிகிச்சை அளித்த மருத்துவர்களிடம் எதுவும் கேட்காமல் மத்திய அரசுக்கு எவ்வாறான அறிக்கை அனுப்பப்பட்டது என எழுப்பிய கேள்விகளுக்கு அவர் உரிய பதில் அளிக்கவில்லை என்று கூறப்படுகிறது.

2016ஆம் ஆண்டு அக்டோபர் 1ஆம் தேதி அபாயகரமான நிலையில் ஜெயலலிதா இருந்த நிலையில் ஏன் அக்டோபர் 10 ஆம் தேதி துறை மாற்றம் செய்யப்பட்டுள்ளது. அதுவும், நிர்வாகத்தை நடத்த நடவடிக்கை எடுக்க வேண்டும் என எதிர்கட்சிகளின் கோரிக்கைகள் வலுப்பெற்ற நிலையில்தான் துறைகள் மாற்றம் நடைபெற்றதா? என ஆளுநரின் செயலாளர் ரமேஷ் சந்த் மீனாவிடம் பல்வேறு கேள்விகள் எழுப்பப்பட்டன. ஆனால் முறையான பதில் இல்லாததால் முன்னாள் ஆளுநர் வித்யாசாகர் ராவை விசாரிக்க வேண்டிய நிலை ஆணையத்துக்கு ஏற்பட்டது. அதில், சட்ட சிக்கல்கள் இருப்பதால் அது குறித்து ஆலோசித்து முடிவு செய்ய ஆணையம் தீர்மானித்தது.

ஜெயலலிதாவின் மருத்துவர் சிவக்குமார் ஆணையத்தில் ஏற்கனவே அளித்த வாக்கு மூலத்தில், ஆளுநர் அப்பல்லோவில் ஜெயலலிதாவை பார்க்கும்போது தான் உடன் இருந்ததாகவும், கண்ணாடி வழியாக பார்த்தபோது ஜெயலலிதா பிசியோதெரபி சிகிச்சை பெற்று வந்ததால் ஆளுநரை பார்த்து கை அசைக்கவில்லை என்றும் தெரிவித்து இருந்தார்.

தற்போது ரமேஷ்சந்த் மீனா ஜெயலலிதா ஆளுநரைப் பார்த்து கட்டை விரலை உயர்த்திக் காட்டினார் என்று கூறியுள்ள நிலையில், ஆளுநரைப் பார்த்து ஜெயலலிதா கையை அசைத்தாரா? இல்லையா? என்ற விவகாரம் சர்ச்சையாக மாறியது. எனவே, வித்யாசாகர் ராவை அழைத்து விசாரித்தால் மட்டுமே இந்த விவகாரத்தின் உண்மை தெரியவரும் என்று ஆணையம் கருதுகிறது.எனினும், சட்டத்தின்படி குடியரசுத் தலைவரையோ, ஆளுநரையோ விசாரிக்க முடியாது. எனவே இதுகுறித்து ஆணையம் ஆலோசித்து வருகிறது என்று ஆணைய தரப்பு வழக்குரைஞர் கூறினார்.

இதனிடையே, ஜெயலலிதா சிகிச்சை தொடர்பான அறிக்கைகள் அனைத்தையும் தமிழக அரசுதான் வெளியிட்டது என அப்பல்லோ தரப்பு வழக்குரைஞர் மஹிபுனா பாட்ஷா கூறினார்.

அப்பல்லோ தலைமை நிர்வாக அதிகாரியான சுப்பையா விஸ்வநாதன் ஆணையத்தில் நேரடியாக முன்னிலையாகி விளக்கம் அளித்தார். ஜெயலலிதாவின் சிகிச்சை தொடர்பாக அப்பல்லோ வெளியிட்ட மருத்துவ அறிக்கைகளில் கையெழுத்து போட்டவர் என்ற அடிப்படையில் அவர் விசாரணைக்கு அழைக்கப்பட்டு இருந்தார். சுப்பையா விஸ்வநாதனிடம் ஜெயலலிதா மருத்துவமனையில் சிகிச்சைக்காக அனுமதிக்கப்பட்ட மறுநாள் அதாவது, 2016 செப்டம்பர் 23ஆம் தேதி வெளியிடப்பட்ட மருத்துவ அறிக்கையும், ஜெயலலிதா மறைந்த பின் கொடுக்கப்பட்டுள்ள டிஸ்சார்ஜ் தொடர்பான பதிவேட்டில் உள்ள தகவல்களும் ஒத்துப்போகவில்லையே? அறிக்கைகளில் கொடுக்கப்பட்டுள்ளவை உண்மையா? அல்லது டிஸ்சார்ஜ் பதிவேட்டில் குறிப்பிட்டு இருப்பது உண்மையா? என சரமாரியாக கேள்விகளை நீதிபதி ஆறுமுகசாமி எழுப்பினார்.

இந்த நிலையில் மறு விசாரணைக்காக ஜெயலலிதாவின் தனி செயலாளர் ஐ.ஏ.எஸ். அதிகாரி ராமலிங்கம் ஆணையத்தில் மீண்டும் முன்னிலையானார். அவரிடம் ஜெயலலிதாவின் சிகிச்சை தொடர்பான மருத்துவ அறிக்கைகள் குறித்து விசாரணை நடத்தப்பட்டது. இதே போன்று அப்பல்லோ மருத்துவமனையின் தலைமை பிசியோ தெரபிஸ்ட் டாக்டர் ராஜ் பிரசன்னா, இதயநோய் சிகிச்சை வழங்கிய அப்பல்லோ டாக்டர் சாய் சதீஷ் ஆகியோர் விசாரணை ஆணையத்தில்

முன்னிலை ஆகினர். விசாரணைக்குப் பிறகு செய்தியாளர்களிடம் பேசிய அப்பல்லோ தரப்பு வழக்குரைஞர் மஹிபுனா பாட்ஷா கூறியதாவது:

ஜெயலலிதாவின் தனி செயலாளராக இருந்த ஐ.ஏ.எஸ். அதிகாரி ராமலிங்கம் விசாரணை ஆணையத்தில் முன்னிலையாகியிருந்தார். அப்போது, ஜெயலலிதா சிகிச்சை பெற்று வந்த 75 நாட்களும் அவரது உடல்நலம் குறித்து தமிழக அரசுதான் பத்திரிகை செய்தி வெளியிட்டது என்றும், தகவல் மற்றும் மக்கள் தொடர்பு துறை சார்பில்தான் வெளியிடப்பட்டதாகவும், அப்பல்லோ மருத்துவமனை தரப்பில் வெளியிடப்படவில்லை என்றும் ராமலிங்கம் விசாரணை ஆணையத்தில் ஒப்புக்கொண்டுள்ளார்.

முதலமைச்சரின் உடல் நலம் குறித்து பொதுமக்களுக்கு தகவல் தெரிவிப்பது மக்கள் தொடர்பு துறையின் கடமை. இதனை தனியார் நிறுவனமான அப்பல்லோ மருத்துவமனை செய்ய முடியாது. அப்பல்லோ நிர்வாகம் ஜெயலலிதா உடல்நலம் குறித்து பொதுமக்களுக்கு தகவல் எதுவும் வெளியிடவில்லை. அரசாங்கம்தான் வெளியிட்டுள்ளது. மேலும், இந்த சம்பவம் குறித்து இந்த நேரத்தில் வெளிப்படையாக எல்லா கருத்துகளையும் தெரிவிக்க முடியாது என்றும் அவர் கூறினார்.

*

48
இடைக்கால அறிக்கை தாக்கல் உண்டா?

ஆறுமுகசாமி ஆணையம் 100க்கும் மேற்பட்டவர்களிடம் விசாரணை மேற்கொண்ட நிலையில் விசாரணை முக்கிய கட்டத்தை எட்டியது. ஜெயலலிதாவுக்கு பெரும்பாலான நாட்கள் சிகிச்சை அளித்த இருதய நோய் தடுப்பு சிறப்பு மருத்துவர்கள், தீவிர சிகிச்சைப் பிரிவு மருத்துவர்களிடம் சசிகலா தரப்பு வழக்குரைஞர்களும் அப்பல்லோ தரப்பு வழக்குரைஞர்களும் குறுக்கு விசாரணை நடத்தினர். அப்போது, பலர் ஜெயலலிதா சிகிச்சை தொடர்பாக சாட்சியத்தின்போது ஒரு தகவலையும், குறுக்கு விசாரணையின்போது வேறொரு தகவலையும் கூறினர்.

இதனால் எது உண்மை? என்பதை கண்டறிவதில் சிக்கல் ஏற்பட்டது. ஜெயலலிதாவுக்கு சிகிச்சை அளித்த முக்கியமான மருத்துவர்களிடம் விசாரணை தொடங்கிய நிலையில் அவர்கள் விசாரணை, குறுக்கு விசாரணையின்போது முன்னுக்குப்பின் முரணாக பதில் அளிப்பதை தவிர்க்க விசாரணை தினத்தன்றே குறுக்கு விசாரணையை மேற்கொள்ள ஆணையம் முடிவு செய்தது. அதாவது ஆணையம் கேட்கும் கேள்விகளுக்கு பதில் அளிக்கும் மருத்துவர்கள், அன்றைய தினமே சசிகலா தரப்பு மற்றும் அப்பல்லோ தரப்பின் குறுக்கு விசாரணைக்கும் பதில் அளிக்க வேண்டும் என்று ஆணையம் உத்தரவு போட்டது.

அப்பல்லோ மருத்துவமனையின் மருத்துவ உபகரண தொழில்நுட்ப பணியாளர் மதிவாணன் ஆணையத்தில் முன்னிலையானார். ஜெயலலிதா சிகிச்சை பெற்று வந்த அறையில் மருத்துவ உபகரணங்களை தினசரி மேற்பார்வையிட்டு

அவை சரியான முறையில் இயங்குகின்றனவா? என்பதை இவர் உறுதி செய்ததாகவும், அவ்வாறு செல்லும்போது ஜெயலலிதா தன்னைப் பார்த்து ஒரு முறை கை அசைத்ததாகவும் அவர் சாட்சியம் அளித்தார்.

இந்த நிலையில் இருதய நோய் தடுப்பு சிறப்பு மருத்துவர் சத்தியமூர்த்தி ஆணையத்தில் முன்னிலையானார். அப்போது அவர், '22.9.2016 அன்று இரவு 9.45 மணிக்கு முதலமைச்சர் ஜெயலலிதா இருதய நோயால் பாதிக்கப்பட்டு மருத்துவமனைக்கு சிகிச்சைக்கு வர இருப்பதாகவும், உடனடியாக மருத்துவமனைக்கு புறப்பட்டு வருமாறு மருத்துவமனையின் அவசர சிகிச்சை பிரிவு மேலாளர் தனக்கு தகவல் தெரிவித்ததாகவும் கூறினார். உடனடியாக நான் ஆழ்வார்பேட்டையில் உள்ள வீட்டில் இருந்து புறப்பட்டு மருத்துவமனைக்கு வந்தேன். நான் மருத்துவமனைக்கு வந்த பின்னர்தான் ஜெயலலிதாவை ஏற்றி வந்த ஆம்புலன்ஸ் மருத்துவமனை வந்து சேர்ந்தது. ஜெயலலிதா மருத்துவமனையில் அனுமதிக்கப்பட்ட போது அவருக்கு ரத்த அழுத்தம் ஏற்ற, இறக்கமாக இருந்தது. தற்காலிகமாக அவருக்கு இதயத் துடிப்பை சீராக்க பேஸ் மேக்கர் பொருத்தினோம்' என்று சாட்சியம் அளித்தார்.

ஜெயலலிதாவுக்கு உடல்நிலை பாதிப்பு ஏற்பட்ட தகவல் அப்பல்லோ மருத்துவமனைக்கு 22.9.2016 அன்று இரவு 10 மணிக்குதான் தெரிவிக்கப்பட்டது என்று அப்பல்லோ மருத்துவர்கள், ஆம்புலன்ஸ் ஓட்டுநர் ஆகியோர் ஏற்கனவே ஆணையத்தில் விளக்கம் அளித்துள்ள நிலையில், மருத்துவர் சத்தியமூர்த்தி இரவு 9.45 மணிக்கு தனக்கு தகவல் சொல்லப்பட்டதாக கூறியது குறித்து சசிகலா தரப்பு வழக்குரைஞர் ராஜாசெந்தூர்பாண்டியன் அவரிடம் குறுக்கு விசாரணை செய்தார்.

அதற்கு மருத்துவர் சத்தியமூர்த்தி, உத்தேசமாக இரவு 9.45 மணி இருக்கும் என்றும், அதுதான் மிகச்சரியான நேரம் என கூற முடியாது என்றும் பதில் அளித்தார். இதனால் கோபம் அடைந்த நீதிபதி ஆறுமுகசாமி, ஏன் முன்னுக்கு பின் முரணாக பதில் அளிக்கிறீர்கள்? என்று கேள்வி எழுப்பினார். தொடர்ந்து மருத்துவர் சத்தியமூர்த்தியிடம் சுமார் 3 மணி நேரம் விசாரணை நடைபெற்றது.

இந்தநிலையில் துணை முதலமைச்சர் ஓ.பன்னீர்செல்வம், சசிகலா, முன்னாள் தலைமை செயலாளர் ராமமோகனராவ் உள்பட 4 பேரையும் ஆணையம் விசாரிக்க வேண்டும், அவர்களிடம் குறுக்கு விசாரணை நடத்த தனக்கு அனுமதி அளிக்க வேண்டும் என்றும் ஜோசப் என்பவர் ஆணையத்தில் மனு தாக்கல் செய்தார்.

இந்த மனுவை விசாரித்த நீதிபதி ஆறுமுகசாமி, 'ஓ.பன்னீர்செல்வம் உள்பட 4 பேரையும் விசாரிப்பது குறித்து ஆணையம் இதுவரை முடிவு செய்யவில்லை. அவ்வாறு முடிவு செய்யாதபோது எந்த உத்தரவும் பிறப்பிக்க முடியாது. ஒருவேளை அவர்களை விசாரிக்கக்கூடிய தருணம் வந்தால் மனுதாரர் ஜோசப் மனு தாக்கல் செய்து உரிய பரிகாரம் தேடிக்கொள்ளலாம்' என்று கூறி மனுவை முடித்து வைத்தார்.

விசாரணை முடிவடைந்து வெளியே வந்த சசிகலா தரப்பு வழக்குரைஞர் ராஜா செந்தூர்பாண்டியன், '22.9.2016 அன்று ஜெயலலிதா அப்பல்லோ மருத்துவமனையில் அனுமதிக்கப்பட்டது முதல் 4.12.2016 அன்று ஜெயலலிதாவுக்கு மாரடைப்பு ஏற்பட்டது வரை என்ன நடந்தது என்பதை அப்பல்லோ மருத்துவர்கள் வாக்குமூலமாக ஆணையத்தில் பதிவு செய்துள்ளனர். இதுவரை நடந்த விசாரணை அடிப்படையில் ஆணையமே இடைக்கால அறிக்கை வெளியிட்டால் சரியாக இருக்கும் என கூறினார். ஆனால், ஆணையம் இடைக்கால அறிக்கை தாக்கல் செய்யுமா, அல்லது விரைவில் விசாரணையை முடித்து முழுமையான அறிகைகையை தாக்கல் செய்யுமா? என்ற கேள்வி எழுந்த்து.

அதேபோல், ஜெயலலிதா சிகிச்சையில் இருந்தபோது பழச்சாறு குடிப்பது போன்ற வீடியோ பதிவை வெற்றிவேல், ஆணையத்தில் தாக்கல் செய்துள்ளார். அந்த ஒளிப்பதிவு இதுவரை ஆணையத்தால் தடயவியல் பரிசோதனைக்கு அனுப்பி வைக்கப்படவில்லை. அந்த ஒளிப்பதிவை தடயவியல் பரிசோதனைக்கு அனுப்பி அது உண்மையானதா போலியானதா என்பதை கண்டறிந்து அதையும் மக்களுக்கு வெளிப்படுத்த வேண்டும் என்ற கோரிக்கையையும் வழக்குரைஞர் ராஜா செந்தூர்பாண்டியன் முன்வைத்தார்.

*

49
எம்.ஜி.ஆரின் சிகிச்சை ஆவணங்கள் எங்கே?

ஜெயலலிதா மரணம் தொடர்பாக விசாரணை நடத்தி வந்த நீதிபதி ஆறுமுகசாமி ஆணையம் திடீரென எம்ஜிஆருக்கு அளிக்கப்பட்ட சிகிச்சை தொடர்பான ஆவணங்களை வழங்கும்படி அப்பல்லோ மருத்துவமனைக்கு ஆணையிட்டது பரபரப்பை ஏற்படுத்தியது.

ஜெயலலிதா அனுமதிக்கப்பட்டிருந்த அப்பல்லோ மருத்துவமனை நிர்வாகம் மீது பல்வேறு கேள்விக் கணைகளை தொடுத்து வந்த ஆணையம், இது தொடர்பாக தொடர்ந்து விசாரணை நடத்தி வாக்குமூலங்களை பதிவு செய்து வந்தது. ஜெயலலிதாவின் உடல்நிலை மோசமானதையடுத்து அமெரிக்காவிற்கு அவரை கொண்டு சென்று சிகிச்சை அளித்திருக்கலாம் என பலர் கருத்து தெரிவித்தனர். எம்ஜிஆருக்கு அளித்ததுபோன்று ஜெயலலிதாவுக்கு ஏன் அமெரிக்காவில் சிகிச்சை அளிக்கவில்லை? என்ற கேள்வியும் எழுந்தது. இந்த விவகாரம் ஒரு கட்டத்தில் பூதாகரமாக வெடித்தது.

1984ம் ஆண்டு இதே அப்பல்லோ மருத்துவமனையில் சிகிச்சை பெற்று வந்த அப்போதைய முதலமைச்சர் எம்ஜி. ஆர் மேல் சிகிச்சைக்காக அமெரிக்காவுக்கு கொண்டு செல்லப்பட்டார். 1984 ஆம் ஆண்டு நவம்பர் மாதம் 5ந்தேதி இரவு எம்.ஜி.ஆர் அமெரிக்கா அழைத்துச் செல்லப்பட்டார். இரவு 10.45 மணிக்கு விமானம் அமெரிக்காவுக்குப் புறப்பட்டது. எம்.ஜி.ஆரின் மனைவி ஜானகி அம்மாள், அமைச்சர் எச்.வி. ஹண்டே, முதல் அமைச்சரின் தனிச்செயலாளர் பரமசிவம்

அப்போலோ மருத்துவமனையில் எம்.ஜி.ஆர்.

மற்றும் மருத்துவர்கள், செவிலியர்கள், உதவியாளர்கள் உள்பட மொத்தம் 21 பேர் அந்த விமானத்தில் சென்றார்கள். வழியில் பெட்ரோல் நிரப்புவதற்காக பம்பாய், லண்டன் ஆகிய இடங்களில் விமானம் தரை இறக்கப்பட்டது. பின்னர் இந்திய நேரப்படி 6ந்தேதி இரவு 10.22 மணிக்கு விமானம் அமெரிக்காவில்உள்ள நியூயார்க் நகரத்தை அடைந்தது. புரூக்ளின் ஆஸ்பத்திரியில் அளிக்கப்பட்ட சிகிச்சையின் மூலம் எம்.ஜி.ஆரின் உடல் நிலையில் சிறப்பான முன்னேற்றம் ஏற்பட்டது.

எம்.ஜி.ஆரை சிகிச்சைக்காக அமெரிக்கா கொண்டு செல்வதற்கான நடைமுறைகள் மற்றும் சிகிச்சை குறித்து ஆறுமுகசாமி ஆணையம் இப்போது விளக்கம் கேட்டது. 1984ல் எம்ஜிஆருக்கு அளிக்கப்பட்ட சிகிச்சை தொடர்பான ஆவணங்களை அக்டோபர் 23ம் தேதிக்குள் (2018 ஆம் ஆண்டு) வழங்கும்படி ஆறுமுகசாமி ஆணையம் உத்தரவிட்டது.

எம்ஜிஆரை அமெரிக்காவுக்கு அழைத்துச் செல்ல எதன் அடிப்படையில் முடிவு செய்யப்பட்டது? அப்பல்லோ மருத்துவமனையில் இருந்து அமெரிக்காவிற்கு அவரை அழைத்துச் செல்வது தொடர்பாக அமைச்சரவையில் எடுத்த முடிவு யார் மூலம் மருத்துவமனைக்கு தெரிவிக்கப்பட்டது? என்ற விவரங்களையும் ஆணையம் கேட்டது.

எம்ஜிஆரை அமெரிக்காவுக்கு அழைத்துச் சென்றதுபோல், ஜெயலலிதாவை அழைத்துச் செல்ல முடியாமல் போனதற்கான காரணத்தை கண்டறியும் முயற்சியாக இந்த ஆவணங்களை ஆறுமுகசாமி ஆணையம் கேட்டது. எம்ஜிஆரின் சிகிச்சை விவரங்களை 34 ஆண்டுகளுக்கு பிறகு ஆணையம் கேட்டிருப்பது விசாரணையில் புதிய திருப்பத்தை ஏற்படுத்தும் என எதிர்பார்க்கப்பட்டது.

இந்நிலையில் 2018 அக்டோபர் 24ந் தேதியோடு ஆறுமுகசாமி ஆணையத்தின் பதவிக்காலம் முடிவுக்கு வந்த்து. இந்தநிலையில் 3வது முறையாக மேலும் 4 மாதங்கள் கால அவகாசம் கேட்டு நீதிபதி ஆறுமுகசாமி தமிழக அரசுக்கு கடிதம் எழுதினார். விசாரணையை இழுத்தடிக்கும் நோக்கம் ஆணையத்துக்கு இல்லை என்றும் இந்த வழக்கை பொறுத்தவரை ஜெயலலிதாவுக்கு அளிக்கப்பட்ட சிகிச்சை, அந்த சிகிச்சை பலனின்றி இறந்தது தொடர்பாக விசாரணை நடத்தி அறிக்கை தாக்கல் செய்யவேண்டும் என்பதே நோக்கம் என்றும் ஆணையம் தரப்பில் கூறப்பட்டது. எந்த அடிப்படையான ஆவணங்களும் இல்லாமல் இந்த விசாரணையைக் கொண்டு செல்ல வேண்டிய கட்டாயம் ஆணையத்துக்கு ஏற்பட்டது. எனவே ஆணையம் அமைத்தவுடன் அதுகுறித்து ஆராய்ந்து நீதிபதி ஒரு தெளிவான பட்டியலை தயார் செய்தார்.

அதாவது ஜெயலலிதாவுடன் நேரடியாக தொடர்பு கொண்டவர்கள், உதவியாளர்கள், பணியாளர்கள், பாதுகாவலர்கள், சிகிச்சை அளித்தவர்கள் என்று ஒரு பட்டியல் தயாரித்து, அவர்களுக்கு அழைப்பாணை அனுப்பப்பட்டு விசாரணை நடத்தப்பட்டது. சசிகலா மற்றும் அப்பல்லோ மருத்துவ மனைக்கு அறிவிக்கை அனுப்பி அவர்களிடம் இருந்து உரிய பதிலை பிரமாண பத்திரமாக ஆணையம் பெற்றது.

சசிகலா 55 பக்கங்களை கொண்ட பிரமாணபத்திரத்தை தாக்கல் செய்தார். இதுதவிர 300க்கும் மேற்பட்ட பொதுமக்களும் பல்வேறு குற்றச்சாட்டுகளை பதிவு செய்தனர். ஆனால் அவர்களிடம் அதற்கான எந்த ஆதாரமும் இல்லை. சந்தேகத்தின் அடிப்படையில்தான் பிரமாணபத்திரம் தாக்கல் செய்தனர். இருப்பினும் அந்த மனுக்களை முழுமையாக ஆய்வு செய்து, அதில் 7 பேரின் குற்றச்சாட்டில் தகவல் உள்ளது என்று அவர்களிடம் விசாரணை நடத்தப்பட்டுள்ளது.

அரசின் சார்பில் அமைக்கப்பட்ட மருத்துவர்கள் குழுவிடம் விசாரணை நடத்தியதில் அவர்கள் ஜெயலலிதாவுக்கு சிகிச்சை அளிக்கவில்லை என்று தெரிவித்துள்ளனர். சசிகலா கொடுத்த தகவல்படி ஜெயலலிதா மருத்துவமனையில் அனுமதிக்கப்படும் முன்பு அவருக்கு சிகிச்சை அளித்த டாக்டர்களிடமும் விசாரணை நடத்தப்பட்டுள்ளது.

அப்பல்லோ மருத்துவமனை கொடுத்த பட்டியல்படி அப்பல்லோ மருத்துவர்கள், செவிலியர்களிடமும் விசாரணை நடத்தப்பட்டுள்ளது. ஜெயலலிதாவுக்கு சிகிச்சை அளித்த உயர்நிலை மருத்துவர்களிடமும் விசாரணை நடத்தப்பட்டது. .

3 எய்ம்ஸ் மருத்துவர்களிடம் விசாரணை நடத்தப்பட்டுள்ளது. மேலும் 3 எய்ம்ஸ் மருத்துவர்களிடம் விசாரணை நடத்தப்பட உள்ளது. இது தவிர வெளி மாநில, வெளி நாட்டு மருத்துவர்கள் 14 பேர் ஜெயலலிதாவுக்கு சிகிச்சை அளித்துள்ளனர். அவர்களிடமும் விசாரணை நடத்தவேண்டியுள்ளது. அப்போது அவர்கள் கொடுக்கும் தகவலின் அடிப்படையில் மேலும் சிலரிடம் விசாரணை நடத்தவேண்டிய நிலை ஏற்பட்டால் அவர்களிடமும் விசாரிக்கவேண்டியது இருக்கும்.

படிப்படியாக தொடர்ச்சியாக விசாரணை நடத்தப்பட்டு வருகிறது. ஆனால் இன்னும் ஒரு சிலரை விசாரிக்கவில்லை என்று குற்றம் சாட்டினால், அவர்களை விசாரிக்கும் தருணம் இருக்கிறதா? என்று பார்க்கவேண்டும். பெயர் அளவில் விசாரித்தோம் என்று இருக்கக்கூடாது. ஏதேனும் நல்ல தகவல்கள் கிடைக்குமா? என்பதை ஆராய்ந்து பார்க்க வேண்டும். இதுவரை நடத்திய விசாரணையில் பலரும் விசாரணை ஆணையத்துக்கு பல்வேறு தகவல்களை கூறியுள்ளனர்.

தற்போது விசாரணை இறுதிகட்டத்தை அடைந்துள்ளது. எனவே இதற்கு குறிப்பிட்ட காலம் என்பதை நிர்ணயம் செய்யமுடியாது. காலத்தை தேவை இல்லாமல் நீட்டிக்க வேண்டிய அவசியம் விசாரணை ஆணையத்துக்கு இல்லை. எவ்வளவு விரைவில் இதுதொடர்பாக அரசுக்கு ஆணையத்தின் நிலையை தெரிவிக்க வேண்டுமோ, அதற்கேற்ப நீதிபதியும், ஆணையத்தை சேர்ந்தவர்களும் கடுமையாக உழைத்து வருகிறோம் என்று ஆணயத்தின் வழக்குரைஞர் தெரிவித்தார்.

*

50
மயக்க நிலையில் இருந்த ஜெயலலிதா

ஜெயலலிதாவை மருத்துவமனைக்கு சென்று பார்த்தவர்களிடம் தகவல் பெற்று விசாரணை நடத்தி வரும் நீதிபதி ஆறுமகசாமி, அப்போது தமிழக பொறுப்பு ஆளுநராக இருந்த வித்யாசாகர் ராவிடமும் தகவல்கள் பெற்றார்.

ஜெயலலிதாவின் உடல்நிலை தொடர்பாக குடியரசுத் தலைவருக்கு 2016ம் ஆண்டு அக்டோபர் மாதம் 6ந்தேதி ஆளுநர் வித்யாசாகர் ராவ் எழுதிய கடிதம் விசாரணையின் போது வெளியானது. அந்த கடிதத்தில் வித்யாசாகர் ராவ் கூறி இருப்பதாவது:

ஜெயலலிதா 2016ம் ஆண்டு செப்டம்பர் மாதம் 22 ந்தேதி காய்ச்சல் காரணமாக அப்பல்லோ மருத்துவமனையில் அனுமதிக்கப்பட்டு இருப்பதாக பத்திரிகைகளில் செய்திகள் வெளியானது. அவர் விரைவில் குணமாக வேண்டி மறுநாள் நான் கடிதம் அனுப்பினேன். அதற்கு அவர் நன்றி தெரிவித்து பதில் கடிதம் அனுப்பி இருந்தார்.

இந்த நிலையில் செப்டம்பர் 26ந்தேதி ஜெயலலிதா பெயரில் வெளியான அரசாணையில் சாலை விபத்தில் பலியான 11 பேருக்கு நிதி உதவி அளிப்பதாக அறிக்கை வெளியானது. அதுபோல 27ந்தேதி அவர் மருத்துவமனையில் இருந்தபடியே உச்சநீதிமன்றத்தில் நடைபெற இருக்கும் காவிரி வழக்கு விசாரணை தொடர்பாக அதிகாரிகளுக்கு சில அறிவுரைகள் வழங்கியதாகவும் தகவல்கள் வெளியானது.

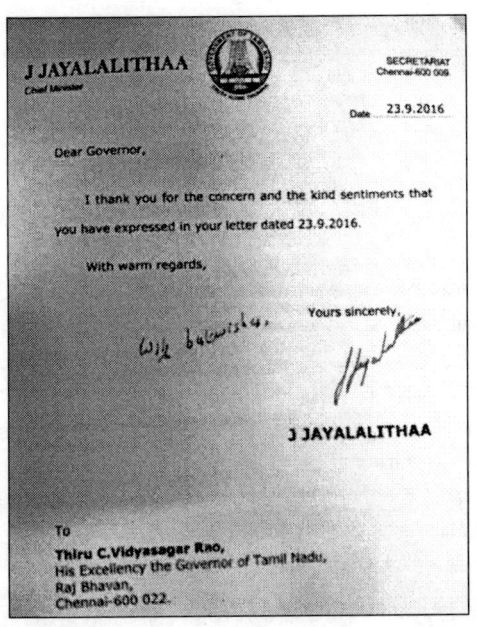

J JAYALALITHAA
Chief Minister

SECRETARIAT
Chennai-600 009

Date 23.9.2016

Dear Governor,

I thank you for the concern and the kind sentiments that you have expressed in your letter dated 23.9.2016.

With warm regards,

With best wishes,

Yours sincerely,

J JAYALALITHAA

To
Thiru C.Vidyasagar Rao,
His Excellency the Governor of Tamil Nadu,
Raj Bhavan,
Chennai-600 022.

அதற்கு அடுத்த நாள் அரசு பொதுத்துறை ஊழியர்களுக்கு போனஸ் வழங்கும் அறிவிப்பு ஜெயலலிதா பெயரில் வெளியாகி இருந்தது. ஆனால், ஜெயலலிதாவின் உடல்நிலை குறித்து பல்வேறு வதந்திகள் பரவின. ஜெயலலிதாவின் உடல்நிலை பற்றி வதந்தி பரப்பியதற்காக பிரான்சில் வசிக்கும் தமிழச்சி என்பவர் மீது தமிழக காவல்துறையினர் வழக்குப்பதிவு செய்தனர். இத்தகைய சூழ்நிலையில் *1.10.2016* அன்று நான் மும்பையில் இருந்து சென்னைக்கு புறப்பட்டு வந்தேன்.உடனடியாக அப்பல்லோ மருத்துவமனைக்கு சென்றேன். நேரிடையாக ஜெயலலிதா சிகிச்சை பெற்ற அறைக்கு சென்று பார்த்தேன். அப்போது அவர் மயக்க நிலையில் இருந்தார்.

இதையடுத்து முதலமைச்சருக்கு சிகிச்சை அளிக்கும் மருத்துவர்களிடமும், அப்பல்லோ மருத்துவமனை தலைவரிடமும் நான் கலந்துரையாடினேன். ஜெயலலிதாவுக்கு அளிக்கப்படும் சிகிச்சைகள் பற்றி கேட்டறிந்தேன். பிறகு தலைமைச் செயலாளரை அழைத்து முதலமைச்சர் ஜெயலலிதாவின் உடல்நிலை குறித்து மருத்துவமனையில் இருந்து சரியான மருத்துவ அறிக்கை வெளியிடுவதை உறுதி செய்யுமாறு அறிவுறுத்தினேன்.

மேலும் மாநிலத்தில் சட்டம்ஒழுங்கை கண்காணிக்குமாறு ஆணையிட்டேன்.

இதுதொடர்பாக அன்றே அறிக்கை ஒன்றையும் நான் வெளியிட்டேன். நான் அப்பல்லோ மருத்துவமனைக்கு அன்று சென்றுவிட்டு வந்தபிறகு அப்பல்லோ மருத்துவமனை சார்பில் தினமும் ஜெயலலிதாவின் உடல்நிலை பற்றி மருத்துவ அறிக்கைகள் தொடர்ந்து வெளியிடப்பட்டன.

ஜெயலலிதாவுக்கு வழங்கப்படும் ஆண்டிபயாடிக் சிகிச்சைகள் பற்றி அப்பல்லோ மருத்துவமனை தெளிவாக தகவல்கள் வெளியிட்டது. ஜெயலலிதா உடல்நிலை நன்றாக தேறி வருவதாகவும் அவர் சிகிச்சைக்கு ஒத்துழைப்பு கொடுப்பதாகவும் மேலும் சில நாட்களுக்கு மட்டும் அவர் மருத்துவமனையில் தங்கி இருக்க வேண்டியுள்ளது என்றும் அப்பல்லோ மருத்துவமனை ஒரு குறிப்பை வெளியிட்டது. மேலும் லண்டன் மருத்துவர் ரிச்சர்ட் பீலே மூலம் சிகிச்சை அளிப்பது பற்றியும் அப்பல்லோ மருத்துவமனை தகவல் வெளியிட்டது.

அதன் பிறகு ஜெயலலிதா உடல்நிலை மற்றும் சிகிச்சைகள் தொடர்பான வதந்திகள் பற்றிய சந்தேகங்கள் கணிசமாக குறைந்தன. இதன் தொடர்ச்சியாக ஜெயலலிதா விரைவில் குணமாக எதிர்க்கட்சிகளும் வாழ்த்து தெரிவித்தன.இதற்கிடையே ஜெயலலிதா உடல்நிலை குறித்து டிராபிக் ராமசாமி என்பவர் சென்னை உயர்நீதிமன்றத்தில் ஒரு பொதுநல வழக்கு தொடர்ந்தார். அவர் தனது மனுவில், "ஜெயலலிதா முழுமையாக குணமடையும் வரை இடைக்கால முதலமைச்சர் ஒருவரை நியமனம் செய்ய வேண்டும்" என்று கூறியிருந்தார்.

அந்த வழக்கு 2016ம் ஆண்டு அக்டோபர் 6ந்தேதி தள்ளுபடி செய்யப்பட்டது.

இதற்கிடையே டெல்லி எய்ம்ஸ் மருத்துவமனை மருத்துவர்கள் சென்னைக்கு வந்து ஜெயலலிதாவுக்கு அளிக்கப்படும் சிகிச்சைகள் பற்றி ஆய்வு செய்து ஆலோசனை வழங்கினார்கள். நானும் சென்னையில் முகாமிட்டேன். இந்த பிரச்சனை தொடர்பாக நான் தொடர்ந்து கண்காணித்து வருகிறேன் என்று அந்த கடிதத்தில் கவர்னர் வித்யா சாகர் ராவ் குறிப்பிட்டிருந்தார்.

*

51

ஜெயலலிதாவுக்கு ஸ்லோபாய்சன் கொடுக்கப்பட்டதா?

ஜெயலலிதாவுக்கு சசிகலா குடும்பத்தினர் ஸ்லோ பாய்சன் எனப்படும் மெல்லக் கொல்லும் விஷம் கொடுத்து கொன்று விட்டனர் என்று அமைச்சர் திண்டுக்கல் சீனிவாசன் கூறியது பரபரப்பை ஏற்படுத்தியது.

திண்டுக்கல் மாவட்டம் நிலக்கோட்டை தொகுதி அ.தி.மு.கநிர்வாகிகள் ஆலோசனைக் கூட்டத்தில்தான் அப்போதைய அமைச்சர் திண்டுக்கல் சீனிவாசன் இவ்வாறு பேசினார்.

தனக்கு ஒரு கண் போனாலும் எதிரிக்கு 2 கண் போகவேண்டும் என தினகரன் நினைக்கிறார். ஜெயலலிதா இருந்தபோது அவருக்கு சசிகலா துணையாக இருந்ததை வைத்துக் கொண்டு எல்லோரையும் மிரட்டியதைபோல் தற்போதும் மிரட்டலாம் என பார்க்கிறார். சர்க்கரை நோயாளியாக இருந்த ஜெயலலிதாவிற்கு எதைக்கொடுக்க கூடாதோ அதை வேண்டுமென்றே கொடுத்துள்ளனர். ஸ்லோ பாய்சன் எனப்படும் மெல்லக் கொல்லும் விஷத்தைக் கொடுப்பதுபோல கொடுத்து அவரை சசிகலா குடும்பத்தினர் கொலை செய்து விட்டனர். இப்போது அவர்கள் உத்தமர்களைப் போல பேசி வருகிறார்கள். ஜெயலலிதாவின் வாரிசே நான்தான் என தினகரன் கூறி வரு கிறார். வழக்கில் இருந்து விடுபடுவதற்காக ஜெயலலிதாவை சிக்க வைத்துவிட்டு கருணாநிதி உதவியை நாடியவர் தினகரன். அதனால்தான் ஜெயலலிதா, தான் உயிரோடு இருந்தவரை

அவரை வீட்டிற்குள் அனுமதிக்கவே இல்லை. என்று அந்தக் கூட்டத்தில் திண்டுக்கல் சீனிவாசன் பேசினார்.

இது தொடர்பாக, ஜெயலலிதா மரணம் குறித்து விசாரித்து வரும் நீதிபதி ஆறுமுகசாமியிடம் உச்சநீதிமன்ற வழக்கறிஞர் கிருஷ்ணமூர்த்தி முறையிட்டார். அப்போது, அவர் ஜெயலலிதாவுக்கு ஸ்லோ பாய்சன் கொடுத்து கொன்று விட்டதாக அமைச்சர் திண்டுக்கல் சீனிவாசன் பேசியுள்ளார். ஜெயலலிதா மர்ம மரணம் குறித்து ஆணையம் விசாரித்து வருகிறது. இந்த சூழலில் திண்டுக்கல் சீனிவாசன் இப்படி பேசியிருப்பதன் மூலம் அவருக்கு ஜெயலலிதா மரணம் குறித்து பல்வேறு தகவல்கள் தெரிந்திருக்க வாய்ப்புள்ளது. எனவே, அவரை நீதிபதி தானாக முன்வந்து விசாரிக்க வேண்டும். இல்லையெனில், எனது சார்பில் மனு தாக்கல் செய்ய நீதிபதி அனுமதிக்க வேண்டும் என்று கேட்டுக் கொண்டார். இதை தொடர்ந்து நீதிபதி ஆறுமுகசாமி கிருஷ்ணமூர்த்தி மனு தாக்கல் செய்ய அனுமதி வழங்கினார். இதை தொடர்ந்து அவர் விசாரணை ஆணையத்தில் மனு தாக்கல் செய்தார்.

இது குறித்து வழக்கறிஞர் கிருஷ்ணமூர்த்தி கூறுகையில், மறைந்த முதல்வர் ஜெயலலிதா ஸ்லோ பாய்சன் கொடுத்துதான் கொலை செய்யப்பட்டார் என்று அமைச்சர் திண்டுக்கல் சீனிவாசன் பேசியுள்ளார். ஜெயலலிதா மரணம் குறித்து விசாரிக்க ஆணையம் அமைக்கப்பட்டு விட்டது. இந்த நிலையில் அமைச்சர் திண்டுக்கல் சீனிவாசன் பேசியிருப்பது விசாரணை ஆணையத்தை அவமதிப்பது போன்றது ஆகும். சந்தேக மரணமா, இயற்கை மரணமா என்பதை கண்டுபிடித்து அறிக்கை தாக்கல் செய்வதுதான் இந்த ஆணையத்தின் நோக்கம். யார் குற்றவாளி என்பதை நீதிபதி இன்னும் முடிவு செய்யவில்லை. ஸ்லோ பாய்சன் கொடுத்து விட்டார் என்று திண்டுக்கல் சீனிவாசன் கூறி வரும் நிலையில், உண்மையில் ஸ்லோ பாய்சன் கொடுத்தது யார், மெல்லக் கொல்லும் விஷம் எந்த கெமிக்கல் என்பது குறித்து ஆணையம் அவரை அழைத்து விசாரிக்க வேண்டும்.

திண்டுக்கல் சீனிவாசனை உண்மை கண்டறியும் சோதனைக்கு உட்படுத்த வேண்டும் என்று நீதிபதி ஆறுமுகசாமியிடம் முறையிட்டேன். அவர் மனுவாக தாக்கல் செய்யுமாறு ஆணையிட்டார். இந்த ஆணையத்தில் யார்

குற்றவாளி என்பைத இன்னும் முடிவு செய்யவில்லை. இந்த நிலைமையில் சசிகலா குற்றவாளி என்று சொல்லப்பட வில்லை. முதல் தகவல் அறிக்கை பதிவு செய்யவில்லை. குற்றவியல் நடைமுறைச் சட்டத்தின்படி ஆணைய விதிகளின் கீழ் குற்றம் சாட்டப்படாத ஒருவர் குறுக்கு விசாரணை செய்வதற்கு விசாரணை ஆணையம் அனுமதி வழங்கியது. அந்த அனுமதி நகலை தருமாறு கேட்டேன். அந்த நகல் வேண்டுமென்பது குறித்து மனு தாக்கல் செய்யுமாறு நீதிபதி தெரிவித்துள்ளார் என்று அவர் கூறினார்.

இந்த நிலையில் அப்பல்லோ மருத்துவமனையின் அவசர சிகிச்சை பிரிவு மருத்துவர் ரமேஷ் வெங்கட்ராமன், நுரையீரல் நோய் தடுப்பு சிறப்பு மருத்துவர் நரசிம்மன், நமது அம்மா நாளிதழ் ஆசிரியர் மருது அழகுராஜ், கோத்தகிரி பேங்க் ஆப் இந்தியா கிளை மேலாளர் அலோக்குமார் ஆகியோர் ஆணையத்தில் முன்னிலை ஆகினர். அவர்களிடம் சசிகலா தரப்பு வக்கீல் ராஜாசெந்தூர்பாண்டியன் குறுக்கு விசாரணை செய்தார்.

அப்போது மருத்துவர் நரசிம்மன், 'ஜெயலலிதாவுக்கு மூச்சு விடுவதில் உள்ள பிரச்னை குறித்து அறிந்துகொள்வதற்காக ஜெயலலிதா மூச்சு விடும்போது ஏற்படும் சத்தத்தை நான்தான் செல்போனில் பதிவு செய்யும்படி மருத்துவர் சிவக்குமாரிடம் கூறினேன். தொடர்ச்சியாக மூச்சுத்திணறல் இருந்ததால் உரிய சிகிச்சை அளித்தேன். அந்த சமயத்தில் ஜெயலலிதா என்னிடம்

திண்டுக்கல் சீனிவாசன்

30 நிமிடம் பேசிக்கொண்டிருந்தார். தனக்கு இருக்கும் நோய் பாதிப்பில் இருந்து விரைவில் மீண்டு வந்துவிட முடியுமா? எப்போது பணிக்கு திரும்பலாம்? என்று ஜெயலலிதா கேட்டார்' என்று வாக்குமூலம் அளித்தார்.

ஒரு ஸ்பூன் அல்லது 2 ஸ்பூன் அளவுக்கு தயிர்சாதம், சாம்பார் சாதம், கிச்சடி, ரவா உப்புமா, இட்லி, பொங்கல் போன்றவற்றை ஜெயலலிதா விரும்பி சாப்பிட்டார் என்றும், 'டிரக்கியாஸ்டமி' சிகிச்சைக்கு பின்னர் திட உணவுகள் சாப்பிட முடியும் என்றும் மருத்துவர் ரமேஷ் வெங்கட்ராமன் வாக்குமூலம் அளித்தார்.

அப்போது மருத்துவர் ரமேஷ் வெங்கட்ராமனிடம், 'ஜெயலலிதா சிகிச்சை தொடர்பான மருத்துவகுறிப்பில் அல்லது ரத்தப் பரிசோதனை அறிக்கையில் 'ஸ்லோ பாய்சன்' (மெதுவாக கொல்லக்கூடிய விஷம்) கொடுக்கப்பட்டதாக கூறப்பட்டுள்ளதா?' என்று சசிகலா தரப்பு வழக்குரைஞர் கேள்வி எழுப்பினார்.

அதற்கு மருத்துவர் ரமேஷ் வெங்கட்ராமன், 'அதுபோன்று கூறுவது பொய். அப்படி எதுவும் கிடையாது. நீண்ட நாட்களாக இருந்த நோய் பாதிப்பால்தான் ஜெயலலிதா மரணம் அடைந்தார்' என்று கூறினார்.

குறுக்கு விசாரணை முடிவடைந்து வெளியே வந்த வழக்குரைஞர் ராஜா செந்தூர் பாண்டியன், 'அமைச்சர்களை பொறுத்தமட்டில் அமைச்சரவை கூடி ஒரு அரசாணை வெளியிட்டு ஆணையம் அமைத்த பின்பு, ஜெயலலிதா மரணம் குறித்து வெளியே எதுவும் பேசாமல் ஆணையத்தில் கூறுவதுதான் சரியாக இருக்கும். அமைச்சராக பொறுப்பேற்கும் போது எடுத்துக்கொண்ட பதவி பிரமாணத்தை மீறி செயல்படும் அமைச்சர்கள் மீது ஆளுநரிடம் புகார் அளிக்க உள்ளோம். திண்டுக்கல் சீனிவாசன் கூறியுள்ள கருத்து தொடர்பாக அவரை அழைத்து விசாரிக்க வேண்டும் என்று ஆணையத்தை வலியுறுத்தி உள்ளோம். அவரிடம் விசாரணை நடத்துவதாக ஆணையம் கூறி உள்ளது' என்று கூறினார்.

அதே நேரத்தில், அப்பல்லோ மருத்துவர் செந்தில்குமாரிடம், 'ஸ்லோ பாய்சன்' கொடுக்கப்பட்டதா? என்பதை கண்டறிவதற்கான சிறப்பு பரிசோதனை ஜெயலலிதாவுக்கு மேற்கொள்ளப்பட்டதா? என்று ஆணையம் தரப்பில் கேள்வி எழுப்பப்பட்டது. அதற்கு அவர், 'அதுபோன்று பரிசோதனை எதுவும் செய்யவில்லை.

அந்த சமயத்தில் இதுபோன்று சந்தேகம் எழுப்பப்படாததால் சிறப்பு பரிசோதனை மேற்கொள்ளப்படவில்லை என்றார். நச்சுத்தன்மை தொடர்பான பரிசோதனையில் அதுபோன்று எதுவும் இல்லை என்று முடிவு வந்தது. மற்ற பரிசோதனையிலும் ஸ்லோ பாய்சன் கொடுத்திருப்பது போன்று எதுவும் இல்லை என்பது தெரியவந்துள்ளது' என்று பதில் அளித்தார்.

'அப்பல்லோ மருத்துவமனையில் அனுமதிக்கப்படுவதற்கு முன்பு போயஸ்கார்டனில் திடீரென்று மூச்சுத்திணறல் ஏற்பட்டதால் மயக்கநிலைக்கு சென்றதாக சிகிச்சையின் போது ஜெயலலிதா தன்னிடம் தெரிவித்ததாக மருத்துவர் ரேமண்ட் வாக்குமூலம் அளித்தார்.

ஜெயலலிதா சிகிச்சையில் இருந்த போது பல்வேறு காலகட்டங்களில் ரத்த மாதிரி எடுத்து பரிசோதனை மேற்கொள்ளப்பட்டுள்ளது. ரத்தத்தில் சர்க்கரை அளவு, சிவப்பு, வெள்ளை அணுக்களின் எண்ணிக்கை போன்ற பல்வேறு பரிசோதனை முடிவுகளை மருத்துவர் பிரபு ஆய்வு செய்து அறிக்கை அளித்துள்ளார். அதன்படி, ஜெயலலிதாவுக்கு உரிய சிகிச்சை அளிக்கப்பட்டுள்ளது.

இதுதொடர்பாக மருத்துவர் பிரபு வாக்குமூலம் அளித்துள்ளார். ஜெயலலிதாவுக்கு 'ஸ்லோ பாய்சன்' கொடுத்ததாக பேசப்பட்டு வரும் நிலையில், 'ஜெயலலிதா உடலில் இருந்து எடுக்கப்பட்ட ரத்தத்தில் ஏதேனும் மாறுபாடுகள் இருப்பது பரிசோதனை மூலம் தெரிந்ததா?' என்று பிரபுவிடம் கேள்வி எழுப்பப்பட்டது.

அதற்கு அவர், 'சந்தேகப்படும்படியான மாறுதலோ, பிரச்சினைக்குரிய அறிகுறிகளோ ரத்தத்தில் இல்லை' என்று பதில் அளித்தார். ரத்தத்தில் பாக்டீரியா கலந்ததன் மூலம் நோய்த்தொற்று ஏற்பட்டு ஜெயலலிதாவுக்கு இதயம் மற்றும் நுரையீரல் பாதிக்கப்பட்டதாக அப்பல்லோ தரப்பில் அளிக்கப்பட்டுள்ள மருத்துவ அறிக்கையில் கூறப்பட்டுள்ளது. ஆனால் மருத்துவர் பிரபு, ரத்தத்தில் பாக்டீரியா கண்டறியப்படவில்லை என்றும், சிறுநீரில்தான் பாக்டீரியா கண்டறியப்பட்டதாகவும் வாக்குமூலம் அளித்துள்ளார். இதுதொடர்பாக விரிவான விசாரணை நடத்த ஆணையம் முடிவு செய்தது.

ஜெயலலிதா சிகிச்சையில் இருந்தபோது ஐ.ஜி.சத்தியமூர்த்தி உத்தரவின் பேரிலேயே கண்காணிப்பு கேமரா செயல்படாமல் நிறுத்தி வைக்கப்பட்டதாக அப்பல்லோ நிர்வாகம், ஆணையத்தில் ஏற்கனவே தெரிவித்திருந்தது. இதுதொடர்பாக ஐ.ஜி. சத்தியமூர்த்தியிடம் ஆணையம் தரப்பு வழக்குரைஞர் எஸ்.பார்த்தசாரதி கேள்வி எழுப்பினார் அதற்கு சத்தியமூர்த்தி, 'கண்காணிப்பு கேமராவை அகற்றும்படி நான் கூறவில்லை' என்றார். அப்படியென்றால் அப்பல்லோ நிர்வாகம் அதுபோன்று கூறியதற்கு ஏதேனும் நடவடிக்கை எடுத்தீர்களா? என்று நீதிபதி கேள்வி எழுப்பினார்.

அதற்கு அவர், இது பணி ரீதியான குற்றச்சாட்டு என்பதால் உயர் அதிகாரிகளுடன் கலந்து ஆலோசித்து ஒரு மாதத்துக்குள் நடவடிக்கை எடுக்க முடிவு செய்திருப்பதாக தெரிவித்தார். உடனே அப்பல்லோ தரப்பு வழக்குரைஞர் ஐ.ஜி. சத்தியமூர்த்தியை பார்த்து, 'அன்றைய தேதியில் நீங்கள்தான் கண்காணிப்பு கேமராவை செயல்படாமல் நிறுத்தி வைக்கும்படி கூறினீர்கள். தற்போது மாற்றி சொல்கிறீர்கள்' என்றார். அதற்கு சத்தியமூர்த்தி மறுப்பு தெரிவித்தார்.

*

52
இறந்த பிறகு 'எக்மோ' பொருத்தப்பட்டதா?

'இதயம் செயல் இழந்த பின்னர், ரத்தத்தை இதயத்தில் இருந்து வெளியேற்றும் சக்தி எப்படி 60 சதவீதம் இருந்திருக்க முடியும்' என்ற ஆணையத்தின் கேள்விக்கு பதில் அளிக்க அப்பல்லோ மருத்துவர் யோசித்ததால் இது குறித்து மேலும் விரிவாக விசாரிக்க ஆணையம் முடிவு செய்தது.

ஆறுமுகசாமி ஆணையம் முன்பு விசாரணைக்காக அப்பல்லோ மருத்துவமனையின் நுரையீரல் மாற்று அறுவைச் சிகிச்சை நிபுணர் சுரேஷ் மாணிக்கவேல், இதயநோய் தடுப்புச் சிகிச்சை மருத்துவர் பிரகாஷ்சந்த் ஜெயின் ஆகியோர் முன்னிலையாகினர்.

ஜெயலலிதாவுக்கு மூச்சுத்திணறல் எந்த நிலையில் இருக்கிறது என்பதை கண்டறிவதற்காக அவர் மருத்துவமனையில் அனுமதிக்கப்பட்ட தேதியான 22.9.2016 முதல் 25.10.2016 வரை அவருக்கு மூச்சுத்திணறல் தொடர்பாக எடுக்கப்பட்ட எக்ஸ்ரே முடிவுகளை மருத்துவர் சுரேஷ் மாணிக்கவேல் ஆய்வு செய்துள்ளார்.

இதுதொடர்பாக ஆணையத்தின் வழக்குரைஞர் எஸ்.பார்த்தசாரதி கேள்வி எழுப்பினார். அதற்கு மருத்துவர் சுரேஷ் மாணிக்கவேல், 'நான் ஜெயலலிதாவை நேரடியாகப் பார்க்கவில்லை. எக்ஸ்ரே முடிவுகளைப் பார்த்தபோது அவருக்கு நுரையீரல் முழுமையாகப் பாதிக்கப்பட்டிருந்தது தெரியவந்தது. வெறும் 24 மணி நேரத்தில் கூட இதுபோன்ற நிலை ஏற்படலாம்'

என்று பதில் அளித்தார். இறப்பு சான்றிதழில் மூச்சுத்திணறல் காரணமாகவே மாரடைப்பு ஏற்பட்டு ஜெயலலிதா இறந்துள்ளதாக கூறப்பட்டுள்ளதால் அவர் இறக்கும் வரை மூச்சுத்திணறல் பிரச்சினையை சரி செய்ய முடியவில்லை என்றால் சரிதானா? என்று ஆணையத்தின் வழக்குரைஞர் கேள்வி எழுப்பினார்.

அதற்கு மருத்துவர் சுரேஷ், 'இதுபோன்ற பிரச்சினை சரி செய்யப்படக்கூடியதுதான். ஆனால், ஜெயலலிதாவுக்கு கடைசி வரை சரியாகவில்லை' என்று கூறினார்.

மருத்துவர் பிரகாஷ்சந்த் ஜெயின், '4.12.2016 அன்று மாலை 5 மணிக்குதான் ஜெயலலிதா இருந்த தீவிர சிகிச்சை பிரிவுக்கு என்னை அழைத்தனர். அந்த சமயத்தில் ஜெயலலிதாவின் இதயப்பகுதியில் மருத்துவர்கள் மசாஜ் செய்து கொண்டிருந்தனர். அப்போது எடுக்கப்பட்ட எக்கோ பரிசோதனை முடிவுகளை பார்த்துவிட்டு நான் அறிக்கை அளித்தேன்' என்று வாக்குமூலம் அளித்தார்.

அவர் அளித்த அறிக்கை ஏற்கனவே அப்பல்லோ நிர்வாகத்தால் ஆணையத்தில் தாக்கல் செய்யப்பட்டிருந்தது.

அதில், 'ஜெயலலிதாவுக்கு ரத்தத்தை இதயத்தில் இருந்து வெளியேற்றும் சக்தி 60 சதவீதம் இருந்தது. இதயத்தில் எந்த விதமான பிரச்சினையும் இல்லை. மிகச்சிறப்பாக இருந்தது' என்று குறிப்பிடப்பட்டிருந்தது.

இதை சுட்டிக்காட்டி ஆணையத்தின் வழக்குரைஞர், 'அன்றைய தினம் மாலை 4.20 மணிக்கு ஜெயலலிதாவுக்கு இதய அடைப்பு ஏற்பட்டுள்ளது என்று அப்பல்லோ மருத்துவமனை அளித்த மருத்துவ அறிக்கையில் கூறப்பட்டுள்ளது. இதயம் செயல் இழந்த பின்னர், ரத்தத்தை இதயத்தில் இருந்து வெளியேற்றும் சக்தி எப்படி 60 சதவீதம் இருந்திருக்க முடியும்' என்று மருத்துவர் பிரகாஷ்சந்த் ஜெயினிடம் கேள்வி எழுப்பினார். அதற்கு அவர் பதில் அளிக்க முடியாமல் திணறினார்.

இதனால் சந்தேகமடைந்த ஆணையம், மருத்துவர் பிரகாஷ்சந்த் ஜெயின் உண்மை நிலையை அறிக்கையாக அளித்தாரா? அல்லது யாரேனும் அழுத்தம் கொடுத்ததன் காரணமாக இதுபோன்று அறிக்கை அளித்தாரா? என்பது குறித்து தீவிரமாக விசாரிக்க முடிவு செய்தது.

அதே நேரத்தில் அப்பல்லோ மருத்துவமனையின் இதயம் மற்றும் நுரையீரல் மாற்று அறுவை சிகிச்சை நிபுணர் சுந்தர் ஆணையத்தில் முன்னிலையானார்.

2016ஆம் ஆண்டு டிசம்பர் 4ஆம் தேதி ஜெயலலிதாவுக்கு திடீர் மாரடைப்பு ஏற்பட்ட போது அவரது இதயத்தை செயல்பட வைப்பதற்கு 'எக்மோ' கருவி பொருத்தப்பட்டது. இந்த குழுவில் மருத்துவர் சுந்தர் இடம் பெற்று இருந்தார்.

'எக்மோ' கருவி பொருத்தப்பட்டது தொடர்பாகவும், அதன்மூலம் ஜெயலலிதாவின் உடல்நிலையில் முன்னேற்றம் ஏற்பட்டதா? என்பது குறித்தும் மருத்துவர் சுந்தரிடம் ஆணையம் பல்வேறு கேள்விகளை எழுப்பியது.

அவர் தனது வாக்குமூலத்தில், 'ஜெயலலிதாவுக்கு மாரடைப்பு ஏற்பட்டபோது அவரது இதயத்தை செயல்பட வைப்பதற்கு பல்வேறு முயற்சிகள் மேற்கொள்ளப்பட்டன. மின்சார அதிர்ச்சி கொடுக்கும் ('கரண்ட் ஷாக்') சிகிச்சையும் அளிக்கப்பட்டது. அதில் முன்னேற்றம் இல்லாததால் மார்பகத்தை பிளந்து இதயம் மசாஜ் செய்யப்பட்டது. அது சரி வரவில்லை என்றதும், 'எக்மோ' கருவி பொருத்தப்பட்டது. இருந்தபோதிலும் ரத்த ஓட்டம் சீராகவில்லை. இதன்காரணமாக மூளை செயல் இழந்து ஜெயலலிதா இறக்க நேரிட்டது' என்று கூறினார்.

எந்தெந்த சூழ்நிலையில் 'எக்மோ' கருவி பொருத்த வேண்டும் என்று உலகளாவிய மருத்துவ ஒப்பந்தத்தில் கூறி இருப்பதை சுட்டிக்காட்டி மருத்துவர் சுந்தரிடம், ஆணையத்தின் வழக்குரைஞர் கேள்வி எழுப்பினார்.

இதயத் துடிப்பு குறைவாக இருந்து அதனால் உடல் பாகங்களுக்கு ரத்தம் சரிவர செல்லவில்லை என்றால் மட்டுமே 'எக்மோ' கருவி பொருத்த வேண்டும் என்று ஒப்பந்தத்தில் கூறி இருப்பது குறித்தும், இதயம் செயல் இழந்த பின்பு எக்மோ பொருத்துவது குறித்து ஒப்பந்தத்தில் எதுவும் சொல்லப்படாதது குறித்தும் கேட்ட ஆணையத்தின் வழக்குரைஞர், 'ஜெயலலிதாவுக்கு இதய துடிப்பு முழுமையாக நின்ற பின்பு எக்மோ பொருத்தியது ஏன்?' என்று கேள்வி எழுப்பினார்.

அதற்கு மருத்துவர் சுந்தர், 'கடைசி முயற்சியாகவே ஜெயலலிதாவுக்கு 'எக்மோ' கருவி பொருத்தப்பட்டது' என்றார்.

இதேபோல, ஜெயலலிதாவுக்கு திடீர் மாரடைப்பு ஏற்பட்ட போது மருத்துவர்கள் உடன் இருந்தும் மருத்துவ ஊழியர்கள் அவருக்கு சிகிச்சை அளித்ததும் விசாரணையில் தெரியவந்தது.

அப்பல்லோ மருத்துவமனையின் இதயம் மற்றும் மயக்கவியல் துறை மருத்துவர் மீனல் எம் போரா, கதிரியக்க மருத்துவர் சுதாகர், தீவிர சிகிச்சை பிரிவு டெக்னீசியன் காமேஷ் ஆகியோர் விசாரணைக்காக ஆணையத்தில் முன்னிலையாகினர்.

மருத்துவர் மீனல், ஜெயலலிதாவுக்கு 'எக்மோ' கருவி பொருத்திய மருத்துவர்கள் குழுவில் இருந்துள்ளார். அவர் தனது வாக்குமூலத்தில், '2016ம் ஆண்டு டிசம்பர் 4ந் தேதி ஜெயலலிதாவுக்கு மாரடைப்பு ஏற்பட்டதும் எக்மோ கருவி பொருத்தப்பட்டது. இதைத்தொடர்ந்து அவருக்கு கண்களில் அசைவு ஏற்பட்டது. மெதுவாக மூச்சுவிட்டார். டிசம்பர் 5ந் தேதி அதிகாலை 3.20 மணிக்கு ரத்த ஓட்டம் ஓரளவுக்கு சீரானதை தொடர்ந்து இதயம் தானாக செயல்படத் தொடங்கியது. சுமார் அரை மணி நேரம் இதயம் தானாக செயல்பட்டது. எக்மோ கருவி மூலம் ஜெயலலிதா உயிரை காப் பாற்ற அனைத்து நடவடிக்கைகளும் மேற்கொள்ளப்பட்டது' என்று கூறினார்.

அவரிடம் ஆணையத்தின் வழக்குரைஞர் பார்த்தசாரதி, 'ஏற்கனவே ஆணையத்தில் முன்னிலையான மூத்த மருத்துவர்கள் எக்மோ கருவி பொருத்திய பின்பும் ஜெயலலிதாவுக்கு இதய துடிப்பு, ரத்த ஓட்டம், நாடித்துடிப்பு எதுவும் சீராகவில்லை என்று கூறி இருக்கிறார்கள். எக்மோ கருவி பொருத்திய பின்பு இதய துடிப்பு இருந்ததாக நீங்கள் மட்டும்தான் கூறுகிறீர்கள். மருத்துவமனை நிர்வாகம் உங்களை அதுபோன்று கூறும்படி அறிவுறுத்தி அழைத்து வந்ததா? என்று கேள்வி எழுப்பினார். அதற்கு மீனல் மறுப்பு தெரிவித்தார்.

தீவிர சிகிச்சை பிரிவு டெக்னீசியன் காமேஷ், 'ஜெயலலிதாவுக்கு மாரடைப்பு ஏற்பட்டதும் அவருக்கு சிகிச்சை அளித்து வந்த தீவிர சிகிச்சை பிரிவு மருத்துவர்களுக்கு நான் உள்பட 4 டெக்னீசியன்கள் உதவியாக இருந்தோம். அறுவை சிகிச்சை செய்ததும் நாங்கள் இதயத்தை மசாஜ் செய்தோம்' என்று வாக்குமூலம் அளித்தார்.

மருத்துவர்கள் இருந்த போதும், ஜெயலலிதாவின் இதயத்தை மசாஜ் செய்ய மருத்துவ ஊழியர்களை அறிவுறுத்தியதும், அதன்

அடிப்படையில் அவர்கள் மசாஜ் செய்ததும் விசாரணை ஆணையத்துக்கு அதிர்ச்சியை ஏற்படுத்தியது.

ஜெயலலிதாவுக்கு எக்மோ கருவி பொருத்திய மருத்துவர்கள் குழுவில் இடம்பெற்ற முக்கிய மருத்துவர்களில் அப்பல்லோ மருத்துவமனையின் இதயம் மற்றும் நுரையீரல் மாற்று அறுவை சிகிச்சை நிபுணர் மதன் குமாரும் ஒருவர். ஜெயலலிதாவுக்கு எக்மோ கருவி பொருத்தியதில் இருந்து அதை அகற்றும் வரை ஜெயலலிதாவுடன் இவர் இருந்துள்ளார்.

அவர் தனது வாக்குமூலத்தில், 'எக்மோ கருவி பொருத்திய பின்பு பல மணி நேரம் ஜெயலலிதாவின் உடல் நிலையை தொடர்ந்து கண்காணித்தோம். இருந்தபோதிலும் அவரது உடல்நிலையில் எந்த முன்னேற்றமும் ஏற்படாததால் டிசம்பர் 5ந் தேதி இரவு எக்மோ கருவியை அகற்ற வேண்டிய நிலைக்கு தள்ளப்பட்டோம்' என்று கூறி உள்ளார்.

'ஜெயலலிதாவுக்கு இதயம், நுரையீரலை மாற்றும் திட்டம் எதுவும் இருந்ததா?' என்று நீதிபதி ஆறுமுகசாமி, டாக்டர் மதன்குமாரிடம் கேள்வி எழுப்பினார். அதற்கு அவர், 'அதுகுறித்து விவாதிக்கப்படவில்லை' என்று பதில் அளித்தார்.

இதனிடையே செய்தியாளர்களிடம் பேசிய அப்பல்லோ மருத்துவமனை தலைவர் பிரதாப் ரெட்டி, மறைந்த முதல் அமைச்சர் ஜெயலலிதாவுக்கு உலகத்தரம் வாய்ந்த சிகிச்சை அளித்தோம் என்று கூறினார். இது தொடர்பான ஆவணங்கள் விசாரணை ஆணையத்திடம் ஒப்படைக்கப்பட்டுள்ளது. தற்போது வழக்கு நிலுவையில் இருப்பதால் அதுதொடர்பாக எந்த கருத்தும் தெரிவிக்க இயலாது என்று குறிப்பிட்டார்.

இதனிடையே ஆணையத்தில் முன்னிலையான அப்பல்லோ மருத்துவமனையின் இதய அறுவை சிகிச்சை நிபுணர் டாக்டர் எல்.எப்.ஸ்ரீதர், ஜெயலலிதாவுக்கு இதயத்தில் எந்த கோளாறும் இல்லை, மரணம் சம்பவிக்கும் அளவுக்கு இதய நோய் பாதிப்பு இல்லை. எனவே அறுவை சிகிச்சை செய்ய தேவையில்லை என்று கூறியுள்ளார். அவர் 2016 செப்டம்பர் 26, 28ந் தேதிகளில் ஜெயலலிதாவை பார்த்ததாகவும், அதன் பிறகு டிசம்பர் 4ந் தேதி இறுதியாக பார்த்ததாகவும் தெரிவித்தார்.

அதேநேரம் டிசம்பர் 4ந் தேதி ஜெயலலிதாவுக்கு இதயம் செயலிழக்கும் முன் 3 மணி நேரம் மூச்சுத்திணறலால் அவர்

மிகவும் அவதிப்பட்டார். உரிய மருந்துகள் மற்றும் சிகிச்சை அளித்தும் பலனின்றி அதிகமான மூச்சுத்திணறல் ஏற்பட்டு, மயங்கி விழுந்ததாகவும் தெரிவித்தார்.

இது முந்தைய சாட்சிகளுக்கு நேர் எதிராக, முற்றிலும் புதிய தகவலாக இருந்தது. ஏற்கனவே சாட்சி அளித்தவர்கள் ஜெயலலிதாவுக்கு இதய செயலிழப்பு ஏற்படுவதற்கு முன் அவர் ஜெய் அனுமான் நாடகம் பார்த்துக்கொண்டு இருந்தார் என்று கூறியிருந்தனர். இதனால் ஜெயலலிதா மூச்சுத்திணறலால் அவதிப்பட்டது உண்மையா? அல்லது நாடகம் பார்த்தது உண்மையா? என்ற குழப்பம் ஏற்பட்டது.

ஜெயலலிதா மருத்துவமனையில் அனுமதிக்கப்பட்டிருந்த போது அவருக்கு சிகிச்சை அளித்த எய்ம்ஸ் மருத்துவர்கள் நிக்கில் டேண்டன், தேவ கவுரவ் ஆகியோர் ஆணையத்தில் முன்னிலையாகினர்.

நிக்கில் டேண்டன், 3.12.2016 அன்று ஜெயலலிதாவின் உடல்நிலையை பரிசோதித்து சான்று அளித்தவர். அதேபோன்று தேவ கவுரவ், 5.12.2016 அன்று ஜெயலலிதாவுக்கு எக்மோ கருவி பொருத்திய பின்பு அவரது உடல்நிலையை பரிசோதித்து ஜெயலலிதாவின் உடல்நிலையில் முன்னேற்றம் ஏற்படுமா? இல்லையா? என்பதை உறுதி செய்தவர். அவர்கள் இருவரிடமும் நீதிபதி ஆறுமுகசாமி பல்வேறு கேள்விகளை எழுப்பினார். அனைத்து கேள்விகளுக்கும் அவர்கள் பதில் அளித்தனர்.

'3.12.2016 அன்று ஜெயலலிதாவை நேரில் பார்த்தேன். அப்போது அவர், படுக்கையில் சாய்ந்தபடி இருந்தார். அவரது உடல்நிலையை பரிசோதித்து முடித்த பின்பு எனக்கு நன்றி தெரிவித்தார்' என்று மருத்துவர் நிக்கில் டேண்டன் வாக்குமூலம் அளித்தார்.

மருத்துவர் தேவகவுரவ், 'ஜெயலலிதாவுக்கு 5.12.2016 அன்று எக்மோ கருவி பொருத்தி இருந்த நிலையில் அவரது உடலை குளிர்ச்சி நிலையில் அப்பல்லோ மருத்துவர்கள் வைத்திருந்தனர். சாதாரண வெப்பநிலைக்கு ஜெயலலிதாவின் உடலை கொண்டு வந்து ரத்த ஓட்டம் எப்படி இருக்கிறது என்று பார்த்தேன். எந்த முன்னேற்றமும் இல்லாத காரணத்தினால் இறுதி முடிவு எடுத்தோம்' என்று வாக்குமூலம் அளித்தார்.

அவர்களிடம் சசிகலா தரப்பு வழக்குரைஞர் ராஜாசெந்தூர்பாண்டியன் குறுக்கு விசாரணை நடத்தினார். அப்போது, 4.12.2016 அன்றே ஜெயலலிதா இறந்து விட்டதாக பேசப்பட்டது குறித்து மருத்துவர் தேவ கவுரவ்விடம் கேள்வி எழுப்பினார். அதற்கு அவர், மருத்துவ ரீதியாக இந்த கூற்று சரியல்ல என்றும், 5.12.2106 அன்று இரவுதான் ஜெயலலிதா மரணம் அடைந்தார் என்பதுதான் சரியானது என்றும் பதில் அளித்தார்.

அதேநேரத்தில், சேலம் மேட்டூர் அணை பகுதியை சேர்ந்த மகேஷ்குமார் லிங்கன் என்பவர் ஆணையத்தில் முன்னிலையாகி, தான் சில சாட்சியங்களை அளிக்க விரும்புவதாகவும், ஜெயலலிதாவுடன் தான் தற்போதும் பேசிக்கொண்டு இருப்பதாகவும் தெரிவித்தார். இதனை கேட்ட நீதிபதி ஆறுமுகசாமி, 2016ம் ஆண்டு டிசம்பர் 5ந் தேதிக்கு முன்பு ஜெயலலிதா உங்களிடம் ஏதாவது பேசியிருந்தால் தெரிவிக்கலாம். அதற்கு பிறகு அவர் உங்களிடம் பேசுவதாக கூறுவதை ஆணையம் ஏற்றுக்கொள்ளாது என்றும் தெரிவித்தார்.

*

53

உயிரிழந்த நாளில் என்ன நடந்தது?

2016ஆம் ஆண்டு டிசம்பர் 4ஆம் தேதி ஜெயலலிதாவுக்கு திடீர் மாரடைப்பு ஏற்பட்ட போது அவருக்கு சிகிச்சை அளித்த அப்பல்லோ மருத்துவமனையின் இதயம் மற்றும் நுரையீரல் நோய் தடுப்பு சிறப்பு மருத்துவ நிபுணர்கள் ஆணையத்தில் முன்னிலையாகி வாக்குமூலம் அளித்தனர்.

‘ஜெயலலிதாவுக்கு திடீர் மாரடைப்பு ஏற்பட்ட தும் அறுவை சிகிச்சை மூலம் இதயத்தை பிளந்து செனாடமி எனப்படும் மசாஜ் செய்வதற்கு 20 நிமிடங்கள் ஆனது’ என்று மருத்துவர் ரமேஷ் வெங்கட்ராமன் என்பவர் கூறி உள்ளார். ‘செனாடமி என்ற அறுவை சிகிச்சையை மேற்கொள்ள 15 நிமிடங்கள் ஆனது’ என்று மருத்துவர் நரசிம்மன் என்பவர் தெரிவித்துள்ளார்.

‘ஜெயலலிதாவுக்கு இதயம் செயல் இழந்ததும் சி.பி.ஆர். என்ற சிகிச்சை 45 நிமிடங்கள் அளிக்கப்பட்டது என மருத்துவர் சுந்தம் என்பவர் தெரிவித்துள்ளார். அப்படி இருந்தும் இதயம் துடிக்கவில்லை என்றும், இதனால் 10 நிமிடங்களில் செனாடமி மேற்கொள்ளப்பட்டது’ என்றும் அவர் வாக்குமூலம் அளித்துள்ளார்.

மருத்துவர் மின்னல் ஓரா, ‘ஒரே நேரத்தில் செனாடமி அறுவை சிகிச்சையும், சி.பி.ஆர். சிகிச்சையும் மாறி மாறி மேற்கொள்ளப்பட்டது. செனாடமி சிகிச்சை மேற்கொள்ள 30 நிமிடம் ஆனது’ என்று கூறி உள்ளார். மருத்துவர் மதன்குமார், ‘மாறி மாறி 2 சிகிச்சையும் மேற்கொள்ளப்பட்டது’ என்று தெரிவித்துள்ளார்.

மருத்துவர் மின்னல் ஓரா

5.12.2016 அன்று எய்ம்ஸ் மருத்துவர்கள் வந்து பார்த்த போது, ஜெயலலிதா உடலை குளிர்ச்சி நிலையில் வைத்துள்ளனர். இதுபோன்ற சூழ்நிலையில் அவரது உடல்நிலை குறித்து எதுவும் சொல்ல முடியாது என்றும், எனவே, சாதாரண வெப்ப நிலைக்கு உடலை கொண்டு வருமாறு எய்ம்ஸ் மருத்துவர்கள் அறிவுறுத்தி உள்ளனர்.

அதன்படி, சாதாரண வெப்பநிலைக்கு ஜெயலலிதாவின் உடல்நிலை கொண்டு வரப்பட்டுள்ளது. இதன்பின்புதான் ஜெயலலிதாவின் இதயம் செயல்படவில்லை என்பதை உறுதி செய்து அன்றைய தினம் இரவு 11.30 மணிக்கு ஜெயலலிதா இறந்து விட்டார் என்பதை எய்ம்ஸ் மருத்துவர்கள் உறுதி செய்துள்ளனர் என்பதும் விசாரணையில் தெரியவந்தது.

அப்பல்லோ மருத்துவர்களின் இந்த வாக்குமூலங்களுக்குப் பிறகும் டிசம்பர் 4ந் தேதி ஜெயலலிதாவுக்கு அளித்த சிகிச்சை என்ன? என்பதில் ஆணையத்துக்கு பெரும் குழப்பம் ஏற்பட்டது.

சென்னை ராஜீவ்காந்தி மருத்துவமனையின் முதல்வர் ஜெயந்தி மூலம் இந்த குழப்பத்துக்கு தீர்வு காண முடிவு செய்த ஆணையம், அவரை நேரில் முன்னிலையாக ஆணையிட்டது. அதன்படி ஆணையத்தில் முன்னிலையான ஜெயந்தியிடம் செனாடமி அறுவை சிகிச்சை, சி.பி.ஆர். சிகிச்சை குறித்து நீதிபதி கேட்டறிந்தார்.

அதற்கு அவர், அரசு மருத்துவமனையில் இதுவரை செனாடமி அறுவை சிகிச்சை மேற்கொள்ளவில்லை என்றும், கடைசி முயற்சியாக சி.பி.ஆர். என்ற சிகிச்சை மட்டுமே மேற்கொள்ளப்படுவதாகவும் கூறியுள்ளார். செனாடமி அறுவை சிகிச்சையையும், சி.பி.ஆர். சிகிச்சையையும் ஒரே நேரத்தில் மேற்கொள்ளலாம் என்று பாடத்தின் மூலம் தெரிந்து கொண்டதாகவும், இதுதொடர்பாக அனுபவம் எதுவும் இல்லை என்றும் அவர் கூறியுள்ளார்.

இந்தநிலையில் ஜெயலலிதாவின் தனி மருத்துவரான சிவக்குமார் 4 ஆவது முறையாக ஆணையத்தில் முன்னிலையானார். அவரிடம் கிட்டத்தட்ட 7 மணி நேரம் விசாரணை நடத்தப்பட்டது. அப்போது ஜெயலலிதாவுக்கு அளிக்கப்பட்ட சிகிச்சை விவரங்கள் குறித்து ஆணையம் முன்வைத்த கேள்விகளுக்கு அவர் பதில் அளித்தார். சிகிச்சை தொடர்பான ஆவணங்களையும் அவர் அளித்தார். அதனைதொடர்ந்து அப்பல்லோ தரப்பு வழக்குரைஞர்கள் மற்றும் சசிகலா தரப்பு வழக்குரைஞர் ராஜா செந்தூர் பாண்டியன் ஆகியோர் முன்வைத்த குறுக்கு விசாரணை கேள்விகளுக்கும் அவர் பதிலளித்தார்.

அப்பல்லோ மருத்துவமனையில் ஜெயலலிதா அனுமதிக்கப்பட்டதற்கு முன்பு, அவருக்கு என்னென்ன விதமான சிகிச்சைகள் அளிக்கப்பட்டன? எத்தனை மருத்துவர்கள் சிகிச்சை அளித்தார்கள்? அவருக்கு என்னென்ன மருந்துகள் கொடுக்கப்பட்டன? என்பதை தெளிவுபடுத்தும் வகையில் விசாரணை ஆணையம் கேட்ட கேள்விகள் அனைத்துக்கும் அவர் பதிலளித்தார். இதற்கு முன்பு ஜெயலலிதாவுக்கு சிகிச்சை அளித்த கிட்டத்தட்ட 22 பேரின் பெயர் விவரங்கள், சிகிச்சை விவரங்கள் குறித்த பட்டியலையும், மருத்துவ ஆவணங்களையும் அவர் ஆணையத்திடம் அளித்தார்.

மேலும் ஜெயலலிதாவின் கையில் 24 மணி நேரமும் சர்க்கரை அளவை குறிப்பிடும் 'குளுக்கோஸ் மானிட்டர்' கட்டப்பட்டிருக்கும் என்றும் அவர் கூறினார். அந்த கருவியில் இருந்து எடுக்கப்பட்ட பதிவுகளையும் அவர் ஆவணமாக தாக்கல் செய்தார். மேலும் 2014 ஆம் ஆண்டில் மருத்துவர்களுக்காக ஏற்படுத்தப்பட்ட 'வாட்ஸ்அப்' குழு பற்றியும், அதில் பகிரப்பட்ட

மருத்துவ விவரங்களையும் அவர் ஸ்கிரீன் ஷாட் முறையில் தாக்கல் செய்தார்.

ஜெயலலிதாவை வெளிநாடு கொண்டு செல்வது எப்போதாவது கட்டாயமாக தோன்றியதா?', என்ற கேள்விக்கு 'அப்படி ஒரு சூழ்நிலை ஏற்படவில்லை' என்று அவர் பதில் அளித்தார்.

அப்பல்லோ மருத்துவமனையில் சிகிச்சை பெற்று வந்த ஜெயலலிதாவுக்கு முதல் முறையாக சிகிச்சை அளிக்க வந்த டாக்டர் ரிச்சர்டு பீலே, 'ஏர் ஆம்புலன்ஸ் மூலம் ஜெயலலிதாவை வெளிநாடு அழைத்துச் செல்லலாம்', என்று கருத்து தெரிவித்தார். பின்னர் 2ஆவது முறையாக வந்த ரிச்சர்டு பீலே, 'முன்பைவிட ஜெயலலிதா உடல்நிலை பரவாயில்லை. எனவே தற்போது வெளிநாட்டுக்கு சென்று சிகிச்சை மேற்கொள்ள தேவையில்லை', என்று கூறினார்.

ஜெயலலிதாவை சிகிச்சைக்காக வெளிநாட்டுக்கு அழைத்துச் செல்வது குறித்து தமிழக அமைச்சர்களிடம் எந்தவித விவாதமும் நான் மேற்கொள்ளவில்லை. அது தொடர்பான ஆலோசனைகளிலும் நான் பங்கேற்கவில்லை. இதய வால்வு பிரச்சினையில் கூட அவருக்கு அறுவை சிகிச்சை மேற்கொள்வது குறித்து மருத்துவ வல்லுனர்களிடம் ஆலோசனை நடத்தினோம். 'இப்போதைய சூழ்நிலையில் அறுவை சிகிச்சை தேவையில்லை, தேவை ஏற்படும்போது செய்துகொள்ளலாம்', என்று அவர்கள் பரிந்துரை செய்தனர்.

ஜெயலலிதாவுக்கு இதயம்நுரையீரல் சார்ந்த பிரச்சினைகள் குறித்து அது சார்ந்த வல்லுனர்கள்தான் கவனம் மேற்கொண்டனர். நான் பிளாஸ்டிக் சர்ஜரி வல்லுநர் என்பதால் என் சார்ந்த பணிகளில் நான் கவனத்தை மேற்கொண்டேன். கடைசியாக கடந்த 2016ஆம் ஆண்டு டிசம்பர் 4ஆம் தேதி காலை 11 மணியளவில் கார்ன் பிளேக்ஸ்' வேண்டும் என்று கேட்டார். ஆனால் அதை அவர் சாப்பிட்டாரா? என்பது எனக்கு தெரியாது. அன்றைய தினம் மதிய உணவுக்கு பின்னர் அவருக்கு வாந்தி ஏற்பட்டதாக சசிகலா எனக்கு தகவல் தெரிவித்தார்.

அப்பல்லோ மருத்துவமனையில் ஜெயலலிதாவுக்கு நல்ல சிகிச்சைதான் அளிக்கப்பட்டது. சசிகலாவின் கணவர் நடராஜனை குளோபல் மருத்துவமனையில் அனுமதித்ததற்கு எந்த

காரணமும் கிடையாது. அப்பல்லோ மருத்துவமனை சிகிச்சை குறித்து விமர்சிக்கப்படும் கருத்து தவறானது. ஏனென்றால் நடராஜன் ஏற்கனவே அப்பல்லோ மருத்துவமனையில் சிகிச்சை பெற்றவர்தான்.

குறிப்பாக குளோபல் மருத்துவமனையில் நடராஜன் அனுமதிக்கப்பட்டது, அவரது குடும்பத்தார் எடுத்த முடிவு. இதில் நான் எந்த கருத்தும் தெரிவிக்க முடியாது. அது தொடர்பாக வேறு தகவல் எதுவும் எனக்குத் தெரியாது. அப்பல்லோ மருத்துவமனையில் ஜெயலலிதா சிகிச்சை பெற்ற காலகட்டங்களில் அப்பல்லோ மருத்துவர்கள் தவிர வெளியில் இருந்து 19 மருத்துவர்கள் வந்து அவருக்கு சிகிச்சை அளித் தார்கள்.

ஆணையத்தில் இதுவரை இல்லாத வகையில் ஒரு பத்திரிகையாளர் முன்னிலையில் இந்த விசாரணை நடைபெற்றது. இதற்கு மருத்துவர் சிவகுமார் எந்த ஆட்சேபனையும் தெரிவிக்கவில்லை. ஜெயலலிதா மற்றும் அவருக்கு சிகிச்சை அளித்த மருத்துவர்கள் என்னவெல்லாம் பேசிக்கொண்டார்கள்? என்ற அந்த கலந்துரையாடல் விசயங்கள் குறித்து எழுப்பப்பட்ட கேள்விகளுக்கும் அவர் பதிலளித்தார்.

*

54
அரிப்பு நோயால் அவதிப்பட்ட ஜெயலலிதா

ஜெயலலிதாவுக்கு சிகிச்சை அளித்த சரும நோய் மருத்துவர்கள் முரளிதர் ராஜகோபாலன், பார்வதி பத்மநாபன் ஆகியோர் அளித்த சிகிச்சை விவரங்கள் குறித்து ஆணையம் முன்வைத்த கேள்விகளுக்கு பதில் அளித்தனர். மருந்துவ விவரங்கள் அடங்கிய தொகுப்புகளையும் அவர்கள் ஆணையத்தில் அளித்தனர்.

"1998ஆம் ஆண்டு முதல் ஜெயலலிதாவுக்கு சரும பிரச்னை தொடர்பான சிகிச்சை அளித்து வருவதாக முரளிதர் ராஜகோபாலன் கூறினார். 2016ஆம் ஆண்டு மே 31ஆம் தேதிதான் ஜெயலலிதாவைக் கடைசியாக பார்த்தேன். அப்போது, காகிதத்தில் அச்சடிக்கப்பட்ட எழுத்துகளைத் தொடுவதால் ஏற்படும் ஒவ்வாமை தொடர்பாக சில ஆலோசனைகளை அவருக்குக் கூறி மருந்துகளைக் கொடுத்தேன்' என்று குறிப்பிட்டதோடு அதுதொடர்பான மருத்துவக் குறிப்பு விவரங்களையும் அளித்தார்.

"கோப்புகளைக் கையாளுவதைத் தவிர்க்கலாமே?" என கேட்டதற்கு "நான் முதலமைச்சராக இருக்கிறேன். எனது பணி தொடர்பான விஷயங்களில் கோப்புகளை கையாளாமல் இருக்கமுடியாது" என்று ஜெயலலிதா கூறியதாக அவர் தெரி வித்தார்.

2016ஆம் ஆண்டு ஜூலை-ஆகஸ்டு மாதங்களில் ஜெயலலிதாவை சந்தித்து சரும பிரச்னைக்கான சிகிச்சை

அளித்ததாக மருத்துவர் பார்வதி பத்மநாபன் தெரிவித்தார். "ஒரு பெண் மருத்துவராக அவரைப் பரிசோதனை செய்து, உடலில் எங்கெல்லாம் தடிப்புகளும், அரிப்புகளும் இருந்தன?" என்று பரிசோதித்ததாகவும் கூறினார். "அரிப்பு பிரச்னையால் என்னால் இரவெல்லாம் தூங்க முடியவில்லை. தூக்கமில்லாத காரணத்தால் நடக்கவும் முடியவில்லை. மன உளைச்சலாக இருக்கிறது. இதனால் என்னால் தலைமைச் செயலகம் சென்று பணிகள் செய்ய முடியவில்லை" என்று ஜெயலலிதா குறிப்பிட்டார் என்றும் அவர் தெரிவித்தார்.

'இதையடுத்து ஸ்டீராய்டு மருந்து குறித்து ஆலோசனைகளை அவரிடம் கூறி, மிக பாதுகாப்பான மருந்துகளை அவருக்கு வழங்கினேன். 5 நாட்களுக்குப் பிறகு அவரைச் சந்திக்கச் சென்றபோது மருந்துகள் மூலம் அவரது சருமப் பிரச்னைகள் சரியாகி இருந்தது" என பார்வதி பத்மநாபன் தெரிவித்தார்.

"சொத்துக்குவிப்பு வழக்கால் ஏற்பட்ட மனரீதியான பாதிப்புகள்தான் அவரது உடலில் பல பிரச்னைகளை உருவாக்கியது. அதனால்தான் பல மருத்துவர்களை நான் ஒருங்கிணைத்தேன்" என்று மருத்துவர் சிவக்குமார் குறிப்பிட்டார்.

*

55
சசிகலாவிடம் நேரில் விசாரிக்க முடிவு

பெங்களூரு சிறையில் இருந்த சசிகலாவிடம் ஜெயலலிதா மரணம் குறித்து விசாரணை நடத்துவதற்காக தமிழக உள்துறை மற்றும் கர்நாடக சிறைத்துறைக்கு ஆறுமுகசாமி ஆணையம் கடிதம் எழுதியது.

ஆணையத்தில் விசாரணைக்காக முன்னிலையான மருத்துவர் எம்.ஆர்.கிரிநாத், தான் ஜெயலலிதாவை செப்டம்பர் 27ஆம் தேதி கண்ணாடி வழியாக பார்த்ததாகவும், அவரது மருத்துவக் குறிப்பேடுகளைப் பார்வையிட்டு ஜெயலலிதாவுக்கு இதய அறுவைசிகிச்சை தேவையில்லை என்று கருத்துத் தெரிவித்ததாகவும் கூறினார். ஆனால், அப்பல்லோ தாக்கல் செய்த கோப்புகளில் எம்.ஆர்.கிரிநாத்தின் கருத்துகள் இல்லை.

அதேபோன்று, 'ஜெயலலிதாவின் சிகிச்சைக்காக நான் ஒரு பைசா கூட வாங்கவில்லை' என்று டாக்டர் எம்.ஆர்.கிரிநாத் ஆணையத்திடம் தெரிவித்துள்ளார். ஆனால், அப்பல்லோ மருத்துவமனை தரப்பில் ஆணையத்திடம் தாக்கல் செய்யப்பட்ட கோப்பில் மருத்துவர் எம்.ஆர்.கிரிநாத்துக்கு ரூ.1 லட்சம் கட்டணமாக வழங்கியதாக கூறப்பட்டிருந்தது. ஆணையத் தரப்பில் இந்த ஆவணத்தைக் காண்பித்துக் கேட்டபோதும், ஜெயலலிதாவின் மருத்துவச் சிகிச்சைக்கு தான் பணம் வாங்கவே இல்லை என்றே மருத்துவர் கிரிநாத் தெரிவித்தார்.

ஜெயலலிதா மற்றும் சசிகலாவின் உறவினர்கள், போயஸ் தோட்டப் பணியாளர்கள், ஐ.ஏ.எஸ்., ஐ.பி.எஸ். அதிகாரிகள்,

பெங்களூரு பரப்பன அக்ரகாரா சிறை

ஜெயலலிதாவின் பாதுகாப்பு அதிகாரிகள், அப்பல்லோ மருத்துவமனை மருத்துவர்கள், செவிலியர்கள், எய்ம்ஸ் மருத்துவர்கள் என அதுவரை 142 பேரிடம் ஆணையம் விசாரணை நடத்தி இருந்தது. அவர்களின் வாக்கு மூலத்தையும் ஆணையம் பதிவுசெய்து வைத்துள்ளது. அடுத்தகட்டமாக அமைச்சர்கள் மற்றும் அ.தி.மு.க. நிர்வாகிகளிடம் விசாரணை மேற்கொள்ள முடிவு செய்யப்பட்டது. இதனால், ஜெயலலிதா மரணம் குறித்த விசாரணை சூடுபிடிக்க ஆரம்பித்தது.

துணை முதலமைச்சர் ஓ.பன்னீர்செல்வம், சுகாதாரத்துறை அமைச்சர் சி.விஜயபாஸ்கர் மற்றும் அப்பல்லோ மருத்துவமனையில் ஜெயலலிதாவைப் பார்வையிட்ட அமைச்சர்கள் மற்றும் முன்னாள் அமைச்சர் பொன்னையன் உள்ளிட்ட அ.தி.மு.க. நிர்வாகிகளிடமும் விசாரணை நடத்த ஆணையம் முடிவு செய்தது.

அதன்படி துணை முதலமைச்சர் ஓ.பன்னீர்செல்வம் விசாரணைக்காக 2018 ஆம் ஆண்டு டிசம்பர் 20 ஆம் தேதி முன்னிலையாக வேண்டும் என்று ஆணையம் அவருக்கு அழைப்பாணை அனுப்பியது. அதேபோல சுகாதாரத்துறை அமைச்சர் விஜயபாஸ்கர், முன்னாள் அமைச்சர் பொன்னையன்

ஆகியோருக்கும் ஆணையம் அழைப்பாணை அனுப்பியது. இறுதியாக அப்பல்லோ மருத்துவமனையின் தலைவர், துணைத்தலைவர், லண்டன் மருத்துவர் ரிச்சர்டு பீலே ஆகியோரிடம் விசாரணை நடத்தவும் ஆணையம் முடிவு செய்தது.

மேலும், பெங்களூரு பரப்பன அக்ரஹார சிறையில் இருக்கும் ஜெயலலிதாவின் தோழி சசிகலாவிடம் நீதிபதி ஆறுமுகசாமி நேரில் சென்று விசாரணை நடத்துவதற்காக தமிழக உள்துறை அமைச்சகம் மற்றும் கர்நாடக சிறைத்துறைக்கும் ஆணையத் தரப்பில் கடிதம் எழுதப்பட்டது.

சசிகலா தனது தரப்பு வாக்குமூலத்தை வழக்குரைஞர் மூலம் ஏற்கெனவே தாக்கல் செய்துள்ளார். இதுவரை வாக்குமூலம் அளித்தவர்களிடம் சசிகலா தரப்பு வழக்குரைஞர் குறுக்கு விசாரணை நடத்தி முடித்துள்ளார். தற்போது விசாரணை இறுதிக் கட்டத்தை எட்டியது.

இந்த நிலையில், ஜெயலலிதா மரணம் தொடர்பாக பல்வேறு பத்திரிகைகளிலும், சமூக வலைதளங்களிலும் வெளியான தகவல்களை ஒன்று சேர்த்து 123 பக்கங்களைக் கொண்ட ஆவணமாகத் தயாரித்து அதை நீதிபதி ஆறுமுகசாமியிடம், பொன்னையன் வழங்கினார். இது தொடர்பாக அவரிடம் விசாரணை நடைபெற்றது.

"அடிப்படை ஆதாரம் எதுவும் இல்லாமல் பத்திரிகை மற்றும் சமூக வலைதளங்களில் வந்த தகவல்கள் அடிப்படையில் ஜெயலலிதா மரணத்தில் சந்தேகம் உள்ளது என்று எப்படிக் கூற முடியும்?" என்று சசிகலா தரப்பு வழக்குரைஞர் ராஜா செந்தூர் பாண்டியன் அவரிடம் கேள்வி எழுப்பினார். அதற்கு பொன்னையன், "அதுபோன்று பத்திரிகைகளில் வந்த செய்திகளுக்கு சசிகலா, டி.டி.வி.தினகரன் ஆகியோர் மறுப்பு எதுவும் தெரிவிக்கவில்லையே" என்றார்.

அப்படியென்றால், "முதல்அமைச்சர் எடப்பாடி பழனிசாமி மற்றும் அமைச்சர்கள் சிலரை ஒப்பந்ததாரர்கள் சிலருடன் தொடர்புபடுத்திக் குற்றம் சாட்டி பத்திரிகைகளில் வெளியான செய்திகளுக்கு அவர்கள் மறுப்பு தெரிவிக்கவில்லை. அவ்வாறு இருக்கும்போது அதை உண்மை என்று எடுத்துக்கொள்ளலாமா?" என்று வழக்குரைஞர் கேள்வி எழுப்பினார்.

அதற்கு பதிலளித்த பொன்னையன், "இந்த விவகாரம் ஆணையத்தின் வரம்புக்குள் வராது" என்று பதில் அளித்தார். "உங்கள் நோக்கம் என்ன?" என்று வழக்குரைஞர் கேட்ட போது, "ஜெயலலிதா மரணம் குறித்து சி.பி.ஐ. விசாரணை வேண்டும்" என்றார். "அப்படியென்றால், ஆணையத்தின் விசாரணை மீது நம்பிக்கை இல்லையா?" என்று வழக்குரைஞர் வினவினார். அதற்கு அவர், "சி.பி.ஐ. வசம் உயர் தொழில்நுட்பக் கருவிகள் உள்ளன. அவர்கள் உண்மையைக் கண்டுபிடித்து விடுவார்கள். ஆணையத்தின் விசாரணைக்கு சி.பி.ஐ. விசாரணை ஒத்துழைப்பாக இருக்கும்" என்றார்.

"எடப்பாடி பழனிசாமிக்கு எதிரான ஒரு குற்றச்சாட்டு குறித்து சி.பி.ஐ. விசாரணைக்கு உயர்நீதிமன்றம் ஆணையிட்ட போது சி.பி.ஐ. விசாரணை தேவையில்லை என்று கூறினீர்களே?" என்று கேட்டபோது, "இந்த விவகாரம் ஆணையத்தின் வரம்புக்குள் வராது" என்றார்.

"இதற்கும், ஆணைய விசாரணைக்கும் என்ன சம்பந்தம் உள்ளது?" என்று நீதிபதி கேள்வி எழுப்ப, அதற்கு "பொன்னையன் இரட்டை நிலைப்பாட்டை எடுத்துள்ளார். அவர் ஒரு தலைபட்சமாக காழ்ப்புணர்ச்சியுடன் செயல்படுகிறார் என்பதை ஆதாரத்துடன் நிரூபிக்க இதற்கான பதிலை கேட்டு பதிவு செய்ய வேண்டும்" என்று வழக்குரைஞர் ராஜா செந்தூர் பாண்டியன் வலியுறுத்தினார். அதன்படி கேள்வி கேட்டு பொன்னையனின் பதிலை நீதிபதி பதிவுசெய்து கொண்டார்.

ஜெயலலிதாவின் கால் வெட்டப்பட்டதாக காஞ்சீபுரத்தில் நடந்த விழாவில் பேசியது குறித்து வழக்குரைஞர் கேள்வி எழுப்பியபோது, "அதுபோன்று பேசியதாக ஞாபகம் இல்லை" என்று பொன்னையன் தெரிவித்தார். அதேபோன்று ஜெயலலிதா முகத்தில் நான்கு ஓட்டைகள் இருந்ததாக பேசியது குறித்து கேள்வி எழுப்பியபோது, "சமூக வலைதளங்களில் வந்த தகவலை வைத்தே அதுபோன்று பேசினேன்" என்று பொன்னையன் பதில் அளித்தார்.

இதனிடையே, "ஆணையத்தில் விசாரிக்கப்பட்ட சாட்சிகளின் அடிப்படையில் அப்பல்லோ மருத்துவமனை மற்றும் சசிகலாவுக்கு எதிரான ஆதாரங்கள் இல்லை" என்று வழக்கறிஞர் ராஜாசெந்தூர் பாண்டியன் தெரிவித்தார்.

சசிகலா தரப்பு வழக்கறிஞர் ராஜாசெந்தூர் பாண்டியன் கூறும்போது, "ஓ.பன்னீர்செல்வத்திடம் விசாரிக்க வேண்டிய விஷயங்கள் நிறைய உள்ளன. அவரிடம் விசாரணை நடத்தினால்தான் பல மர்மங்களுக்கான முடிச்சுகள் சரியாகும். ஓ.பன்னீர்செல்வம் விசாரணைக்கு முன்னிலையாகாமல் இருப்பதால் வேகமாகச் சென்றுகொண்டிருந்த ஆணையப் பணிகள் சற்றுத் தாமதமடைந்துள்ளன. அமைச்சர்கள் பலர் பொதுவெளியில் பல கருத்துகளை தெரிவித்து வருகின்றனர். அப்படி பேசும் 9 அமைச்சர்களிடம் விசாரிக்க வேண்டும். லண்டன் மருத்துவர் ரிச்சர்ட் பீலேவிடமும் குருமூர்த்தியிடமும் நிச்சயம் விசாரிக்க வேண்டும். இது தொடர்பாக ஆணையத்தில் ஏற்கெனவே மனு தாக்கல் செய்து இருக்கிறேன்" என்றும் அவர் கூறினார்.

"சாட்சிகளிடம் விசாரிக்கப்பட்டதன் அடிப்படையில் அப்பல்லோ மருத்துவமனை மற்றும் சசிகலாவுக்கு எதிராக வலுவான ஆதாரங்கள் எதுவுமே இல்லை என்பது ஆணையத்துக்குத் தெரியும். கோடநாடு கொலை மற்றும் கொள்ளை சம்பவங்களுக்கும், ஜெயலலிதா மரணத்துக்கும் தொடர்பு இருக்கலாம் என்று பெரிய அரசியல் தலைவர்களே பேசுகின்றனர். அந்தச் சந்தேகத்தை நிவர்த்தி செய்ய வேண்டியது ஆணையத்தின் கடமை" என்றும் அவர் கூறினார்.

*

56
மருத்துவச் செலவு 7 கோடி ரூபாய்

ஜெயலலிதாவுக்கு அளிக்கப்பட்ட சிகிச்சைக்கான மொத்த செலவு 7 கோடி ரூபாய் என ஆணையத்தில் அப்பல்லோ மருத்துவமனை தெரிவித்தது.

ஆணையத்தின் உத்தரவைத் தொடர்ந்து ஜெயலலிதாவின் மருத்துவச் சிகிச்சை தொடர்பான விவரங்கள் அடங்கிய 3 ஆயிரம் பக்கங்கள் கொண்ட விரிவான மருத்துவ அறிக்கையை அப்பல்லோ நிர்வாகம் ஏற்கெனவே தாக்கல் செய்தது. இந்தநிலையில், 75 நாட்கள் மருத்துவமனையில் இருந்தபோது ஜெயலலிதாவுக்கு அளிக்கப்பட்ட சிகிச்சைக்கான கட்டண விவரங்களைத் தாக்கல் செய்ய அப்பல்லோ நிர்வாகத்துக்கு ஆணையம் உத்தரவு பிறப்பித்தது. அதன் அடிப்படையில், ஜெயலலிதா சிகிச்சைக்கான செலவு விவரங்கள் அடங்கிய ரசீது நகல்களுடன் அப்பல்லோ நிர்வாகம் ஆணையத்தில் அறிக்கை தாக்கல் செய்தது.

அதன்படி,ஜெயலலிதாவுக்கு அளிக்கப்பட்ட சிகிச்சைக்கான மொத்த செலவு 6 கோடியே 85 லட்சத்து 69 ஆயிரத்து 584 ரூபாய் என்றும், ஜெயலலிதா மருத்துவமனையில் சிகிச்சை பெற்ற 75 நாட்களுக்கான உணவுக் கட்டணம் ரூ.1 கோடியே 17 லட்சத்து 4 ஆயிரத்து 925 ரூபாய் என்றும் தெரிவிக்கப்பட்டது.

மருத்துவர்களின் பரிந்துரைக்கு ரூ.71 லட்சம்,

அறை வாடகை 24 லட்சத்து 19 ஆயிரத்து 800 ரூபாய்,

APOLLO HOSPITALS ENTERPRISE LIMITED

CIN : L85110TN1979PLC008035

Apollo HOSPITALS
TOUCHING LIVES

Name: Ms. JAYALALITHAA J

UHID No.AC01.0002081866
BILL No. CMH-ICR-52738

BILL SUMMARY

In INR

S. No	Date	Bill No	Service	Amount
1	14-Dec-16	CMH-ICR-52738	**Patient Bill Health care services**	
			Consultation	7,100,000
			Equipment (Ventilator, Infusion Pump,Syringe Pump)	710,960
			Invasive procedure (Plateletpheresis - Blood unit)	88,000
			Investigation	1,925,700
			Non invasive procedure (Packed cells, Cryoprecipitate etc)	290,658
			Non Pharmacy Material	107,710
			OT Charges	39,500
			Patient Preferred Service	51,220
			Physiotheraphy	73,500
			Professional Charges	220,000
			Profile	594,238
			Room Rent	2,419,800
			Cathlab Consumables	69,792
			OT Consumables	445,938
			OT Pharmacy	110,667
			Ward Consumables	19,125
			Ward Pharmacy	3,823,389
			Nursing and Hospital Utilities	1,110,000
			Total Service Amount	**19,200,196**
2	14-Dec-16	CMH-ICR-52738/A	**Professional charges**	
			Amount Paid to Dr.Richard Beale	9,207,844
			Amount Paid to Mount Elizabeth	12,909,319
			Total Professional Charges	**22,117,163**
3	14-Dec-16	CMH-ICR-52738/B	**Room rent / Food and beverages / Engineering services**	
			Room rent	12,479,100
			Food and beverages Services	11,704,925
			Engineering services	3,068,200
			Total Service Amount	**27,252,225**
			Total	**68,569,584**

(Rupees Six Crores Eighty Five Lakhs Sixty Nine Thousand Five Hundred and Eighty Four only)

		Receipt No		Amount
4	13-Oct-16	12685092	Received cheque	4,113,304
5	15-Jun-17	Cheque no: 001768	Received cheque from AIADMK party	60,000,000
			Total	**64,113,304**
			Outstanding Amount	**4,456,280**

மருத்துவச் செலவு ரசீது

மருந்துகளுக்கான செலவு 39 லட்சத்து 34 ஆயிரத்து 56 ரூபாய்,

அறை வாடகை ரூ.1 கோடியே 24 லட்சத்து 79 ஆயிரத்து 100 என்றும்,

லண்டன் மருத்துவர் ரிச்சர்டு பீலேவுக்கு ரூ.92 லட்சத்து 7 ஆயிரத்து 844 ரூபாயும், பிசியோதெரபி சிகிச்சைக்காக சிங்கப்பூர் மவுண்ட் எலிசபெத் மருத்துவமனைக்கு ரூ. 1 கோடியே 29

லட்சத்து 9 ஆயிரத்து 319 ரூபாய் கொடுக்கப்பட்டுள்ளதாகவும் அதில் குறிப்பிடப்பட்டிருந்தது.

2016ம் ஆண்டு அக்டோபர் 13ஆம் தேதி ரூ.41,13,304க்கான காசோலை அப்பல்லோ மருத்துவமனைக்கு வழங்கப்பட்டுள்ளதாக குறிப்பிடப்பட்ட போதிலும், இந்த தொகையை வழங்கியவர்கள் குறித்த விவரம் எதுவும் கூறப்படவில்லை. அதேவேளையில் ஜெயலலிதா மரணத்துக்கு பின்பு 2017 ஆம் ஆண்டு ஜூன் 15 ஆம் தேதி அ.தி.மு.க. சார்பில் ரூ.6 கோடிக்கான காசோலை வழங்கப்பட்டதாக கூறப்பட்டிருந்தது.

சிகிச்சைக்கான மொத்த செலவில் ரூ.44,56,280 மட்டும் பாக்கி இருப்பதாகவும் தெரிவிக்கப்பட்டது. மீதமுள்ள தொகை வழங்கப்பட்டு விட்டதா, இல்லையா? என்பது குறித்தான விவரங்கள் எதுவும் குறிப்பிடப்படவில்லை.

*

57
ஆவேசமடைந்த சி.வி.சண்முகம்

"**ஜெ**யலலிதாவுக்குச் சரியான முறையில் மருத்துவ சிகிச்சைகள் அளிக்கப்பட்டிருக்குமேயானால் அவர் உடல்நிலை சீரடைந்து இன்று நம்மிடையே நலமாக இருந்திருப்பார். அவருக்குச் சரியான சிகிச்சைகள் அளிக்கப்படவில்லை. ஜெயலலிதாவின் மரணத்தில் மர்மம் இருப்பது உறுதி. அதனை, சிறப்பு விசாரணைக்குழு அமைத்துக் கண்டறிய வேண்டும்!"

- ஜெயலலிதா இறந்து இரண்டு ஆண்டுகள் கழித்து திடீரென ஒருநாள் ஆவேசம் பொங்க பேட்டி அளித்தார் சட்டத்துறை அமைச்சராக இருந்த சி.வி.சண்முகம்.

ஜெயலலிதாவின் மரணத்தில் மர்மம் உள்ளதாக பல்வேறு தரப்புகள் சந்தேகம் எழுப்பிய நிலையில், தமிழக அரசால் அமைக்கப்பட்ட நீதிபதி ஆறுமுகசாமி ஆணையம் விசாரித்து வரும் நிலையில் சி.வி.சண்முகம் திடீரென ஒரு நாள் செய்தியாளர்களைச் சந்தித்தார்.

அப்போது, "ஜெயலலிதாவின் மரணத்தில் மர்மம் இருப்பது உறுதி" என அவர் ஆவேசமாகக் குற்றம் சாட்டினார். "அப்போதைய முதலமைச்சர் தொடங்கி, எங்கள் யாரையும் ஜெயலலிதாவை நேரில் சந்திக்க விடாமல் அப்பல்லோவை உல்லாச விடுதியாக மாற்றி, ரூ.1 கோடிக்கு மேல் இட்லி, தோசை என தின்று தீர்த்தவர்கள் யார்? ஜெயலலிதா மரணத்தில் உள்ள மர்மங்களைக் கண்டறிய சிறப்பு விசாரணைக்குழு அமைக்க வேண்டும்" என சி.வி.சண்முகம் வலியுறுத்தினார்.

சி.வி.சண்முகம்

"சந்தேகத்திற்கு இடமான மரணம் என வழக்குப்பதிவு செய்து, சம்பந்தப்பட்டவர்களை விசாரிக்க வேண்டும். ஜெயலலிதாவுக்கு ஆஞ்சியோ சிகிச்சை ஏன் செய்யவில்லை? செய்ய வேண்டாம் என சொன்னது யார்? ஜெயலலிதா சிகிச்சை பெற்றபோது எங்களை யாரும் பார்க்க அனுமதிக்கவில்லை.ஜெயலலிதாவுக்கு முறையாக மருத்துவச் சிகிச்சை அளிக்கப்பட்டிருந்தால் உயிரோடு இருந்திருப்பார்" என்றும் அவர் கூறினார். மேலும் முன்னாள் தலைமைச் செயலாளர் ராம மோகன் ராவ், சுகாதாரத்துறை செயலாளர் ஆகிய இருவரும் முன்னுக்குப் பின் முரணாக ஆணையத்தில் சாட்சியம் அளித்துள்ளதாக அவர்கள் இருவரையும் சாடினார்.

அமைச்சர் சி.வி.சண்முகத்தின் கருத்துகளை ஆதரிக்கும் வகையில் அமைச்சர் ஜெயக்குமாரும் அடுத்தடுத்த நாட்களில் கருத்து கூறினார்.

"அமைச்சர் சி.வி.சண்முகம் சொல்வது விசாரணைக்குழு அமைக்க வேண்டுமென்பது, அதைத்தான் நானும் ஒத்தக் கருத்தாகத் தெரிவித்தேன்" என்றார். "ராஜீவ் கொலையில் ஜெயின் கமிஷன் ஒருபக்கம் விசாரித்தாலும், சிபிஐ மறுபக்கம் விசாரித்ததுபோல்தான் இதுவும்" என்றார். "சிலபேரை கவனிக்கவேண்டிய விதத்தில் கவனித்தால்தான் உண்மை வெளிவரும்" என்றும் அவர் கூறினார்.

இதுதொடர்பாக கருத்துத் தெரிவித்த அப்போதைய துணை முதலமைச்சர் ஓ.பன்னீர்செல்வம், ‘அமைச்சர் பேசிய விவகாரம் அவரது சொந்தக் கருத்து’ என முடித்துக்கொண்டார்.

ஜெயலலிதாவை வெளிநாட்டுக்கு அழைத்துச் சென்று சிகிச்சை அளித்தால், இந்திய மருத்துவர்களின் மதிப்பு குறைந்துவிடும் என சுகாதாரத்துறைச் செயலாளர் ராதாகிருஷ்ணன் தெரிவித்ததாக அமைச்சர் சி.வி.சண்முகம் பேசிய விவகாரம் பரபரப்பை ஏற்படுத்திய நிலையில், சுகாதாரத்துறை செயலருக்கு ஆதரவாக ஐ.ஏ.எஸ். அதிகாரிகள் சங்கம் தீர்மானம் நிறைவேற்றியது.

அமைச்சரின் பேச்சுக்கு எதிர்ப்புத் தெரிவித்த ஐ.ஏ.எஸ் அதிகாரிகள் சங்கம், பொதுவெளியில் அமைச்சர்கள் கூறும் இதுபோன்ற கருத்துகள் மனவேதனை அளிப்பதாகவும் இதைத் தடுக்க வேண்டுமென்றும் முதலமைச்சருக்கு கோரிக்கை விடுத்தனர்.

அதேபோல், இந்தத் தீர்மானத்தை அப்போதைய தலைமைச் செயலாளர் கிரிஜா வைத்தியநாதனுக்கும் அனுப்பி வைத்தனர்.

ஐ.ஏ.எஸ் அதிகாரிகள் சங்கம் நிறைவேற்றியுள்ள தீர்மானத்தில், “சுகாதாரத்துறைச் செயலாளருக்கு எதிராக அமைச்சர் பொதுவெளியில் பேசியிருப்பது விசாரணை நடைமுறையைப் பாதிக்க வாய்ப்பு உள்ளது. ஜெயலலிதா மரணம் தொடர்பாக விசாரித்து வரும் ஆறுமுகசாமி ஆணையத்தில் சுகாதாரத்துறைச் செயலாளர் முன்னிலையாகி தேவையான விளக்கத்தை அளித்தார். ஜெயலலிதாவுக்கு அளித்த மருத்துவத்துக்கு ஓர் அதிகாரி பொறுப்பாக முடியாது. ஜெயலலிதாவுக்குச் சிகிச்சை அளிப்பது தொடர்பாக முடிவு செய்தது மருத்துவர்கள்தானே தவிர சுகாதாரத்துறைச் செயலாளருக்கு இதில் பங்கு இல்லை. மேலும், அதிகாரிகளும் அமைச்சர்களும் சட்டசபைக்கு உட்பட்டுத்தான் செயல்படுகின்றனர். பொதுவெளியில் அமைச்சர் இப்படிப் பேசுவது சட்ட நடைமுறையைப் பாதிக்கும். அரசாங்கத்துக்குச் சேவை செய்யும் ஐ.ஏ.எஸ் அதிகாரிகள் நிரந்தர அரசு ஊழியர்கள். அவர்கள் இந்திய சட்டதிட்டத்துக்கு கட்டுப்பட்டவர்கள். அவர்கள் பொதுவெளியில் கருத்து தெரிவிக்க அனுமதிக்கப்படவில்லை. ஐ.ஏ.எஸ் அதிகாரிக்கு எதிராக அமைச்சர் குற்றம்சாட்டும்போது, அதற்கு எதிர் கருத்தோ

TAMIL NADU I.A.S. OFFICERS' ASSOCIATION

(TNIASOA)

Regn. No. 84/2014

Regd. Office : I.A.S. Officers' Mess, SAF Games Village, Koyambedu, Chennai - 600 107.

President
Dr. T.V. Somanathan

Vice President
P. Amudha

Secretary
M.S. Shanmugam

Joint Secretaries
Pooja Kulkarni
G. Laxmi Priya

Treasurer
H. Krishnan Unni

Members
Dr. D. Jagannathan
V. Rajaraman
K. Nanthakumar
Dr. Subodh Kumar
S. Divyadharshini
D. Mohan
J. Meghanatha Reddy
Dr. K.P. Karthikeyan
Raja Gopal Sunkara

RESOLUTION PASSED BY THE EXECUTIVE COMMITTEE OF THE TAMIL NADU IAS OFFICERS ASSOCIATION ON 2ND JANUARY 2019.

The Executive Committee of the Tamil Nadu IAS Officers Association met on 2nd January 2019 to discuss the extraordinary situation arising from certain recent comments made by a Cabinet Minister about the actions of the Principal Secretary, Health & Family Welfare Department, Government of Tamil Nadu. The Committee noted that a sitting Cabinet Minister had publicly criticized the actions of the Health Secretary in relation to the treatment given to the late Hon'ble Chief Minister Dr. Selvi J Jayalalithaa. The officer concerned has already appeared before the Commission of Inquiry looking into the matter and given his version of events. It is for the Commission to examine the totality of the evidence presented before it. The officer concerned is not responsible for deciding the nature of the medical

pg 1 of 3

ஐ.ஏ.எஸ். அதிகாரிகள் சங்கத்தின் தீர்மானம்

அல்லது தனது தரப்பு விளக்கத்தையோ பொது வெளியில் தெரிவிக்க ஐ.ஏ.எஸ் அதிகாரிகளுக்கு உரிமை இல்லாத நிலையில், அமைச்சர் இவ்வாறு பேசியிருப்பது அரசாங்க நன்னடைத்தை விதிகளை மீறியது. அவ்வாறு அவர்கள் செயல்பட்டால் அது சட்டத்துக்குப் புறம்பான நடவடிக்கையாகக் கருதப்படும். பொதுவெளியில் அமைச்சர்கள் கூறும் இதுபோன்ற கருத்துகள் மனவேதனை அளிக்கிறது. இந்த விவகாரத்தில் முதல்வர் தலையிட்டு பிரச்னைக்குத் தீர்வு காண வேண்டும்'' எனக் கூறப்பட்டுள்ளது.

*

58
ரகசிய மருத்துவக்குழு அமைப்பு

மருத்துவக்குழு அமைக்கப்பட்டால் மட்டுமே அப்பல்லோ மருத்துவர்கள் அளிக்கும் தகவல்களை முறையாகப் பதிவுசெய்ய முடியும் எனவும், அதுவரை அப்பல்லோ மருத்துவர்கள் எவரும் ஆணையத்தில் முன்னிலையாக மாட்டார்கள் எனவும், அப்பல்லோ வழக்குரைஞர் தெரிவித்தார்.

இது தொடர்பாக ஆறுமுகசாமி ஆணையத்தில் அப்பல்லோ வழக்குரைஞர் மஹிபுனா பாட்ஷா செய்தியாளர்களுக்கு அளித்த பேட்டியில், "அப்பல்லோ மருத்துவர்கள் 11 பேர் குறுக்கு விசாரணைக்காக இன்று முன்னிலையாகுமாறு ஆறுமுகசாமி ஆணையம் அழைப்பாணை அனுப்பியிருந்தது. ஆணையத்தில் மருத்துவர்களின் வாக்குமூலங்கள் தவறாக பதிவு செய்யப்படுகிறது. முன்னாள் முதலமைச்சர் ஜெயலலிதாவுக்கு அளிக்கப்பட்ட முழு சிகிச்சை விவரங்களை வழங்கியுள்ளோம். மருத்துவம் குறித்த விவரங்கள் தெரியாமல் ஜெயலலிதாவுக்கு மூளைச்சாவு ஏற்பட்டதாக தவறான தகவல்களை பரப்புகின்றனர்.

ஜெயலலிதாவுக்கு அப்பல்லோ மருத்துவர்கள் மட்டுமே சிகிச்சை அளிக்கவில்லை. பல்வேறு விருதுகள் பெற்ற மருத்துவர்களான ரிச்சர்டு பீலே, எய்ம்ஸ் மருத்துவர்களும் சிகிச்சை வழங்கினர். மருத்துவர்கள் அளிக்கும் வாக்குமூலங்கள், ஆணையத்தால் தவறாக பதிவு செய்யப்படுவதைத் தவிர்க்க மருத்துவக்குழு அமைக்க வேண்டும் என கடந்த ஜூன் மாதமே மனு அளித்திருந்தோம். இப்போதும் அதையேதான் கேட்டுள்ளோம்.

ஆணையம் சார்பில் மருத்துவக்குழு அமைக்கப்படும் வரை அப்பல்லோ மருத்துவர்கள் ஆணையத்தில் முன்னிலையாக மாட்டார்கள், எனவே, வேறு ஒரு நாளில் மருத்துவர்களுக்கு அழைப்பாணை அளிக்க வேண்டும் என மனு அளித்துள்ளோம்" என்றார்.

இந்நிலையில், ஜெயலலிதா சிகிச்சை ஆவணங்களை சிறப்பு மருத்துவ நிபுணர்கள்குழு மூலம் விசாரணை ஆணையம் ரகசியமாக ஆய்வு செய்துள்ளது. இது அப்பல்லோ மற்றும் சசிகலா தரப்புக்கு கடும் அதிர்ச்சியை ஏற்படுத்தியது.

ஆறுமுகசாமி ஆணையத்தில் ஜெயலலிதாவுக்கு சிகிச்சை அளித்த அப்பல்லோ மருத்துவர்கள் பலர் ஆணையத்தில் முன்னிலையாகி வாக்குமூலம் அளித்துள்ளனர். ஜெயலலிதா சிகிச்சை தொடர்பான ஆவணங்களை ஆய்வு செய்யவும், அப்பல்லோ மருத்துவர்களின் வாக்குமூலத்தைச் சரிபார்க்கவும் சிறப்பு மருத்துவ நிபுணர்கள் குழுவை ஏற்படுத்திக்கொள்ள ஆணையத்துக்கு தமிழக அரசு அனுமதி அளித்து இருந்தது.

மருத்துவ நிபுணர்கள் குழு ஏற்படுத்தப்படாததால் அப்பல்லோ மருத்துவர்களின் வாக்குமூலம் தவறாகப் புரிந்து கொள்ளப்பட்டு பதிவு செய்யப்படுவதாகவும், எனவே, அரசு ஏற்கெனவே அனுமதி அளித்தபடி ஆணையத்துக்கென தனியாக சிறப்பு மருத்துவ நிபுணர்கள் அடங்கிய குழுவை ஏற்படுத்த வேண்டும் என்றும் அப்பல்லோ நிர்வாகம் நீதிபதி ஆறுமுகசாமி ஆணையத்தில் மனு தாக்கல் செய்தது.

அதேபோன்று அப்பல்லோ மருத்துவர்கள், பணியாளர்கள் வாக்குமூலம் அளிக்கும்போது அதை ஒளிப்பதிவு செய்யவேண்டும் என்றும், தவறாக பதிவு செய்யப்பட்டுள்ள அப்பல்லோ மருத்துவர் மதன்குமாரின் வாக்குமூலத்தை திருத்தம் செய்யவேண்டும் என்றும் அப்பல்லோ நிர்வாகம் மனு தாக்கல் செய்தது.

இந்த மனுக்கள் அனைத்தும் நீதிபதி ஆறுமுகசாமி முன்னிலையில் விசாரணைக்கு வந்தன. அப்போது ஆணையத்தின் வழக்குரைஞர் பதில் மனு தாக்கல் செய்தார். அதில், "விசாரணை ஆணையத்துக்கென தனியாகச் சிறப்பு மருத்துவர்கள் குழு ஏற்படுத்தப்பட்டு அந்தக்குழு ஜெயலலிதா சிகிச்சை தொடர்பான ஆவணங்களை ஆய்வு செய்துள்ளது. அந்தக் குழுவில், சென்னை ராஜீவ்காந்தி அரசு பொது மருத்துவமனையில் பணியாற்றி

வரும் இதய அறுவைசிகிச்சை நிபுணர்கள் ஆர்.நந்தகுமார், எம்.சிவராமன், பயோ கெமிஸ்ட்டிஸ்ட் மரகதம், இதய நோய் தடுப்பு சிறப்பு நிபுணர் எம்.நந்தகுமரன், கதிரியக்க மருத்துவர் ரவி ஆகியோர் இடம் பெற்று இருந்தனர். என்ன நோக்கத்துக்காக அவர்களது சேவை தேவைப்பட்டதோ அதற்காக அவர்களை பயன்படுத்திக்கொண்டோம்" என்று கூறப்பட்டுள்ளது.

மருத்துவர்கள் குழுவை அமைத்து ஜெயலலிதா சிகிச்சை ஆவணங்களை ஆணையம் ரகசியமாக ஆய்வு செய்திருப்பது, ஆணையத்தின் வழக்குரைஞர் பதில் மனு தாக்கல் செய்யும்வரை அப்பல்லோ மருத்துவமனை நிர்வாகம், சசிகலா தரப்பு உட்பட யாருக்கும் மருத்துவர்கள் குழு ஏற்படுத்தப்பட்டது தெரியாது. இதனால், ஆணையத்தின் பதில் மனு அவர்களுக்கு அதிர்ச்சியை ஏற்படுத்தியது.

'ஆணையத்தின் செயலாளர் ஒருதலைச் சார்புடன் செயல்படுகிறார் என்று ஏற்கெனவே குற்றம்சாட்டி உள்ளோம். மருத்துவர்கள் குழு அமைக்கப்பட்டது குறித்து ஆணையத்தின் வழக்குரைஞருக்கு தெரிந்திருக்கும்போது வழக்கில் தொடர்புடைய மற்றவர்களுக்கும் அதுகுறித்து தெரிவிக்கப்பட்டிருக்க வேண்டும். ஆணையம் தரப்பில் மருத்துவர்கள் குழு அமைத்தது குறித்து எங்களுக்குத் தெரிவிக்காதது பாகுபாடானது' என்று சசிகலா தரப்பில் பதில் தெரிவித்து மனு தாக்கல் செய்யப்பட்டது.

இதனிடையே, அப்போதைய சுகாதாரத்துறை அமைச்சர் விஜயபாஸ்கர் விசாரணைக்காக முன்னிலையாகுமாறு ஆணையம் அழைப்பாணை அனுப்பி இருந்தது. 'ஆணையத்தில் முன்னிலையாகி வாக்குமூலம் அளிப்பவர்களிடம் அன்றைய தினமே சசிகலா தரப்பு வக்கீல் குறுக்கு விசாரணை மேற்கொள்வார்' என்றும் தெரிவிக்கப்பட்டது.

அதேநேரத்தில், "ஒரு வழக்கு விசாரணைக்காக உச்சநீதிமன்றம் சென்றிருப்பதால் தன்னால் ஆணையத்தில் முன்னிலையாக இயலாது" என்று சசிகலா தரப்பு வழக்குரைஞர் ராஜாசெந்தூர்பாண்டியன் தெரிவித்ததால், "விஜயபாஸ்கர் முன்னிலையாகத் தேவையில்லை" என்று அவருக்கு ஆணையம் தரப்பில் தெரிவிக்கப்பட்டது.

*

59
கொடநாடு கொலையால் திருப்பம்

கொடநாடு கொள்ளை, கொலை தொடர்பாக ஆவணப்படத்தை வெளியிட்டு, டெகல்கா புலனாய்வு பத்திரிகையின் முன்னாள் ஆசிரியர் மேத்யூஸ் திடுக்கிடும் தகவல்களை வெளியிட்டார். இது தமிழக அரசியலில் பரபரப்பை ஏற்படுத்தியது.

ஜெயலலிதாவுக்குச் சொந்தமான கொடநாடு எஸ்டேட்டில், கடந்த 2017ஆம் ஆண்டு ஏப்ரல் மாதம் 24ஆம் தேதி, ஒரு கும்பல் புகுந்து அங்கு பணியில் இருந்த காவலாளி ஓம் பகதூரை கொலை செய்தும், மற்றொரு காவலாளியான கிருஷ்ண பகதூரை தாக்கியும், பங்களாவுக்குள் நுழைந்து அங்கிருந்த விலை உயர்ந்த பொருட்கள் மற்றும் ஆவணங்களைக் கொள்ளையடித்துச் சென்றது.

இதுகுறித்து காவல்துறை நடத்திய விசாரணையில் ஜெயலலிதாவின் கார் ஓட்டுநர் கனகராஜ் இந்தக் கொள்ளையில் மூளையாகச் செயல்பட்டதும், கேரளாவைச் சேர்ந்த கூலிப்படை மூலம் திட்டத்தை அரங்கேற்றியதும் தெரியவந்தது. கனகராஜை காவல்துறையினர் தேடிவந்த நிலையில் அவர் சேலம் அருகே கார் விபத்தில் பலியானார். அவரது கூட்டாளியான கோவையைச் சேர்ந்த சயான், பாலக்காடு அருகே கார் விபத்தில் சிக்கிப் படுகாயமடைந்தார். இதையடுத்து நடத்தப்பட்ட தீவிர விசாரணையில் கொள்ளை, கொலை சம்பவத்தில் ஈடுபட்ட சயான் மற்றும் கேரளாவைச் சேர்ந்த தீபு, சதீசன், உதயகுமார், குட்டி பிஜின், வாளையார் மனோஜ் சாமியார், வயநாட்டை

கோடநாடு எஸ்டேட்

சேர்ந்த மனோஜ், சந்தோஷ் சாமி, ஜம்சீர் அலி, ஜிதின் ராய் ஆகிய 10 பேரை காவல்துறையினர் கைது செய்தனர்.

இந்தக் கொள்ளை நிகழ்வு நடந்து சுமார் 16 மாதங்களுக்குப் பிறகு, கொடநாடு கொள்ளை, கொலை வழக்கில் திடுக்கிடும் தகவல் கொண்ட ஆவணப்படத்தை டெல்லி பிரஸ் கிளப்பில் தெகல்கா பத்திரிகையின் முன்னாள் ஆசிரியர் மேத்யூஸ் வெளியிட்டார்.

அப்போது பேசிய அவர், "கொடநாடு எஸ்டேட்டில் நடந்த கொலை மற்றும் கொள்ளை சம்பவம் தொடர்பாக பல்வேறு முக்கிய ஆவணங்களைச் சேகரித்தேன். இந்தக் கொள்ளையை நடத்த ஜெயலலிதா உயிரோடு இருந்தபோதே திட்டம் தீட்டப்பட்டது" என அவர் கூறினார். "இதுகுறித்து கொடநாடு எஸ்டேட்டில் இருக்கும் ஊழியர்களிடம் நேரடியாக தொடர்பு கொண்டு விசாரித்தேன். அவர்களும் இதனை உறுதி செய்யும் விதமாக சில ஆதாரம் அடங்கிய பதிலை தன்னிடம் தெரிவித்தனர்" என்றும் அவர் கூறினார். அவையனைத்தும் ஆவணப்படத்தில் தெளிவாக பதிவு செய்யப்பட்டிருந்தது. மேலும் கொலை, கொள்ளை சம்பவம் நடந்தபோது எஸ்டேட்டில் இருந்த 28 சி.சி.டி.வி கேமராக்கள் அனைத்தும் நிறுத்தி வைக்கப்பட்டுள்ளன.

எஸ்டேட்டில் சுமார் 7 வருடமாக கம்ப்யூட்டர் ஆப்ரேட்டராக இருந்தவரும் மர்மமான முறையில் இறந்தார். இதுகுறித்து முதலில் விசாரணை நடத்திய காவல்துறையினர் பின்னர் அதைக் கிடப்பில் போட்டுவிட்டனர். காவல் கண்காணிப்பாளர் முரளிரம்பாதான் இந்த வழக்கை விசாரித்தார். அவர் மீதும் பல குற்றச்சாட்டுகள் உள்ளன. இதனால் அவரது விசாரணை நேர்மையாக நடந்ததாக எடுத்துக்கொள்ள முடியாது" என்றும் அவர் கூறினார்.

மேலும் ஜெயலலிதாவின் முழு கட்டுப்பாட்டில் இருந்த கொடநாடு எஸ்டேட்டில், கொள்ளைச் சம்பவத்தின்போது இரண்டு காவலாளிகளும் மது போதையில் இருந்துள்ளனர். இது எப்படி சாத்தியமாகும். இவை அனைத்தும் தங்களது விசாரணைக்கு மேலும் வலுசேர்க்கும் ஆதாரங்களாக அமைந்துள்ளது என்றும் அவர் தெரிவித்தார். மேலும் கொடநாடு கொள்ளை, கொலை சம்பவம் தொடர்பாக முழு ஆதாரங்கள் வெளியிடப்படும் என்றும், வீடியோ ஆதாரங்களைத்தேடி கைப்பற்றிய பிறகுதான் 5 பேர் மர்மமான முறையில் இறந்துள்ளனர் என்றும் அவர் தெரிவித்தார். இதனால் எடப்பாடி பழனிசாமி மீதும் நாங்கள் சந்தேகப்படுகிறோம் என்றும், அதிமுகவினரை தங்கள் கட்டுப்பாட்டில் வைப்பதற்காகவே இதுபோன்ற சம்பவங்கள் நடந்திருப்பதாக கருதுகிறோம் என்றும் மாத்யூஸ் தெரிவித்தார்.

மாத்யூஸ்

இந்தச் செய்தியாளர் சந்திப்பின் போது குற்றவாளிகளான ஷயான் மற்றும் மனோஜ் ஆகியோரும் உடனிருந்தனர். வழக்கில் இரண்டாவது குற்றவாளியான ஷயான் செய்தியாளர்களிடம் பேசினார். ஜெயலலிதா அப்பல்லோ மருத்துவமனையில் சிகிச்சைக்காக சேர்க்கப்பட்டபோது, ஜெயலலிதா மற்றும் சசிகலாவின் கார் ஓட்டுநராக இருந்த கனகராஜ் என்னை நேரில் அணுகினார் என்றும், இவர் தனக்கு 5 வருடங்களாக நெருங்கிய நண்பர் என்றும் அவர் தெரிவித்தார்.

"கொடநாடு எஸ்டேட்டில், இரண்டாயிரம் கோடி ரூபாய் ரொக்கப்பணம் மற்றும் முக்கியமான ஆவணங்கள்

இருப்பதாகவும், அவற்றை எடுத்துக் கொடுக்க வேண்டும். இந்த விவகாரத்தில் முக்கியமான அரசியல் தலைவரின் ஆதரவு இருப்பதால் பயப்பட வேண்டிய அவசியமில்லை என கனகராஜ் கூறினார்" என்று அவர் தெரிவித்தார். மேலும், "தமிழகத்திலிருந்து இதற்காக ஆட்களைக் கூட்டி வரக்கூடாது, கேரளாவில் இருந்து ஆட்களை அழைத்து வருமாறும் கனகராஜ் என்னிடம் தெரிவித்தார்" என்றும் கூறினார்.

"இதனைத் தொடர்ந்துதான் நான், கனகராஜ் உட்பட 15 பேர் கொண்ட கும்பல் கொடநாடு எஸ்டேட்டின் உள்ளே நுழைந்தோம். அப்போது 2 காவலாளிகள் அங்கே இருந்தனர். அதில் காவலாளி ஓம்பகதூர் எங்களை உள்ளே செல்லவிடாமல் தடுத்தார். இதையடுத்து அவர் கூச்சல் போட்டுவிடக்கூடாது என்பதற்காக அவரை கட்டிப் போட்டுவிட்டு, எஸ்டேட்டின் உள்ளே சென்றோம். அதில், காவலாளி பகதூர் மூச்சுத் திணறி இறந்துவிட்டார். இதையடுத்து அங்கு ஒரு அறையில் இருந்த ஆவணங்களை ஒரு பெரிய பையில் போட்டு எடுத்துக்கொண்டு இரண்டு வாகனங்களில் தப்பிச் சென்றுவிட்டோம்" என்றார்.

மேலும், "கொள்ளையடிக்கப்பட்டதில் பல வீடியோ ஆதாரங்களும் இருந்தன. அதில் அப்போதைய அமைச்சர்கள், எம்.எல்.ஏ.க்கள், எம்.பி.க்கள் உள்ளிட்டோர் ஜெயலலிதாவிடம் காலில் விழுந்து அழுதது, மன்னிப்புக் கேட்டு கடிதம் எழுதிக் கொடுத்தது அனைத்தும் இருந்தன. இதற்காக எங்களுக்கு ரூ.5 கோடி பேரம் பேசப்பட்டது. ஆனால், அதனைக் கொடுப்பதற்குள் கனகராஜ் கார் விபத்தில் இறந்துவிட்டார்.

இந்தக் கொலையிலும் சில முக்கிய பிரமுகர்களுக்குத் தொடர்பு உண்டு. இந்தக் கொள்ளைச் சம்பவத்திற்குப் பின்னர்தான் கனகராஜ் உட்பட 5 பேர் இறந்துள்ளனர். இவை அனைத்திலும் உயர்மட்ட அளவில் சதித்திட்டம் கண்டிப்பாக உள்ளது. மேலும் இந்த விவகாரத்தில் என்னையும் கொலை செய்ய முயற்சி செய்தனர். ஆனால், நானும் எனது மனைவியும் அதிர்ஷ்டவசமாக உயிர் பிழைத்தோம்" என்று அவர் கூறினார். இதையடுத்து கொடநாடு கொலை, கொள்ளை வழக்கில் தற்போது திடீர் திருப்பம் ஏற்பட்டது.

ஜெயலலிதா 2016ஆம் ஆண்டு, டிசம்பர் 5ஆம் தேதி மரணமடைந்தார். அதைத் தொடர்ந்து, ஓ.பன்னீர்செல்வம்,

முதல்வராகப் பதவி ஏற்றார். அதன்பின்னர், சசிகலாவுக்கும், ஓ.பன்னீர்செல்வத்துக்கும் இடையே மோதல் ஏற்பட்டது. இதனால் ஓ.பன்னீர்செல்வம் பதவி விலகினார்.

2017, பிப்ரவரி 16ஆம் தேதி எடப்பாடி பழனிச்சாமி, முதல்வராகப் பதவி ஏற்றார். முதல்நாள் சசிகலா பெங்களூர் சிறையில் அடைக்கப்பட்டார். ஆனாலும், சசிகலாவும், எடப்பாடி பழனிச்சாமியும் ஒரே அணியாகவே இருந்தனர். கொடநாடு கொலைச் சம்பவம் ஏப்ரல் மாதம், அதாவது எடப்பாடி பழனிச்சாமி முதல்வராகப் பதவி ஏற்று, 2 மாதத்தில் நடந்துள்ளது. கொடநாட்டில் கொலை நடக்கும்போதும் சசிகலா, எடப்பாடி அணியினர் ஒன்றாகவே இருந்தனர்.

ஏப்ரல் 10ஆம் தேதி ஆர்.கே.நகர் தேர்தல் ரத்து செய்யப்பட்டது. அப்போதும் எடப்பாடி, சசிகலா, டிடிவி தினகரன் ஆகியோர் ஒன்றாகவே இருந்தனர். ஆகஸ்ட் மாதம்தான் எடப்பாடி அணியும், டிடிவி அணியும் தனியாகப் பிரிந்தது. அதே மாதம், எடப்பாடியும், ஓ.பன்னீர்செல்வமும் ஒன்றாக இணைந்தனர். இதனால் கொடநாடு சம்பவத்தைத் தீவிரமாக விசாரித்தால் பல திடுக்கிடும் தகவல்கள் வெளியாகலாம் என்று எதிர்பார்க்கப்பட்டது.

அதே நேரத்தில், "இது அரசியல் உள்நோக்கத்துடன் கூறப்படும் பொய்யான, அபாண்டமான குற்றச்சாட்டு" என அப்போதைய அமைச்சர் ஜெயக்குமார் மறுத்தார். அரசு மீதும், முதலமைச்சர் மீதும் அவப்பெயரை ஏற்படுத்த வேண்டும் என்பதற்காகவே கூறப்பட்டுள்ளது" என்ற அவர், "சட்டப்படி இதை சந்திப்போம்" என்றும் கூறினார்.

*

60
ஆணையத்துடன் மோதிய அப்பல்லோ

ஜெயலலிதாவுக்கு வழங்கப்பட்ட சிகிச்சை குறித்து விசாரணை நடத்த நீதிபதி ஆறுமுகசாமி ஆணையத்திற்கு தடை விதிக்க வேண்டும் என வலியுறுத்தி, அப்பல்லோ மருத்துவமனை நிர்வாகம் சார்பில் சென்னை உயர்நீதிமன்றத்தில் மனுத் தாக்கல் செய்யப்பட்டது.

'ஜெயலலிதாவுக்கு வழங்கப்பட்ட சிகிச்சைகள் குறித்து விசாரிக்க, நிபுணத்துவம் கொண்ட, தமிழக அரசு சாராத மருத்துவர்களைக் கொண்ட சுதந்திரமான குழுவை நியமிக்கவேண்டும்' எனவும் அந்த மனுவில் கோரப்பட்டிருந்தது.

விசாரணை ஆணையத்தின் நடவடிக்கைகளால், தங்கள் மருத்துவமனைக்கு பொதுமக்கள் மத்தியில் உள்ள நற்பெயருக்கு களங்கம் ஏற்படுகிறது என்றும் அதில் குறிப்பிடப்பட்டிருந்தது. விசாரணை ஆணையம் தேவையில்லாத விவரங்களை எல்லாம் கேட்கிறது என்றும், அரசு மருத்துவர்கள் சாட்சியம் அளிக்கும் போது, அவர்களை குறுக்கு விசாரணை செய்ய தங்கள் தரப்புக்கு வாய்ப்பு கொடுக்கப்படுவது இல்லை என்றும் அப்பல்லோ மருத்துமனை கூறியது. மருத்துவ விவரங்களை புரிந்துகொள்ள முடியாததால், 21 துறைகளை சேர்ந்த மருத்துவர்களை கொண்ட குழுவை அமைக்கும்படி கடந்த டிசம்பர் மாதம் அப்பல்லோ மருத்துவமனை நிர்வாகம் கோரிக்கை விடுத்தது.

அந்தக் கோரிக்கையையும் ஆணையம் நிராகரித்து விட்டது. எனவே, 'இந்த ஆணையம் தொடர்ந்து விசாரணை நடத்தினால்,

மருத்துவமனையின் நற்பெயருக்கு களங்கம் ஏற்படும். அதனால், ஜெயலலிதாவின் மரணம் குறித்து விசாரிக்க விசாரணை ஆணையம் அமைத்து தமிழக அரசு பிறப்பித்த அரசாணையை ரத்து செய்யவேண்டும்' என்று அந்த மனுவில் கூறப்பட்டிருந்த்து.

ஜெயலலிதாவுக்கு வழங்கப்பட்ட சிகிச்சை தொடர்பாக விசாரிக்க 21 துறைகளை சேர்ந்த தன்னிச்சையான மருத்துவர்கள் குழு அமைக்க ஆணையிட வேண்டும். அதுவரை, சிகிச்சை குறித்து விசாரிக்க விசாரணை ஆணையத்துக்கு தடை விதிக்க வேண்டும். ஆறுமுகசாமி விசாரணை ஆணையம் முன்பு முன்னிலையாக அப்பல்லோ மருத்துவமனை தரப்புக்கு விலக்கு அளிக்கவேண்டும்" என கோரிக்கை விடுக்கப்பட்டு இருந்தது. இந்த வழக்கில் தீர்வு காணும் வரை, மருத்துவ விஷயங்கள் குறித்து விசாரணை மேற்கொள்ள ஆணையத்திற்கு தடை விதிக்க வேண்டும் எனவும் கேட்கப்பட்டது.

இந்த வழக்கில் சசிகலாவும் எதிர்மனுதாரராக சேர்க்கப் பட்டார். நீதிபதிகள் சுப்பையா மற்றும் கிருஷ்ணன் ராமசாமி அடங்கிய அமர்வு முன் இந்த வழக்கு விசாரணைக்கு வந்தது. அப்போது, ஆறுமுகசாமி விசாரணை ஆணையத்துக்கு தடை விதிக்க வேண்டும் என்ற கோரிக்கையை சென்னை உயர்நீதிமன்றம் நிராகரித்தது. இந்த வழக்கு தொடர்பாக ஆறுமுகசாமி விசாரணை ஆணையம் பதிலளிக்க வேண்டும் என அறிவிக்கை அனுப்பியது.

இதற்கு ஆணையம் அளித்த பதிலை ஏற்று, மனுவை விசாரித்த சென்னை உயர்நீதிமன்றம், 'மறைந்த முன்னாள் முதல்வர் ஜெயலலிதாவுக்கு அளிக்கப்பட்ட சிகிச்சை குறித்து விசாரிக்க ஆறுமுகசாமி ஆணையத்துக்குத் தடையில்லை' எனவும் 21 துறைகளை சேர்ந்த மருத்துவக்குழு அமைக்க வேண்டும் என்ற அப்பல்லோ மருத்துவமனையின் கோரிக்கையையும் நிராகரித்தது. மேலும், 'ஆறுமுகசாமி விசாரணை ஆணையம் தனது வரம்புக்குட்பட்டே விசாரிக்க வேண்டும்' எனவும் சென்னை உயர்நீதிமன்றம் தெரிவித்தது.

*

61
ஆணையத்துக்குத் தடை

ஜெயலலிதா மரணம் குறித்து விசாரிக்க நீதிபதி ஆறுமுகசாமி ஆணையத்துக்கு இடைக்காலத் தடை விதித்து உச்சநீதிமன்றம் ஆணையிட்டது.

ஜெயலலிதா மரணத்தில் உள்ள சந்தேகம் தொடர்பாக விசாரிக்க ஓய்வு பெற்ற நீதிபதி ஆறுமுகசாமி தலைமையில் தமிழக அரசு விசாரணை ஆணையம் அமைக்கப்பட்டது. இந்த விசாரணை ஆணையம் பல தரப்பினரையும் நேரில் அழைத்து விசாரித்தது. ஜெயலலிதாவுக்கு சிகிச்சை அளித்த அப்பல்லோ மருத்துவமனை மருத்துவர்களும் முன்னிலையாகி விளக்கம் அளித்தனர்.

ஆனால், ஜெயலலிதா மரணம் குறித்து விசாரிக்க மருத்துவர்கள் கொண்ட குழு அமைக்க வேண்டும் என்று அப்பல்லோ மருத்துவமனை சென்னை உயர் நீதிமன்றத்தில் வழக்கு தொடர்ந்தது. இந்த வழக்கு உயர் நீதிமன்றத்தில் தள்ளுபடி செய்யப்பட்டதால், அப்பல்லோ மருத்துவமனை நிர்வாகம் உச்சநீதிமன்றம் சென்றது. இந்த மனு விசாரணைக்கு வந்தபோது, '21 மருத்துவர்கள் கொண்ட குழு அமைத்த பின்னர்தான் ஆறுமுகசாமி ஆணையம் விசாரிக்க வேண்டும்' என்று அப்பல்லோ தரப்பு வாதிட்டது. இறுதியில், ஆறுமுகசாமி ஆணையம், ஜெயலலிதா மரணம் தொடர்பாக விசாரிக்க நீதிபதிகள் இடைக்கால தடை விதித்தனர். மேலும், அப்பல்லோ மருத்துவமனையின் கோரிக்கை குறித்து தமிழக அரசு பதிலளிக்க வேண்டும் என்றும் நீதிபதிகள் ஆணையிட்டனர்.

இந்தநிலையில் ஆறுமுகசாமி விசாரணை ஆணையத்தின் பதவிக்காலம் 2019ஆம் ஆண்டு அக்டோபர் 24 ஆம் தேதியுடன் நிறைவடைந்தது. இதனால் ஆணையத்தின் கால அவகாசத்தை மேலும் 4 மாதம் நீட்டிப்பு செய்து தமிழக அரசு ஆணையிட்டது. இதேபோல அடுத்தடுத்து 6 முறை விசாரணை ஆணையத்தின் கால அவகாசம் நீட்டிக்கப்பட்டது.

2019ம் ஆண்டு, ஏப்ரல் மாதம் ஆறுமுகசாமி ஆணையத்துக்கு உச்சநீதிமன்றம் இடைக்காலத் தடை விதித்தது. இதைத் தொடர்ந்து தடை நீடித்த நிலையில், ஆறாவது முறையாக நீட்டிக்கப்பட்ட ஆறுமுகசாமி ஆணையத்தின் விசாரணைக் காலம் 24.2.2020ஆம் தேதி நிறைவடைந்தது. இந்நிலையில், 2020ஆம் ஆண்டு ஜூன் 24ம் தேதி வரை அதாவது மேலும் 4 மாதங்களுக்கு, 7வது முறையாக கால அவகாசத்தை நீட்டித்து தமிழக அரசு ஆணையிட்டது.

*

62
நீதிமன்றத்தில் முடங்கிய நீதிவிசாரணை

ஆறுமுகசாமி ஆணையம் ஒருதலைப் பட்சமாகச் செயல் படுகிறது என அப்பல்லோ மருத்துவமனை உச்சநீதிமன்றத்தில் தாக்கல் செய்த பதில் மனுவில் தெரிவிக்கப்பட்டது. ஜெயலலிதா மரணம் தொடர்பாக நீதிபதி ஆறுமுகசாமி தலைமையிலான ஆணையம் விசாரித்து வந்தது. இந்த ஆணையத்தின் விசாரணைக்குத் தடை விதிக்கக் கோரியும், ஜெயலலிதாவுக்கு வழங்கப்பட்ட சிகிச்சை குறித்து 21 டாக்டர்கள் அடங்கிய நிபுணர் குழு மூலம் விசாரணை நடத்த உத்தரவிடக் கோரியும் சென்னை உயர் நீதிமன்றத்தில் அப்பல்லோ மருத்துவமனை நிர்வாகம் வழக்குத் தொடர்ந்தது.

இந்த வழக்கை விசாரித்த சென்னை உயர்நீதிமன்றம் தடை விதிக்க மறுத்து தீர்ப்பு வழங்கியது.

இந்தத் தீர்ப்புக்கு எதிராக உச்சநீதிமன்றத்தில் அப்பல்லோ மருத்துவமனை தொடர்ந்த மேல்முறையீட்டு மனுவை விசாரித்த உச்சநீதிமன்றம், ஆறுமுகசாமி ஆணையத்தின் அனைத்து விசாரணைக்கும் இடைக்காலத் தடை விதித்து ஆணையிட்டது.

இந்தத் தடை உத்தரவை ரத்து செய்யவும், வழக்கை விரைந்து விசாரிக்கக் கோரியும் தமிழக அரசு சார்பில் இடைக்கால மனு தாக்கல் செய்யப்பட்டது.

இந்த வழக்கு உச்சநீதிமன்ற நீதிபதிகள் ஏ.எம்.கான்வில்கர், சஞ்சீவ் கன்னா அடங்கிய காணொலி அமர்வு முன்பு 2020 செப்டம்பர் மாதம் 24ஆம் தேதி விசாரணைக்கு வந்தது.

உச்சநீதிமன்றம்

அப்போது, தமிழக அரசின் இடைக்கால மனுவுக்கு பதில் அளிக்க அப்பல்லோ மருத்துவமனை தரப்பில் ஒரு வார காலம் அவகாசம் கோரியதைத் தொடர்ந்து விசாரணையை நீதிபதிகள் தள்ளிவைத்தனர்.

இந்த நிலையில், தமிழக அரசின் இடைக்கால மனுவுக்கு அப்பல்லோ மருத்துவமனை பதில் மனு தாக்கல் செய்தது. அந்த பதில் மனுவில், ஜெயலலிதா மரணம் குறித்து விசாரிக்கும் ஆறுமுகசாமி ஆணைய விசாரணை அதன் வரம்பை மீறுவதாக உள்ளது. அப்பல்லோ மருத்துவமனைக்கு எதிராக குற்றச்சாட்டுகளை கூறும் விசாரணையாக ஆணையத்தின் விசாரணை மாறியுள்ளது. ஜெயலலிதாவுக்கு வழங்கப்பட்ட சிகிச்சை குறித்து மருத்துவ வல்லுநர் குழு மட்டுமே ஆராய முடியும். ஆணையத்தால் ஆராய முடியாது. ஆறுமுகசாமி ஆணையத்தின் விசாரணை ஒரு தலைச் சார்பாகவும், தவறான எண்ணத்துடனும், முன்னரே தீர்மானிக்கப்பட்டதாகவும் உள்ளது என தெரிவிக்கப்பட்டது. இதனையடுத்து விசாரணை ஆணையம் தொடர்ந்து விசாரிப்பதா? வேண்டாமா? என்பதுகுறித்து எந்த முடிவும் அறிவிக்கப்படாமல் நீதிமன்றத்தில் வழக்கு முடங்கியது.

இந்த நிலையில், ஆணையத்தின் பதவிக்காலம் நீட்டிக்கப்பட்டு வருவதாகவும், இறுதி அறிக்கை தாக்கல் செய்யப்படவில்லை எனவும் கூறி, ஆணையத்தை முடிக்க உத்தரவிடக் கோரி, தொண்டன் சுப்பிரமணி என்பவர்

சென்னை உயர்நீதிமன்றத்தில் மனுத்தாக்கல் செய்திருந்தார், இந்த மனுவை ஜூலை 02, 2021 அன்று விசாரித்த தலைமை நீதிபதி சஞ்ஜிப் பானர்ஜி மற்றும் நீதிபதி செந்தில்குமார் ராமமூர்த்தி அமர்வு, விசாரணையை மூன்று மாதங்களில் முடித்து, இறுதி அறிக்கையை அரசுக்கு தாக்கல் செய்யும்படி ஏன் ஆணையிடக் கூடாது என கேள்வி எழுப்பினர். இது குறித்து, ஆறு வாரங்களில் விளக்கமளிக்க தமிழக அரசுக்கு ஆணையிட்டு விசாரணையை தள்ளி வைத்தனர்.

இந்த நிலையில் 2021 சட்டப்பேரவைத் தேர்தலில் வெற்றி பெற்று புதிய ஆட்சி அமைத்த தி.மு.க. அரசு, 2021 ஆம் ஆண்டு ஜூலை 23 ஆம் தேதி ஆறுமுகசாமி ஆணையத்திற்கு மேலும் 6 மாத காலம் கால அவகாசத்தை நீட்டித்தது. ஜூலை 24ஆம் தேதியுடன் ஆணையத்தின் பதவிக்காலம் முடிவடையும் நிலையில், 11வது முறையாக 6 மாதம் காலநீட்டிப்பு செய்து தமிழ்நாடு அரசு ஆணையிட்டது. ஜெயலலிதா மரணம் தொடர்பாக விசாரிக்க 2017ஆம் ஆண்டு செப்டம்பர் 25ஆம் தேதி அமைக்கப்பட்ட ஆறுமுகசாமி ஆணையத்துக்கு தொடர்ந்து 4 ஆண்டுகள் பதவி நீட்டிப்பு வழங்கப்பட்டுள்ளது. அப்படி இருந்தபோதும் நீதிமன்றத் தடை உள்ளிட்ட காரணங்களால் ஆணையம் தனது விசாரணையை முடித்து அறிக்கை அளிக்க இயலாத சூழல் ஏற்பட்டுள்ளது.

*

63
சசிகலா வாங்கிய சொத்து

ஜெயலலிதா உடல்நலம் சரியில்லாமல் மருத்துவமனையில் இருந்தபோது, சசிகலா 168 கோடி ரூபாய்க்கு பினாமி சொத்துகள் வாங்கியதாக உயர் நீதிமன்றத்தில் வருமான வரித்துறை தெரிவித்தது.

கடந்த 2016ம் ஆண்டு, நவம்பர் 8ஆம் தேதி பண மதிப்பிழப்பு திட்டத்தை மத்திய அரசு அறிவித்தது. அப்போது ஜெயலலிதா உடல்நலம் சரியில்லாமல் அப்பல்லோ மருத்துவமனையில் அனுமதிக்கப்பட்டு இருந்தார். அந்த நேரத்தில்தான் 'புழக்கத்தில் இருக்கும் 500 மற்றும் 1,000 ரூபாய் நோட்டுகள் செல்லாது' என மத்திய அரசு அறிவித்தது. அந்தநேரத்தில் ஜெயலலிதாவின் தோழி சசிகலா புதிதாக ஏராளமான சொத்துகளை வாங்கினார். பணமதிப்பு நீக்கப்பட்ட நோட்டுகளைப் பயன்படுத்தி சசிகலா சொத்துகள் வாங்கி இருப்பதை வருமான வரித்துறை கண்டுபிடித்தது. இதையடுத்து வருமான வரித்துறையினர் சசிகலாவுக்குச் சொந்தமான இடங்கள் மற்றும் உறவினர் வீடு, அலுவலகங்களில் திடீர் சோதனை நடத்தினார்கள். அந்த சோதனையில் சசிகலா ரூ.1,674 கோடி செல்லாத நோட்டுகளைப் பயன்படுத்தி சொத்துகள் வாங்கி இருப்பது கண்டுபிடிக்கப்பட்டது. இந்த சொத்துகளை சில பினாமிகள் மூலமாகவும் வாங்கியிருப்பது தெரியவந்தது. அதில், புதுச்சேரியைச் சேர்ந்த நகைக்கடை உரிமையாளர் மற்றும் அவரது குடும்பத்தினரை, சசிகலாவின் பினாமி என்று கூறி அவர்களுக்கு எதிராக வருமான வரித்துறை நடவடிக்கை எடுத்தது. அவர்களது சொத்துகளை முடக்கியது.

இதை எதிர்த்து அவர்கள் சென்னை உயர் நீதிமன்றத்தில் வழக்குத் தொடர்ந்தனர். அதில், தாங்கள் சசிகலாவின் பினாமிகள் இல்லை என்றும், தங்களுக்கு எதிராக வருமான வரித்துறை எடுத்துள்ள நடவடிக்கையை ரத்து செய்ய வேண்டும் என்றும் கூறியிருந்தனர். இந்த வழக்கு நீதிபதி அனிதா சுமந்த் முன்பு விசாரணைக்கு வந்தது. அப்போது வருமான வரித்துறை சார்பில் முன்னிலையான வழக்குரைஞர், இந்த மனுவை தள்ளுபடி செய்யவேண்டும் என்று வாதிட்டார்.

அவர் தன் வாதத்தில், 'பினாமிகளின் பெயரில் சொத்துகளை வாங்கியது குறித்து சசிகலாவிடம் விளக்கம் கேட்டு வருமான வரித்துறையினர் அறிவிக்கை அனுப்பி இருந்தனர். இவ்வாறு சொத்துகள் வாங்கியது பினாமி சட்டவிதிகளின்படி குற்ற மாகும். அதன் அடிப்படையில் அந்தச் சொத்துகளை பறிமுதல் செய்ய வருமான வரித்துறை நடவடிக்கைகளை மேற்கொண்டது. சசிகலா வாங்கிய சொத்துகளில், மனுதாரர்களுக்குச் சொந்தமான புதுவை அருகே விழுப்புரம் மாவட்டத்தில் உள்ள ஓசியன் ஸ்பிரே கடற்கரை ரிசார்ட் ஓட்டலும் ஒன்று.

ஓட்டலை சசிகலா ரூ.168 கோடிக்கு வாங்கி இருந்தார். அதற்காக ரூ.148 கோடி பண மதிப்பு நீக்கப்பட்ட நோட்டுகள் வழங்கப்பட்டு இருந்தது. இந்த ஓட்டலையும் பினாமி சொத்துகள் என்ற அடிப்படையில் பறிமுதல் செய்ய வருமான வரித்துறை ஓசியன் ஸ்பிரே ஓட்டல் நிறுவனத்துக்கு அறிவிக்கை அனுப்பி இருந்தது. இதற்கான ஆதாரங்கள் உள்ளன என்று கூறினார்.

ஆனால் மனுதாரர்கள் தரப்பில், 'பினாமி சொத்து என்ற அடிப்படையில் ஓட்டலை பறிமுதல் செய்ய முடியாது. நாங்கள் சசிகலாவிடம் அந்த ஓட்டலை விற்பதற்கு ஒப்பந்தம் செய்து இருந்தோம். ஆனால், அந்த ஒப்பந்தம் நிறைவேற்றப்படவில்லை. ஒப்பந்ததாரர்கள் அதை ரத்துசெய்துவிட்டார்கள். எனவே, அவர்கள் கொடுத்த பணத்தை எங்களிடம் கேட்டு வற்புறுத்தி வந்தனர். இதன் காரணமாக ஓட்டல் விற்பனை இறுதி ஆகவில்லை. ஓட்டலை ரூ.168 கோடிக்கு வாங்குவதாக கடந்த 2016ம் ஆண்டு சசிகலாவின் பிரதிநிதிகள் 2 பேர் எங்களிடம் விலை பேசினர். அப்போது மத்திய அரசு 500, 1,000 ரூபாய் நோட்டுகளை பண மதிப்பிழப்பு செய்து இருந்தது. ரூ.135.25 கோடிக்கு மதிப்பிழப்பு செய்யப்பட்ட 500, 1,000 ரூபாய் நோட்டுகளை கொடுத்தது, இதை மாற்ற முடியவில்லை

என்றால், திரும்ப பெற்றுக்கொள்வதாகக் கூறினர். இதில் ரூ.37 கோடியை எங்களால் மாற்ற முடியவில்லை. இந்த விவரங்கள் அனைத்தையும், வருமான வரித்துறை நடத்திய விசாரணையின்போது கூறியுள்ளோம்' என்று கூறப்பட்டது.

பின்னர் வருமான வரித்துறை துணை ஆணையர் திலீப் சார்பில் தாக்கல் செய்யப்பட்ட பதில் மனுவில், 'ரூ.168 கோடிக்கு ஓட்டலை வாங்குவதற்கு சசிகலா மற்றும் அவரது தரப்பில் இருந்து ஒப்பந்தம் செய்யப்பட்டுள்ளது. இதற்காக அந்த ஓட்டல் நிறுவனம் தனது பங்குகளை சசிகலா தரப்புக்கு மாற்றிக்கொடுத்துள்ளது. இதற்கான பணத்தையும் அவர்கள் பெற்றுக்கொண்டுவிட்டார்கள். எனவே, ஓட்டல் விற்பனை என்பது முடிந்துவிட்டது. இது சம்பந்தமான அனைத்து ஆவணங்களையும் நாங்கள் சோதனை நடத்தியபோது, கண்டுபிடித்து இருக்கிறோம். நடந்த ஒப்பந்தங்களை மறைத்து முந்தைய ஓட்டல் பங்குதாரர்கள் தவறான தகவல்களை தருவதற்கு முயற்சிக்கிறார்கள். இது, பினாமி சொத்து என்ற அடிப்படையில் நடந்த பரிமாற்றம் என்பது உறுதியாகி உள்ளது. எனவே, ஓட்டலை கைப்பற்றுவதற்கு பினாமி சொத்து சட்ட விதிகளின்படி உரிமை உள்ளது. எனவே, ஓட்டல் நிர்வாகம் சார்பில் அளிக்கப்பட்டுள்ள மனுவை தள்ளுபடி செய்ய வேண்டும்' என்று கூறப்பட்டு இருந்தது.

சசிகலா, இளவரசி, சுதாகரன் ஆகியோரின் 2,000 கோடி ரூபாய் மதிப்பிலான சொத்துகளை பினாமி தடுப்பு சட்டத்தின் கீழ் 2020ஆம் ஆண்டு அக்டோபர் மாதம் வருமான வரித்துறை முடக்கியது.

முன்னாள் முதலமைச்சர் ஜெயலலிதாவின் போயஸ் கார்டன் இல்லம் எதிரே இருந்த 10 கிரவுண்ட் இடம் சசிகலாவுக்குச் சொந்தம் என கூறப்பட்டது. இதன் மதிப்பு ரூ.300 கோடி இருக்கும் என கூறப்படுகிறது. இந்நிலையில், சென்னை போயஸ் கார்டனில் உள்ள சசிகலாவின் சொத்துகள், கோடநாடு மாளிகை, சிறுதாவூர் பங்களா உள்ளிட்ட இடங்களை முடக்கிய வருமான வரித்துறை இது தொடர்பான அறிவிக்கையையும் ஒட்டியது. பினாமி தடுப்பு சட்டத்தின் கீழ் இந்த நடவடிக்கை எடுக்கப்பட்டுள்ளது.

*

64
அந்தர் பல்டி அடித்த ஓ.பி.எஸ்.

உடல்நலக்குறைவால் 75 நாட்கள் சென்னை அப்பல்லோ மருத்துவமனையில் சிகிச்சை பெற்ற ஜெயலலிதா, 2016ஆம் ஆண்டு டிசம்பர் 5ம் தேதி இரவு உயிரிழந்தார். அன்று இரவே முதலமைச்சராகப் பதவியேற்றுக்கொண்ட ஓ.பன்னீர்செல்வம், சுமார் 2 மாதங்களுக்குப் பிறகு திடீரென ஜெலலிதா மரணத்தில் மர்மம் இருப்பதாகச் சந்தேகத்தைக் கிளப்பினார்.

அதுவும் 2017ஆம் ஆண்டு, பிப்ரவரி மாதம் சசிகலாவுக்காக முதலமைச்சர் பதவியை ராஜினாமா செய்ய வைக்கப்பட்டதால் ஜெயலலிதா நினைவிடத்தில் தியானம் செய்த ஓ.பன்னீர்செல்வம், “ஜெயலலிதா மரணத்தில் உள்ள மர்மத்தை கண்டறிய வேண்டும்” என்றார். முதலமைச்சராக 2 மாதம் இருந்தபோது ஜெயலலிதா மரணம் பற்றி வாய் திறக்காத ஓ.பன்னீர்செல்வம், திடீரென மர்மம் என கூறியது கடும் விமர்சனத்தை ஏற்படுத்தியது. ஜெயலலிதா மரண சர்ச்சை பற்றியெல்லாம் கண்டுகொள்ளாமல், 2017 பிப்ரவரி 16ஆம் தேதி தமிழக முதலமைச்சராக பதவியேற்ற எடப்பாடி பழனிசாமி, ஓபிஎஸ் அணியை ஓரம் கட்டி, சட்டப்பேரவையில் பெரும்பான்மையை நிரூபித்தார். இதனால் அடுத்து வந்த நாட்களில் ஜெயலலிதா மரணம் தொடர்பான குற்றச்சாட்டுகளை ஓ.பன்னீர்செல்வம் அணியினர் அதிகப்படுத்தினர்.

ஜெயலலிதாவுக்கான சிகிச்சைகள் பற்றி அப்பல்லோ மருத்துவமனை அளித்த விளக்கங்களையும் ஓ.பன்னீர்செல்வம் அணியினர் ஏற்க மறுத்தனர். ஓ.பன்னீர்செல்வத்துடன் இருந்த

அமைச்சர் மா.பா.பாண்டியராஜன் அப்பல்லோ மற்றும் எய்ம்ஸ் மருத்துவர்களின் அறிக்கைகளால் ஜெயலலிதா மரணம் தொடர்பான சந்தேகம் வலுத்துள்ளதாகக் கூறினார். குற்றச்சாட்டுகளைக் கூறியதோடு நிற்காமல் ஜெயலலிதா மரணம் பற்றி நீதி விசாரணை நடத்தக் கோரி போராட்டத்திலும் ஈடுபட்டார் ஓ.பன்னீர்செல்வம். தனது ஆதரவாளர்களுடன் உண்ணாவிரதத்தில் ஈடுபட்ட ஓ.பன்னீர்செல்வம், "ஜெயலலிதா மரணம் குறித்து சிபிஐ விசாரணை நடத்த வேண்டும்" என்றார். அவர் குற்றச்சாட்டு கூறிய போதெல்லாம் அமைதி காத்த அப்போதைய அமைச்சர்கள் ஓ.பன்னீர்செல்வம் போராட்டத்தில் குதித்ததும், பதிலடி கொடுக்கத் தொடங்கினர்.

"ஜெயலலிதா மரணம் பற்றிய மர்மம் கண்டறியப்பட்டால் முதல் குற்றவாளியாக ஓ.பன்னீர்செல்வம்தான் சிக்குவார்" என்று சுகாதாரத்துறை அமைச்சர் விஜயபாஸ்கர் கூறினார்.

ஆனால், "விஜயபாஸ்கர்தான் முதல் குற்றவாளியாக இருப்பார்" என்று அவருக்குப் பதிலடி கொடுத்த ஓ.பன்னீர்செல்வம், "அப்பல்லோ மருத்துவமனையில் ஆட்களை நியமித்து விஜயபாஸ்கர் உளவு பார்த்தார்" என பகீர் குற்றச்சாட்டை முன் வைத்தார்.

அதிமுக இரு அணிகளாகப் பிளவுபட்டிருந்தபோது அறிவிக்கப்பட்ட ஆர்.கே.நகர் இடைத்தேர்தலில், ஜெயலலிதா சவப்பெட்டியில் இருப்பது போன்று உருவத்தைச் செய்து பிரசாரத்துக்குப் பயன்படுத்தினார் அமைச்சர் மா.பா. பாண்டியராஜன். இதற்காக அவர் மீது வழக்குப்பதிவு செய்யப்பட்டது.

ஜெயலலிதா மரணம் தொடர்பாக பரஸ்பர குற்றச்சாட்டுகளை ஒருபுறம் கூறிக்கொண்டிருந்த எடப்பாடி மற்றும் ஓ.பன்னீர்செல்வம் அணிகள் மறுபுறம் இணைப்புக்கான பேச்சுவார்த்தையை நடத்தியது பின்னர்தான் தெரியவந்தது.

எதிரும், புதிருமாக இருந்தவர்கள் 2017 ஆம் ஆண்டு, செப்டம்பரில் ஒன்று சேர்ந்தனர். எடப்பாடி மற்றும் ஓ.பன்னீர்செல்வம் அணிகள் ஒன்று சேர்ந்தவுடனேயே ஜெயலலிதா மரணம் பற்றி அமைச்சர்கள் ஆளாளுக்கு பேசத் தொடங்கினர். "அப்பலோ மருத்துவமனையில் ஜெயலலிதாவை அமைச்சர்கள் யாருமே பார்க்கவில்லை!" என்று திண்டுக்கல்

ஓ.பன்னீர்செல்வம்

சீனிவாசன் போட்டு உடைக்க, “நாங்கள் பார்த்தோம்” என்றார் செல்லூர் ராஜூ. “இல்லை இல்லை, சசிகலாவுக்கு பயந்தே பொய் சொன்னோம்” என்றார் அமைச்சர் கே.சி.வீரமணி.

அணிகள் இணைந்தவுடன், ஜெயலலிதா மரணம் பற்றி விசாரிக்க நீதிபதி ஆறுமுகசாமி தலைமையில் ஆணையம் அமைக்கப்பட்டது. ஆனால், “அது ஏமாற்று வேலை” என்றும், “எந்தக் காலக்கெடுவும் இல்லாமல் அமைக்கப்பட்டுள்ள ஆணையத்தால் எந்தப் பலனும் இல்லை” என்றும் எதிர்க்கட்சிகள் விமர்சித்தன.

எதிர்க்கட்சிகளின் விமர்சனத்தை உண்மையாக்கும் வகையில் ஆணையம் அமைக்கப்பட்டு சுமார் 4 ஆண்டுகள் ஆனபோதும் இதுவரை ஜெயலலிதா மரணம் பற்றிய மர்மம் விலகவில்லை. ‘நீதி விசாரணை வேண்டும்’ என்று போர்க்கொடி தூக்கிய ஓ.பன்னீர்செல்வத்துக்கு ஆணையம் பல முறை அழைப்பாணை அனுப்பியபோதும் ஒருமுறைகூட அவர் முன்னிலையாகவில்லை.

ஜெயலலிதா மரணம் பற்றிய சர்ச்சை உச்சத்தில் இருந்த போதெல்லாம் மவுனம் காத்து வந்த முதலமைச்சர் எடப்பாடி பழனிசாமி, திடீரென 2021ஆம் ஆண்டு சட்டப்பேரவைத் தேர்தல் பிரசாரத்தில் அது பற்றிப் பேசினார். “திமுக போட்ட வழக்குகளே ஜெயலலிதா மரணத்துக்குக் காரணம்” என்று குற்றம் சாட்டினார்.

விஜயபாஸ்கர்

"தேர்தல் தோல்வி பயத்தால், திடீரென ஜெயலலிதா மரணம் பற்றிப் பேசும் எடப்பாடி பழனிசாமி, திமுக மீது வீண் பழி போடுகிறார்" என மு.க.ஸ்டாலின் பதிலடி கொடுத்தார். 'முடிந்தால் வழக்குப் போடுங்கள்!' என்றும் அவர் எடப்பாடிக்கு சவால் விடுத்தார்.

ஜெயலலிதா மர்ம மரணம் பற்றி விசாரணை கோரிய ஓ.பன்னீர்செல்வமோ, "எனக்கு ஜெயலலிதா மரணத்தில் சந்தேகமே இல்லை" என்று அந்தர் பலடி அடித்தார். 2021 சட்டப்பேரவைத் தேர்தலையொட்டி தனியார் தொலைக்காட்சி ஒன்றுக்கு நேர்காணல் அளித்த அவர், சசிகலாவுக்கு களங்கம் ஏற்படுவதைத் தடுக்கவே விசாரணை கோரியதாகத் தெரிவித்தார். ஓ.பன்னீர்செல்வத்தின் இந்த அந்தர் பல்டி அவரது ஆதரவாளர்கள் மத்தியில் அதிர்ச்சியை ஏற்படுத்தியது. அதேநேரத்தில், "தி.மு.க. வெற்றிபெற்று ஆட்சி அமைத்தால் ஜெயலலிதா மரணம் குறித்து விசாரணை நடத்தப்படும்" என மு.க.ஸ்டாலின் உறுதி அளித்தார்.

அப்போதைய நிலவரப்படி, நீதியரசர் ஆறுமுகசாமி ஆணைய விசாரணை மீண்டும் தொடங்கப்படவில்லை. ஆனால், ஆணையத்தின் கால அவகாசம் மட்டும் நீட்டிக்கப்பட்டுக் கொண்டே இருந்தது.

*

65
நீங்கியது தடை

'ஜெயலலிதா மரணம் குறித்த ஆறுமுகசாமி ஆணையத்தின் விசாரணைக்கு இனி முன்னிலையாக முடியாது என அப்பல்லோ மருத்துவமனை நிர்வாகம் உச்சநீதிமன்றத்தில் தெரிவித்தது.

ஆறுமுகசாமி ஆணையத்தில் முன்னிலையாக விலக்கு கோரிய அப்பல்லோ மருத்துவமனை சார்பில் தாக்கல் செய்யப்பட்ட மனு, கடந்த 2021ஆம் ஆண்டு அக்டோபர் 25ஆம் தேதி உச்சநீதிமன்றத்தில் விசாரணைக்கு வந்தது. அப்போது ஆறுமுகசாமி ஆணையத்திற்கு எதிரான வாதங்களை அப்பல்லோ நிர்வாகம் சார்பில் வழக்கறிஞர் அரியமா சுந்தரம் உச்சநீதிமன்றத்தில் முன்வைத்தார். "ஆறுமுகசாமி ஆணையத்தின் விசாரணை ஒருதலைப்பட்சமாக உள்ளது" என அவர் குறிப்பிட்டார். இந்த விவகாரத்தில் அரசியல் தலைவர்கள் பலரும் இன்னும் விசாரிக்கப்படாமல் இருக்கும் நிலையில் தங்களது மருத்துவர்களையே மீண்டும் மீண்டும் விசாரணைக்கு அழைப்பதாகவும் அவர் குற்றம் சாட்டினார்.

'விசாரணை விவரங்கள் திட்டமிட்டு ஊடகங்களுக்கு கசியவிடப்படுகின்றன. ஜெயலலிதாவுக்கு அளிக்கப்பட்ட சிகிச்சை பற்றி ஊடகங்களில் தொடர்ந்து தவறான ஊகச் செய்திகள் வெளியிடப்படுகின்றன. ஜெயலலிதாவுக்கு அளிக்கப்பட்ட சிகிச்சையின் தரம் குறித்து எய்ம்ஸ் மருத்துவர்கள் குழு தெரிவித்த கருத்துகளே போதுமானவை. ஆறுமுகசாமி ஆணைய விசாரணையில் அப்பல்லோ மருத்துவமனையின் நற்பெயர் களங்கப்படுத்தப்பட்டுள்ளது. மயக்கமடைந்து கீழே

விழுந்த நிலையில், ஜெயலலிதா அப்பல்லோ மருத்துவமனையில் அனுமதிக்கப்பட்டார். ஜெயலலிதாவுக்கு அளிக்கப்பட்ட சிகிச்சையின் போதாமை குறித்து ஓய்வு பெற்ற நீதிபதி எப்படி விசாரிக்க முடியும்? ஜெயலலிதாவுக்கு தரப்பட்ட சிகிச்சை குறித்து மருத்துவர் குழு உதவி இல்லாமல் ஆணையம் கருத்துத் தெரிவிக்கக் கூடாது. ஆறுமுகசாமி ஆணையம் மீது நம்பிக்கை இல்லை என்பதால் மருத்துவர்கள் விசாரணைக்குச் செல்ல விரும்பவில்லை. மருத்துவர்கள் குழு அடங்கிய வேறு விசாரணை ஆணையம் முன்பு முன்னிலையாகத் தயாராக உள்ளனர்" என்றும் வழக்கறிஞர் கூறினார்.

"ஜெயலலிதா சிகிச்சை பெற்றபோது அப்போதைய அரசு கூறியதாலேயே சிசிடிவி கேமரா அகற்றப்பட்டன. ஜெயலலிதாவின் பாதுகாப்பு மற்றும் தனி உரிமை கருதியும் அரசு கேட்டுக்கொண்டதையும் கருத்தில் கொண்டே கண்காணிப்புக் கருவிகள் அகற்றபட்டன" என்று உச்சநீதிமன்றத்தில் அப்பல்லோ மருத்துவமனை தெரிவித்தது.

இந்நிலையில், ஆறுமுகசாமி ஆணையத்தை விரிவாக்கத் தயாராக இருப்பதாக உச்ச நீதிமன்றத்தில் தமிழ்நாடு அரசு சார்பில் தெரிவிக்கப்பட்டது. "ஓய்வுபெற்ற நீதிபதிகளைக் கொண்ட இரு நபர் விசாரணை ஆணையத்தை அமைக்கலாம்" என்று தமிழ்நாடு அரசு கூறியது. தமிழக அரசு சார்பில் முன்னிலையான மூத்த வழக்கறிஞர் துஷ்யந்த் தவே, ஜெயலலிதா மரணம் குறித்த உண்மைகளை மக்களுக்குச் செல்வது மிக மிக முக்கியம் என்பதால், ஆறுமுகசாமி ஆணையத்தை விரிவாக்கத் தயாராக இருப்பதாகத் தெரிவித்தார். மேலும் "ஆணையத்தை முற்றிலும் மாற்றுவதற்கு தமிழக அரசுக்கு ஏதேனும் ஆட்சேபனை உள்ளதா?" என்று நீதிபதிகள் கேள்வி எழுப்பினர். "ஆட்சேபனை இல்லை" என்று பதில் அளித்த வழக்குரைஞர் துஷ்யந்த் தவே, ஆறுமுகசாமி ஆணையம் 95 சதவீதம் விசாரணையை முடிந்துவிட்டதாகக் கூறினார்.

"ஜெயலலிதா மரணம் குறித்து விசாரிக்க ஓய்வுபெற்ற உச்சநீதிமன்ற நீதிபதிகளான பானுமதி, உயர்நீதிமன்ற நீதிபதி சி.டி.செல்வம் ஆகியோரை கொண்ட இரு நபர் ஆணையத்தை அமைக்கலாம்" என்றும் அவர் தெரிவித்தார். 'ஜெயலலிதா மரணம் குறித்து விசாரிக்கும் ஆணையம் உண்மை கண்டறியும் குழுதானே தவிர அது நிபுணர் குழு அல்ல" என்ற அவர்,

"அதில் மருத்துவர்கள் இருக்க வேண்டிய அவசியம் இல்லை" என்றார். இருப்பினும் மருத்துவர்களையும் ஆணையத்துக்கு உதவும் வகையில் நியமிக்க தமிழக அரசு தயாராக உள்ளதாக துஷ்யந்த் தவே தெரிவித்தார்.

இதனால், ஆணையத்துக்கு விதிக்கப்பட்ட இடைக்காலத் தடையை நீக்கிய உச்சநீதிமன்றம், எய்ம்ஸ் மருத்துவக்குழு அமைத்து விசாரணையை நடத்துவதற்கு ஆணை பிறப்பித்தது. அதன்படி எய்ம்ஸ் மருத்துவர் நிகில் டாண்டன் தலைமையில் 8 மருத்துவர்களைக் கொண்ட மருத்துவக் குழு அமைக்கப்பட்டது.

இதனைத் தொடர்ந்து 2022ஆம் ஆண்டு, பிப்ரவரி 16ஆம் தேதி சென்னை எழிலகத்தில் உள்ள ஆணைய அலுவலகத்தில் நீதிபதி ஆறுமுகசாமி ஆணையம் ஆலோசனையில் ஈடுபட்டது. அடுத்தகட்ட விசாரணையை தொடங்குவதற்காக சசிகலா தரப்பு வழக்குரைஞர் ராஜா செந்தூர்பாண்டியன் மற்றும் அப்பல்லோ தரப்பு வழக்குரைஞருடன் நீதியரசர் ஆறுமுகசாமி ஆலோசனை மேற்கொண்டார்.

அப்போது, எய்ம்ஸ் மருத்துவக் குழு காணொளி வாயிலாக பங்கேற்கும் எனக் கூறப்பட்டது. அதேநேரத்தில், ஆணையத்திற்கு உதவுவதற்காக ஏற்கெனவே அமைக்கப்பட்ட 8 பேர் கொண்ட மருத்துவக்குழுவை மாற்றியமைத்து எய்ம்ஸ் நிர்வாகம் ஆணையிட்டது. மருத்துவர் சந்தீப் சேத் தலைமையில் 6 பேர் அடங்கிய புதிய குழு அமைக்கப்பட்டுள்ளதாக தெரிவிக்கப்பட்டது.

2017ஆம் ஆண்டு விசாரணையை தொடங்கிய ஆறுமுகசாமி ஆணையம், ஜெயலலிதாவுடன் இருந்தவர்கள், உறவினர்கள், அரசு மூத்த அதிகாரிகள், அமைச்சர்கள், அப்பல்லோ நிர்வாகம், மருத்துவர்கள், உள்ளிட்ட 154 பேரிடம் விசாரணை நடத்தி கிட்டத்தட்ட 90 சதவீதம் விசாரணையை ஏற்கெனவே முடித்திருந்த ஆணையம் நீதிமன்ற தடை நீங்கியதை அடுத்து மீதமிருந்த 10 சதவீத விசாரணையை விரைவில் முடிக்கத் திட்டமிட்டது.

*

66

மீண்டும் தொடங்கிய விசாரணை

உச்சநீதிமன்றத்தில் தடை நீங்கியதை அடுத்து, ஜெயலலிதா மரணம் குறித்து விசாரணை நடத்தி வரும் ஆறுமுகசாமி ஆணையத்தின் விசாரணை, 2022ஆம் ஆண்டு, மார்ச் 7 ஆம் தேதி முதல் மீண்டும் தொடங்கியது. அப்பல்லோ 10 பேருக்கு ஆணையம் அழைப்பாணை அனுப்பியிருந்தது.

அதன்படி அப்பல்லோ மருத்துவமனையின் பாபு மனோகர், அருள்செல்வம், ராமகிருஷ்ணன், சுந்தர் மற்றும் காமேஷ் உள்ளிட்ட 5 பேர் விசாரணைக்கு முன்னிலையாகினர். இந்த விசாரணையின்போது, மருத்துவர்களும் காணொலி மூலம் பங்கேற்றனர்.

ஆணையத்தில் மருத்துவர் பாபு மனோகர், ஜெயலலிதா உடல்நிலை குறித்து விளக்கம் அளித்தார். 2016ஆம் ஆண்டு முதலமைச்சராக ஜெயலலிதா பதவி ஏற்கும் நாளுக்கு முன்னதாகவே தலைசுற்றல், மயக்கம் இருந்ததாக அவர் குறிப்பிட்டார். மேலும், நாள்தோறும் சில மருந்துகளை எடுக்கப் பரிந்துரைத்ததோடு சில உடற்பயிற்சிகளைச் செய்யுமாறு பரிந்துரைத்ததாகவும் அவர் கூறினார்.

இதனைத் தொடர்ந்து மற்ற 4 பேரும் விளக்கம் அளித்தனர். அவர்கள் 5 பேரிடமும் சசிகலா தரப்பு வழக்குரைஞரான ராஜா செந்தூர்பாண்டியன் குறுக்கு விசாரணை நடத்தினார். இந்தக் குறுக்கு விசாரணையில், பத்திரிகையாளர் பிரதிநிதிகளாக இரண்டு பேர் கலந்துகொண்டனர்.

பின்னர் செய்தியாளர்களிடம் விளக்கம் அளித்த ராஜா செந்தூர்பாண்டியன், "இந்தச் சாட்சிகள் அனைவருமே இதே விசாரணை ஆணையத்தால், 2019ஆம் ஆண்டில் விசாரிக்கப்பட்டு, அப்பல்லோ தரப்பில் குறுக்கு விசாரணை நடத்த வேண்டும் என மனு அளித்து, அதன்படி விசாரணையில் கலந்துகொண்டவர்கள்" என்று கூறினார்.

விசாரணை ஆணையம் இரண்டு விதமான வழிகளில் நடத்தி வருகிறது. 22.9.2016க்கு முன்பாக மறைந்த ஜெயலலிதாவுக்கு என்ன மருத்துவ குறைபாடுகள் இருந்தன, எந்த நோயால் அவர் பாதிக்கப்பட்டிருந்தார் என்பது குறித்தும், அதன்பின்னர், அப்பல்லோ மருத்துவமனையில் அவர் அனுமதிக்கப்பட்ட பிறகு 2016, டிசம்பர் 5ம் தேதி வரை அவருக்கு என்ன மாதிரியான சிகிச்சைகள் வழங்கப்பட்டது என்பது குறித்தும் விசாரித்து வருகிறது. இந்தச் சாட்சிகளில் பலரும், ஏற்கெனவே, விசாரணையின்போது, ஜெயலலிதா அப்பல்லோ மருத்துவமனையில் அனுமதிக்கப்படுவதற்கு முன்பு, போயஸ் தோட்டத்தில் அளிக்கப்பட்ட மருத்துவ சிகிச்சை குறித்து சொல்லாத காரணத்தால், அவர்களைச் சாட்சிகளாக வரவழைத்து குறுக்கு விசாரணையில் கேள்விகள் கேட்கப்பட்டன.

"இந்தத் தகவல்களை ஏன் அப்போதே கூறவில்லை?" என சாட்சிகளிடம் கேட்டதற்கு, "எங்களிடம் யாரும் இந்தக் கேள்வியைக் கேட்கவில்லை" என அவர்கள் தெரிவித்தனர். அதன்பிறகு, மருத்துவர்கள் பாபு மனோகர், அருள் செல்வம் ஆகிய இரண்டு மருத்துவர்களும் விவரித்தனர். இந்த இரண்டு மருத்துவர்களும் "ஜெயலலிதாவுக்கு மன அழுத்தம், வெர்டிகோ பிரச்னை, நடக்கும்போது தலை சுற்றல் பிரச்னை இருந்தது, எதையாவது பிடித்துக் கொண்டுதான் நடக்க வேண்டும் என்பது போன்ற உடல் உபாதைகள் அவருக்கு இருந்தன" என்றும் கூறினார்கள்.

மேலும், "ஜெயலலிதா மன அழுத்தங்கள் இல்லாமல் இருக்க வேண்டும், ஊட்டி அல்லது சிறுதாவூருக்குச் சென்று ஓய்வெடுக்க வேண்டும்" என்று மருத்துவர்கள் ஆலோசனை வழங்கியுள்ளனர். அதற்கு ஜெயலலிதா, "நான் 16 மணி நேரம் உழைத்துக்கொண்டிருக்கக்கூடிய ஒரு முதல்வர். மக்கள் பணி செய்ய வேண்டியிருக்கிறது. அப்படி நான் ஓய்வெடுக்கச் செல்ல வேண்டும் என்றால், அனைவரையும் அழைத்துச் செல்ல

வேண்டும். கோப்புகளை எல்லாம் எடுத்துச் செல்ல வேண்டும். மக்கள் பணியில் இருப்பதால் என்னால் அப்படிச் செல்ல முடியாது" என கூறியதாக மருத்துவர்கள் தெரிவித்தனர்.

மருத்துவர் பாபு மனோகர், ஜெயலலிதாவிடம் தினமும் நடைப்பயிற்சி மேற்கொள்ள வேண்டும் என்றும், அப்படி நடந்தால், மன அழுத்தப் பிரச்னைகள் தீரும் என கூறியதாகவும், அதனைக் கேட்டுக்கொண்டதாகவும் தெரிவித்தார். மேலும், 2014ல் தண்டனைக்கு உள்ளாக்கப்பட்டு முதலமைச்சராக இருந்தவர் சிறைச்சாலைக்குச் சென்ற பிறகுதான், அவருக்கு மன அழுத்தம் வந்தது. இதை ஏற்கெனவே சிகிச்சையளித்த மருத்துவரும் கூறியிருந்தார். டிரெக்கியாஸ்டமி என சொல்லப்படுகிற குரல் அறுவைசிகிச்சைக்காக 22.9.2016 அன்று மருத்துவமனையில் அனுமதிக்கப்படுகிறார். தொடர்ந்து 7.10.2016 அதிகாலையில் அறுவைசிகிச்சை செய்யப்படுகிறது.

இந்த விசாரணை முழுவதையும் 8 பேர் அடங்கிய எய்ம்ஸ் மருத்துவக் குழுவினர் காணொலி வாயிலாக பார்த்துக் கொண்டிருந்தனர். இதில் கலந்துகொள்ளாத வேறு 8 மருத்துவர்கள் வந்துதான் மத்திய அரசின் உத்தரவின் அடிப்படையில், எய்ம்ஸ் மருத்துவமனை இயக்குநர் வழிகாட்டுதலின்படி மருத்துவமனையில் அனுமதிக்கப்பட்டிருந்தபோது 9 முறை வந்து பார்த்துள்ளனர். அவர்களது பரிந்துரைப்படிதான் டிரெக்காஸ்டமி அறுவைசிகிச்சை செய்யப்பட்டது. காது, மூக்கு, தொண்டை நிபுணரால்தான் அறுவைசிகிச்சை செய்யப்பட வேண்டும். அதுவும் அறுவைசிகிச்சைக் கூடத்தில்தான் செய்ய வேண்டும் என்ற ஆவணங்களை அனைத்தையும் காண்பித்து, இந்த சிகிச்சை எய்ம்ஸ் மருத்துவர்களின் கண்காணிப்பில்தான் செய்யப்பட்டது என்கிற விவரத்தையும், 4.12.2016 அன்று ஏற்பட்ட மாரடைப்பு எப்படிப்பட்ட தருவாயில் ஏற்பட்டது, அது எப்படி உடனடியாக ஜெயலலிதாவுக்கு வந்தது, மருத்துவ ரீதியாக அதன் பெயர் என்ன உள்ளிட்ட விஷயங்கள் குறித்தும் விசாரித்தோம்.

சசிகலாவின் முன்னெடுப்பின் அடிப்படையில், ஜெயலலிதாவின் தனிப்பட்ட மருத்துவர் சிவக்குமாரின் முயற்சியில் 20 மருத்துவர்கள் மருத்துவமனைக்கு செல்லும் முன் போயஸ் தோட்டத்தில் வந்து சிகிச்சையளித்துள்ளனர். இதில் 10 மருத்துவர்கள் அப்பல்லோ மருத்துவர்கள். இவர்கள் அனைவரும் சிகிச்சையளித்துள்ளனர். இவையெல்லாம் ஆதாரபூர்வமாக

விசாரணையில் கொண்டுவரப்பட்டது. 2017, மார்ச் மாதம் சமர்ப்பித்த அறிக்கையில் இருக்கின்ற தகவல்களை மெய்ப்பிக்கும் வகையில் இன்று விசாரணைக்கு முன்னிலையான மருத்துவர்கள் தெரிவித்தனர்'' என்று ராஜா செந்தூர்பாண்டியன் கூறினார்.

இதனைத் தொடர்ந்து மறுநாள் அதாவது 2021, மார்ச் 8ஆம் தேதி, நரம்பியல் வல்லுநர் மீனாட்சி சுந்தரம், இருதவியல் வல்லுநர் மதன்குமார், தோல் மருத்துவர் ரவிச்சந்திரன் ஆகியோரிடம் விசாரணை நடைபெற்றது. அப்போது, சசிகலா தரப்பு வழக்கறிஞர் பல்வேறு கேள்விகளை முன்வைத்தார். அதன்பேரில் மருத்துவர்கள் 3 பேரும் வாக்குமூலம் அளித்தனர்.

'கடந்த 2016, செப்டம்பர் 22ஆம் தேதி ஜெயலலிதாவுக்கு நடந்தது என்ன? டிசம்பர் 4ஆம் தேதி ஜெயலலிதாவுக்கு திடீரென கார்டியாக் அரெஸ்ட் வரக்காரணம் என்ன? ஜெயலலிதாவுக்கு இதய அறுவை சிகிச்சையின்போது விதிமீறல் நடந்ததா? ஜெய லலிதாவிற்கு இதய வால்வில் ஏற்பட்ட தொற்றுப் பிரச்னைக்கு அறுவைசிகிச்சை செய்யாதது ஏன்? ஜெயலலிதாவுக்கு தோல் தொடர்பான வியாதிகள் இருந்ததா... அந்தப் பிரச்னை சரி செய்யப்பட்டதா? ஜெயலலிதாவுக்கு நரம்புத் தளர்ச்சி இருந்ததாக கூறுவது உண்மையா? என்ன காரணத்திற்காக அவருக்கு இந்தப் பிரச்னை ஏற்பட்டது?' என்பது தொடர்பான பல்வேறு கேள்விகளுக்கு 3 மருத்துவர்களும் பதில் அளித்தனர்.

இதனிடையே, 'ஜெயலலிதாவின் மரணம் தொடர்பான விசாரணைக்கு அதிமுக ஒருங்கிணைப்பாளர் ஓ.பன்னீர் செல்வம், சசிகலாவின் அண்ணன் மனைவி இளவரசி ஆகியோர் மார்ச் 21ஆம் தேதி முன்னிலையாக வேண்டும்' என ஆறுமுகசாமி ஆணையம் அழைப்பாணை அனுப்பியது. கிட்டத்தட்ட 3 ஆண்டு இடைவெளிக்குப் பிறகு மீண்டும் விசாரணையைத் தொடங்கிய ஆறுமுகசாமி ஆணையம் முன்னாள் முதலமைச்சர் ஓபிஎஸ்-க்கு அழைப்பாணை அனுப்பியது அரசியல் வட்டாரத்தில் பரபரப்பை ஏற்படுத்தியது. நீதிபதி ஆறுமுகசாமி ஆணையம் ஏற்கெனவே 8 முறை ஓ.பன்னீர்செல்வத்துக்கு அழைப்பாணை அனுப்பியும் ஒருமுறைகூட அவர் முன்னிலையாகவில்லை என்பதும், இந்த நிலையில் ஆணையம் மீண்டும் ஓ.பன்னீர்செல்வத்திற்கு அழைப்பாணை அனுப்பி உள்ளது குறிப்பிடத்தக்கது.

*

67
முடிந்தது விசாரணை

ஆறுமுகசாமி ஆணையத்தின் முன்பு விசாரணைக்கு முன்னிலையாகுமாறு முன்னாள் முதலமைச்சர் ஓ.பன்னீர் செல்வத்துக்கு ஆணையம் அழைப்பாணை அனுப்பி இருந்தது. ஏற்கெனவே 8 முறை அழைப்பாணை அனுப்பியும் முன்னிலை யாகாத ஓ.பி.எஸ், இந்த முறை ஆணையத்தில் முன்னிலையானார். அதாவது, 2022ஆம் ஆண்டு, மார்ச் மாதம் 21 மற்றும் 22 ஆகிய இரண்டு நாட்கள் அவர் முன்னிலையானார்.

முதல் நாள் விசாரணையில் அவரிடம் 78 கேள்விகள் கேட்கப்பட்டன. அவற்றில் பெரும்பாலான கேள்விகளுக்கு 'தெரியாது' என்று பதிலளித்த ஓ.பி.எஸ், அடுத்த நாள் விசாரணையின்போது பல கேள்விகளுக்கு விளக்கம் அளித்தார்.

முதல்நாள் விசாரணையில், 'ஜெயலலிதாவுக்கு சர்க்கரை அதிகமாக இருக்கிறது என்பதைத் தவிர மற்ற உடல் உபாதைகள் குறித்து எனக்கு எதுவும் தெரியாது' என ஓ.பன்னீர்செல்வம் தனது வாக்குமூலத்தில் கூறியதாகத் தகவல் வெளியானது.

தொடர்ந்து அவர் தனது வாக்குமூலத்தில் கூறியதாக வெளியான தகவல்கள் இவைதான்... "மருத்துவமனையில் அனுமதிக்கப்படுவதற்கு முந்தைய தினம் மெட்ரோ ரெயில் நிகழ்வில் கலந்துகொண்டபோது ஜெயலலிதாவைப் பார்த்தேன்; அதற்குப் பின்னர் அவரைப் பார்க்கவில்லை. 2016 செப்டம்பர் 22ஆம் தேதி ஜெயலலிதா மருத்துவமனையில் எதற்காக அனுமதிக்கப்பட்டார் என்ற விவரமும் எனக்குத் தெரியாது.

சொந்த ஊரில் இருந்தபோது நள்ளிரவு நேரத்தில் என் உதவியாளர் மூலம் தெரிந்துகொண்டேன். மறுநாள் பிற்பகலில் அப்பல்லோ மருத்துவமனை சென்று, அங்கிருந்த தலைமைச் செயலாளரிடம் விவரங்களைக் கேட்டறிந்தேன். ஜெயலலிதாவுக்கு சர்க்கரை அதிகமாக இருக்கிறது என்பதைத் தவிர அவருக்கு இருக்கும் வேறு உடல் உபாதைகள் குறித்து எனக்கு எதுவும் தெரியாது. ஜெயலலிதாவுக்கு என்னென்ன சிகிச்சை தரப்பட்டது? எந்த மருத்துவர்கள் சிகிச்சை அளித்தனர்? என்ற எந்த விபரமும் எனக்குத் தெரியாது.

துணை முதலமைச்சர் என்ற அடிப்படையில் விசாரணை ஆணையம் அமைக்கும் கோப்பில் நானும் கையெழுத்திட்டுள்ளேன். அப்பல்லோ மருத்துவமனையில் சிசிடிவி கேமராக்களை அகற்ற நான் எதுவும் சொல்லவில்லை. தர்மயுத்தம் தொடங்கியதில் இருந்து துணை முதலமைச்சர் ஆக பொறுப்பேற்கும் வரை நான் அளித்த பேட்டிகளில் பேசியது அனைத்தும் சரியானதே.

சசிகலாவின் அழைப்பின் பெயரில் ஜெயலலிதாவுக்கு சிகிச்சை அளிக்க வந்த அமெரிக்க மருத்துவர் சமின் சர்மா, ஆஞ்சியோகிராபி சிகிச்சை அளிக்கக் கூறிய நிலையில், அவர் எந்த சிகிச்சையும் அளிக்காமல் சென்றது தொடர்பான விவரங்கள் எதுவும் எனக்குத் தெரியாது.

ஜெயலலிதாவை சிகிச்சைக்காக வெளிநாடு அழைத்துச் செல்வது குறித்து ராமமோகன் ராவ், என்னிடம் எதுவும் பேசவில்லை; அப்படி கேட்டிருந்தால் உடனடியாக கையெழுத்துப் போட்டிருப்பேன். ஜெயலலிதாவை வெளிநாடு அழைத்துச் சென்று சிகிச்சை அளிக்கும்படி அமைச்சர்களிடம் கூறினேன்.

'ஜெயலலிதா உடல்நிலையில் நல்லமுன்னேற்றம் ஏற்பட்டுள்ளது. ஒரு வாரத்தில் பூரண குணமடைந்து வீடு திரும்புவார்' என்று அப்பல்லோ மருத்துவமனையின் தலைவர் பிரதாப் ரெட்டியின் மருமகன் விஜயகுமார் என்னிடம் தெரிவித்தார். அப்போதைய சுகாதாரத்துறை அமைச்சர் விஜயபாஸ்கர், செயலர் ராதாகிருஷ்ணன், தலைமைச் செயலர் ராமமோகன் ராவ் ஆகியோர்தான் எய்ம்ஸ் மருத்துவர்களை வரவழைத்தனர். அண்ணா, எம்ஜிஆர் ஆகியோரைப் போல ஜெயலலிதாவை வெளிநாடு அழைத்துச் சென்று சிகிச்சை

அளிக்கலாம் என்று அப்போதைய அமைச்சர்கள் விஜயபாஸ்கர் மற்றும் வேலுமணி ஆகியோரிடம் கூறினேன்.

'அப்பல்லோ மருத்துவர்களிடம் பேசிய பின்னர் வெளிநாடு செல்வது பற்றி முடிவெடுக்கலாம்' என்று விஜயபாஸ்கர் தெரிவித்தார். அப்பல்லோ மருத்துவர் விஜயகுமாரிடமும் இதே கருத்தை வலியுறுத்தினேன். ஜெயலலிதாவை வெளிநாடு அழைத்துச் சென்று சிகிச்சை அளிப்பது தொடர்பாக அப்போதைய தலைமைச் செயலர் ராமமோகன் ராவ் என்னிடம் எதுவும் கூறவில்லை. விசாரணக் கமிஷன் பொதுமக்களின் எண்ணத்தின் அடிப்படையிலேயே அமைக்கப்பட்டது" என்று ஓ.பி.எஸ் தெரிவித்திருந்தார்.

இரண்டாவது நாள் நடைபெற்ற விசாரணையில் பல கேள்விகளுக்கு அவர் விளக்கம் அளித்தார். இதனைத் தொடர்ந்து அவரிடம் குறுக்கு விசாரணை நடத்தினார்.

அப்போது, 'இந்த ஆணையத்தின் முன் முன்னிலையான 8 ஐஏஎஸ் மற்றும் ஐபிஎஸ் அதிகாரிகள் அளித்துள்ள சாட்சியத்தில், 20.11.2012 காலகட்டத்திலும் அதன் பின்னரும் சசிகலாவோ அவரது குடும்பத்தினரோ சதித்திட்டம் தீட்டியது இல்லை என்று கூறியுள்ளனரே, இதுசரியா?' என்று கேள்வி எழுப்பினார்.

இதற்கு பதிலளித்த ஓ.பன்னீர்செல்வம், "அதிகாரிகள் ஆணையத்தில் கூறியது சரிதான். ஜெயலலிதாவுக்கு எதிராக சசிகலாவோ, அவரது குடும்பத்தினரோ சதித்திட்டம் எதுவும் தீட்டவில்லை" என்றார். 2014ம் ஆண்டு சொத்துக்குவிப்பு வழக்கில் குற்றவாளி என்று அறிவிக்கப்பட்டவுடன், அப்போது ஜெயலலிதாவின் பாதுகாப்பு அதிகாரிகளில் ஒருவரான வீரபெருமாள் என்பவரை அழைத்து, என்னை அழைத்துவருமாறு கூறியுள்ளார். என்னிடம், இதுபோல தீர்ப்பு வந்துள்ளதாக கூறி, உடனடியாக சென்னைக்கு விரைந்து அடுத்தகட்டமாக மேற்கொள்ள வேண்டிய பணிகளைச் செய்யவும், அமைச்சர்களைக் கூட்டி அடுத்த முதல்வரை தேர்வு செய்யும்படியும் கூறினார்.

அப்போது கண்கலங்கிய நிலையில் இருந்த என்னை, 'பன்னீர் அழாதீர்கள், இப்போதுதான் நீங்கள் தைரியமாக இருக்க வேண்டும்' என்றுகூறினார். ஜெயலலிதா மருத்துவமனையில் இருந்தபோது திருப்பரங்குன்றம், தஞ்சாவூர், அரவக்குறிச்சி

தொகுதிகளுக்கு இடைத்தேர்தல் நடந்தது. தேர்தல் தொடர்பான படிவங்களில் ஜெயலலிதா கைரேகை வைத்தது எனக்குத் தெரியும். அப்பல்லோ மருத்துவமனையில், ஜெயலலிதா சிகிச்சைக்கு அனுமதிக்கப்பட்டிருந்தபோது அவர் நன்றாக இருப்பதாக எப்போதாவது சசிகலா என்னிடம் ஒரு சில முறை தெரிவித்துள்ளார். இதனை நான் சக அமைச்சர்களிடம் மட்டுமே தெரிவித்தேன். இதுகுறித்து பொதுவெளியில் எங்கும் பேசவில்லை. அரசாங்கப் பணிகள் தொடர்பாக ஜெயலலிதா கூறியதாக சசிகலா எந்தத் தகவலையும் என்னிடம் கூறியது இல்லை. ஜெயலலிதா சிகிச்சையில் இருந்தபோது அவருக்கு என்னென்ன உணவுகள் வழங்கப்பட்டன என்பது பற்றி எனக்குத் தெரியாது.

ஜெயலலிதா மரணத்தில் தனிப்பட்ட முறையில் எனக்கு எந்த சந்தேகமும் இல்லை. பொதுமக்களின் கருத்து வலுத்ததால்தான், நான் இந்தக் கோரிக்கையை விடுத்தேன். அவரின் மரணத்தில் உள்ள சந்தேகங்களை ஆணையம் களைய வேண்டும் என்று கூறினேன். சசிகலாவின் மீது எனக்கு எப்போதும் தனிப்பட்ட முறையில் மரியாதையும் அபிமானமும் உண்டு" என்றும் ஓ.பன்னீர்செல்வம் கூறினார்.

"2016, டிசம்பர் 5ஆம் தேதி, இறப்பதற்கு முன்பாக ஜெயலலிதாவை நான் உட்பட அமைச்சர்கள் 3 பேர் நேரில் பார்த்தோம். உயிர்காக்கும் கருவியாக இருக்கக்கூடிய எக்மோ கருவியை ஜெயலலிதாவின் உடலில் இருந்து அகற்றுவதற்கு முன் அவரை நேரில் பார்த்தேன்" என்றும் ஓ.பி.எஸ் தெரிவித்தார். இதனைத் தொடர்ந்து அப்பல்லோ மருத்துவமனை தரப்பு வழக்குரைஞரும் ஓ.பன்னீர்செல்வத்திடம் குறுக்கு விசாரணை செய்தார். அனைத்துக் கேள்விகளுக்கும் அவர் பதிலளித்தார்.

இந்நிலையில், ஆணையத்துக்கு உதவ உச்சநீதிமன்றத்தால் நியமிக்கப்பட்ட எய்ம்ஸ் மருத்துவக்குழு, ஜெயலலிதாவுக்கு அளிக்கப்பட்ட மருத்துவ சிகிச்சை ஆவணங்களை ஆய்வு செய்து ஆணையத்திடம் அறிக்கை தாக்கல் செய்தது. அந்த அறிக்கையில் ஜெயலலிதாவுக்கு அப்பல்லோ மருத்துவமனை மருத்துவர்கள் அளித்த சிகிச்சையில் எந்தத் தவறும் இல்லை என்று தெரிவிக்கப்பட்டிருந்தது. எய்ம்ஸ் மருத்துவக்குழு அறிக்கை மற்றும் ஆணையம் மேற்கொண்ட விசாரணை ஆகியவற்றை அடிப்படையாக கொண்டு, 5 ஆண்டுகள் விசாரணைக்குப் பிறகு இறுதி அறிக்கையை ஆணையம் தயார் செய்தது.

27.08.2022 அன்று, தமிழக முதல்வர் மு.க.ஸ்டாலின் அவர்களை, ஓய்வுபெற்ற நீதியரசர் மாண்பமை ஏ.ஆறுமுகசாமி அவர்கள் சந்தித்து, முன்னாள் முதல்வர் ஜெயலலிதா மரணம் தொடர்பான விசாரணை ஆணையத்தின் அறிக்கையை தாக்கல் செய்தார்.
உடன் சட்டத்துறை அமைச்சர் எஸ்.ரகுபதி அவர்கள், தலைமைச் செயலாளர் வெ.இறையன்பு இ.ஆ.ப. அவர்கள்.

ஜெயலலிதா மரணம் குறித்து விசாரித்து வந்த நீதியரசர் ஆறுமுகசாமி ஆணையத்தின் விசாரணை கடந்த 2022ஆம் ஆண்டு ஏப்ரல் மாதம் நிறைவடைந்ததைத் தொடர்ந்து இறுதி அறிக்கை தயார் செய்யும் பணியும் முடிந்தது.

2022ஆம் ஆண்டு, ஆகஸ்டு 27ஆம் தேதி அந்த இறுதி அறிக்கை, முதலமைச்சர் மு.க.ஸ்டாலினிடம் தாக்கல் செய்யப்பட்டது. சுமார் 600 பக்கங்கள் கொண்ட அந்த இறுதி அறிக்கையில், ஜெயலலிதா மற்றும் சசிகலாவுடன் இருந்தவர்கள், அவர்களது உறவினர்கள், ஓ.பன்னீர்செல்வம், அப்பல்லோ மருத்துவமனை மருத்துவர்கள், ஐ.ஏ.எஸ், ஐ.பி.எஸ் அதிகாரிகள் என 157 பேரிடம் நடத்தப்பட்ட விசாரணை விவரங்கள் உட்பட பல்வேறு தகவல்கள் இடம் பெற்றுள்ளன.

* * *